జంపన నవలలు

మొదటి సంపుటం

జంపన చంద్రశేఖరరావు

 నవచేతన పబ్లిషింగ్ హౌస్

JAMPANA NAVALALU-1 - *Jampana Chandrasekhara Rao*

ప్రచురణ నెం. : 2015/63

ప్రతులు : 1000

ప్రథమ ముద్రణ : సెప్టెంబర్, 2015

© జంపన జ్యోత్స్నగోవిందరాజులు

వెల : ₹ 220/-

ప్రతులకు : **నవచేతన పబ్లిషింగ్ హౌస్**

గిరిప్రసాద్ భవన్, జి.యస్.ఐ పోస్టు, బండ్లగూడ(నాగోల్),
హైదరాబాద్-500068. తెలంగాణ ఫోన్: 24224453/54
E-mail: navachethanaph@gmail.com

నవచేతన బుక్ హౌస్

అబిడ్స్ & సుల్తాన్‌బజార్, యూసఫ్‌గూడ, కూకట్‌పల్లి,
బండ్లగూడ - హైదరాబాద్, హన్మకొండ, కరీంనగర్,
నల్లగొండ, ఖమ్మం.

విశాలాంధ్ర బుక్ హౌస్

విజయవాడ, గుంటూరు, విశాఖపట్నం, అనంతపురం,
తిరుపతి, కాకినాడ, ఒంగోలు, శ్రీకాకుళం, కడప.(ఆం.ప్ర)

ముద్రణ: **నవచేతన ప్రింటింగ్ ప్రెస్,** హైదరాబాద్- 68.

ముప్పావు శతాబ్దం తరువాత మళ్ళీ...

జంపన

ఆధునిక తెలుగు వచనానికి కీర్తి కిరీటం పెట్టింది - చలం - కొవ్వలి - జంపన. ఎందుకు? ఇరవయ్యో శతాబ్దంలోని 30-40 దశకాలు తెలుగునాట విశేష ప్రభావాన్ని చూపాయి. మొదటి ప్రపంచ యుద్ధ దుష్పరిణామాలలో ఒకటైన ఆర్థికమాంద్యం ప్రపంచం మొత్తాన్ని అతలాకుతలం చేసింది. దాని ఫలితాలు తెలుగు జనం కూడా అనుభవించింది. ఇంతలో రెండో ప్రపంచ యుద్ధానికి లోకం సిద్ధమైంది. ఈ మధ్యకాలంలో మూడు శిబిరాలు ఆవిర్భవించాయి. పెట్టుబడిదారీ సమాజం, సోషలిస్టు సమాజం, వీటి మధ్య - వలస రాజ్యాధిపత్యాలనుండి విముక్తికోరే - మూడో శిబిరం.

ఇంతటి కలగాపులగపు ప్రపంచంలో - రెండు ప్రపంచ యుద్ధాల మధ్యకాలంలో - ప్రగతి నిరోధక ఇజాలు ఆవిర్భవించి అభ్యుదయశీల సాహిత్యం - కళల మీద తన దుష్ప్ర భావాన్ని చూపడమే కాక - తన తుపాకీని ప్రప్రథమంగా ఈ రంగం మీదనే ఎక్కుపెట్టింది.

దీని నుండి స్వీయరక్షణ కోసమూ - సాహిత్యం కళలలో తలెత్తిన అసహజ అసంబద్ధ ఇజాల నుండీ - ధోరణుల నుండీ రక్షణ కవచాన్ని ఏర్పాటు చేసుకొనే దిశలో ప్రపంచ అభ్యుదయ దృష్టికోణం ఆవిష్కృతమైంది.

ఇలాంటి అల్లకల్లోలం తెలుగు సమాజంలోనూ కనపడింది. భూస్వామ్య వ్యవస్థ చివరి శ్వాసనుండే పెట్టుబడిదారీ వ్యవస్థ ఊపిరి పోసుకుంది. సాహిత్యంలో అప్పటి వరకు ప్రపంచంలో తలెత్తిన అన్ని ధోరణులకూ ఇక్కడా ప్రతిధ్వనులొచ్చాయి. అప్పుడప్పుడే మొలకెత్తుతున్న పెట్టుబడిదారీ లక్షణాలు తన ప్రభావాన్ని సమాజంమీద చాపకింద నీరులా విస్తరించడం ఆరంభించింది. ఆ దశలో నగరీకరణ అందాలనూ, సౌకర్యాలనూ పసిగట్టిన గ్రామీణ, చదువుకున్న యువత వ్యవసాయాన్ని చిన్నచూపు చూస్తూ నగరం వైపు పరిగెట్టడం ఆరంభించింది. నగరంలో ఇమడలేని స్వభావం, గ్రామాలు వదలాలన్న ఆశల మధ్య ఈ యువత ఓ రకంగా నిష్క్రియాశీలమైంది. కాలం గడపడానికి చదవదగ్గదేదైనా సరే దాన్ని ఆహ్వానించింది. రచయితలు కూడా ఈ అవకాశాన్ని అందిపుచ్చుకున్నారు. ప్రచురణ సంస్థలూ మేం తక్కువేం కాదన్నారు.

స్వాతంత్ర్యోద్యమంలో సామాజికంగా హరిజనోద్ధరణ, స్త్రీ స్వాతంత్ర్యం లాంటి అనేక చిరు ఉద్యమకెరటాలూ తెలుగు నేలమీద ప్రభావాన్ని చూపాయి. ఈ శతాబ్దంలో పెట్టుబడిదారీ సమాజంలో - విశేష ప్రాచుర్యం వహించిన వచన రచన మూడు పువ్వులూ ఆరుకాయలుగా సాగింది.

సరిగ్గా అప్పుడే **చలం - కొవ్వలి- జంపనలు** తెలుగు సాహిత్యాభిలాషులను ఆకట్టుకున్నారు. వందలకొద్దీ రచనలు చేశారు. వచనాన్ని అందంగానూ, సూటిగానూ, తమతమ అభిప్రాయ ప్రకటనలకు అనువుగానూ మలిచారు. ఈ ధోరణి రచనలను సంప్రదాయ వాదులు అవహేళన చేసినా, కాలక్షేప సాహిత్యం అన్నా, రైల్వేసాహిత్యమంటూ ఈసడించినా, అప్పుడప్పుడే ఆవిర్భవించిన తెలుగువాడి పఠనాభిలాష వీళ్ళందరికీ బ్రహ్మరథం పట్టింది. అందలాలెక్కించింది. అక్కున చేర్చుకుంది.

వీళ్ళు ముగ్గురు - వివిధ రంగాలలోనూ తమ ముద్రను చాటుకున్నవాళ్ళు. కొవ్వలి వెయ్యిన్నొక్క నవలలు రాసినా... సినిమారంగాన్నీ ఒడిసిపట్టాడు.

జంపన సుమారు 500లకు మించి రచనలు చేసిన దాఖలాలు కనిపిస్తున్నాయి. వీరు సినిమాలకు అనేక కథలూ రాశారు. దర్శకత్వం వహించారు కూడానూ. కళాశాలల్లో అధ్యాపక వృత్తి కొనసాగిస్తూనే సవ్యసాచిలా ఉన్నారు. ఆ రోజుల్లో జంపన, కొవ్వలి రచనల్ని ఎక్కువగా రాజమండ్రి, ఏలూరు పుస్తక ప్రచురణ సంస్థలు ప్రచురిస్తుండేవి. వాటి వివరాలను ప్రకటనల రూపంలో పక్కపక్కనే పొందుపరుస్తుండేవి కూడానూ. కొంతకాలం వీరిద్దరూ తమ తమ పేర్లమీద, సొంత ప్రచురణ సంస్థలనూ కొనసాగించారు.

ప్రస్తుతం మా సేకరణలో జంపన చంద్రశేఖరరావుగారివి దాదాపు 60 నవల లొచ్చాయి. వీటిని సంపుటాలుగా ప్రచురిస్తాం. **ఈ మొదటి సంకలనంలో 6 నవలలను మాత్రం కాలానుక్రమంలో కూర్చాం. వీరి ఇతర నవలలను కూడా క్రమంగా సంపుటాలుగా పాఠకులకందిస్తాం.**

వీరి నవలల్లో సంస్కరణ భావాలూ, అభ్యుదయకర ఆలోచనలూ - మార్భిజంపట్ల సహృద్భావదృష్టీ మనం చూడగలం. కథా వస్తువును చిన్న నవల, నవలిక లేదా పెద్ద కథగా ఎంత నేర్పుగా మలుచుకోవచ్చో జంపన నుండి ఈ తరం నేర్చుకోవచ్చు. రచయిత తన భావాలను పాత్రల ద్వారా ఉపన్యాసా లిప్పించే అప్పటి వరకు ఉన్న ధోరణికి జంపన స్వస్తి పలికారు. తెలుగు వచనం ఎలా రాస్తే పాఠకుణ్ణి ఆకట్టుకుంటుందో తెలుసుకోవాలంటే ఈ రచయితే మనకు ఉపాధ్యాయుడు.

ఈ తరానికి జంపన చంద్రశేఖరరావు రచనలను పరిచయం చేసే అవకాశం 'నవచేతన పబ్లిషింగ్ హౌస్'కు కల్గించిన జంపనగారి కుమార్తె 'జ్యోత్స్న' గారికీ, జంపన గారి తమ్ముడి కుమారుడు 'సౌజన్య' గారికీ మేం కృతజ్ఞులం.

ఎప్పటిలాగానే మా సాహిత్యాభిమానులు ఈ సంపుటాన్నీ ఆదరిస్తారని ఆశిస్తూ...

ఆగస్టు, 2015

హైదరాబాద్.

ఏటుకూరి ప్రసాద్

సంపాదకులు, నవచేతన పబ్లిషింగ్ హౌస్

మా నాన్నగారు

జంపన చంద్రశేఖరరావుగారు 14 నవంబర్, 1912న జంపన రామయ్య నాయుడు, సౌభాగ్యవతులకు జేష్ఠపుత్రునిగా జన్మించారు. వీరి తర్వాత దైవాధీనరావు, రఘుకిషోర్, దేవమణి గార్లు జన్మించారు.

జంపన చంద్రశేఖరరావుగారు పుట్టింది కృష్ణాజిల్లా, మచిలీపట్నానికి దగ్గరలోని శారదాపేట గ్రామం. ఆయన ఆరోజుల్లోనే ఎం. ఏ., బి.ఇడి. పట్టభద్రులై చిన్నవయసులోనే తెలుగు లెక్చరర్‌గా తన వృత్తిని ప్రారంభించారు. వారి ప్రతిభను గుర్తించిన ఏలూరు శ్రీ సి.ఆర్.రెడ్డి కాలేజీ యాజమాన్యం వారికి వైస్‌ప్రిన్సిపాల్‌గా బాధ్యతలు అప్పగించింది. అలా కొంతకాలం తర్వాత జంపనగారు చెన్నపట్నం (ప్రస్తుత చెన్నై నగరం) లోని పచ్చప్పాస్ కాలేజీలోనూ, తదుపరి అన్నామలై యూనివర్సిటిలోనూ తెలుగు లెక్చరర్‌గా బాధ్యతలు నిర్వర్తించారు.

జంపన గారు 1940వ సంవత్సరంలో ప్రసూనాంబ గారిని వివాహమాడారు. వారికి ముగ్గురు పిల్లలు - లక్ష్మణస్వామి, సౌభాగ్యవతి, జ్యోత్స్న జన్మించారు.

నాన్నగారు వృత్తిరీత్య అధ్యాపకవృత్తిలో వున్నా, మొదటినుండి ఆయనకు సాహిత్యం మీద మక్కువ ఎక్కువ. ఆయన మనసులోని సాహిత్య భావాలకు రూపం కల్పిస్తూ అనేక కథలను, నవలలను, నాటికలను, కవితలను రచించేవారు. అవన్నీ ఎంతో ప్రజాదరణ పొందినవి. ఆయన ఆ రోజుల్లో సాహిత్యరంగంలో మకుటం లేని మహారాజుగా వెలుగొందారు.

అప్పట్లో జంపన చంద్రశేఖరరావు గారితో పాటుగా కొవ్వలి వారి నవలలు కూడా బాగా ప్రసిద్ధి చెందాయి. వారిరువురూ సమకాలీన రచయితలు.

మా తండ్రిగారైన చంద్రశేఖరరావుగారు సాహిత్య ప్రపంచంతో తృప్తి చెందక 1949వ సంవత్సరంలో తన మనసులోని భావాలను వెండితెరకు పరిచయం చేసారు. ఆ పరంపరలో

మొదటిసారిగా "జంపన ప్రొడక్షన్" బ్యానరును స్థాపించి తనే నిర్మాతగా "మేనరికం" అనే చిత్రాన్ని నిర్మించి, దానికి కథ, కథనంతో పాటు దర్శకత్వ బాధ్యతలూ వహించారు. అదే చిత్రాన్ని తమిళంలో "కుడుంబం" పేరుతో వారే నిర్మించి రెండు భాషలలోను ఘన విజయాన్ని సాధించి, గొప్ప పేరు ప్రఖ్యాతులు గడించారు. అదే సమయంలో మా తండ్రిగారు అలనాటి తారలైన జెమిని గణేషన్, సావిత్రిల కలయికలో "సౌభాగ్యవతి" అనే తమిళ చిత్రానికి దర్శకత్వం వహించారు. ఈ చిత్రం కూడా గొప్ప విజయం సాధించింది.

మా తండ్రిగారి ప్రతిభను గుర్తించిన ఎంతోమంది నిర్మాతలు ఆయనతో "కృష్ణలీలలు", "హరిశ్చంద్ర", "భట్టి విక్రమార్క" "కాడెద్దులు ఎకరం నేల" లాంటి ఎన్నో చిత్రాలను నిర్మించి ఘన విజయాన్ని దక్కించుకున్నారు.

మన తెలుగువారి అగ్ర కథానాయకుడు "శ్రీ నందమూరి తారక రామారావు గారు" నటించిన "నర్తనశాల" చిత్రానికి - కథని, కథానాన్ని రచించి ప్రేక్షకులకు అందించినది మా తండ్రిగారైన జంపన చంద్రశేఖరరావుగారే.

3 జూలై, 1961వ సంవత్సరంలో అనారోగ్య కారణాలతో మా తండ్రిగారు మమ్మల్ని విడిచి స్వర్గస్థులైనారు. అప్పటికి ఆయన వయసు కేవలం 49 సంవత్సరాలు మాత్రమే.

అర్థాయుష్యకే ఇన్ని ఘన విజయాలని, పేరు ప్రఖ్యాతులని, ప్రజల ఆదరాభిమానాన్ని సొంతం చేసుకున్న శ్రీ జంపన చంద్రశేఖరరావుగారి కూతురునై జన్మించినందుకు ఈ క్షణం వరకు నేను గర్వపడుతున్నాను.

అటువంటి మా తండ్రిగారి రచనలను సాహిత్యాన్ని మరలా ఈ తరం పాఠకులకు అందిస్తున్న 'నవచేతన పబ్లిషింగ్ హౌస్' వారికి సర్వదా ఋణపడి వుంటాము.

- జ్యోత్స్నాగోవిందరాజులు

మహారాష్ట్ర
ఆగస్టు, 2015

శ్రీ జంపన చంద్రశేఖరరావు గారు

14 నవంబర్, 1912 – 03 జూలై, 1961

విషయసూచిక...

నిర్దోషి

అంకితం

నా ప్రియ మిత్రుడు

సంఘోపజీవి

సరసుడు

సహృదయుడగు

మా సామంతుల వెంకటేశ్వరరావుకు

ప్రేమతో......

– చంద్రం

ఉద్దేశం!

మనం ఆంధ్రులం – బానిసులం –
మన దేశం బానిసదేశం...
మనది – క్షుదాగ్ని చల్లార్చుకోలేని అభాగ్యదశి...
ఈ దశలో వివాహానికి కన్యాదాత ఎముకలు పట పట
కొరుకుతూ –

      "కట్నం – కట్నం..."
అని విరుచుకుపడటం న్యాయంకాదు –
కట్నం ఈయలేదని పెండ్లికూతురుని విడిచివేయటం...
కల్యాణానంతరం ఆమె సౌశీల్యాన్ని శంకించటం...
కఠినహృదయులై ఆమెను విడిచివేయటం...
కన్నీరు కార్పించటం –

      ఇది న్యాయమా?
      సంఘ శ్రేయమా?
        ఈ విషయాలను చర్చిస్తూ
        ఈ నవల వ్రాశాను.

                – చంద్రం

నిర్దోషి

1

"కట్నం నాలుగువేలు కక్కితే సరేసరి – లేకపోతే – కట్టిన మంగళసూత్రం పటుక్కుమని తెంపేయి."

"... ... ..."

"అలా వెఱ్ఱి మొఖం వేసుకు చూస్తావేం...?"

మంగళసూత్రం గింగళసూత్రం అని వెనకాముందూ చూడక... తెంపిపారేయి... ఈ అమ్మాయి కాకపోతే మరొకమ్మాయి... మగవాని కేమిలోటురా?"

"కట్నం తెచ్చేలోపుగానే తెంపివేయించేటట్లున్నారే మంగళ సూత్రం."

"కాకపోతే ఏమిటయ్యా పెద్దమనిషి... పసుపు కుంకంనాడు ఒప్పుకున్న ప్రకారం ముద్దు ముద్దుగా మా కట్నం మాకు చెల్లిస్తే ఇంత గడబిడ ఉంటుందా?"

"ఏదో ఒకరోజు వెనకాముందు... ... అంతేగాని మీ డబ్బు వెగవేయటానికి నాయుడుగారంత మాటతప్పేవారనుకున్నారా?"

"సాక్షాత్తు సత్యహరిశ్చంద్రుని...పడతా పుచ్చుకొని మాట తప్పేవారంటానా... ఎంత అపరాధం. ఎంత అపరాధం... పైగా ఒక రోజు వెనకాముందా? అంతేనా?... సంతోషించాం... ఒకరోజు కాదు – ఒకగంట ఆలశ్యమైతే ఒప్పుకుంటానికి ఈ వెంకయ్యనాయుడు గారంత వెఱ్ఱివారకున్నారేమిటి?"

అంటూ మీసాలు గొరిగించేసాడన్న సంగతి మరచిపోయి, మెలివేయబోయాడు... పాపం పెండ్లికొడుకు మోహన్‌రావు తండ్రి... మధ్యవర్తి ప్రకాశరావునాయుడు పక్కనున్నవాని కాలుమీద కాలువేసి నొక్కి, వేళాకోళంగా ఒక చిరునవ్వు బాణం విసిరాడు–గురిచూచి... దానితో కల్లుతాగిన కోతిలా మరీ చిందులుతొక్కేడు వెంకయ్య.

"పిల్లను తీసుకువచ్చేయి... పిల్లను తీసుకువచ్చేయి" అని ఇంట్లోనుంచి కేకలు...

"మంగళసూత్రం తెంపేయ్ - మంగళసూత్రం తెంపేయ్" అని వెంకయ్యనాయుడు గారి కేకలు...

"అమ్మాయి హడలిపోతుంది... హడలిపోతుంది" అని అమ్మలక్కల కేకలు...

పెళ్ళిపందిరి చొచ్చుకొని ఆకాశాన్ని ముట్టినయి...అతి దీనంగా అర్ధనిమీలిత నయనాలతో పెళ్ళికూతురు పెళ్లికొడుకు వంక చూచింది... ఆ చూపు అతని హృదయంలోకి తీవ్రంగా చొచ్చుకుపోయింది... అతడామెవంక చూడలేక చూడలేక అతిబాధగా చూచాడు. ఇరువురి చూపుల్లోను అర్థంకాని ఒకబాధ ఇమిడి ఉంది... ఒక మధుర భావం మిళితమై ఉంది...

పావుగంట గడిచింది...

"వెంకయ్యనాయుడుగారు... మీ బావగారు పుల్లయ్య నాయుడుగా రొకసారి గదిలోకి రమ్మంటున్నారు?"

పుల్లయ్యనాయుడు ప్రాణస్నేహితుడు ప్రకాశరావు అనలేక అనలేక అన్నాడు.

"ఎందుకు?"

తీవ్రంగా చూస్తూవేసిన ప్రశ్న అది...

"కట్నం విషయంలో మాట్లాడటానికి"

జడుస్తూ జడుస్తూ చెప్పిన జవాబది...

"పదిమందిలో ఇచ్చే కట్నం విషయం - పదిమందిలో మాట్లాడక - రహశ్యాలెందుకు?"

"రెండు నిమిషాలే..." "వీల్లేదు..."

"తమరలా శలవిస్తే మే మేమి చెప్పగలము?"

అతడామాట ఎంత జాలిగా అన్నాడో వెంకయ్యనాయుడుకి తప్ప మిగిలిన వాళ్లందరకూ తెలుసును... పెళ్లికొడుకు తండ్రివంక చూచాడు. లోపలకు ఒకసారి వెళ్ళండి అని కనుసన్న చేశాడు... పెళ్ళిచేసుకొనే మాట తోసివేస్తే ఎలా?... కొంతవరకన్నా పాటించాలికదూ మరి.......

"ఊ... సరే... పదండి-"

విసుక్కుంటూ వెంకయ్యనాయుడు క్రొత్తవియ్యంకుని దగ్గరకు వెళ్లాడు. చెమటలు కక్కుకుంటూ, నిట్టూర్పులు విడుచుకుంటూ, వాడిపోయిన ముఖంతో, తేలిపోయిన కన్నులతో, పాపం కన్యాదాత పుల్లయ్యనాయుడు రొకగదిలో ఒక్కరే కూర్చున్నారు...

వెంకయ్యనాయుడుగారు వెళ్ళారు...

పుల్లయ్యనాయుడుగారు లేచి...

"దయచేయండి. బావగారు దయచేయండి."

అంటూ ఎంతో వినయంగా ఆహ్వానించాడు... వెంకయ్యనాయుడు మాత్రం ముఖం చిట్లించుకుంటూ, మూతి బిగించుకుంటూ, గసికీలాగ కుర్చీలో కూర్చున్నాడు...

అటూ ఇటూ చూచి అమాంతంగా వెంకయ్యగారి రెండుచేతులూ పట్టుకున్నాడు వియ్యంకుడు...

"ఏమిటీ పని?"

ఆ సింహగర్జనకు సకం చచ్చాడు పాపం పుల్లయ్యనాయుడు.

"బావగారు..."

"చెప్పండి?"

"అపరాధం క్షమించాలి."

"ఏమిటయ్యా క్షమించేది... అపరాధం అంట - అపరాధం ఏమిటపరాధం?"

క్షణం క్రితం ఉండే 'ఏమండీ' సంబోధన - 'ఏవయ్యా'లోకి దిగింది - ఇంక 'ఏరా' లోకి దిగటం ఎంతసేపు...

"బావగారు ఇవి చేతులుకావు... కాళ్ళనుకోండి."

"చూస్తూ చూస్తూ చేతులను కాళ్ళలా అనుకుంటాను."

"నన్నీ ఆపదలోంచి కాపాడాలి."

"నే నెవరినయ్యా..."

"ఇదిగో... ప్రస్తుతం ఈ వెయ్యిరూపాయలు తీసుకోండి...

మిగిలిన మూడువేలు పదిరోజులలో తప్పక ఇస్తాను."

"ఇప్పుడు పుట్టనివి - పదిరోజులలో ఎలాగొస్తాయి."

"ఉన్నభూమంతా తనకాపెట్టి..."

"భూమికూడా ఉంది?"

"మీకు తెలీని విషయమా?"

"తెలియకే కదూ- కట్నం ముందు తీసుకోలేదు."

"పదిరోజుల్లో తనకా పెట్టిఇస్తా."

"ఆతనకా ఇంతకు ముందెందుకు పెట్టలేదు?"

"టయిము చాలలేదు..."

"రేపుమాకు ఇవ్వటానికి కూడా టయిము చాలదు"

"అలా ఎన్నటికి కాదు... ఆ పదిరోజుల్లో ఇవ్వకపోతే మారు పేరు పెట్టి పిలవండి..."

"నష్టం ఏముంది... ఏపేరైనా ఇంతకంటే మంచిపేరే అవుతుంది... అనవసరపు మాటలకేంగాని... మా నాలుగువేలు, వెండిచెంబు వెండిపళ్ళెం, ఇలా నావళ్ళో పడేస్తారా పడేయండి, లేకపోతే కట్టిన మంగళసూత్రం కాస్తా తెంపి మరీ చక్కాపోతాం... అప్పుడు మీ అమ్మాయిని మీ యిష్టం వచ్చిన వాడికి చేసుకోండి..."

"అలాచేయటం శాస్త్రసమ్మతమా? న్యాయధర్మమా?"

“కాదు... కాదు... ఇస్తానన్న కట్నం ఎగకొట్టటం మాత్రం శాస్త్రసమ్మతం- ధర్మసమ్మతం...”

“ఎగకొట్టలేదు కదండీ... ఇస్తానంటున్నానుకదూ...”

“దానిపేరే అది... అప్పుమొగుడే... బావని... ఎలాగైనా ఒకటే...”

“మగవారు కాబట్టి మీ రెక్కడైనా మరోపెళ్లి చేసుకోవచ్చును... కాని మంగళసూత్రం కట్టిన పిల్లనెవరైనా చేసుకుంటారా? చేసుకున్నారా?”

“దానికి నేనా కర్తను? ఇన్ని శ్రీ రంగనీతులు చెప్పేవాడవు - ధర్మోపన్యాసాలిచ్చే వాడవు... అన్న ప్రకారం డబ్బుపారేయరాదు?”

“ఉంటే ఇవ్వనటండీ బావగారు.”

“ఇవ్వకపోతే వెళ్ళిపోవటండీ”

అంటూ ప్రళయకాల రుద్రుడ్లా లేచి కూర్చున్నాడు.

అతని చేతులు పట్టుకోబోయాడు...

వెంటనే విదిలించివేశాడు వెంకయ్యనాయుడు...

“బావగారూ... క్షమించాలి... లేకపోతే మేం తలెత్తి తిరగలేం.”

“తిరగటం ఎందుకు? ఇంట్లోనే కూర్చోండి.”

“మేం పరువుగా బ్రతుకలేం.”

“పరువులేకుండా చావండి... ఎవరికిక్కడ?”

“ఆమాత్రం జాలిలేకపోతే ఎలాగండి?”

“మేం వెళ్ళిన తరువాత తెలుస్తుందిలెండి...”

అంటూ పుల్లయ్యనాయుడుని తోసేస్తూ బయలుదేరాడు...

“బావగారూ! మమ్మల్నింత ఏడిపించటం న్యాయంకాదు...” డబ్బే ప్రధానం కాదు...మనతో వచ్చేవి మన మంచి చెడ్డలేకాని, ఒక్క కాణీ కూడా రాదు... ఆపదలెవరికైనా వస్తాయి... మమ్మల్ని నాశనం చేసి మీరు బాగుపడేది లేదసుమండీ...

బావగారు... వెళ్లిపోతున్నారుకదూ... వెళ్లిపొండి... మా అమ్మాయి మంగళసూత్రాన్ని కాదు తెంపివేసేది - జీవిత సూత్రాన్నే తెంపి వేయండి... మీరు ప్రాణాలు బలిచేస్తే కరుగుతారా... డబ్బుసంచులు తెగకోస్తే కరుగుతారు.

ఆహా! ఏం గొప్పవారండి? సర్వోత్తముడైన మానవుల ప్రాణాల కంటే డబ్బు ఎక్కువయింది కదూ?

మీరు మంగళసూత్రం కట్టేది - స్త్రీకా? - డబ్బు సంచికా?- ఇదేనా ధర్మం - ధనాశ కంతులేదు?-

ఇక్కడ ధనాశచేత పరలోకంలో పాపపు పాశంచేత కట్టబడే మీరూ ధర్మజ్ఞులే? -

నీతిమంతులే? వెళ్ళండి... వెళ్ళండి... తెంపి వేయండి... సూత్రాన్ని తెంపివేయండి జీవితాలను త్రుంచివేయండి...

అంతకంటే మీరేం చెయ్యగలరు? చచ్చిన శవాలమీద మీపగ సాధిస్తారా?

సాధించండి - సాధించండి...

ఆహ్హాహ్హా ... ఈ తుచ్ఛప్రపంచంలో మీకేగా బంగారపు సింహాసనాలు - మీకేగా వజ్రపుకిరీటాలు - మీకేగా అగ్రతాంబూలాలు...

దేవుడున్నాడనుకుంటేకదూ మీకు భయం...

లేడన్నావానికి భయమేముంది?

ఊ... తెంచివేయండి..."

పాపం! కన్యాదాతకు మనస్థిమితం మటుమాయపోయింది... శాంతి పోయింది... తుదకు పిచ్చివాడై పోయాడు... తల రెండుచేతులతో గట్టిగా పట్టుకొని. కుర్చీలో కూలిపోయాడు...

పెళ్ళిపందిరిలోకి వెళుతూ వెళుతూ ఉన్న వెంకయ్యనాయుడు ఆ మాటలన్నీ విన్నాడు... అతని చుట్టూ వేయివేల సింహాలు గర్జించినట్లు, మృత్యుకింకరులు నృత్యం చేసినట్లు, మిన్నులుముట్టే ప్రళయకాలసముద్రం ఉద్ఘోషించినట్లు... అతని హృదయ కుహరంలోకి ఘోర విషజ్వాలలు వెళ్ళిక్రక్కుతూ, మెలికలు మెలికలుగా చుట్టుకొని నల్లత్రాచులు, బుసలు కొడుతున్నట్లు, కనుపించింది... అతడాపాదమస్తకం గడగడ లాడిపోయాడు...

"పాపం! అతడెంత బాధపడుతున్నాడు... కొంపతీసి ఆ తండ్రీ కూతుళ్ళు చచ్చిపోతే... ఆ పాపం అంతా నాదేనా... అయినా కట్నం పదిరోజులలో ఇస్తాడన్నాడుగా..."

అనుకుంటూ రెండుడగులు వేశారు... అంతవరకే ధర్మదేవత అతని హృదయ సింహాసనాన్ని అధిష్ఠించింది... ధర్మం ఎక్కడా స్థిరస్థాయిగా నిలబడదుకదండీ... అలా ధర్మం స్థాయీభావమై, రసస్ఫూర్తి పొందితే - జీవితానికి నిర్వాణపదమేకదూ -బ్రహ్మైక్యమేకదూ... అటువంటివా రెందరుంటారు... ఉంటే వారి చేష్టలకును, చంటిపిల్లల చేష్టలకును, భేదమేముంది? "మమేతి - నమమేతి చ" (ఇదినాది - అది నాదికాదు) అనే తారతమ్యంలేని నిర్మలజీవితానికి వాళ్లు ఆదర్శప్రాయులుకదా!...

వెంకయ్య మనసులో మెరుపులా మెరసిన ధర్మబుద్ధి మారిపోయింది... ఆశాపాశంచేత పున:బంధితుడయ్యాడు... ఆశ కిప్పుడతడు ఖయిదీ...

"పదిరోజులలో ఇస్తానన్నాడు... తరువాత ఇవ్వకపోతే ఏం చేస్తాం... పోనీ నోటు రాయించుకుంటే ఆస్తి అనేది ఉంటేగా నోటు పనిచేస్తుంది - అయినా అబ్బాయికి కావలసినన్ని సంబంధాలు వస్తున్నాయి. డబ్బు లేకపోతే ఈ కాలం విలువలేదు, పేరు ప్రతిష్టలకు డబ్బే ప్రధానం... డబ్బు లేనివాడు చచ్చినవానితో సమానం..."

ఇలా ఆలోచనలపైన ఆలోచనలు - ఆకాశాన్ని అలముకొన్న వినీల మేఘాల్లాగ- అలముకొన్నాయి.

"మంగళసూత్రం తెంపించేయాలి... భార్యాభర్తలముందు ప్రళయకాల రుద్రుడ్లా నిలబడ్డాడు... కుమారునివంక క్రోధాగ్నులు విరజిమ్ముచూ చూచాడు... కుమారుడు తండ్రిభావం గ్రహించి, తల్లడిల్లిపోయే ప్రియురాలివంక అతి జాలిగా చూచాడు... తనకున్నా ఆశక్తినంతా వెలువరచుకున్నాడు... ఆమె లలితవికాభాసురమై, ముగ్ధమోహనమై, శృంగార రసవద్భరితమై, ప్రేమైక జీవనోపాధి గమ్యస్థానమై, కోమలాలంకారలాలితమై, కుసుమబాణ హస్తస్రస్త వికసిత పారుజాత కుసుమసమాన మృదుమధుర శోభావహమై... అనిర్వచనీయమై, కాంతులీను ఆమె నిర్మలవదనం ఎత్తి, బాష్పకలుషితములైన, చలిత నయనాలతో అతిప్రేమతో - జాలిగా - బాధగా - దీనాతి దీనంగా చూచింది... అతని హృదయములో ఎఱ్ఱగా కాగిన రెండు ఇనుప చువ్వలు నాటినట్లయింది...

అతడామె కన్నులవంక మరల చూచాడు.

అతని చీకటి హృదయములో రెండు తారకలు తళతళా మెరసి, దివ్యప్రభ లీనినట్లయింది

అతని కన్నులు చెదిరిపోయాయి.

ఆమె కన్నీళ్లు జారిపోయాయి.

"చదువుకున్నా మీకూ ధనాశేనా?

ధనాన్నిచ్చి ప్రేమకు కొనుక్కుంటారా?

ఆత్మార్ప చేసిన నాకు ప్రేమభిక్ష పెట్టలేరూ?"

అనే దివ్యసందేశాన్ని ఆమె చెలితనయనాలు వెలుబరిచాయి.

జీవితాలను మార్చే దివ్యసందేశమది.

జీవితాలను అమృతమయంచేసే ఆనందసందేశమది...

దానితో మోహన్ పసుపువలువదాల్చిన ఆ పెండ్లికూతురు వంక చూచాడు... మన్మధుడు తన కన్నులలో నుంచి రతీదేవిని తొంగి చూస్తున్నట్లపించింది...

"ప్రేయసీ... నా హృదయం నీకు అర్పించాను.

అర్పించిన హృదయాన్ని ఎవరూ వేరుచేయలేరు.

మన ఇరువురు ప్రేమ నక్షత్రాలకు మధ్య

అంతులేని వినీలాకాశం ఉంది -

నీవామూలనుంచి - నేనీమూలనుంచి

ఆశలు తీరని కోరికలతో అవలోకించుకుందాం...

అర్థంకాని భావాలతో అటమటించుదాం...

ఆరిపోని దివ్యజ్యోతులను ఆలయంలో వెలిగిద్దాం...

అమృత నిష్యందములైన గీతాలను ఆలాపనచేద్దాం...

అంతే

ఆ చూపులు

ఆ భావాలు

ఆ జ్యోతులు

ఆ గీతాలు

ఆకాశ మధ్యంలో అలముకుంటాయి సుమా!

అహర్నిశాలు ఆనందరసాన్ని వెలిగ్రక్కుతాయి సుమా!"

అనే దివ్య సందేశాన్ని అతని నీలినేత్రాలు పెండ్లికూతురునకు వెలిబుచ్చాయి...

ఇరువురూ చిరునవ్వుముత్యాలను చిలుకరించుకున్నారు.

ఆనందంతో ఆమె శిరసు వంచుకుంది.

ఆనందంతో అతడు శిరసుపైకెత్తాడు...

"అబ్బాయి! మంగళసూత్రం తెంపివేయి."

ఆ తండ్రి సింహగర్జన కతడు హడలిపోయాడు.

ఆమె భయంతో సభాసదులవంక చూచింది...

పవిత్రమైన మంగళసూత్రాన్ని చూచుకుంది...

చేత్తో పట్టుకుంది...

అంతలో ఆమె మెడచుట్టూ ఏ తల్లి చేతులో చుట్టుకున్నాయి... ఆమెను పెండ్లి పీటలమీదనుంచి మిగిలిన కార్యక్రమం కాకపూర్వమే లేవదీసి ఇంట్లోకి తీసుకువెళ్ళింది.

"ఓసి దుర్మార్గురాల... పెండ్లికూతురును తీసుకుపోయావా? వెళ్ళు... వెళ్ళు... మళ్ళీ మా అబ్బాయిని మీ గుమ్మం తొక్కనిస్తే నా పేరు వెంకయ్యనాయుడే కాదు..."

ఆ మాటలతో అబ్బాయి చేయిపట్టుకొని అక్కడున్న ఒక కారులో ఎక్కించి, మిగిలినవారిని మరో కారులో ఎక్కించి, తన ఇంటికి వెళ్ళి పోయాడు...

ఎంతమంది ఆపినా ఆగలేదు...

ఆగితే "మూర్ఖశిఖామణి" అనే బిరుదు కెలా అర్హుడౌతాడు!

* * *

పుల్లయ్యనాయుడు పిచ్చివాడైపోయాడు.

అతని ముందు పసుపుబట్టలు కట్టుకొని పార్వతిలా నిలబడిన కన్న కూతురుని కన్నులారా చూచాడు...

"అమ్మా! ఎంత పని జరిగింది... నిన్నెంత కష్టపెట్టేను తల్లీ..."

ఇంక మాటాడలేక తనకూతురిని గట్టిగా కౌగిలించుకున్నాడు... ఆమె శిరసుపై అతని కన్నీళ్లు, మాలతీలతపైన మంచుబిందువుల్లాగ వర్షించాయి...

నిరాశావిలమైన ఎడారివంటి అతని హృదయంలో, దరిద్రదేవత మానవాస్తికలను కట్టెపుల్లలట్లేరుకుంటూ ఉంది. మంటకు చలికాగుతూ ఉంది.

అతని కన్నులయెదుట మృత్యుదేవత భయంకర నృత్యం చేస్తూ ఉంది...

కర్మదేవత అతని శిరసుపై మేకులను నాటుతూ ఉన్నట్లు, కణతల వద్ద 'టక్-టక్' మని నరాలు పొంగిపోతూ ఉన్నాయి.

భయంకర ప్రపంచమనే దరిద్ర రుద్రభూమిలో - ఆకలితీరక వెర్రి కేకలు వేయు పిశాచంలాగ - అతడు - "అమ్మా... అమ్మా..." అంటూ కూతురిని కౌగిలించుకొన్నాడు...

అంతకంటే ఏమి చెయ్యగలడు...

"తల్లీ! దరిద్రులకే స్త్రీ సంతానం.

దరిద్రులకే ఆరిపోని ఆకలిమంటలు...

దరిద్రుల హృదయాల్లోనే కర్మదేవత

గుఱ్ఱపునడకలు, కత్తిసాములు. సుత్తిదెబ్బలు..."

అంటూ ఇంకేమేమో అంటూ ఉంటే...

"నాన్నగారూ... నా కర్మకు మీరేం చేస్తారు? ఊరుకోండి... మీరిలా పిచ్చివారిలా ఏడుస్తూ ఉంటే నా హృదయం మరింత తరుక్కుపోతూ ఉంటుంది..."

"అలాగే తల్లీ! పిచ్చివాడ్ని చేస్తే అలాగే ఉంటుంది... తల్లీ! నిజానికి పిచ్చివాళ్ళూ ఒకప్పుడు మనవంటివారే... కాని కాలం చేసే వింతమార్పులకు కొందరు భరించలేక పిచ్చివాళ్ళౌతారు... వారిని చూచి ప్రజలు నవ్వుతారు - పిల్లలు రాళ్ళు విసురుతారు - అబలలు జడుస్తారు...

అంతకంటే ప్రపంచంలో విచిత్రం ఏముంది?

సృష్టే ఒక విచిత్రనాటకంలే తల్లీ...

అందులో పిచ్చివాళ్ళ కెవరు సాయంచేస్తారు?

"నేను"

ఆ కేకతో అందరికళ్ళు ఆ శబ్దం వచ్చినవేపు తిరిగాయి-

"ఎవరిది?

"నేనే"

"ప్రకాశ్"

"ఆ... వస్తున్నా..."

అంతలో 'ధన్' మనే శబ్దం వినబడింది...

"ఏమిటది?"

పాపం... మూడువేల రూపాయల కట్నం నిమిత్తం పట్టుకువస్తున్న ప్రకాశరావు కాలుజారి పడిపోయాడు. రాయి గుచ్చుకొని ఫాలభాగం రక్తసిక్తం అయింది... పాపం పడిపోయినా చేతిలో రూపాయల మూట గట్టిగా పట్టుకొన్నాడు... అంతా పరిగెత్తుకువచ్చి లేవతీశారు...

"పడిపోయావురా!"

"పరవాలేదులే... ఇదిగో..."

నెమ్మదిగా లేచి... కారే రక్తానికి కూడా లెక్కచేయకుండా, వణికే చేతులతో రూపాయిల మూట అందిస్తూ, తడబడే మాటలతో...

"ఇవిగో! మిగిలిన మూడువేల రూపాయలు, ఇచ్చేయి... ఏరీ... పెళ్ళివారేరి..."

"ఇంటికి వెళ్ళి తీసుకువచ్చావా?"

"అవును పెళ్ళి ఆగిపోయేటట్లుంటే పరుగుపరుగున వెళ్ళి పెద కాపుదగ్గర కొంత, మునసబు దగ్గర కొంత మిగిలినవాళ్ళవద్ద కొంత పోగుచేసి తీసుకొని వచ్చేసరికి ఆలశ్యమైంది... ఇదిగో... నీ దగ్గరున్నా వేయి రూపాయలతో కలిపి నాలుగువేల కట్నం ఇచ్చేయి... ఏరీ? వాళ్ళేరీ... పెళ్ళికొడుకువారేరి?..."

"వెళ్ళిపోయారనుకుంటాను."

"ఏం?"

"ఆలశ్యం అయిందని..."

"ఆఁ... వెళ్ళిపోవటమే."

అంతా వీధిగుమ్మందాటి వీధిలోకి వచ్చి నిలబడి చూచారు... కనుచూపుమేర దాటిపోయాయి అన్ని కార్లూ... పెళ్ళికొడుకు తరపున ఒక్కరుకూడా లేరు. అన్నీ సమకూడినా భగవంతుడు వరం ఇవ్వొద్దూ... భగవంతుడు వరం ఇచ్చినా పూజారి ఒప్పుకోవద్దూ...

వాళ్ళంతా ఆతృతతో ఆ మార్గంవంక చూచారు...

"వెళ్ళిపోయారా?"

"... ... ..."

"మా జీవితాలు నాశనం అయిపోయాయి!"

"... ... ..."

"ఇదంతా మా తలరాతేనా...."

"... ... ..."

అంతే... ఆ మాటలతో పుల్లయ్యనాయుడు తన ప్రాణమిత్రుడు ప్రకాశరావు చేతిమీద వాలిపోయాడు. ప్రకాశరావు రక్తపుబట్టలు అతని ముఖంమీద పడుతూ ఉన్నాయి.... పెళ్ళికూతురు కన్నీళ్లు పెళ్లి పందిటిలో ముగ్గులు పెడుతున్నాయి...

"ధనాశ – ధనాశ – ఎంత ఘోరం."

అనే మాటలతో... దీనంగా అంతా చూస్తూ నిలబడిపోయారు. పాపం... అంతకంటే ఏం చెయ్యగలరు... కన్యాదాత జీవితంకంటే కష్టమయిన జీవితం ఏముంది?

2

వాంఛ:– స్త్రీ పురుషవాంఛ – ధనవాంఛ – గృహవాంఛ – భూవాంఛ... యశోవాంఛ – నిర్వాణవాంఛ – అబ్బా! ఎన్ని వాంఛలు? ప్రపంచం అంతా వాంఛా భూయిష్టమే... మృత్యువుతో స్నేహం చేసినట్లే... సృష్టంతా వాంఛాదేవితో స్నేహం చేస్తుంది... ఫలితాన్ని ఊహించి కార్యం ఎవరుచేస్తారు.

ఆశ:– మృత్యువుకంటే భయంకరమైనది వాంఛకు అన్నగారు... "ఆశాపాశము తాకడున్ నిలుపు లేదంతమ్ము" అని పోతనగారు ఊరికేనే అన్నారా? విషసర్పదష్టుడైన మానవునిలాగ, ఆశాపిశాచానికి ఆహుతి అయిన మానవునకు శాంతి ఎక్కడిది? విశ్రాంతి ఎక్కడిది? అహర్నిశాలు– 'ధనం'– 'ధనం'– అంటూ లెక్కపెట్టిన చిల్లరే లెక్కపెడుతూ ప్రాణానికంటే ఎక్కువగా చూచుకుంటాడు...

పగలు పగలల్లా పాటుపడి, కష్టించి, చెమటూడ్చిన , కూలీ జీవితం ఈ కోటేశ్వరుని జీవితంకంటే వేయిరెట్లు మేలు, కలిగిన కలో గంజో కమ్మగాతాగి, కలతలు, కలలూ, ఎరుగని సుఖనిద్రలో కన్ను మూస్తాడు... తొలికోడితో మేలుకొని, ధర్మప్రవర్తకుడై, యధార్జనతో సంతృప్తిపడి నిర్మలజీవితం గడుపుతాడు, కాని ధనాశాపరుడో దానికి విరుద్ధం, సుఖంగా తినలేడు – శాంతంగా నిద్రపోలేడు – మనసిచ్చి మానవునితో మాట్లాడలేడు– పరోపకార చింతలేదు – పరలోకభీతిలేదు – పాపానికి వెరుపులేదు – బంధువులు లేరు – మిత్రులు లేరు – ఇహపరాలకు చెందని దతని జీవితం... అటువంటి "ఆశాపాశ నిర్భంధిత జీవితాన్ని" అభిలషించే అజ్ఞానుల నేమనాలో నాకు అర్థం కావటంలేదు.

తోటి మానవుని నైతిక జీవితాన్ని చూచికాని, ఎదుటి ప్రకృతి సౌందర్యాన్ని చూచికాని, ఆనందించలేని అతని జీవితానికంటే పశుపక్ష్యాదుల జీవితం మెరుగు.

* * *

"చేసుకున్నంతా మహదేవా అని – చేసిన తప్పుకు శిక్ష అనుభవించవద్దూ? నా పాపానికి శిక్ష ఇతరులనుభవిస్తారా? కొడుక్కు పెళ్ళి చేసుకున్నాను. కాని కోడల్ని ఇంటికి తీసుకురాలేకపోయాను...

పాపం... ధనాశచే పీడించబడిన నేను వారిని పీడించాను. తండ్రీ కూతుళ్ళను కన్నీరు కార్పించాను. తిండీ తిప్పలు లేకుండా 'అలో లక్షణా' అంటూ మంచాన పట్టించాను.

గోడకు కొట్టిన బంతి మళ్ళీ మన మొఖానికే తగిలినట్లు ఇతరులను కష్టపెడితే ఆ ఉసురు మనకు తగలదూ? ఆ తండ్రీ కూతుళ్ళను ఏడిపించాను కాబట్టే, నా కొడుకూ నేను తీరని వేదనలతో బాధపడుతూ ఉన్నాం...

కండ్లకు కావరం పట్టినపుడు భగవంతుడు కనపడడు కాని - కండ్ల మీద కావరం పొరలు పొరలుగా తొలగిపోయినపుడు - ఆకారం లేనివాడైనా ఆకారంతో కనబడతాడు...

నిజానికి కష్టాలలో పొందే నిర్మలజీవితం సుఖాలలో పొందలేం. అర్ధరాత్రులయందు కలిగిన ఆధ్యాత్మికచింతనం-మట్టమధ్యాహ్నం కలుగదు. నిశాప్రశాంత సమయంలో భావౌన్నత్యం కలిగినట్లు, జననమూహం మధ్యంలో కలుగదు.

కాబట్టి బాగుపడాలంటే నాకీ కష్టాలు చాలవు...

ఇంకా కష్టాలు కావాలి... రోజూ 'భగ్గు - భగ్గు' మని మండే హృదయం ఒక్కసారిగా మండిపోతేనే హృదయానికి శాంతి - అంతవరకూ అశాంతే-"

ఆలోచనలపైన ఆలోచనలు.

వెంకయ్యనాయుడలా వెఱ్ఱివాడైపోయాడు.

కుమారుడు మోహన్ ఇంటిపట్టునే ఉండటంలేదు. ఎవరేది చెప్పినా పరధ్యానంగా జవాబు చెబుతాడు. అర్థరాత్రులయందు లేచి తిరుగుతాడు. కూర్చుని ఆలోచిస్తాడు. జీవన సంగ్రామములో అతడొక యుద్ధవీరుడయ్యాడు.

రాత్రి 12 గంటలయింది.

తూలుతూ సోలుతూ మాసిపోయి, చిరిగిపోయిన బట్టలతో మోహన్‌రావు రూపుదాల్చిన విషాదమూర్తిలా ప్రత్యక్షమయ్యాడు - ఆలోచనలో మునిగిపోయిన తండ్రిముందు.

"బాబూ! మోహన్!"

"... ... ..."

"మోహన్! బాబూ! మోహన్!"

"ఏం నాన్నగారు?"

"ఇంతవరకు ఎక్కడున్నావు తండ్రీ!"

"మీరింతవరకు మేలుకున్నారే నాన్నగారూ!"

"పెద్దవారికి నిద్రపట్టదు. గడచినజీవితంలో చేసిన తప్పులన్నీ బ్రహ్మరాక్షసుల్లాగ, కనులముందు శివతాండవం చేస్తూ ఉంటాయి..."

"ఇలా మేలుకుంటే ఆరోగ్యం పాడవుత్తి నాన్నగారు?"

"పిన్నవాడవు నీవే ఆరోగ్యాన్ని లెక్కచేయనప్పుడు - కాటికి కాళ్లుసాచిన నాకెందుకు నాయనా బ్రతుకుమీద వ్యామోహం...

బాబూ! మోహన్! ప్రేమతత్వం తెలీక నీవు మనసా ప్రేమించి పెండ్లిచేసుకున్న భార్యనుండి నిన్ను వేరుచేశాను. ధనాశచే మరొక అభాగినిని చేసుకొమని బలవంతం పెట్టాను... తుదకు నిన్నొక వెఱ్ఱివానిని చేశాను. నీకు గల ప్రపంచకానురాగాన్ని అంతరింప జేశాను...

నేనూ పుత్రవాత్సల్యంగల తండ్రినేనా?

కట్నం... కట్నం...

ఎందుకో కట్నం?

ఎవరికో కట్నం?

"నా కట్టితోపాటు ఆ కట్నాన్ని వేసి తగలబడితేగాని, నా శవం తగలబడిపోదు కాబోలు..."

అతని హృదయం ఉద్రిక్తమయింది... కంఠం గాద్గద్యం పొందింది... కనులు విస్ఫులింగాలయ్యాయి...

"నాన్నగారు... మీకెంతకష్టం కలిగించాను."

"పైగా నీవు నాకు కష్టం కలిగించావా? అలా ఎన్నడూ తలంచక బాబు... నీవంటి ధర్మనిష్ఠాతుని పుత్రునిగా పొందబట్టే నా పాపాలు కొంతవరకు శమించాయి....

నాయనా! వసంతరుతువులో చివురులతోటి, పూవులతోటి చిరునవ్వునవ్వి చిన్నెలు వన్నెలు దిద్దేచెట్టు - గ్రీష్మరుతువులో ఆనందనిధానంగా ఉంటుందా? వసంత సమాగమములో వచ్చిన కోయిల బృందం - వసంతానంతరం కనబడతాయా? కనబడినా ఆనాటి కోయిల గొంతులోని మాధుర్యం, ఈ నాడు ఉంటుందా?

బాబూ! యౌవనసౌరభం - హృదయసుమంలో వెల్లివిరిసేనాడు - ప్రపంచకాన్ని లెక్కచేయం, భగవంతుని లెక్కచేయం... కాని ఆ యౌవనరేఖలు జీవితసీమలో తొలగిపోగానే, జీవితంవైపు సింహావలోకనం చేస్తాం...

ప్రయోజన మేముంది?

ఇల్లు కాలుతూ ఉంటే, ఆరపటానికి నూయి తవ్వితే ఎంత ప్రయోజనమో అంతప్రయోజనము."

"నాన్నగారూ"?

"బాబా"

"నాన్నగారూ... మీ కన్నుల..."

" ... ..."

"అ...లా...నీరు"

"కారనియి తండ్రీ... కారనియి... హృదయభారం తొలగిపోతుంది... మానవ జీవితానికి పశ్చాత్తాపం చాలా అవసరం. పశ్చాత్తాప సంతప్తహృదయం నుంచి వెలువడిన భావాలు నిష్కల్మషములై ఉంటాయి... నిర్మల జీవితానికి మార్గం చూపెడతాయి."

"అలాగే... కాని మీరు పశ్చాత్తాపపడటానికి చేసిన పాపమేముంది? ఎవరి కుమారుని అభివృద్ధి ఎవరు చూసుకోరు. అయినా మన నుదిటివ్రాత మనం వ్రాసుకొన్నామా? మన హృదయభారం మనం కావాలన్నామా?"

"అలా అనకు బాబూ!"

"ఇంకెలా అనాలి నాన్నగారూ! ప్రతివిషయంలో మానవుడు తానే సర్వజ్ఞుడను కుంటాడు. మంచిచెడ్డలకు తానే కర్తనుకుంటాడు. కష్టసుఖాలు తన నిర్మితాలే అనుకుంటాడు. కష్టానికి కన్నీరు కారుస్తాడు. సుఖానికి వెకిలినవ్వు నవ్వుతాడు... ఏడవటానికి, నవ్వటానికి అతడెవ్వరు నాయనా – ఏడిపించటానికి, నవ్వించటానికి మన కర్మదేవత ఉంటే..."

"అలా ప్రతీ విషయం కర్మమీద తోసేయటం న్యాయమా నాయనా?"

"న్యాయాన్యాయాలీ ప్రపంచంలో ఎవరు నిర్ణయించగలరండి? నిన్నటికి సత్యంగా నిర్ణయింపబడిన విషయాలు ఈ నాటికి అసత్యంగా నిర్ణయింప బడుతున్నాయి. ఆర్యఋషులనాటి ధర్మాలు ఈనాడు అధర్మాలుగా పరిగణింపబడుతున్నాయి."

"అవును బాబూ! కాలంలో మార్పు చాలా తీవ్రంగా వస్తూ ఉంది... మానవ జీవితంలో విచిత్ర సంఘటనలెన్నో జరుగుతున్నాయి.

"కాదటండీ మరి... నాటి చాతుర్వర్ణ్యవిభజన నేడు భరింపరానిదై పోయింది. నాటి వైదికాచారాలు నేడు నవ్వులపాలయ్యాయి. నాటి యజ్ఞయాగాలు నేడు ధర్మ విరుద్ధాలయ్యాయి. నాటి జపతపసమాధులు నేడు విస్మృతాలయ్యాయి.

చూశారా నాన్నగారు... నాటికి నేటికి భేదం... నేడు అన్ని కులాలు ఒకటే – భగవంతుడొకడే – కాలాన్ని బట్టి ఆచారాలు – పశుహింస మానిన అహింసాబోధనలు – ఆత్మావలోకనాలు – పూర్వసాంఘికాచారలతో స్థాపాల్లా నిలచి ఉన్నాయి."

"అవున్నాయనా అవును... ఈ మార్పులు మానవలోకాన్ని మారణచేస్తాయో –ముక్తినే ఇస్తాయో, ఊహించలేకుండా ఉన్నాము."

"ముక్తి నిచ్చినా, ప్రకృతిపై రక్తినిచ్చినా, ప్రళయానంతరం అంతా భగవానునిలో ఐక్యం అయ్యేపోతాం... అంతవరకూ ఈ సృష్టి చక్రాననుసరించి పుడుతూ చస్తూ ఉండవలసిందే..."

"అలాగే... పూర్వజన్మలో పాపపుణ్యాలబట్టి ఈ జన్మ, ఈ జన్మలో పాపపుణ్యాలబట్టి వచ్చేజన్మ నిర్ణయింపబడతాయి..."

"కావచ్చు... ఏ దెలాగైనా ఈ ప్రపంచంలో మంచిచెడ్డలు నిర్ణయించటం చాలకష్టం..."

అంటూ మోహన్‌రావు తనగదిలోకి వెళ్ళిపోబోతాడు...

"నాయనా! మీ అత్తవారింటికి ఎప్పుడు వెళతావు..."

"అత్తవారింటికా..."

"అవున్నాయనా! పాపం వాళ్ళెన్ని కబురులు పంపారు."

"చాలా కబురులు పంపారు..."

"వెళ్ళటం ఎప్పుడు మరి"

"మనసెప్పుడు కుదుటబడితే అప్పుడు..."

ఇంక మాట్లాడకుండా తన గదిలోకివెళ్ళి తలుపు "ధాం" అనివేసి మంచంమీద కూలబడ్డాడు.

కిటికీసందులలో నుంచి, విరహిణి విడిచే వేడివేడి నిట్టూర్పులు లాగా, చీకటి పొగలుపొగలుగా వస్తూ ఉంది... ఆ అంధజగత్తులో తన అగాధ విషాదజీవితాన్ని కలిపివేస్తూ ఉన్నాడు... చీకటిమ్రాకుల ఆకు సందులలో నుంచి ఒక్క చంద్రకిరణం అతని కన్నుల యెదుట తళుక్కుమని మెరిసింది -

అతని జీవితం ఒక్కసారిగా వికాసమయమైంది - ఆనందభరితమయింది...

ఎదుటిగానున్న మాలతీలత అతని జీవితాన్ని చూచి కన్నీరు కార్చినట్లు రెండు పూలను రాల్చింది...

రాలిపోయే పూలలోనుంచి జారిపోయే తేనె చినుకుల తడసిన గాలి అతని హృదయపాత్రలో నిండింది... ఆనందంగా ఒక్కసారి కన్ను మూశాడు...

ఏదో కష్టంలో సుఖం

చీకటిలో వెలుతురు...

మబ్బులో మెరుపు...

3

"ఎడారివంటి నా జీవితంలో, నిప్పులవర్షం కురిసే నా హృదయాన్ని చల్లార్చటానికి, భగవంతుడా చల్లనిచూపు చూడవూ? నీ ఆలయం మోసాల నిలబడ్డాను. మోరెత్తి పిలిచాను... "ప్రభూ! రావే! బ్రోవవే!" అని ఎల్గెత్తి ఏడ్చాను. నా చల్లని సామిని నీవేయని మురిశాను...కృపాళూ! దయావ్యయపయోనిధీ! రావూ! ఆశ్రయం ఈయవూ...

ప్రభూ! ఈ అంధజగత్తులో కన్నులను తెరిపించి, కలియుగ చిత్రనాటకాన్ని చూడకున్నవు. ఎలా చూడటం తండ్రీ! కారు చీకటిలో కన్నులు కనబడతాయా!

కన్నులు లేనివాడు వెలుతురు చూడనట్లు - కన్నులున్నవాడు చీకటిని చూడలేడు... చూచి ఎదటి వస్తువును గుర్తించలేడు... ప్రకృతి అతనికి తలవిరబోసుకున్న దరిద్రదేవత... భయంకరపిశాచం... ఆకలిగొన్న వెలుగుబంటి... మదించిన ఏనుగు గున్న...

ప్రభూ! ఆరపటానికి వీలులేని అగ్నిగుండాన్ని ఎంతకాలం ఈ గర్భకుహరంలో రాజుతూ ఉన్నావు... ఇలా ఎంతకాలం రాజుతావు తండ్రీ!

కడుపులో మంట... అదే చల్లార్చలేకపోతున్నాను. దానికి తోడు నిన్ను అన్వేషించలేక నా హృదయంలో మంటా...

ఆహా! ఏం పాపం చేశావయ్యా భగవంతుడా! ఎన్నాళ్లకయ్యా నా దరిద్రముక్తి, నా హృదయార్తికి శాంతి..."

తలంపులపైన తలంపులు... కన్నీటపైన కన్నీరు... ఏం చేస్తాడు... పాపం! ఆ ఏకాకి, ఆ దరిద్రజీవి, ఆ భగవదన్వేషణాపరుడు, పొద్దైపోతూ పొద్దైపోతూ ఉన్న, ఆలయ మంటపం మీద చేతిమీద తలపెట్టి పండుకున్నాడు...

కడుపులో కాలుతూ ఉంటే కన్నులెలా మూతలుపడతాయి... రాత్రి 9 గంటలయింది.

ఎవరో పుణ్యాత్ములు స్వామికి టెంకాయకొట్టి ఆ త్రోవను వెళుతూ, మూలుగుతూ ఉన్న ఆ భగ్నజీవిని చూచారు.

"ఎవరోయ్ అక్కడ?"

"... ... ..."

"ఎవరా మూలిగేది?"

"ఏం బాబు ... ... "

"ఎందుకలా మూలుగుతున్నావు."

"ఏదో పూర్వజీవితం తలుచుకుంటుంటే, నాలో ఎన్నో ముళ్ళ కంచలు కదుల్తూ ఉన్నాయి. అ ముళ్ళకంచలకు కొంచం బాధ కలుగుతూ ఉంటే అలా అంటూ ఉన్నాను. పైగా నా కథ వినేవాళ్ళు లేక, నా కథ నేనే చెప్పుకుంటూ, నేనే "ఊ" కొడుతూ ఉన్నాను... తమరి శాంతికి భంగం కలగవచ్చును... క్షమించండి."

"ఏమిటీ వెఱ్ఱి వేదాంతం... ఎక్కడో దొంగముండాకొడుకులా కనదుతున్నావే."

"... ... ... "

"మాట్లాడవే..."

"మహాశయా! పేదవాళ్ళంతా దొంగముండాకొడుకులే... తలదాచుకుంటానికి చోటులేనివాళ్ళంతా దొంగముండాకొడుకులే..."

"కాదూ మరి... ఈ దరిద్రులు ధనికులను దోయకపోతే... తలదాచుకుంటానికి చోటులేనివాళ్ళంతా దొంగముండాకొడుకులే..."

"కాదూ మరి... ఈ దరిద్రులు ధనికులను దోయకోతే - ధనికులు దరిద్రులను దోస్తారా? తిండీ బట్టా లేనివాళ్ళకు దొంగతనాలు గాని... లక్షాధికారుల కెందుకు దొంగతనం?"

"నిజమే... సృష్టికర్తయగు భగవంతుడొకడై, సృష్టి అంతా ఒక కుటుంబం అయినవాడు, మనలో మనకే తారతమ్యవిచక్షణ ఏమిటండీ? వందమంది భారతీయులు బొజ్జలు

పెంచుకొని, చెడతిని, అరక్క, పట్టు పరుపులమీద దొల్లుతూ ఉంటే... లక్షమంది తినటానికి తిండిలేక ధనికుల ధనబొజ్జలను, చూస్తూ నిట్టూర్పులు విడుస్తూ ఎంతకాలం కాలక్షేపం చేయగలరో చెప్పండి."

"వాళ్ళ పాపంకొలదీ వారు పుట్టారు. దానికి మనమేమి చేస్తాం... అంతా ఒకలాగ ఉండగలరా? కుడిచెయ్యికి ఎడంచెయ్యికి భేదం లేదూ!"

"ఏమి సామ్యమండీ! కుడిచెయ్యి మానవ జీవితానికి ఎంత సహాయకారో –ఎడమచెయ్యి కూడా అంతే పశుపక్ష్యాదులలో ప్రకృతి అంతా మానవజీవితోపాధికి తోడ్పడతాయి. మానవుడు వానికి తోడ్పడతాడు... అలా అన్యోన్యాశ్రయంతో తిరిగే సృష్టిచక్ర భ్రమణం తెలుసుకోలేక చాలామంది పొరబడుతున్నారు, మహాశయా! సృష్టి అంతా భగవానుని ఆలయమే...ఆయన దివ్యజ్యోతిని చూడటానికి... మీకు... నాకు... సచరాచర జీవకోటికంతకూ వీలుంటుంది...

"అలాగా..."

"ఆక్షేపించకండి... మీరు నన్ను ఆక్షేపిస్తున్నారంటే, మిమ్మల్ని మీరు ఆక్షేపించు కుంటున్నారన్నమాట."

"అదేమిటది?"

"మీ అంతరాత్మకు, నా అంతరాత్మకు భేదం ఏముంది..."

"వెధవ భిక్షుక ముండాకొడుకువు, నీవు నాతో పోల్చుకుంటున్నావా పైగా...

మన సోదరునికడుపు మలమలా మాడుతూవుంటే... మన కడుపు మలమలా మాడినట్లు అనుకొన్నవాడే మహాత్ముడౌతాడు... ఈ సూత్రాన్ని అర్థం చేసుకొనే గాంధీ మహాత్ముడు తాను దరిద్రనారాయణుడని చెప్పుకున్నాడు. తనకు ఆకలి యెక్కువన్నాడు... లోకంలోని ఆకలి మంటంతా తన కడుపులో ప్రజ్వరిల్లుతుందన్నాడు..."

"బాగుంది... ఆయనొక మహాత్ముడు. నీవొక మహాత్ముడవు... ఇద్దరూ కలసి తిండి తిప్పలూలేక ఏడవండి..."

నాలుగూ ఝాడించి అతి విసుగుదలతో ఆ పూజారి మహానుభావుడు వెళ్ళిపోయాడు...

* * *

"ఆహా! ఈ జగన్నాటకంలో ఆకాశరంగం మీద ఎన్ని అగ్ని వీణలు మారు మ్రోగుతున్నాయో! ఎందరు రక్తారుణనేత్రాలతో, నల్లత్రాచుల్లాగ విరగబోసుకొన్న తలలతో, భీకరాట్టహాసంచేస్తూ పరుగెడుతున్నారో! అలా ఎక్కడకో... ఎంతదూరమో..."

కొంత కునుకు పడుతూ పడుతూ ఉంది... అంతలో అతని భార్య ఆమె ప్రియునితో కలసి వెళ్లిపోతూ ఉంది... ఉద్యానవనంలో పూలు కోసుకుంటూ ఉంది... తూగు టుయ్యాలలో

నిజభర్త ఏమనుకుంటాడో అని లెక్కలేకుండా తన ప్రియునితో ఉయ్యాల ఊగుతూ ఉంది... పాడుకుంటూ ఉంది... తుదకు సరసులో స్నానం చేస్తూ ఉంది... ఇది ఆ భిక్షుకుని కల...

పాపమతడు ఉలిక్కిపడి లేచాడు...తన భార్యాజీవితాన్ని తలుచుకున్నాడు. ఆకాశంవంక చూచాడు. మిలుకు మిలుకుమనే నక్షత్రాలు అతని మ్రోడు జీవితాన్ని చూచి పకపక నవ్వాయి... ఆ త్రోవనువెళ్లే మందపవనుడు జాలిగా ఒక్కనిట్టూర్పు విడిచాడు... మబ్బుకన్నెలు చేతులెత్తి రమ్మని పిలిచారు...

అతని కన్నుల నీరు జలజలా రాలిపోయింది... అతని హృదయం రెక్కలు కట్టుకొని ఆకాశవీధుల్లో విహరించించి...

అలా ఎంతసేపు...

తెల్లవారు వచ్చింది...

తొలికోడి కూసింది...

"భగంతుడా... ఈ భయంకర కాళరాత్రి నుంచి దాటించావు. శాంతి, విశ్రాంతిలేని నా హృదయం చాలా బాధగా ఉంది. బరువుగా ఉంది. ఆ బరువులు సడలించి... నన్ను శాంతిసరసిలో స్నానం చేయించవు."

ప్రార్థనయింది. లేచి కూర్చున్నాడు... మోకాళ్ళలో తలపెట్టాడు. కారే కన్నీరుని మోకాళ్ళతోటే తడుచుకున్నాడు...

గుడిలోపల గుసగుసలు వినబడ్డాయి... కాలిచప్పుడు వినబడింది... అతని తల అటువైపు తిరిగింది...

వారిద్దరూ ఎవరు?

కాముకులు -

ఎవరా కాముకులు...

పరమ భాగవతోత్తముడని ప్రఖ్యాతివహించిన పుణ్యపురుషుడు పూజారివారు...తమ ప్రియురాలు... విడువడని కౌగిలిలో ప్రపంచకాన్ని మరచిపోయారు. మరణం గర్భగుడిలో సయ్యాట లెవరు చూస్తారు... ఏ పొరపాటునో చూస్తే పార్వతీ పరమేశ్వరులనుకొని పాటలు భజనలూ ప్రారంభించరూ!

వారి కాముకజ్వాలలో తనకన్నులను దగ్ధం చేసుకోలేకపోయాడు... అక్కడనుంచీ దిగి బయలుదేరాడు...

"పాపం! ఆమె భర్త నాలాగ ఎంతబాధ పడుతున్నాడో! నా వంటి భగ్నజీవు లెంతమంది ఈ విశ్వంలో బ్రతికి ఉండీ చైతన్యం లేకుండా ఉన్నారో ఎందరి కులటలవలన భర్తల నిర్మల జీవితాలు మంటలపాలయ్యాయో చెప్పలేం కదా!...

ఏమిటోలే... భార్యలను విడిచి భర్తలు సంవత్సరాల తరపున ఇతర దేశాలోల ఉంటే కలిగే ఫలితాలే ఇవి... వారి కన్నులయెదుట ప్రపంచం కాముక కేళిలో సంచరిస్తూ ఉంటే... వారు మాత్రం ఏం చెయ్యగలరు? ప్రపంచకంలో వాళ్ళేగా వారూను...

కాలవాహినుల ఎదురీతగల శక్తి వారికెక్కడిది... నేను చేసిన తప్పుకు నా భార్య శిక్ష ఎందుకు అనుభవిస్తుంది." కన్నీటితో ఓడిగిలగట్టిన ముఖం పైకెత్తకుండా తన దోవన తాను, తన భావిజీవితాన్ని తలచుకుంటూ బయలుదేరాడు.

* * *

తెల్లవారింది...

క్రుంగిపోతున్న హృదయంలో వెలుతూన్న అతని కాళ్లు తేలిపోతూ ఉన్నాయి.

దోవలో అతని ప్రాణమిత్రుడొకడు తలవంచుకొని వెళ్ళే అతడ్ని చూచాడు... అతని విషాదజీవితానికి లోలోన విచారించాడు...

"మోహన్"

" ... ... "

"మోహన్"

అతని రెండుభుజాలు పట్టుకొని పలకరించిన మిత్రుని ముఖం చూచాడు... ఆనందసముద్రంలో అతని జీవితనావ ప్రయాణం చేస్తూ ఉన్నట్లనిపించింది...

"కనకం..."

"మోహన్..."

"ఎంత కాలానికి చూచాను..."

"ఇలాగైపోయావేం... ఇలా ఎక్కడికి."

"కనకం... ఇలా ఎక్కడికి వెళ్ళాలో నాకే తెలీదు... నాకు అలసట వచ్చేవరకు ఇలా నా కాళ్ళను బలవంతంగా ఈడ్చుకుపోతాను... తరువాత ఏ సత్రమో, ఏ పాడుబడిన గుడో, ఏ మఱ్ఱిచెట్టో... ఉన్నాయిరా మా వంటి ప్రభువులకు."

"మోహన్! చదువుకున్నవాడవు నీవే ఇలా అధైర్యపడితే ఎలా?"

"అధైర్యం ఏముంది కనకం? ప్రపంచ పరిణామాన్ని ఊహించి అన్న మాటకాని మరొకటి కాదు..."

"నిజమే... నీవన్నది కాదంటానికి వీలులేదు."

"ఇలా ఎందాకా కనకం."

"పింగళ సూరనార్యుడు వ్రాసిన కళాపూర్ణోదయం ఉంది కదూ..."

"అవును... ఏం? అదేమన్నా సినిమాగా తీస్తున్నారా?"

బాగా గ్రహించావోయ్ అది సినిమాగానే తీయటానికి ప్రయత్నం చేస్తున్నారు. కలభాషిణి

పాత్ర ధరించటానికి తగిన స్త్రీ లభించక దేశదేశాలు తిరుగుతూ ఉన్నాయి..."

"చాలా చక్కని కథ..."

మోహన్ ముఖం ఆలోచనలో మునిగింది... కన్నులు ఆనందంలో తేమగిల్లాయి. కనకలింగేశ్వరావు కనిపెట్టాడు. మోహన్ తనతోపాటు టాకీ (Talkie) లో నటిస్తే బాగుండననుకున్నాడు.

"మోహన్! నీవు కూడా నాతో సరదాగా మా 'ఫిలిమ్ కంపెనీ' లోకి రాకూడదూ!"

" ... ... "

"మోహన్! నీ వంటి విద్యాధికుడు; కళామయుడు; రసపిపాసి; నాట్యాచార్యుడు; మా కంపెనీలో జేరితే మా కంపెనీకి... ఆంధ్రదేశానికి... తుదకు నీకు - ఎంత ప్రఖ్యాతి వస్తుంది... లలితకళలానాటితో నూతనాభిరుచులు కలిగించవూ? ప్రజలలో నూతన పరివర్తనం తీసుకురావూ?"

"నేలమీదనుంచి ఆకాశానికి ఒక్కసారే తారాజవ్వలా విసిరి వేశావే."

"అలా అనకు మోహన్... నీ శక్తి నీకు తెలీదు."

"హనుమంతునితో సమానంటావేమిటి తోకతో తప్ప."

"బలే వాడవురా మోహన్... పద పోదాం."

"అయితే రమ్మంటావా?"

"ఆలోచిస్తే లాభంలేదు... మరో 'యడవల్లి' ఆంధ్రదేశంలో ప్రత్యక్షంఅయ్యాడనిపించాలి."

"సరే పద... నా నటనాకౌశలం మాటెలాగున్నా, మనిద్దరం మళ్ళీ కొంతకాలం కలసి ఉండవచ్చుననే భ్రాంతి నన్ను మరీ తొందర పెడుతూ ఉంది."

"నాయం దంత అభిమానం ఉన్నందుకు చాలా ధన్యుడ్ని."

"చిత్తం..."

"గోలచెయ్యకురా!"

ఇద్దరూ ఆనందంతోటి బయలుదేరారు.

ఆకు సందులలో నుంచి తొంగిచూచే బాలార్కకిరణంలాగ, మోహన్ జీవితాంధకారాన్ని చీల్చుకుంటూ ఆశాకిరణం ఉదయించింది.

సూర్యరథచోదకుడైన అనూరుడు సప్తశ్వాల పగ్గాల బిగువు సడలించాడు. మనో వాయువేగాల నతిక్రమించి పోతున్నాయి గుఱ్ఱాలు, మబ్బుటంచులమీద పోయే రథచక్రాల క్రింద ఎన్నివేల జీవరాసులో పడి నలిగిపోతున్నాయి... వాటి రక్తం చక్రాలకు అంటుకుంటూ ఉంది. తూర్పుదిక్కు అంతా రక్తసిక్తం అయిపోయింది...

ఈ ప్రయాణం ఇలా ఎంతసేపో - ఎక్కడికో... ఎన్నిజీవుల రక్త చందనం మబ్బులను చిత్రిస్తుందో ఎవరూహించగలరు? రథచక్రాల క్రిందపడి నలిగిపోయేవాళ్ళు నలిగిపోతున్నారు...

రథం ఎక్కి తిరిగేవాళ్లు రథం ఎక్కి తిరుగుతున్నారు...

ఏమిటో సృష్టి వైచిత్రం.

4

"మోహన్ ఎంత బాగా పాడుతున్నాడో"

అది గిఫ్టు (Gift)."

"కాకపోతే ఆ వదుగుడెలా గొస్తుంది."

"గులకరాళ్ళ మీదనుంచి నది ప్రవహించినట్లు–ఎండుటాకుల మీదుగా, గాలి జాలువారినట్లు, ప్రాతఃకాలం పక్షులు భావగీతాలు పాడుతున్నట్లు, వీణ మీటినట్లు ఎంతబాగా పాడుతున్నాడు."

"చంద్ర కిరణాలకు సువాసన అబ్బినట్లు; కోయిల పంచమ స్వరానికి ఒదుగుడబ్బినట్లు; అతని సంగీతంలో పాటు అభినయం కూడా పట్టుబడ్డాయి."

"అతనికి తోడు కథానాయకురాలకు ఆరితేరిన మనిషి, పేరు ప్రఖ్యాతులు కలిగింది, మన కంపెనీకి దొరికితే, బంగారపు మేడలు కట్టా మన్నమాటే."

"పోనీ వెండిమేడలైనా కట్టామన్నమాటే."

"Grand Filims Company" (గ్రేండ్ ఫిలిమ్సు కంపెనీలో మోహన్‌రావు గురించి మాట్లాడుకుంటున్నారా మదరాసు మహా పట్టణంలో –

అంతలో రామనాథ్ కేశవులు పరుగు పరుగున వచ్చారు...

రెడ్డీ సుబ్బారావులు ఆశ్చర్యపోయారు.

"ఏమిటిలా పరుగు పరుగున వచ్చారు."

"చెబుతాం గాని, మోహన్ ఎక్కడ."

"ఏమో తెలీదు."

"కనకలింగేశ్వరావు ఏడీ?"

"ఇద్దరూ కలసే వెళ్ళేరు..."

"ఎక్కడికి?"

"చెప్పి వెళ్ళలేదే..."

"సంతోషించాం"

"అసలెందుకో చెప్పకూడదు"

"చెప్పాలని రాలేదే."

"అయితే చెప్పకుండా వెళ్లు..."

ఆ మాటలు కోటలు దాటనేలేదు కనకం, మోహన్ లిద్దరూ ప్రత్యక్షమయ్యారు.

"మోహన్"

"ఏమిటడావిడి."

"భరతనాట్యం"

"ఎవరిది...?"

"ఉమా గోపినాధులది."

"ఎప్పుడు."

"సాయంకాలం..."

"అయితే తప్పక వెళదాం."

"వెళతమేకాదు మోహన్! తప్పక 'బుక్' చెయ్యాలి."

"నాయకురాలిగా వేస్తుందంటావా?"

"నీ పక్కనవేసే దానికంటే కావలసిందేముంది.

"సరే వెళదాం... కాని మీతో ముందు 'రో' (Row) లో కూర్చోను."

"కారణం"

"సహకాలం వాళ్ళం కదూ, అందుచేతే నన్ను చూచి సిగ్గు పడవచ్చును."

"సరే నీ యిష్టం."

"అయితే పద."

ఆ "ఫిలిమ్ కంపెనీవాళ్ళంతా ఉమాగోపినాధుల నృత్యం చూడటానికి బయలుదేరారు.

* * *

"టిక్కట్లు లేవు... టిక్కట్లు లేవు."

సామాన్యప్రజలు నిరుత్సాహ ముద్రితాత్ములయ్యారు...

నిట్టూర్పులు విడిచారు. ఒకరిముఖం ఒకరు చూచుకున్నారు... 5 రూపాయల టిక్కట్టుకొనేవారి వంక దీనంగా చూస్తూ ఆకళాభిమానులలాగే కొయ్యబారి పోయారు...

నిజానికి ఈ సామాన్యప్రజల్లో గల కళాజీవులు ఆ లక్షాధికారుల్లో అరుదు...అయితే మాత్రం నేడు 'కళ' కూడా కసాయివాని కత్తిలాగ పేదల పీకలమీద పదునుపెట్టుకుంటూ ఉంది... మానావమానాలు విడిచి ధనానికి అమ్ముడైపోతూ ఉంది.

ఒక చిత్రం చిత్రించాలంటే రంగులకు డబ్బుకావాలి... నాట్యం అభ్యసించాలంటే ఆచార్యునకు డబ్బివ్వాలి... కవిత్వవల్లరిని పుష్పింప చెయ్యాలంటే – కనకవర్షం కురిపించాలి... కనకవర్షం కురిపించలేక, కళారాధకులై, కన్నీరుకార్చే మన తెలుగువారిని తలుచు కుంటుంటే, హృదయనాళాల బిగువు లెలాసడలిపోతూ ఉంటాయో ఒక్కసారి ఆలోచించండి...

మోహన్ వాళ్ళ 'రిజర్వుడ్ టిక్కట్టు తీసుకొని వెళ్ళారు. మోహన్ నాలుగో వరుసలో కూర్చున్నాడు మిత్రబృందం మధ్య విద్యాపతిలాగ...

ఇసుకవేస్తే రాలకుండా ప్రజలు కిక్కిరిసిపోయారు. ఉమాగోపీనాధులు ప్రతివారి హృదయమందిరంలో, నృత్యం చేస్తూ ఉన్నట్లుంది.

వసంతాగమనానికి ఎదురుచూచే కోకిలబృందలాగ ప్రజలు ఎదురు చూస్తూఉన్నారు...

* * *

తెరలెత్తబడ్డాయి...

ప్రజల హృదయమందిరాల్లో భావనాతెరలు ఎత్తబడ్డాయి... రంగస్థలం మీద నాలుగు చేతులు పూలవర్షం కురిపించాయి ప్రేక్షకుల హృదయాల్లో మన్మధుడు పూలబాణాలు కురిపించాడు...

పూలనుంచి రంగస్థలం మీద మధుకణాలు వర్షించాయి... ప్రేక్షకుల కన్నుల నుంచి హృదయం మీద బాష్పకణాలు వర్షించాయి...

అటు గోపీనాధుడు-

ఇటు ఉమ...

పార్వతీ పరమేశ్వరుల వేషాలతో చర్మాంబరధారణులై రంగస్థలం మీద ప్రత్యక్షం అయ్యారు...

గోపీనాధ్ తనచేతిలోని ఢమరుక మ్రోయించాడు... ఆ మ్రోత నుంచి వెలువడిన దివ్యనినాదం వాయుతరంగాల్లా, ప్రేక్షకహృదయ వీణతంత్రుల నొక్కసారి కదిలించాయి... గాలితాకుడుచే నారదుని మహతి తీయనిరాగాల తీసినట్లు, వారి హృదయవీణియలు మధుర గానాన్ని ఆలాపనజేశాయి... ఆ ఆలాపనలో వారి కన్నులు అరమోడ్పు పడ్డాయి...

ఉమాదేవి భరతనాట్య భంగిమమగు, త్రిభంగిమలో వంగి ప్రజలపై పూలవాన తేనెసోనలతో కురిపించింది... కాలిగజ్జలు 'ఘల్లు' 'ఘల్లు' మన్నాయి... కురంగిలాగ 'చంగు' 'చంగు' మని కుండలి నృత్యం చేసింది...

ప్రేక్షకుల హృదయాలు సుడిగుండాల్లాగ, బండిచక్రాల్లాగ తిరిగిపోయాయి.

ఉమ చిరునవ్వు పెదవులపై చిందులాడించింది... వీరి హృదయాల్లోకి వేయివేల చంద్రులు తొంగిచూచారు.... కిలకిల నవ్వారు.

ఉమా గోపీనాధులు కుండలినృత్యం చేస్తున్నారు... వీరి హృదయాలు కుమ్మర సారెలాగ, ఉల్ముఖచక్రంలాగ, గిఱ్ఱుమన శరవేగంలో తిరిగాయి...

వారు చేయీ చేయీ కీలించారు.

వీరి హృదయస్థ ప్రేయసీ ప్రియులను భావనాబలంచేత నిర్మించుకొని, ఎద ఎదకు గదియించుకొని కమనీయశోభచే కౌగిలించుకొని, "ఆనందో బ్రహ్మ" యనే వేదార్థానికి సాక్షీభూతులయ్యారు.

వారు క్రీగంట చూచుకొన్నారు...

చూపులో ప్రేమసారాన్ని నిర్మించుకున్నారు...

వీరి హృదయాల్లో స్థాయీభావం రసస్ఫూర్తి చెందింది...

ఒకే లక్ష్యాన్ని దర్శించే యోగిలాగ, ఈ కళాజీవులు తమ దృష్టులను ఉమాగోపీనాథుల వైపే సారించారు... వారిని వారు మరచిపోయారు.

ఏ గగనవీథుల్లోనో... ఏ నందన మందార ప్రవాళశయ్యాతలముల్లోనో... ఏ వికసిత గంగానుమనిష్యంద మకరంద వాహినిల్లోనో... ఏ యమునాతీర పరిసర నిభృత నికుంజన్యస్త పుష్పశయ్యామందిరాల్లోనో... వారి మనోమిళిందబృందాలు విహరించాయి... విశ్రాంతి తీసుకొన్నాయి... బ్రహ్మానందాస్వాదనలో పరబ్రహ్మ సాక్షాత్కారాన్ని పొందాయి...

చాలదా అటువంటి ఒక్క పవిత్రనిముసం...

చాలదా అటువంటి రసమయ జగన్నివాసం...

చాలదా అటువంటి నిర్మల ఆత్మానృత్యం...

పూర్వాంధ్ర కళాపిపాసులందరూ అట్టి మహదానందాన్ని అనవరతం పొందుతూ ఉండేవారు కదూ!

* * *

ప్రేక్షకులంతా నిర్నిమేషదృష్టితో చూస్తూ ఉన్నారు. ఆనందాన్ని అనుభవిస్తున్నారు...

కాని మోహన్ కన్నులు చెదిరిపోతూ ఉన్నాయి–విస్ఫులింగాన్ని వెదజల్లుతూ ఉన్నాయి.

"ఉమ నర్తకా!"

అనుకోకుండా వెలువడ్డాయి ఆ మాటలు.

అతని విచిత్రభావాలకు ఆశ్చర్యపోయాడు కనకం.

"మోహన్! అలాగున్నావే "

"నేనా?"

"కన్నులలాగున్నాయే!"

"నావా?"

"మోహన్... ఏమిటి నీ భావం"

"ఏముంది... ఉమ ధన్యురాలు..."

"ఏం? ఎందుచేత..."

గోపినాథుని సాంగత్యం పొందింది... అద్వితీయమైన వారి నటనాకౌశల్యానికి నేను మంత్రముగ్ధుడ్నయిపోతూ ఉన్నాను."

"అంతేకదా!"

"అంతకంటే ఏముంది..."

"ఏదో విచారిస్తూ ఉన్నావనుకున్నాను."

"కళాజీవులకు, నాట్యాభిమానులకు జీవితం అంతా ఆనందమయమేకదూ..."

"మోహన్..."

"చూడు కనకం... వాళ్ళిద్దరూ పార్వతీ పరమేశ్వరులు కాకపోయినా... సాక్షాత్తు అనురాగం గల భార్యభర్తల్లాగ ఎలా నటిస్తున్నారో చూడు."

"నటనకేముంది... అసలు వాళ్ళు భార్యభర్తలేగా."

"పెళ్ళి కూడా చేసుకున్నారా?"

"చేసుకొనే ఉంటారు. లేకపోతే ఇద్దరూ ఒక్కయింట్లో, ఒక్కగదిలో, చిరకాలం ఉంటే సంఘం ఒప్పుకుంటుంది."

"సంఘమా... సంఘానిదేముందిలే... కొందరి శిరస్సులు ముండ్లకిరీటంచే అలంకరిస్తుంది - కొందరి శిరస్సులు బంగారపు కిరీటాలచే అలంకరిస్తుంది... దానికి ఉత్తమ మధ్యం ఎక్కడిదిలే..."

"ఏదెలాగైనా ఏడవనియి... ఉమను మన కంపెనీలోకి 'బుక్' చేద్దామా... వద్దా."

"నీ యిష్టం."

"అదేమిటి? కథానాయకుడవు నీవు."

"ఆమె కథానాయకురాలవుతుంది కదూ!"

"అవును... సంశయం ఏముంది!"

"మళ్ళీ మేము సాక్షాత్తు వివాహం చేసుకొన్న భార్యభర్తల్లాగ నటించాలికదూ."

"అవును."

"ఆహా! ప్రపంచం అంతా నటనేకదా! ఇంతకుముందా ఉమ యెవరితో భార్యగా నటించిందో - ఇప్పుడు గోపీనాధునితో భార్యగా నటిస్తూ ఉంది - రేపు మరల నాతో భార్యగా నటిస్తుంది - ఈ జగన్నాటకంలో స్త్రీ దెంత విచిత్రమైన పాత్ర..."

"దాంట్లో విచిత్రమేముందోయ్"

"విచిత్రం అంతకంటే ఏంకావాలి? ఎవరితో నటిస్తే అతనితో భార్యగా ఉండాలి కదా! ఆత్మసౌందర్యాన్ని, నిర్మల జీవితాన్ని, నైతిక ప్రవృతిని, ధర్మైకరక్తినీ, చంపుకోవాలి కదా!"

"ఆ... శాంతకుమారి, కాంచనమాల, కన్నాంబ, కృష్ణవేణి మొదలైనవాళ్ళు ఎన్నిసార్లు సినిమాల్లో పెండ్లిండ్లు చేసుకున్నారో, ఎన్నిమార్లు ఎంతమందిని భర్తలుగా నటించారో... దానికి పెద్ద బ్రహ్మాండం చేస్తావేమిటోయ్... మహాత్మా గాంధీగారులాగ."

"అవును... నటకులు... మహాత్ములుకాలేరు."

"ఇంతకూ ఉమను 'బుక్' చేయి... నా తలలో వేయివేల సర్పాలు బుసలు కొడుతున్నట్లు చాలా బాధగా ఉంది. నేను స్టుడియోకి వెళ్ళిపోతాను... నీవు ఏర్పాటు చేసుకొనిరా."

"నీకు నిజంగా యిష్టమేనా!"

"అబద్ధం ఆడతానా కనకం"

"సినామాల్లో దిగాం కదూ!"

"అందుచేత..."

"ఊ..."

"అబద్ధం కాదు... 'బుక్' చేయి..."

మోహన్ లేచి వెళ్ళిపోయాడు.

కారులో అతని 'లాడ్జి'కి జేరాడు..."

పరుగు పరుగున వెళ్ళి ప్రక్కమీద వాలిపోయాడు.

అతని మండే గుండెలో ఎవరో వేయివేల బాణాలు గురిచూచి నాటినట్లయింది–

ఏదో మంట అతని హృదయాన్ని, కాల్చివేస్తూ ఉంది...

అతడెందుకు బాధపడుతున్నాడో ఎవ్వరికీ తెలీదు...

ఎలా తెలుస్తుంది?

ఎవ్వరి హృదయంలో ఏ బాధ ఉందో ఎవరికి తెలుస్తుంది... చెప్పందే భగవంతుని హృదయం కూడా తెలీదు... తెలిసిందా అండి...

5

"ఉమా మోహనులు కలభాషిణి మణికంధరులు."

"ఏమిటి? కధానాయకుడు కధానాయకురాలుగా మోహన్ ఉమాదేవులు నటిస్తున్నారా!

"చూడీ పేపరు."

"వారి 'కాంబినేషన్' ఎంత బాగుంటుందో!"

"చూస్తేనేగాని తెలీదు."

"ఇంకా చూడాలి..."

"చూడకుండా బాగుందని ఇంట్లో కూర్చో పావలా డబ్బులు తగలేయకుండా..."

"ఏడిశావులే..."

ఆంధ్రదేశం మూల మూలలా పాకిపోయింది. "ఉమామోహన్" "ఉమామోహన్" అనే కలవరింత పల్లీపట్టున దిగ్దిగంతాలలో మారుమ్రోగిపోయింది...

మెద్రాసు "గ్రేండ్ స్టుడియో" లో "కళాపూర్ణోదయం" అతి త్వరలో తీసివేస్తున్నారు. 'సూటింగ్' అన్ని కంపెనీల కంటె తీవ్రంగా జరిగిపోతూ ఉంది...

* * *

ఆ రోజు అమావాశ్య.

రాత్రి 8 గంటలయింది

ఉమామోహను లొకరి నొకరు తెలుసుకోకుండానే వారి పాత్రల సంభాషణ వారు క్షుణ్ణంగా చదువుకున్నారు...

ఆరోజు రాత్రి 'ప్రేమ సంఘటన' (Love Court) తీయాలి... ఉమ కలభాషిణి వేషంలో తయారయింది...

ప్రక్కనే గోపీనాధుడు బెంగాలీబాబులా తయారయ్యాడు.

మోహన్ మణికంధర వేషంలో తయారయ్యాడు.

ఒకరి నొకరు చూచుకున్నారు.

వారి కన్నులను వారు నమ్మలేకపోయారు.

మోహన్ తలవంచేశాడు...

పరపురుషుని తలెత్తి చూడని ఉమ రెప్పవాల్పకుండా మోహనుని చూడటం, ఆమె ప్రియుడగు గోపినాధునకు ఆశ్చర్యం కలిగించింది.

ఆమె ఏదో మాట్లాడబోయింది. పెదెములు తడబడ్డాయి. మాట నోటినుంచి వెలువడలేదు...

అంతలో 'డైరెక్టర్' 'సప్రూ' వారిని 'సూటింగ్'కు సిద్ధం కావలసిందని హెచ్చరించాడు.

సరే... రెండు నిమిషాలు గడిచింది...

ఉమా మోహనులు తమ మనస్సులను తాము స్వాధీనంలోకి తెచ్చుకున్నారు.

సూటింగ్ ప్రారంభమైనది. వారి పాత్రలను యధావిధిగా నిర్వర్తించారు. సూటింగ్ అయిపోయింది. స్టుడియోలో ఒక్క క్షణం కూడా నిలువకుండా, మోహన్ కారెక్కి వెళ్ళిపోయాడు...

ఉమ అతడు వెళ్ళిపోయే వరకు అతనివంకే చూస్తూ, అతడు వెళ్ళిపోగానే ఒక్క నిట్టూర్పు విడిచింది... ఎవరితోనూ మాట్లాడకుండా కారెక్కింది...

గోపినాధ్ ముగ్ధుడైపోయాడు.

"అమ్మగారి దృష్టి అయ్యగారి మీద పడిందిరోయ్."

అనుకున్నారు సినిమావారు... కోటలో గడిబిడలు బయలుదేరాయి. గుసగుసల నస హెచ్చింది.

* * *

నాలుగురోజులలో జరగవలసిన సూటింగ్ ఎనిమిదవరోజున ఏర్పాటు చేయబడింది. కారణం ఉమాదేవి శరీరంలో స్వస్థతగా లేదట...

మరల సూటింగ్ రోజు.

ఉమ గోపీనాధునితో మోహనుకంటే ముందు వచ్చింది. మోహన్ టయిముకు వచ్చాడు... మోహన్ కారులోనుంచి దిగుతూ ఉండగానే, తన ప్రేమపాత్రుడగు గోపీనాధుని విడిచి, మోహనుని కొరకు ఎదురు వెళ్ళింది ఉమ...

అక్కడున్న వారంతా ఆశ్యర్యముగ్ధులయ్యారు.

ఆమె మోహన్ దగ్గరకు వెళ్ళి నిలబడింది...

కన్నెత్తి అతని ముఖం ఎంతసేపో చూడలేకపోయింది.

నెమ్మదిగా పెదములు కదలించి...

"మోహన్..."

" ... ... "

"క్షేమమా ..."

" ... ..."

"మోహన్..."

" ... ... "

మోహన్ పరధ్యానం సూచిస్తూ డైరెక్టరుగారి దగ్గరకు వెళ్ళిపోయాడు. ఆమె తల అవమానంచే పాతాళంలోకంలోకి క్రుంగి పోయింది.

సూటింగ్ అయిపోయింది.

తోక త్రొక్కిన త్రాచులాగ మోహన్ కారులో దూకాడు... వెనకాలే వెళ్ళి కారుతలుపు దగ్గర నిలబడి...

"మోహన్ "

"ఏం? ఎందుకు?"

"నన్ను మరిచిపోయారా?

"మరచిపోతే ధన్యుడ్నే"

"మరచిపోవటానికి ప్రయత్నిస్తున్నారా!"

"ప్రయత్నించిన కొలదీ నా హృదయం బ్రద్దలైపోతూ ఉంది..."

"పాపం!"

" ... ... "

"క్షమించండి."

మోహన్ ఉమాదేవి ముఖం చూడకుండా ఉండలేకపోయాడు... ఆమె వంచిన తల వంచినట్లే ఉంది... కన్నీటిబిందువులు బొగడపూవుల్లాగ, మంచుబిందువుల్లాగ, ముక్కు కొనమీదనుంచి నేలమీద పడిపోతున్నాయి.

ఆ నిష్కల్మషహృదయం; ఆ పవిత్రముఖం; ఆ అశ్రుజలం; అతని హృదయాంచలాలకు రంపపుకోతలయ్యాయి... అతని కన్ను తేమగిల్లాయి...

కారు కదిలింది...

"ఉమా!"

"మోహన్!"

"దేవీ!"

"ప్రియతమా!"

కారు వెళ్ళిపోయింది.

నాలుగు కళ్ళూ కుతపవేళల్లో కొట్టుకుపోయే నాలుగు చేపల్లాగ అల్లల్లాడిపోయాయి వారి పరితప్తహృదయాలలో వెలువడిన వియోగజ్వాలలు; వారి కనులల్లో ప్రజ్వరిల్లిన విషాదభావాలు వారి పూర్వజన్మలోని పరిదగ్ధ ప్రణయసౌందర్యాన్ని కూడా కన్నులకు కట్టినట్లున్నాయి...

"ఉమా! ఇలా నిలబడ్డావేం "

"ఏమీలేదు గోపీ!"

"ఏమీ లేదా?"

" ... ... "

ఇద్దరూ కారెక్కారు... కారు వెళ్ళిపోయింది... కన్నీటి తడితో ఉన్న జేబురుమాలు స్పష్టంగా చూచాడు గోపినాథ్... ఉమామోహనుల మధ్య ఏదో ప్రేమవాహిని ప్రవహిస్తూ ఉందనుకున్నాడు...

ఆమె ఆనందానికి భంగం కలిగించకూదనుకున్నాడు. పన్నెత్తుమాట అనకూడదను కున్నాడు...

ఆమె హృదయం అతనికి వెలుబుచ్చలేదు.

అతని హృదయం ఆమెను వెలుబుచ్చలేదు... నాటినుంచి ఇంక ఉమతో స్టుడియోకి వెళ్ళకూడదనుకున్నాడు.

వింత వింత భావాలు వారిలో రేకెత్తాయి...

"స్త్రీలను సినిమాలకు పంపిస్తే ఇదే నష్టం"

అని ఎవరో వేయిసార్లు ముందు బ్రహ్మరాక్షసుడ్లా నిలబడి చెబుతున్నట్లుంది గోపినాథ్‌కు...

కారు వెళ్ళింది...

"పిట్ట వలలో పడింది... ఇంక ఆకాశానికి ఎగరలేదు... మన స్టుడియోనుంచి కాలు కదుపలేదు..."

స్టుడియోలో గొడవలివి...

లోకులు పలుకాకులుకదా!

* * *

ఉమకు హృదయవేదన ఎక్కువై, మనోవ్యాధి మంచాన్ని పట్టించింది... "మోహన్-మోహన్" అని రేయింబవలు కలవరింతలు - ఈ కలవరింతలు గోపీనాధునకు ప్రాణగండాలు...

దినములు గడిచాయి...

మోహనునకు ఒక్కసారి రమ్మని కబుర్లు పంపబడ్డాయి... మోహన్ రాలేదు... ఆమెవ్యాధి తగ్గలేదు...

మోహనుని చూచి తీరాలని సూటింగుకు బయలుదేరింది...

పదిహేనురోజులయ్యాయి...

ఆ రోజు పౌర్ణమి...

కారులో స్టుడియోకు ఒంటరిగా వచ్చింది.

గోపి రానన్నాడు...

మోహన్ కారు దిగాడు...

ఆమె పడక కుర్చీలోనుంచి లేచి ముందు వెళ్ళింది...

మోహన్ తల ప్రక్కకు తిప్పాడు...

"మోహన్."

"వంట్లో ఎలాగుంది."

"వంట్లో బాగానే ఉంది. కాని గుండెమాత్రం చాలా నీరసంగా ఉంది..."

"ఊ...హూ...మందు తీసుకుంటున్నావా? "

" ... ... "

"సరే... ఇవాళ మాయానటనను సార్థకం చెయ్యాలి... నటించటంలో బహు చక్కగా నటించాలి."

"అంటే."

"ఏముంది... భార్యభర్తలు - మారువేషాలు వేసుకొని ప్రియులుగా నటించాలి... తుదకు వారి నిజస్థితి తెలుసుకుంటం - ప్రియురాలను బలిచేయటమే కదూ మన కళాపూర్ణోదయ కథ."

"మోహన్ నీవు చెప్పేది నాకేమి బోధపడటం లేదు."

"అవును. కవిహృదయం అర్థం చేసుకుంటం చాలా కష్టం... నీవు మాయారంభ వేషం - నేను మాయా నలకుబేర వేషం వేసుకోవాలి... ఒకరి నొకరు గుర్తించుకోలేకుండా ప్రణయ ప్రవాహంలో ఈదులాడాలి..."

"గుర్తించుకొన్నా తరువాత."

"శాపదగ్ధులమై చావాలి."

"అంతపనే..."

"దానికేమయింది... వచ్చే జన్మలో వాళ్ళిద్దరూ మరల భార్యా భర్తలౌతారుగా."

"అబ్బా! కథ ఎంత అద్భుతంగా ఉంది..."

"కథేమిటి ఉమా! ఇటువంటి జీవితాలీ దరిద్ర భారతభూమి మీద ఎన్నో ఉన్నాయి."

"మోహన్! ఉమా! తయారు కావాలి."

డైరెక్టరుని ఇద్దరూ చూచారు...

ఎవరి "మేకప్" (Make up) వారు వేసుకుంటానికి తమ తమ గదుల్లోకి వెళ్ళిపోయారు.

సూటింగ్ ప్రారంభమైంది...

ఆ రోజున ఉమామోహనులు నటించినట్లు... గొంతెత్తి ప్రణయ గీతాలు పాడినట్లు... వారెప్పుడు నటించలేదు... పాడలేదు... ప్రకృతి ప్రత్యణు పులకితమయ్యేటట్లు... ప్రతిప్రాణి హృదయం పరవశం పొందేటట్లు వారి గానామృతి వాహినిని స్రవింపజేశారు.

ప్రొడ్యూసరు కన్నుల ఎదుట కనకవర్షం కురిసినట్లుంది.

డైరెక్టరు ఖ్యాతి మిన్నులు ముడుతున్నట్లుంది...

సూటింగ్ అయిపోయింది.

మోహనుని సాగనంపటానికి కారువరకు ఉమ వెళ్లింది. వారిద్దరుకు మధ్య మన మెందుకని ఎవ్వరూ వెళ్ళలేదు...

"మోహన్... ఈ పాపిని మన్నించరా!"

"నేను భగవంతుని కాను"

"నా పాలిట భగవంతులే"

"ఒకనాడది - నేడుకాదు."

"పొరబాటు... నేడేకాదు. ఎన్నిజన్మలకైనా మీరే నా దైవం."

"కథలో కావచ్చును."

"కథలో కాదు... జగతిలో కూడా... మోహన్! ప్రపంచంలో జరిగే విషయాలే కవి కావ్యమందు వ్రాస్తాడు. గాయకుడు గీతమందు కూరుస్తాడు... ప్రపంచకాన్ని విడిచి లలితకళలు వర్ధిల్లలేవు. వాటి నివాసము భూమేకాని... ఆకాశం కాదు."

"అందుచేత ఏమంటావు."

"మనవంటి వియోగజీవితాలను చూచో... ఊహించో... కవిసార్వభౌముడైన సూరనార్యుడు తన కళాపూర్ణోదయంలో చిత్రించాడు... తదనుకూలంగా భగవంతుని దయవల్ల మనమే నాయికా నాయకుల పాత్రలు ధరించటం సంభవించింది. "

"బాగుంది... ఉమా! రేపే మన ఆఖరు సూటింగు, కథానాయకురాలి వధతో మన కథ ముగుస్తుంది కదూ."

"అవును..."

"ఆఖరు సీనుకు జాగ్రత్తగా ఉండాలి."

"అన్నిటికి మీరే ఉన్నారు."

"నేను కాదు... కర్మసాక్షి భగవంతుడున్నాడు..."

"మంచిది... నమస్కారం."

కారు వెళ్లిపోయింది...

ఉమ ఉత్సాహంతో మరెవ్వరి ముఖంవంకైనా చూడకుండా తన కారెక్కి వెళ్లిపోయింది...

"వాళ్లిద్దరకు ఏదో సంబంధం ఉన్నట్లుందే."

"అబ్బో! పూర్వపరిచితుల్లాగే ఉన్నారు."

"మూడొంతులు నాటకాలలో నాయికానాయకుల పాత్ర ధరించి, ఈ గోపిగాడు మూలాన కలహాలొచ్చి విడిపోయి ఉంటారు... ఇప్పుడు మళ్ళీ వారి పూర్వప్రేమ రేకెత్తి ఉంటుంది."

"నీ ఉద్దేశం బాగా ఉందిరా శాస్త్రి! ఎలాగైనా బ్రాహ్మణ జాతి కదూ... తెలివితేటలకు లోటేమిటి..."

"దానికేంగాని... వారి జీవితాలు చూస్తూ ఉంటే నాకూ చిత్రంగా ఉందిరా... సుబ్బారావు."

కవిగారి సమాధానానికి కంపెనీ వాళ్ళు సంతోషించారు...

కాని ఎవరి మనసులో ప్రజ్వరిల్లే విషజ్వాలలు ఎవరికి తెలుసు ?

ఎవరి హృదయాల్లో చలచలా మరిగే రక్తప్రవాహాలెవరికి తెలుసు?

సముద్రంలాగ పైకంతా శాంతమూర్తులే... గంభీరులే...

సృష్టిపరిణామం ఎవరికి తెలుస్తుందిలెండి... అనుకుంటా గాని...

6

"కళాపూర్ణోదయం" లో నాయికా నాయకుల బొమ్మలు పేపరుల్లో పడ్డాయి... ఉమామోహనులు చూచుకొన్నారు. లోలోన ఆనందించుకొన్నారు.

ఆ రోజు ఆఖరు సూటింగు...

ఉమామోహనులు స్టుడియోకి వచ్చారు...

మోహన్ ముఖం భయంకరంగా ఉంది. కన్నులు విస్ఫులింగాల్లా మెరిసి పోతున్నాయి...

మోహన్ ముఖం చూచింది ఉమ... హృదయం ప్రళయకాల సముద్రంలాగ మిన్నులు ముడుతూ ఉంది... ఆ ఘోష కామె గజగజలాడిపోయింది....

ఆమె హృదయసముద్ర మధ్యమయిన ప్రళయరుద్రుడు ప్రమధగణాలతో కుండలినృత్యం పరిధవిస్తూ ఉన్నట్లుంది...

ఆమె మోహన్ దగ్గర నిలిచి మాటాడలేకపోయింది...

సూటింగు ప్రారంభమయింది...

ఉమ కలభాషిణి వేషంలో కాళికాదేవి ఆలయం ముందు నమస్కరిస్తూ నిలబడింది.

మోహన్ మణికంధరుని వేషంలో కత్తి చేత్తో పట్టుకొని నిలబడ్డాడు-భయంకర రాక్షసుడ్లాగ.

కథలో మణికంధరుడు కలభాషిణి తల సరుకుతాడు... అదీఘట్టం... ఇప్పుడు మోహన్ కూడా ఉమను చంపబోతున్నట్లు నటించాలి...

ఎంత విజయవంతంగా నటిస్తాడో అని కంపెనీవారు చూస్తూ ఉన్నారు...

సూటింగు ప్రారంభించారు. 'డైరెక్టరు ' - 'కెమేరామేన్' - 'రికార్డిస్టు' అంతా సంసిద్ధులై ఉన్నారు.

మణికంధరుడు చెప్పవలసిన మాటలు చెప్పాడు...

అలాగే...

మణికంధరుడు నరికినట్లే ఆమెను నరికాడు...

ఆమె భుజంమీద ఆ కత్తి పడింది...

ఉమ వెంటనే "అమ్మోయ్" అని నేలమీద పడిపోయింది... రక్తం ధారలు ధారలుగా ప్రవహించటం ప్రారంభించింది...

అంతా "మోహన్... మోహన్... ఘోరం... ఘోరం... హత్య... హత్య " అంటూ అతనిని గుమిగూడారు...

ఉమకు స్పృహ తప్పిపోయింది.

డైరెక్టరతనిని పట్టుకోపోయాడు...

మోహన్ చేతిలో కత్తి చూపెట్టి...

"ఎవరన్నా నన్ను ముట్టుకున్నారా! వాళ్ళ ప్రాణాలు బలి చేస్తాను... మీ రెవరూ కంగారుపడకండి... అలా నిలబడండి.

ఈమె నా ప్రియురాలు - అంతేకాదు - ఇదిగో ఈ రక్తంలో మిలమిలా మెరిసే మంగళసూత్రం చూచారా! ఇది కట్టినది ఈ పాపి చేతులే...

ఈమె పరాయిస్త్రీ కాదు... నా భార్య...

ఈమెను పొడవాలనే పొడిచాను. చంపాలనే చంపేను... చంపినందువలన కలిగే ఫలితం నాకు తెలీదనుకోకండి... ఈమెను చంపి పిరికిపందలాగ నేను పారిపోదామను కోలేదు... బానిసదేశంలో బ్రతకాలనుకోలేదు... నా ప్రాణాలొకరు తీయనవసరం లేదు. నా ప్రాణాలు నేనే తీసికోగలను... ఆమాత్రం శక్తి నాలో ఉంది...

తప్పుకోండి... తప్పుకోండి...

మా మలిన జీవితాల నొక్కచోటే మాయం చేసుకుంటాం... మీ కథ ముగిసింది. మీ జీవిత గాధ కూడా ముగిసింది..."

అతని చేతులలో ఉమను లేవదీసి మూడంగల్లో కారు దగ్గరకు వెళ్లి, వెనుక సీటులో వేశాడు... జనం మూగిపోయారు...

"మీరే పోలీసులకు చెప్పనవసరం లేదు... నేను నా మేడలోనే ఉంటాను. పారిపోతానని తోస్తే చుట్టూ కాపలాకాయండి... ఊఁ లేవండి...

డైరెక్టరు మహాశయా! ఇవిగో నా తుది నమస్కారాలు! ప్రొడ్యూసరుగారూ... మీ ఫిలిమ్ చాలా... సహజంగా ముగించింది... శలవు... మిత్రులారా! అందరకూ నా తుది నమస్కారాలివిగో...

ఈ జన్మలో మీ ఉమామోహనులను మీరింక చూడలేరు... వచ్చే జన్మలో ఎవరికెవరో... శలవా మరి... తప్పులు క్షమించండి...

మీ స్నేహితులను మరచిపోకండి...

శలవు... శలవు... శలవు... "

కారు కదిలింది... అతని కన్నీరు జారింది.

అతని ప్రాణమిత్రులంతా గొల్లుమన్నారు...

"ఉమా మోహనులు భార్యభర్తలా?"

"ఏమటీ చిత్రగాధ... "

"గోపీనాధో... "

"ఆ ముండా కొడుకు మూలానే బంగారంవంటి దంపతులు నాశనమయ్యారు..."

ఇలా ఎన్నిరకాలు మాట్లాడుకుంటే మాత్రం లాభం ఏముంది?

జరగవలసినది జరిగిపోయింది.

చావవలసిన వాళ్లు చచ్చిపోతున్నారు...

* * *

కారు గుమ్మం ముందు ఆగింది...

కారు దిగాడు... వెంటనే ఉమను తనచేతులలో వేసుకొని మేడ మీదకు వెళ్ళిపోయి, తలుపులన్నీ వేసేశాడు...

తన ప్రక్కమీద పండుకో బెట్టాడు...

రక్తం తనపంచెతో అద్ది కట్లుకట్టి తలతుడిచి శైత్యోపచారాలు చేశాడు...

అయిదు నిమిషాల కామె కదిలింది...

అతని హృదయం జల్లుమంది...

"ఉమా!"

"మోహన్!"

"బ్రతికావా!"

"కొంతసేపే ప్రపంచంలో... ఉంటానేమో..."

"ఉమా!"

"మోహన్! మీ చేతులతో వెళ్ళిపోతున్న నాకు చాలా ఆనందంగా... ఉంది."

"ఎందుకు."

"నీతో పాటు నేనూ ఈ ప్రపంచంలో నుంచి వచ్చేస్తున్నాను కాబట్టి..."

"అదేమిటి మోహన్"

"నీవులేని ప్రపంచంలో నేను మాత్రం ఉండగలనా ఉమా!"

"ఏం మోహన? అలా అంటున్నావ్! మీకేం?"

"నీకేం?"

"నేను మహాపాపిని... భర్తృసేవచేయలేని నీచురాలను... మోహన్... మీతో మనసిచ్చి మాట్లాడలేక నా హృదయం రోజూ బరువెక్కిపోతూ ఉండేది...

ఇప్పుడీ రక్తం కారిపోయాక... నా బరువు తొలగిపోయింది... నా హృదయం తేలికైపోయింది. ఇప్పటికైనా ఈ పాపిని మన్నించి, దయ చూపితే ధన్యురాలను."

"ఉమా!"

అతని కన్నులు చంద్రబింబాల్లాగ ఒకొక్క కంటిచుక్కా రాలి ఆమె ముఖం మీద పడ్డాయి. ఆమె భర్తకు తనమీదగల ప్రేమ తలచుకొని ఆనందోన్మాదిని అయిపోయింది.

"మోహన్! నా మీద మీ కెంతప్రేమ... ఏదీ ఒక్కసారి ఇలా నా తలదగ్గర కూర్చోరూ...? నా ఆఖరుకోరిక నెరవేర్చరూ? ధన్యురాలను చేయరూ! మోహన్! మోహన్!"

ఆమె నిర్మలహృదయంలో నుంచి వచ్చిన ఒక్కొక్క మాట ఒక్కొక్క వజ్రాయుధమై ఆతని హృదయాన్ని ముక్కలు ముక్కలుగా కోసి వేసింది...

అతడు మాట్లాడకుండా లేచి ఆమె తలప్రక్క కూర్చొని, తన తొడమీద ఆమె తలపెట్టుకొన్నాడు.

"మోహన్"

ఒక్కసారి అతని ముఖం చూచి, చిరునవ్వుతో కండ్లు మళ్ళీ మూసి వేసింది. మూసిన కాటుక కన్నులనుంచి జలజలా అశ్రుబిందువులు చెక్కిళ్ళ మీదుగా జారిపోయాయి.

"ఉమా! నిరంతరం మండే మన వియోగ హృదయాలకు నేటితో శాంతి... మన విషాద జీవితాలకు నీ వేడి రక్తమే నీరాజనం... ముగించబోయే మన కళాజీవితాలకు ముసుగు కారుచీకటే...

"మోహన్! మీరు బాగాఉండి మనవంటి దరిద్రకళాజీవులకు దోహదం ఈయాలి... చనిపోవటంలో గొప్పేముంది మోహన్... బ్రతికి ఉండి ప్రపంచంలో కష్టాలను భరించాలి... అప్పుడే మానవజన్మ సార్థకం అవుతుంది."

"నిజమే... ఇంత విజ్ఞానరత్నాన్ని విడిచివేస్తున్న దేశానికంటే దరిద్రదేశముందా ఉమా!"

"దానికేంగాని మోహన్...

ఎన్నాళ్ళకు మళ్ళీ కలుసుకొని మనసిచ్చి మాట్లాడుకున్నాం... పెండ్లినాడు ఆ బాసికం బొట్టుతో చూచిన నీ ముఖం ఇంకా నా కన్నులకు కట్టినట్లే ఉంది... ఆ చిరునవ్వు నా హృదయంలో చీకటిని చీల్చి వేస్తూనే ఉంది... ఆ క్రీగంటి చూపు ధృవతార వెలుగులాగ, నా జీవిత గమ్యం జేరటానికి త్రోవ చూపెడుతూనే ఉంది... ఆ మంగళవాద్యాలు ఇంకా నా చెవులలో మారుమ్రోగుతూనే ఉన్నాయి.

'మంగళసూత్రం తెంపేయ్... తెంపేయ్' అని మా మామగారు చేసిన సింహ గర్జనలు నా శరీరాన్నింకా జలదరింప చేస్తూనే ఉన్నాయి.

మీరప్పుడు నా వైపు జాలిగా చూచిన చూపు... అబ్బా! మోహన్... ఎంత పవిత్రమైనది. ఆ చల్లని చూపే నేటి వరకూ బ్రతికించింది...

"నిజమా ఉమా!"

"ప్రాణం పోయే ఆఖరు క్షణంలో కూడా అబద్ధం ఆడాలా మోహన్! తుచ్ఛమైన ధనవ్యామోహం వల్ల మీ నాన్నగారు మనల వేరుచేశారు... కట్నం వల్ల వేరుబడిన మన జీవితాలేనాటికైనా కలుసుకుంటాయనే, ఆశాకిరణంతో ప్రపంచంలో నీకోసం పరుగులు పెడుతున్నాను. నేటివరకు... మిమ్ములను చూసి నా ప్రాణాలు విడవటమే నా తుది కోర్కెకైపోయింది... అదే నాకు ఫలించింది... నా కోరికే నెరవేరింది కదా!"

"ఉమా! ఏమిటీ ప్రేమ! హిమవత్పర్వతసానువుల మీదుగా జాలువారే గంగానదీ తరంగమాలికల్లాగ... నీ హృదయ సానువుల నుంచి వెలువడే నీ వాగమృత తరంగాలు... ఎంత చెవులపండుగగా ఉన్నాయి...

ప్రత్యుషస్సమయంలో పచ్చని ఆకులమీద క్షణమాత్రం ప్రజ్వరిల్లే హిమ బిందువుల్లాగ... మన నిర్మలానంద జీవితాలు ఒక్కసారిగా కనువిచ్చి ప్రకృతిని తేరిపార జూచి కన్నుమూసి ప్రకృతిలో మాయమై పోతున్నాయే...

"అందుకు విచారం ఎందుకు మోహన్... మృత్యుదేవత తనంతట వలచివచ్చిన పవిత్రముహూర్తమిది... ఇప్పుడు కన్ను తడివెట్టుగుంటం - కలతలు పొందటం భావ్యం కాదు... నిరుత్సాహానికి ఇప్పుడు తావులేదు..."

మోహన్! మా తండ్రిగారు మీకు కట్నం ఈయలేక...నా భగ్నజీవితాన్ని కన్నీటితో కడుగలేక... క్రుంగి క్రుంగి పాతాళాలు తొంగి చూచాడు... మనోవ్యాధిచే మంచం పట్టాడు... తుదకు తన పంచప్రాణాలను "కట్నపిశాచానికి" బలిచేశాడు...

ఏకాకినయ్యాను... నా ముఖాన్నజారే కన్నీరు మ్రోడునజారే మంచు బిందులయ్యాయి. ఓదార్చేవారే లేరు... ఇక పిలచి అన్నం పెట్టి లాలించి పోషించేవారెవరు?

అలా వ్యర్థజీవిగా బ్రతుకకూడదనుకున్నాను... కాని 'మోహన్' ఆదరిస్తాడు... అనే ఆశ నాలో ఆవరించింది. ఉత్సాహం కలిగింది... వెంటనే మూటాముల్లూ కట్టుకొని మీ యూరికి వచ్చాను... లాభమేముంది?

కోయిలలేని వసంతకాలం లాగ...మీరు లేని ఆ గ్రామం యడారిలాగుంది... మీర్కెడికి వెళ్ళారో తెలీలేదు... వెదకటం ప్రారంభించా... అబ్బా! ఆవేసం ఎక్కువగా ఉంది...

"ఉమా! మాట్లాడక... ఒక్కొక్కమాట చెబుతూ ఉంటే... నరకంలో నా కొకొక్క అగ్నిగుండం నా కర్మదేవత ఏర్పరుస్తూ ఉన్నట్లుంది..."

"అలా అనకు మోహన్"

"ఉమా! ఆ వేసం ఎక్కువగా ఉంది!"

"అవును... నాలుక ఈడ్చుకుపోతూ ఉంది. కొంచం..."

"మంచినీళ్ళు తేనా."

"ఊ..."

"... ... ..."

"... ... ..."

"ఇవిగో ఉమా!"

"అబ్బా! అమృతంవంటి నీ చేతి నీరు తాగాను. ధన్యురాలనయ్యాను."

ఆమె కన్నులు మూసుకుంది.

రెండు నిమిషాలు గడిచాయి.

మోహన్ కన్నులముందు ఏవోచీకటి మేఘాలు కదుల్తున్నట్లున్నాయి. అతని హృదయంలో ఆవరించుకొన్న అనుమానపిశాచాన్ని పారదోలాలనుకున్నాడు...

ఉమాదేవి కన్నులు విప్పి చూచింది...

"మోహన్! ఏమిటాలోచిస్తున్నావు"

"చెప్పనా ఉమా?

నీ తుదిశాంతికి భంగం కలిగించి - నీకు మరువరాని కష్టం కలిగించిన వాడనవుతాను."

"పరవాలేదు మోహన్... అడగదలచిన విషయాలు అడుగు... హృదయంలో ఒక్క విషయం కూడా దాయకుండా చెబుతాను."

"అడగనా..."

"ఊ..."

"గోపినాథ్ ఎన్ని సంవత్సరాల క్రితం కలిశాడు."

"మా నాన్నగారు చనిపోయిన సంవత్సరానికి"

"అప్పటినుంచి మీరిద్దరూ కలసే ఉన్నారా?"

"ఒక్క గదిలోనే ఉండేవారా?"

"రెండుగదులెందుకు... ఉన్నాది ఇద్దరం... మాకు రెండుగదులెందుకు?"

"అతడు నిన్ను ప్రేమించాడా?"

"అదేమి ప్రశ్న మోహన్! ప్రేమించకపోతే నన్నెందుకు లాలిస్తాడు..."

"ఇరువురూ ఒకరిపై ఒకరు అనురాగంతోటే ఉండేవారు కదూ!"

"సంశయమేముంది? మా గోపికి నాపై ప్రేమలేకపోతే ఈ లోకంలో ఎవరిపై

నుంటుంది... నన్ను విడిచి ఒక్కక్షణం ఉండగలడా... ప్రాణానికి ప్రాణంగా నేటివరకు చూచుకుంటాడు... పంచప్రాణాలు నా మీదే ఉంటాయి..."

"అందుచేత అతడెవరినీ పెండ్లి చేసుకోలేదనుకుంటాను."

"అదీ ఒక కారణమే... నేను ఒంటరిగా... వియోగవేదనలతో దహించుకుపోతూ ఉంటానని పెండ్లి చేసుకోలేదు..."

"ఇంక చాలు."

అతని కన్నులు అనుమానంచే చీకట్లు క్రమ్మాయి.

ముఖం ప్రక్కకు తిప్పేశాడు...

అతడి అనుమానం పూర్తిగా బలమైపోయింది. గోపిని తాను... తనను గోపి స్పష్టంగా ప్రేమించుకొన్నట్లు; ఇద్దరూ ఒక్క గదిలోనే సంవత్సరాల కొలదీ ఉన్నట్లు; ఆమె ఒంటరిదై పోతుందనే తాను పెండ్లి చేసుకోనట్లు; ఆమె చెప్పింది. ఇంకా ఆమె నైతికజీవితం ధ్వంసమైనట్లు వేరే చెప్పాలా?

అతడామెను అనుమానించి చంపినందుకు తప్పులేదనుకున్నాడు.

"మోహన్! మా గోపికి ఈ సంగతి తెలుస్తే ఎంత పరుగు పరుగున వస్తాడు..."

"ఇక్కడకు కూడా వస్తాడూ."

"తప్పకుండా..."

అంతలో బయటతలుపు గబగబా గొట్టిన చప్పుడౌతుంది...

ఎవరా అది అని వారి నాలుగుకళ్లు ప్రశ్నించాయి.

"ఉమా! ఉమా!"

"గోపి!..."

"తలుపుతీయి..."

"మోహన్! మా గోపి వచ్చాడు తలుపుతీయి."

"... ... ..."

"పోనీ నేనే తీస్తానులే..."

అతడు మాట్లాడలేదు.

ఆమె లేచివెళ్ళి తలుపుతీసింది...

మెరుస్తూ ఉన్న కత్తి చేతిలో పట్టుకొని యముడ్లా ప్రత్యక్షం అయ్యాడు గోపినాథ్...

"గోపీ...ఇదేమిటి..."

"చెల్లీ! తప్పుకో! వాడ్ని బ్రతకీయను. వాడ్ని పొడిచి నేను పొడుచుకు చచ్చిపోతాను."

"అతడెవరని నీ ఉద్దేశం..."

"ఎవరైతె నాకేం..."

"మోహన్... అతడే నా బావ"

"అంటే..."

"నా..."

"బావా?"

"అవును."

"చెల్లీ! ఎప్పుడూ చెప్పలేదే..." "... ... ..."

"అయితే ఎందుకు పొడిచాడు..."

"... ... ..."

"గోపినాథ్! మీరు మా ఉమకేం అవుతారు?"

"అన్నగార్ని"

"ఎలా?"

"ఎలాగేముంది... ఒక తల్లికి పుట్టటంచేత"

"మరి పెళ్ళినాడు కనపడలేదే."

"కలకత్తాలో ఉన్నాను... నృత్యం నేర్చుకుంటూ..."

"ఉమ నీ చెల్లెలా..."

మోహన్ ఆనందం పట్టలేకపోయాడు...

"చెల్లెలా... చెల్లెలా!"

బ్రహ్మానందంతో ఉమను కౌగిలించుకొని...

"ఉమ! అబ్బా! ఎంతమాట విన్నాను... నా తప్పు క్షమించవూ... ఈ పాపాత్ముని మన్నించవూ!"

"ఏమిటీ వెఱ్ఱి..."

"ఉమా! ఉమా! ఎంతపని చేశాను. నిన్నెంత పొరపాటుగ అర్థంచేసుకున్నాను..."

"మోహన్"

"ఉమా!"

ఒకరి నొకరు కౌగిలించుకొన్నారు... ఆనందం ఆపుకోలేక...

"ఉమా! గోపి నీ తోటి ఉండటం నాకు అనుమానాస్పదమయింది... ఆ అనుమానం పిశాచం అయి నన్నీరాక్షసకృత్యం చేయించింది...

ఉమా! నన్ను త్వరగా క్షమించానంటేగాని నేను బ్రతుకలేను..."

"దానికేమిటి... పొరబాటు"

"గోపి... క్షమించు... మీ చెల్లెను బ్రతికించు... "నిర్దోషి" కాపాడు... నా ప్రాణం రక్షించు..."

"మోహన్... ఈ కృత్యానికి కారణం అనుమానమా!"

"అవును... "నిర్దోషి" ని – "దోషి" అనుకుని ఆత్మరూపాన్ని హత్యగావించిన మహాపాపిని నేనే."

“ఎంతపని జరిగింది...”

“ముందు డాక్టర్ని తీసుకురా...”

“సరే... ఉండు”

గోపినాథ్ తలుపుతీశాడు. ఫిలిమ్ డైరెక్టరు, ప్రొడ్యూసరు పెద్ద డాక్టర్ని తీసుకువస్తూ ఉన్నారు.

ఆతృతతో అంతా మేడెక్కారు...

“డాక్టర్‌గారూ... త్వరగా రండి... ఉమ కెలాగుందో చూడండి...”

మోహన్ ఆ మాటలు చెప్పేడు... అతని కన్నులు చెదిరిపోయాయి... కన్నీళ్ళు జారిపోయాయి.

డాక్టరు పరీక్షచేశాడు...

చిరునవ్వు నవ్వాడు...

“ఎలాగుంది డాక్టరుగారూ”

“మరేమీ ప్రమాదంలేదు.”

“లేదుకదా!”

“లేదు...”

“అమ్మయ్యా! ధన్యుడ్ని...”

“గాయం చాలాచిన్నది... కొద్ది రోజుల్లోనే మానిపోతుంది...అందరి కన్నులలో ఆనందలక్ష్మి ఒక్కసారిగా నృత్యం చేసింది...

“ఉమా!”

“మోహన్!”

“పరవాలేదు ఉమా!”

“నీ ప్రేముంటే నాకు భయమేముంది మోహన్”

“చెల్లీ...”

“రా! అన్నయ్యా!”

“బావా!”

“రా! గోపీ!”

ఆహా! వారి ఆనందం ఎవరు వర్ణించగలరు...

చనిపోయిందనుకున్న ఉమ బ్రతికింది...

దోషి అనుకున్న ఉమ ‘నిర్దోషి’ అయింది...

ఏ ఉమను పొడిచాడో... ఆ ఉమకొరకే కలవరించాడు, సతీపతులు చూచుకొన్నారు...

నవ్వుకున్నారు...

చెడుచేయించినా కాలమే...

మంచిచేయించినా కాలమే...

ఏడుపించినా కాలమే...

నవ్వించినా కాలమే...

నాలుగు నెలలు గడిచాయి...

మెడ్రాసు 'బ్రాడ్వే' లో కళాపూర్ణోదయం వేస్తూ ఉన్నారు... సినిమావారు నాయికానాయకులకు అఖండస్వాగతమిచ్చారు...

కలభాషిణి సినిమా చూస్తూ ఉన్నారు...

ఉమా మోహనులు.

ఉమా మోహనులను చూస్తూ ఉన్నారు ప్రజలంతా...

వారినీ వీరిని చూస్తూ ఉన్నారు... గోపినాథ్... డైరెక్టర్. ప్రొడ్యూసరు... మొదలైనవాళ్ళు...

"ఉమా! ఎంత బాగానటించావు."

"మీకంటేనా?

మళ్ళీ వేటువేయరుకదా?

"పూలబాణాలతో వేస్తా..."

"తప్పదన్నమాటే..."

"ఆహాఁ"

నవ్వుకున్నారు...

వారి ఆనందరసనిమగ్నులయ్యారు...

ఇంక మనంకూడా

ఆనందంగా ముగిద్దాం...

ఏమంటారు...

శలవు...
మీ పూర్వపరిచితుడే.

కన్నతల్లి

అంకితం

కరుణామయీ

మా కన్నతల్లికీ.....

- చంద్రం

ఉద్దేశం!

అందులో కన్నతల్లి అని అచ్చువేసి ఉంది. అందరి కనులు వికసించాయ్. అట్లమీద సుశీల నెత్తుకొన్నా చిత్రం ఉంది. దానిక్రింది "భారత స్త్రీజన్మ మాతృత్వమునందే సాఫల్యమగును" అని వ్రాసి ఉంది. దానిలో సుశీల ఫోటోలు – సుశీల దినచర్య – అంతా వ్రాసి ఉంది. వారి ఆనందానికి అంతులేదు. సురేశ్ వారి యింట్లోనే వుండిపోయాడు. సుబ్రమణ్యం తల్లి కిపుడు ఇద్దరు పరిచారికులు, అతని జబ్బంతా పోయింది – లార్డులా షికార్లు కొడుతున్నాడు వీధుల్లో. ఇలా వీ రానందప్రపంచంలో ఉంటే – వారు అయోమయ ప్రపంచంలో ఉన్నారు.

ఇక మనమో!

తేజః ప్రపంచంలో ఉందాం.

ఏం?

మళ్లీ మరో తేజః ప్రపంచం తలుపులు విజ్ఞాన కిరణాలచేత తెరుద్దాంలెండి.

ఉండనామరి.

స్థలం: అన్నామలై విశ్వవిద్యాలయం, మీ

రచనాకాలం : 21.11.1942 – చంద్రం

కన్నతల్లి

1

ఆ వినీలాకాశంవంక చూస్తూ ఉందామె.

ఆ చీకటి తెర తీసుకొని - ఒక చిన్న నక్షత్రం ఆమెవంక చూచింది; చిరునవ్వు నవ్వింది; అంతే - పూవులాగ రాలిపోయింది; దానితో ఆమె కన్నీటి చుక్క జారిపోయింది.

"ఆ చీకటింటిలో వెలిగే దీపాన్ని ఎవరార్పివేశారో! ఆరిపోయిన ఆ దీపం మబ్బు తెరమాటున ఎలా మాయమయి పోయిందో!

గగన సీమంతిని వాలుజడలో మెరిసే తారకా కుసుమాన్ని ఎవరు నలిపి వేశారో, ఎవరు రేకులు రాల్చి వేశారో!

ఆకాశ గంగలో ఆడుకొనే హంస నెవరు పట్టుకొని రెక్కలు నరికి వేశారో! ప్రాణాలు తీసివేయాలనా పచ్చినెత్తురు త్రాగివేస్తున్నారు?

ఆ కొండ శిఖరం విరిగి అలా సముద్రంలో పడిపోయిందెందుకా!

ప్రశాంతంగా ఉన్న అలలు చేతులు పట్టుకొని సున్నాలు దిద్దించేటందుకా!

ఏమిటో ఈ సృష్టి అర్థం కావడం లేదు.

ఈ రాత్రి వంక చూస్తూ ఉంటే నా హృదయం ఎందుకో, చిరిగిపోయిన గాలిపడగలాగ గాలిలో గిలా గిలా తన్నుకుంటుంది...

ఆ అర్థరాత్రి ఆమె భావాలలా బాణాల్లాగ ఆమె హృదయ పుటాన్ని చీల్చివేస్తూ ఉన్నాయి.

తెల్లవారింది.

తలారా స్నానం చేయించిన పాపాయి తల, సాంబ్రాణి పొగతో ఆరుపుతూ, ఆనందంగా పాడుతూ ఉందామె.

"ఏం సుశీలా! ఇవాళ చాలా ఆనందంగా ఉన్నావ్?" అంటూ పొరుగింటి సునీతి ప్రశ్నిస్తూ వచ్చింది.

"ఆనందం గాకేముంది?"

"ఆనందమేగా వాంఛనీయము!"

అవని బ్రతుకే ఆశావశము"

అంటూ పాడుతూ జవాబిచ్చింది. సునీతి ఆమె ఆనందానికి లోలోన పొంగి పోయింది కొంతసేపు.

"సుశీ! మా అన్నయ్య వద్దనుంచి ఉత్తరం ఏమైనా వచ్చిందా?"

"ఉత్తరం రాలేదు?"

"ఏం వచ్చింది?"

"టెలిగ్రామ్."

"ఏమని?"

"వస్తూన్నానని!"

"అదా సంగతి?"

"ఇంకేమిటనుకున్నావ్?"

"ఈ ఉషారులో మా అన్నయ్యను అరచేతిలో చందమామలాగ ఆడించి వేయకే."

"అంత తేలిగ్గా లేరులే."

"అయినా సుశీ! నీ కేంలోటు... అన్నయ్య ప్లీడరు పరీక్ష ప్యాసయి ఇంగ్లండు నుంచి వస్తున్నాడు... నిన్ను పూలచేతుల్లో పెట్టుకొని పూజచేస్తాడు."

"ఇంగ్లీషు చదువు చదివినవాళ్ళకు పూజలు కూడా తెలుసునూ?"

"దేవుని పూజించక పోయినా - ప్రియురాండ్రను పూజిస్తారుగా"

"సరే చూద్దాం."

"ఏదీ! మన చిట్టికి నేను తల దువ్వుతానుగాను, నీవు స్నానం చేసిరా!"

"అమ్మో! మా చిట్టిని విడిచి ఉండగలనా?"

"మా అన్నయ్య వచ్చేవరకూ ఇలాగే అంటావ్! మా అన్నయ్య రాగానే మా కిచ్చి మా చంకలు కాయలు కాయించవూ?"

"ఇంకా నయం... నాకు మా చిట్టికంటే మీ అన్నయ్య ఎక్కువనుకున్నావా?"

"కాదా?"

"ఎన్నటికి కాదు... మా చిట్టితల్లికంటే దేవుడుకూడా ఎక్కువ కాదు... మా చిట్టితల్లి కంటే నా ప్రాణం కూడా ఎక్కువ కాదు..."

"అలాగా"

"చూడు వదినా! చూడు. మా చిట్టితల్లి బుగ్గలెలా గులాబి మొగ్గల్లాగ మెరిసి పోతున్నాయో? నా చిట్టితల్లి కనులు చూడు, వెన్నెట్లో కడిగిన నీలాలలాగ ఎలా అందాలు చిందుతున్నాయో!"

"అయితే వళ్ళో కట్టుకు తిరుగుతానా!"

"అమ్మో! బట్ట ఒత్తుకొని పాపాయి పాదాలు కందిపోవూ... నా హృదయంలోనే తీయని పూలపాన్పు వేశాను. దానిమీదే మా చిట్టితల్లి ఆడుకుంటుంది."

"రేపు మా అబ్బాయికి పెళ్ళిచేసినా విడిచిపెట్టవేమిటి?"

"మీ అబ్బాయిని ఇల్లరికపు అల్లుడ్ని చేయనూ... చాలు చాలులే. మా చిట్టి ఎన్నటికీ అత్తవారి గుమ్మం తొక్కదు."

"తొక్కితేనే పాదాలు కందిపోతాయా!"

"కందిపోవూ... చూడు... ఎంత ముద్దులొలుకుతున్నాయో!"

అంటూ సుశీల తనకుమార్తెను చేతులలో ఉయ్యాల ఊపుతూ గుంటలు పడిన గులాబీ మొగ్గల వంటి బుగ్గలపై – ముద్దుల వర్షం కురిపిస్తూవుంది.

సుశీ! ఏమి ఆనందమే"

"కాదా వదినా"

గీతం:   "మా చిట్టి నవ్వులే
          మాకు రత్నాలు;
          మా చిట్టి కన్నీళ్ళె
          మాకు నీలాలు;"

          తెలిసిందా వదినా!

          "మా చిట్టి ముద్దులే
          మా మేలి ముత్యాలు;
          మా చిట్టి మాటలే
          మా పూజ మంత్రాలు;"

          వింటున్నావా వదినా!

          "మా చిట్టి చేతులే
          మా కబ్బు దీవెనలు;
          మా చిట్టి పాదాలే
          మా యింటి దేవతలు;"

చూస్తున్నావా వదినా! మా చిట్టి బంగారు పాదాలు అంటూ పాపాయి పాదాలను కళ్ళకద్దుకుంటూ ఆమె కన్నీటితో పాదాలు తడుపుతూ... మేడ మీదికి పరుగుపరుగున పాపాయిని తీసుకు వెళ్ళింది.

ఏమిటో ఆ 'కన్నతల్లి' వెఱ్ఱి ఆనందం.

ఆకాశాన్ని కొలవవచ్చును; సముద్రపు లోతులు చూడవచ్చును; పర్వతాలుకూడా దాటవచ్చును; భగవంతుని హృదయంలో భాషకూడా చదవవచ్చును. ఏమైనా చేయవచ్చును. గాని "కన్నతల్లి" ప్రేమకు లోతులు కొలువలేం; దానికి అవధిలేదు; అంతులేని; దాని కదేసాక్షి.

నది వడ్డున జేరిన పడవనుంచి బొగ్గు బస్తాలను మోయలేక 'నిట్టూర్పులు విడిచే కష్టజీవిలాగ బరువులు మోయలేక పొగలు కక్కుతూ సామర్లకోట స్టేషన్‌లో మెయిలాగింది.

చిట్టి పాపాయిని భుజంమీద వేసుకొని సుశీల భర్త గురించి చూస్తూ ఉంది. సెకండుక్లాసు పెట్టెలో నిలబడి ఉన్నాడు సుధీర్.

ఆమె చూచింది.

కన్నులు చెదిరిపోయాయి; హృదయం కొట్టుకుపోయింది.

"సుధీర్ –"

"సుశీ–"

ఆమె పరుగు పరుగున కంపార్టుమెంటువద్దకు వెళ్లింది.

"సుశీ–"

"సుధీర్ –"

అతడామెచేయి పట్టుకున్నాడు. అతనిముఖం చూడలేక ఆమె సిగ్గుతో తల వంచుంకుంది – బొటనవ్రేలితో నేలను మీటుతూ నిలబడిపోయింది.

"సుశీ! ఎంత చిక్కిపోయావ్"

"చిక్కక బలుస్తానా"

"అవున్లేపాపం! వియోగం ఎముకలలోని మూలుగును సహితం ఆహుతి చేస్తుంది"

" .... "

"సుశీ! ఈ పాపాయి ఎవరు?"

" ....?"

"ఆడుకుంటుంటె ఎత్తుకు వచ్చేశావా?"

"లేదు."

"ఎవరి పాపాయో పాపం! ఏడవకుండానే ఉంది"

ఎవరి పాపాయో నాదగ్గరెందుకుంటుంది సుధీర్!

"అయితే మన పాప యేమిటి?"

"..............................."

"మనకు కలగరనా పెంచుకుంట."

"పెంచుకుంటం ఏముంది?"

"పెంచుకోపోతే ఉంచుకుంటం అనుకో... మొత్తానికి ఎవరిపాపాయో గాని "కన్నతల్లి" హృదయానికి హత్తుకుపోయింది."

"ఎవరిపాపాయేమిటి? మన పాపాయే."

"మ-న-పా-పా-యా!"

"కాదుమరీ! లేకపోతే ఇతర పిల్లల్ని పెంచుకుంటానికి గ్రహచార మేమిటి?"

"మ-న-పా-పా-యా!"

అతని నరాలు కదిలిపోయాయి!"

ఆ పాపాయిని రెప్పవేయక చూస్తున్న అతని కన్నులలో ఎందుకో వింతవింత నల్ల మబ్బులు కదిలిపోతూ ఉన్నాయి. అవి అగ్నివర్షాన్నే కురిపిస్తాయో! ఎదటి మానవ హృదయం ఎవరికి తెలుసును?

సుశీలా సుధీరులింటికి జేరారు!

వారివారి స్నేహితులంతా గుమిగూడారు.

"సుశీ! పాపాయిని మా అన్నయ్యకు ఇచ్చావా? అంటూ సునీతి నవ్వుతూ ప్రశ్నించింది.

"క్రొత్త... ఇంకా మాపాపాయి మా అన్నయ్య వద్దకు వెళ్లలేదు."

"అయితే ఇంకా ఇవ్వలేదన్నమాట."

"తొంద రేముందిలే వదినా..."

"ఏమీలేదు... ఇలాగిచ్చి అన్నయ్యకు నీళ్లు తొరుపు."

పాపాయిని సునీతికి ఎంతో కష్టంమీ దిచ్చింది.

లోపలకు వెళ్లి నీళ్లు తొరిపింది.

"సుధీర్... స్నానానికి నీళ్ళు తోడాను."

"అప్పుడే!"

"త్వరగా స్నానం చేస్తే మడికట్టుకోచ్చును."

"మడా?"

"ఏం ఆచారాలన్నీ సముద్రంలో కలిపివేశా వేమిటి?"

"ఆచారా లేమిటి సుశీ..."

"బాగుంది. అక్కడ స్నానం చేయకుండా కూడా భోంచేసేవాడవేమిటి?"

"స్నానా లేమిటి? జపా లేమిటి?"

"అన్నీ అడుగంటాయ్."

"ఆచారాలడుగంటితేనే గాని ఆంగ్లవిద్య రాదు సుశీ!"

"బాగానే ఉన్నాయ్ పాడు చదువులు."

"నా మార్పు గ్రహిస్తే ఇంకా ఆశ్యర్యపోతా వనుకుంటా."

"ఇంకేమీ మార్పులు వద్దుగాని... స్నానం చెయి..." సుధీర్ స్నానానంతర భోజనాలయ్యాయి... మేడమీద పాత దంపతులు క్రొత్త చూపులు చూచుకొన్నారు..."

"కోరలు తీసినా విషసర్పాన్ని ముద్దు పెట్టుకోలేం."

"నవనవలాడే లేత తమలపాకువంటి బుగ్గలున్నా చిట్టిని ముద్దుపెట్టుకోలేను" అనుకుంటూ సుధీర్ హిందూ పేపరు మేడమీద పడక కుర్చీలో పండుకొని చదువుకుంటూ ఉన్నాడు.

చిట్టికి ముస్తాబుచేసి, దొరపిల్లలా తయారుచేసి, కన్నతల్లి పుత్రికా వాత్సల్యాన్ని కురిపిస్తూ మేడమీదకు వెళ్ళింది.

"సుధీర్ - ఇదిగో మనయింటి దీపం."

"ఇంటిదీపమని ముద్దుపెట్టుకుంటామా?

"మన చిట్టే మన యిలవేల్పు"

"అయితే రమారమణ గోవిందోహరి అని ఒక కొబ్బరికాయకొట్టేయ్."

"మా చిట్టే మన ముత్యాలహారం"

"అయ్యో బాబోయ్! కాపాడుకోలేక చావాలి"

"మా చిట్టే మన కన్నీటి నీలం"

"నీలమా? శూలమా?"

"అబ్బా! ఏం మాటలు సుధీర్! హాస్యాలకైనా మా చిట్టినంటే ఊరుకోను సుమా!"

"ఊరుకోక ఉరిపెట్టుకుంటావా?"

"ఆ! అంతపనీ చేస్తాను"

"అయ్యబాబు - అలాగైతే ఏమీ అనములే"

"చూడు సుధీర్! వెన్నెల తీవకు పూచిన తొలిమల్లిపూవులాగ; పాపాయి కనులెలా మెరిసిపోతున్నాయో. తుమ్మెదరెక్కలవంటి పాపాయి ముంగురులు చూడు, ఎంత ముద్దు వస్తున్నాయో! గున్నమామిడి లేతచివురులా చిరునవ్వులందే ఈ పెదెములు చూడు, ఎంత కనులపండుగగా ఉన్నాయో."

"అవునవును"

"మా చిట్టితల్లి పాలబుగ్గల్లో మూడు లోకాలలోని వెన్నెలపొంగుల సౌందర్యం ప్రతిఫలిస్తుంది"

"నిజం - నిజం"

"మా తల్లి చెక్కిట చేయిచేర్చి నిమిరినా - మా చిట్టి కన్నుల వెన్నెల నీడలో నిలచినా - ఏదో ఆనంద ప్రపంచంలో ఉన్నట్లుంటుంది"

"సుశీ! ఎవరిపిల్ల ఎవరికి ఆనందం కాదూ?

"అందరికే ఆనందమేనా"

"ఎందుక్కాదు"

"అయితే నీవు ఒకప్పుడూ - ఎత్తుకున్న పాపాన్న పోలేదే?"

"అలవాటు లేక"

"దీనికి అలవాటు కావాలా?

కావద్దా మరి?"

"సుధీర్! నిండు చెందురుని పండువెన్నెలలో చేతులెత్తి పిలిచే మల్లెపూలను చూస్తున్నవానికి, ఆనందించడం కూడా అలవాటు చేయాలా?... కన్నతల్లివడిలో చిరునవ్వు ముత్యాలు, చిలికే పాపాయి పాలబుగ్గలను చూచి ఆనందించడం కూడా అలవాటు చెయ్యాలా?"

"అవసరం లేదు."

"సాయంసమయం జలజలా పారే సెలయేటి ప్రక్కన, అవ్వనొరక్తు నమరనాదం వెలవరిస్తూ తీయతీయనిగీతాలు తీస్తుంటే - ఆగీతికా మాధుర్యాన్ని ఆస్వాదించడానికి కూడా అలవాటు కావాలా? సంధ్యాంగన జలతారు బట్టలు కట్టుకొని, మబ్బుతెరలు తీసుకొని, పకపకా నవ్వుతూ వస్తుంటే ఆ నవ్వులో కరిగిపోవడానికి కూడా అలవాటు కావాలా"

"అవసరం లేదు... సుశీ... అవసరం లేదు."

"మరే...?"

"ఒకమాట చెబుతా విను"

"చెప్పు."

"మనతోటలో గులాబీ వికసించిందనుకో... కళామయులు ఆ పూవును దూరాన్నుంచే చూస్తూ ఆనందపరవశులౌతారు. స్వార్ధపరులు కోసుకుంటారు. ఇందులో ఎవరు గొప్పవారు?"

"కళామయులే"

"అలానే పాపాయి చిరునవ్వులు చూస్తూ దూరాన్నుంచే ఆనందవాహినిలో అలనై కలసిపోతున్నాను."

"అలా చెప్పు?"

"కాకపోతే... ఎవరిబిడ్డ అంటే ఎవరికి ముద్దుండదు సుశీ!"

"బాగా చెప్పావ్..."

ఆ వెట్టి తల్లికి అతని యుక్తివాదన నచ్చింది. దానితో బ్రహ్మానందంతో పాపాయి నెత్తుకొని... ఆడిస్తూ... లాలిస్తూ...

"చిట్టిక దే నా పట్టిక దే -

చిన్నారిగదే పొన్నారిగదే"

అని పాడుకుంటూ మేడమెట్లు దిగి వెళ్ళిపోయింది.

కన్నతల్లి వాత్సల్యం చూస్తుంటే కరిగిపోతున్నాడు సుధీర్... ఆమెకు పాపాయి ఒక మేరుపర్వతం; స్వర్గం ఆమెకు రాలిపోయిన పండుటాకు...

అతని కామె మాటలు వింటూ ఉంటే ప్రపంచంలో ప్రతి అణువు మాతృప్రేమలో మారుమ్రోగిట్లుంది... పేదరాలు సహితం తన పొత్తిళ్ళలో పెట్టి పెంచుకుంటుంది తన కన్న సంతానాన్ని కోతులు సహితం బిడ్డలను తమవెంట తీసుకువెళుతున్నాయి... ఈ సృష్టినంతా పరిశీలిస్తే ఏ తల్లీ ఏ పిల్లనూ విడువడం లేదు... ఏ తల్లికి తన పిల్లకంటే ఆనందవిధానం కనబడడం లేదు.

సుధీర్ తల చేతులతో పట్టుకొని, ఆకాశాన్ని చూస్తూ, ఆలోచనలలో మునిగి పోయాడు.

* * *

"సుశీల కన్నులలో పవిత్రత తొళుకుతూంది. ఆమె మాటల్లో నిర్మల సుధానదులు ప్రవహిస్తూ ఉన్నాయ్.... పాపాయి ముమ్మూర్తులా తల్లిలాగే ఉంది. ఆ పాపాయిని చూస్తుంటే, నా హృదయం రెక్కలు విప్పుకొని ఆనందాకాశం మీదకు ఎగిరి పోతూ ఉంది.

ఆ ఆలోచనలతో అతడు ఆనంద పరవశుడయ్యాడు.

పుత్రికావాత్సల్యం అతని పేగులను కదిలించింది.

వెంటనే గదిలోకి వెళ్ళి పాపాయి ఫోటో చూచాడు.

సుశీల రాట్నం వడుకుతూ ఉంటే, పాపాయి ఏకులను పాడుచేస్తూన్నట్లు ఫోటో చూచాడు... అనురాగరసంలో అతడు మురిసిపోయాడు.

"సుశీల ఎంత పతివ్రత; పాపాయి ఎంత అల్లరిపిల్ల! అనురాగంతో ఉన్న ఆతల్లీపిల్లల గృహంకంటే, కేవలం స్వర్గం యేముంది? అడవిలో ఉన్న వసంతశోభ మా చిట్టికనులలో ఎలా దాగుందో!

సుశీల పతివ్రతే - మా చిట్టితల్లి మా అనురాగకల్పవల్లే.

అలా అనుకుంటూ పరుగుపరుగున మేడమెట్లవద్దకు వెళ్ళాడు.

"సుధీర్... పిలిచావా?"

"అవును"

"ఏం విశేషం"

"మన చిట్టితల్లిని తీసుకురా!"

"కావలసినప్పుడల్లా రావడానికి, మా చిట్టి తల్లేమన్నా చవగ్గా ఉందనుకున్నావా?"

"లేదు. ఒక్కసారి?"

"ఒక్కసారేనా?"

"ఒక్కముద్దే."

"రెండో ముద్దకు పాపాయి పాలబుగ్గలు కందిపోతాయి సుమా!"

"అలాగేలే. త్వరగా..."

"తీసుకొస్తున్నాను... ఏమిటీ అవ్యాజ ప్రేమ?"

"తీసుకు రా, చెబుతా!"

ఆమె పాపాయిని ఎత్తుకువచ్చింది. నవ్వుతూ... మెట్లు దిగుతూ పాపాయికి ఎదురువెళ్ళి... "చిట్టీ... చిట్టీ... చిటీ..." అంటూ గొంతుకు వణుకుతుంటే, కన్నీరు కారుతుంటే పాపాయిని ఎత్తుకున్నాడు కన్నతండ్రి" గట్టిగా కౌగిలించుకున్నాడు... వారిద్దరి ఆనందాన్ని చూస్తున్న "కన్నతల్లి" కన్నీటి కాలవలో భగవానుడు తన నవ్వు ముఖాన్ని చూచుకుంటున్నాడు.

"హలో! చిట్టీ!"

అంటూ ఆ లేత చిగురాకు పెదవి కదిలిస్తూ పిలిచాడు. చిట్టి చిరునవ్వు నవ్వింది... దానితో అతని హృదయ వీణాతంత్రులపై ప్రేమదేవత మధురనాదాన్ని వెలువరించింది.

"చిట్టీ... ఇటుఅటు... అమ్మదగ్గరకు రావూ?" అంటూ చప్పట్లు చరచి, చేతులు చాచి పిలిచింది సుశీల. పాపాయి కన్నతల్లి చేతులపై వాలిపోయింది. తండ్రి వెనుకకు లాక్కుంటూ –

"చిట్టీ... అమ్మదగ్గరకు వద్దు... నా దగ్గరే ఉండు. నీకు బంగారు బొమ్మలు తెస్తా... తీయని బిస్కట్లు తెస్తా... ఇంకా ఎన్నో తెస్తా ... మీ అమ్మేం తెస్తుంది?" అంటూ పాపాయిని తీసుకొని గదిలోకి వెళ్ళిపోయాడు.

అక్కడ నుంచి అద్దంలో పాపాయిని చూపిస్తూ, ఆడిస్తూ, "సుశీ! ఇంక నీవు వెళ్ళిపోవచ్చును... భోజనానికి కూడా పిలవద్దు... మా పాపాయితోనే ఉంటాను" అన్నాడు...

"బాగుంది! నీకు భోజనం అవసరం లేకపోతే నాకేనా అవసరం. మా చిట్టితల్లే నాకు అమృతభోజనం."

"అయితే రా! ఇద్దరం పాపాయితో ఆడుకుందాం."

"అంతకంటేనా... తల్లిదండ్రులకు బిడ్డలకంటే రత్నాల రాసులేముంటాయి.

"అలా నేలే రద్దూ...! ఇపుడు పిలువు, చూస్తాను?"

"రా దనుకున్నావా?

"ఎన్నటికి రాదు. మంత్రం పెట్టేశానే"

"అయితే చూడు... చిట్టీ... ఇటు ఇటూ...రా అమ్మా రా!" అంటూ చేతులు చాచింది. ఒక్క గంతులో తల్లి చేతులలో ఉరకబోయింది.

"అమ్మముండా!... మీ తల్లిలాగ నీవూ అల్లరిదానివే."

"ఏం? ఏమైంది?" అంటూ సుశీల సుధీరుని గోల చేసింది.

"నేనే వెళ్ళమని చెవులో చెప్పాను. లేకపోతే వస్తుందీ!..."

"పరుగెత్తలేక నామీద నుంచి బలాదూర్ అన్నట్లుంది."

"చూద్దా. రెండు రోజులు పోతే."

"జీవితాంతంవరకైనా పాపాయి నా పాపాయే."

"నా పాపాయి కాదా?"

"ఎలాగౌతుంది. చూడుమళ్ళీ పిలుస్తాను." అంటూ అమాయకంగా జవాబు చెప్పి అమాయకంగా పిలవటం ప్రారంభించింది.

ఎలాగైనా వారి ఆనందానికి అంతులు లేవు. "కన్నతల్లి" ప్రేమ గట్టులు తెటిన సముద్రం. "కన్నతల్లి" ఆనందం ఆనకట్టలేని గంగా ప్రవాహం. పాపాయిని హృదయానికి హత్తుకున్న "కన్నతండ్రి" నందన మందార ప్రవాళశయ్యాతలం మీద పరున్నట్లుంది... కాళిదాసు చెప్పినట్లు పిల్లల బిగికౌగిలే కదా తల్లిదండ్రుల దేహాలకు చందన గంధం! వారి జిలిబిలి పలుకులే కదా అమృతపు చినుకులు! వారి అమాయాకపు చేష్టలే కదా అనురాగపు సరసులు! వారి కనుల తళుకులే కదా రతనాల బెళుకులు!

పాపాయిని మధ్య పెట్టుకొని ఆ తల్లీ దండ్రులు - ఈ పాపభూయిష్టమైన ప్రపంచాన్ని మరచిపోయి - ఆనంద ప్రపంచంలో స్వర్గీయసుఖాన్ని అనుభవిస్తున్నారు. ఏమిటో వారి ఆనందం.

నిజంగా వాత్సల్యం రస సరసిలో - కలువపూ పడవలా తేలిపోయే వారికంటే ఆనందజీవులెవరుంటారు? వారి జగత్తుకంటే ఎక్కువ స్వర్గం ఎక్కుడుంది? ఈ విషయం పిల్లల కన్నవారికి తప్ప బిడ్డలు లేని గొడ్డుమోతు వాళ్లకు తెలియదు లెండి...

2

వారి అరమోడ్పు కన్నులలో ఆనందలక్ష్మి క్రిక్కిరిసి పోయింది కాబోలు మరో క్రొత్త దంపతుల ఆశ్రయించాలని లేచిపోయింది... కొంత సేపట్లోనే అతడింతకు పూర్వం చూచిన తల్లీ బిడ్డల ఫోటో చూచాడు.

"సుశీ! ఎంత బాగుందీ ఫోటో"

"ఫోటోకని కూర్చోలేదు కాబట్టి అంత బాగుంది"

"అలాగా"

"నే నేదో ఒకరోజు సాయంకాలం పాపాయిని దగ్గర పెట్టుకొని నూలు వడుకుతున్నాను."

"ఓహో!"

"అంతలోకే నాకు తెలియకుండానే... ఎలా తీశాడో తెలీదు... కనుమూసి కనుతెరచే లోపుగా ఫోటో తయారై పోయిందన్నాడు."

"ఎవరది?"

"ఇంకెవరు?"

"సురేశా...?"

"అవును... సురేశ్ కాక మరొకనికి గుండా చెరువా నా ఫోటో తీయకుండానికి"

"అదాసంగతి. అలా చెప్పు సురేష్ తీశాడా?"

"మరే మనుకున్నావ్"

"ఊరఫోటోగ్రాఫ్ రెవరైనా తీశాడేమో అనుకున్నాను."

"ఇతరులు తీస్తే అంత చక్కంగా వస్తుందీ?"

"నిజం... ప్రత్యేకంగా నీ చిత్రాలు తీయడానికి వాడు ఫోటోగ్రఫీ నేర్చుకొని ఉంటాడనుకుంటాను."

"అలాగే ఉంది చూస్తేను... లేక పోతే ఎన్ని రకాల ఫోటోలు తీశాడనుకున్నావ్ సుధీర్!"

"ఇల్లంతా నీ ఫోటోలతోనే నింపి వేశా డనుకుంటాను."

"ఖచ్చితంగా..."

"వాడికి మరోపని లేదనుకుంటాను."

"అదేమో నాకు తెలీదుగాని, రోజుకొక రకం ఫోటో తీసినట్లు తీసేవాడు."

"అయితే రోజూ అటిండెన్సు" ఇచ్చివెళ్ళేవాడన్న మాట."

"తప్పకుండా... పాపం! మన ఇంటికి రాకుండా ఒక్కరోజు కూడా ఉండలేక పోయేవాడు. ఉదయమో సాయంకాలమో వచ్చి, క్షేమసమాచారాలడిగి, కావలసిన సదుపాయాలు చేసి మరీ వెళ్ళేవాడు."

"ఊహూ! అన్ని సదుపాయాలు చేసేవాడు కదా!"

"పాపం మాటలు చెప్పుకుంటం ఎందుకు? ఏది చేయమన్నా చేసేవాడు...మాట చెప్పడం తరువాయి – ఆపని చేసి తీరాడన్నమాటే."

"నీవంటే అంత అభిమానంగా ఉండేవాడన్నమాట."

అభిమానం ఏమిటి? పంచప్రాణాలు ఇచ్చేవాడంటే నమ్ము"

"అవునవును... స్పష్టంగా తెలుస్తూనే ఉంది"

"నిజంగా సుధీర్! సురేశ్ లేకపోతే ఎంత ఇబ్బంది పడేదాన ననుకున్నావ్?... నీవు కూడా చూడవ్ నా ప్రాణానికి ప్రాణంగా కంటికి రెప్పగా కాపాడేవా డంటే నమ్ము.

"అలాగే... సరే... ఇద్దరూ ఒక్కటిగా జీవితం గడిపారని చెబుదూ"

"అలాగే మరి"

"అయితే మన ఇల్లంతా "చిత్రశాల" చేసేయవచ్చును. ఆ ఫోటోలెవ్వి"

"ఇవిగో... ఈ పెట్టినిండా ఉన్నాయ్."

"ఇంతవరకూ చెప్పలేదే?"

"ఏదీ... మాచిట్టీ గోరువెచ్చని ముద్దుల్లో నన్ను నేనే మరచిపోయాను. ఈ ప్రపంచాన్నే మరచిపోయాను.

"అవును... స్పష్టంగా తెలుస్తూనే ఉంది." అంటూ ఉంటే ఆమె లేచి భద్రంగా ఉంచిన పెట్టెడు ఫోటోలన్నీ తీసి చూపింది...

అవన్నీ చూస్తుంటే అతనికి ఆశ్చర్యం వేసింది. అతని అనుమాన పిశాచాలకు ఉరిత్రాళ్ళ లాగున్నాయ్. ఆమె పాతివ్రత్యానికి సాక్ష్యాలాగున్నాయ్. ఆ ఫోటోలను చూస్తున్న అతని కనులు కాన్కగా రెండశ్రు బిందువులు రాల్చాయి.

"సుధీర్... ఏం?... అలా కన్నీరు కారుస్తున్నావే."

"నేను కన్నీరు కార్చడం లేదు. కరిగిపోయిన నా హృదయం కన్నీటి ద్వారా వ్యక్తం చేసుకుంది."

"ఎందు కసలు..."

"సుశీ! నీవు ఇంతకాలం ఎలా గడిపావో చూపిస్తున్న ఈ ఫోటోలు నీ పవిత్ర జీవితంలో గడిపిన మహత్తర ఆదర్శాలను భారత దేశానికి చాటుతూ ఉన్నాయ్. ఈ దరిద్ర బానిస భారత దేశాన్ని... తేజోమయ ప్రపంచంలోకి చేయిపట్టుకొని మార్గం చూపెడుతూ తీసుకువెళుతున్నాయ్."

"సుధీర్. ఏమిటీ నుతి?"

"పతిచే నుతి పొందే సతికంటె ధన్యజీవిని ఎవరు?"

"నిజం...అంతకంటే అదృష్టవంతురాలు మరొకరుండరు"

"సుశీ... నీవు మహాపతివ్రతవు."

ఆమె సిగ్గుతో తల వంచుకుంది.

"ప్రియతమా! నీవు నాపాలిట భగవతివి, నా పాపాన్ని నార్పదలచి శివజలా జూటాటవి నుంచి పొంగి పొరలి వచ్చిన గంగాభవానివి.

"సుధీర్! నా పవిత్రమైన కుంకుమ బొట్టు నీకు మేరుపర్వతం; దాని కాంతులలో మెరిసే నా జీవిత యాత్ర నీకు నందన మందార ప్రసవమార్గం అంతకు మించి ఏమీ లేదు."

"సుశీ! నీ ఒక్కొక్క మాట అన్నపూర్ణహస్తాబ్జ మందున్న ఒకొక్క అమృతపుమాట."

"సంతోషం."

అంతలో సురేష్ కెమెరా చేతులో పట్టుకొని తయారయ్యాడు.

"ఓహోహో! దంపతులేమిటి? ఏమి పొగుడుకుంటున్నారు రా బాబు ఒకరినొకరు." అంటూ కెమెరా వారికేసి పెట్టాడు.

"సురేష్. మళ్ళీ ఒక్కఫోటో తీస్తావా?"

"ఒక్క సెకను... పతికి దూరానున్న సతి పవిత్ర జీవితాన్ని చూపించే చిత్రాలు మాత్రం తీశాను, కాని, సతీపతుల ఆనంద జీవితాలను తీయలేదు కదూ!"

"అంచేత?"

సతీపతులను కలిపి ఒక 'స్నేప్' తీయనియ్.'

"వీల్లేదంటే మాంతావుకాబట్టా... తియ్...'

One - Two. Finish. Good Evening.

అంటూ ఫోటో తీసి వేసి సురేష్ వెళ్ళబోయాడు.

"సురేష్... ఎక్కడకు?" అంటూ లేచి వెళ్లి చేయి పట్టుకొన్నాడు సుధీర్.

"ఉండవోయ్... ఒక గంటలో మీ ఫోటో మీకు ఇచ్చేస్తాను"

"ఇప్పుడే..."

"ఎంత...ఇంటికి వెళ్ళి ఫోటో తయారు చేసివస్తాను కదూ!"

"అయితే నేనూ వస్తాను."

"వీలులేదు"

"ఏం?"

"వస్తే మీసతీపతు లిద్దరూ, చిట్టితో రండి, లేకపోతే వద్దు."

"ఎంచేత?"

"ఇంకనుంచైనా మీ సతీపతులు ఒకరిని విడిచి మరొకరు ఉండడం నేను చూడకూడదు."

"కోర్టుకు వెళ్ళినప్పుడు కూడా తీసుకు వెళ్ళమంటా వేమిటి?

"తీసుకువెళితే తప్పదనను... కాని ఇద్దరం వెళ్ళడానికి వీలున్న చోటులకైనా ఒక్కరే వెళ్ళడం నాకు ఇష్టం లేదు."

"తమరి ఆజ్ఞ!"

"అయితే ఇద్దరూ బయలుదేరి రండి. నేను పాపాయిని తీసుకుంటా"

"చిత్తం"

అంతా బయలుదేరి సురేష్ ఇంటికి వెళ్ళారు.

సుధీర్ సుశీలలకు సురేష్ ఫలహారాలిచ్చాడు. తరువాత తనమేడ మీద గదిలోకి తీసుకు వెళ్ళాడు. ఆగదిపైన "పుణ్యమందిరం" అని వ్రాయబడి ఉంది.

"ఏమిటోయ్ సురేష్! మీ యింటికి "పుణ్యమందిరం" అని పేరు పెట్టావేమిటి?"

"కారణం ఏమిటి?"

"పుణ్యవతి - కళాభారతి - పవిత్రమతి - నివసిస్తూ ఉన్నదికాబట్టి"

"ఎవరామె..."

"ఇలారా చూపించుతాను...?" అని సురేష్ గది తలుపులు తీశాడు

ఎదుటగా సుశీల పిల్ల నెత్తుకొని నవ్వుతూ అన్నం తినిపిస్తున్న ఫోటో ఎన్‌లార్జి చేసింది చూచాడు. సుధీర్ ఆశ్యర్యపోయాడు... అక్కడనుంచి ఏ మూల చూచినా అన్నీ సుశీల చిత్రాలే... అదొక చిత్రశాలలాగుంది.

"సురేశ్! ఇవన్నీ సుశీల చిత్రాలే!"

"అవును"

"అన్నీ సుశీలవే తీశావే?"

"ఆమె కంటే రసజ్ఞురాలు - అనురాగహృదయం - పతివ్రత నాకెవరూ కనిపించలేదు."

"అయితే ఇన్ని ఫోటో లెందుకు?"

"వీటివల్ల భారత స్త్రీ ఏకాకిగా ఉన్నప్పుడు చేయవలసిన దినచర్య తెలుస్తుంది.

"అలాగా?"

"చూడు... ఈ పసిబిడ్డ నెత్తుకున్న చిత్రం! ఏమి వ్రాశానో చదువు....

భారత స్త్రీ జన్మ మాతృత్వమునందే సాఫల్యముపొందును..." అని చదివి "బాగుందోయ్ బాగుంది" అన్నాడు సుధీర్!

"ఇలారా! సుధీర్! ఈ చిత్రాల క్రింద వ్రాసినవన్నీ చదివివినిపిస్తాను వానివల్ల "భారత గృహిణి" ఆచరించిన జీవితం తెలుస్తుంది."

"మంచిది... ఒకఫోటో చూపించు.

"ఇదిగో ఇదిచూడు. కాలకృత్యాలైన పిదప తలారా స్నానం చేసి పసుపుకుంకుమలు ధరించి, ప్రాతఃసంధ్యలో పతిపదసేవచేస్తున్న పతివ్రత" అని వ్రాసింది చదివాడు. ఆ ఫోటోలో సుశీల సుధీర్ ఫోటోకు పూలమాలలు వేస్తూ పూజ చేస్తున్నట్లుంది. దాని తరువాత తులసిపూజా చిత్రం చూపాడు. దానిక్రింద ఇలా వ్రాసి ఉంది "పతి పదసేవ తులసి పూజానంతరం భగవద్గీత పారాయణ చేస్తున్న యోగిని..." చూచావా? అన్నాడు.

"చాలా బాగుంది."

"ఇది చూడు..."పిల్లను ఉయ్యాలలో పరుండబెట్టి జోలపాట పాడుతున్న మాతృదేవి"...సుశీల ఎంత చక్కగా పాడేదనుకున్నావ్... వీలులేక పోయింది. లేకపోతే అది రికార్డు చేస్తే ఏ పిల్లలతల్లి పాడకుండా ఉండగలదు?" అంటూ ఆమె పాపాయిని ఉయ్యాలలో పరుండబెట్టి ఊపుతూ ఉన్నట్టు చూపాడు.

సుధీర్ కనులు ఆనందసముద్రాలయ్యాయి. సుశీలవంక చూచాడు. ప్రేమతో ఆమె సిగ్గుతో తల వంచుకుంది.

"సుధీర్... రాట్నం వడుకుతున్న ఈ ఫోటో చూడు. తీరిక గల కాలంలో నూలు తీస్తున్న దేశభక్తురాలు–" అని వ్రాసింది చదివాడు...

"సురేష్... ఈ ఫోటో ఎంత చక్కగా తీశావోయ్. హృదయం కదిలిపోతుంది..."

"మరేమిటనుకున్నావ్?"

"సుశీ! అలాగైతే ఒక్క నిమిషం కూడా వృధా చేయలేదేమిటి?"

"పవిత్రకాలం ఎలా పాడు చేయగలను సుధీర్"

"బాగుంది..."

"సుధీర్... ఈ ఫోటో చూడు! కన్నతల్లి పిల్లతో ఎలా ఆడుకుంటుందో! "పసిపిల్ల నవ్వులో ప్రపంచాన్ని మరచిపోయిన కన్నతల్లి" అని దానికి క్రింద వ్రాసింది చదివాడు.

"సురేష్... ఎంత బాగుందోయ్"

"ఇదిచూడు... ఆ వీధిలో ఆడపిల్లలందరికీ కుట్టుపనులు, వంటపనులు, పాటలు, ఆటలు నేర్చుకున్న చిత్రం..."

"బాగుంది, బాగుంది! దాని క్రింద ఏం వ్రాశావో చదువు!"

"తనిల్లు చక్క దిద్దుకొని, మిగిలిన వారి ఇళ్ళను చక్కదిద్దు సంఘజీవిని" అని చదివాడు సురేష్.

"బ్రహ్మానందంగా ఉంది... ఈ ఫోటో ఏమిటి? ఎవరికో అన్నం పెడుతూందే"

"అవును. రోజుకు ఒకరికైనా కడుపునిండా అన్నం పెట్టందే భోంచేయనని మన సుశీల వద్ద నేటినుంచి నేర్చుకోవలసినవి చాలా ఉన్నాయనుకుంటా"

"నీవేకాదు... స్త్రీ ప్రపంచంలో చాలామంది అనేక విషయాలు నేర్చుకోవలసి ఉంటుంది... సుధీర్! ఈ చిత్రం చూడు"

"బాగుంది, బాగుంది. పాపాయిని వీపుకు తగిలించుకొని, ఇల్లు ఊడుస్తుందా?"

"మన సుశీల మాతృప్రేమ తలచుకొంటూ ఉంటే మా అమ్మ నిర్మల ప్రేమ జ్ఞాపకం వస్తూ ఉంది"

"అయితే సురేష్... ఈ ఫోటో క్రింద ఏం వ్రాశావ్"

"ప్రపంచంలోని ఆనందం అంతా మోసుకుపోతున్నట్లు పసిబిడ్డను మోసుకుపోతున్న ఆనందములు..."

అని చదువుతూ సుధీర్‌వంక నవ్వుతూ

"సుధీర్... ఇటువంటి చిత్రాలన్ని ఎందుకు తీశానో తెలుసునా?" అన్నాడు.

"తెలియదు సురేష్"

"భారత స్త్రీ యొక్క ఆదర్శ జీవితాన్ని ఆంగ్లేయులు మొదలగు అన్య దేశీయులకు చూపించడానికి"

"ఎలా?"

"వరుసగా పుస్తకంలో 'పబ్లిష్' చేసి, ఆమె దినచర్యల గురించి పూర్తిగా వ్రాసి, అన్ని దేశాలకు అందజేస్తాను... చూడు! సుశీల భిక్షుకులకు అనాధ బాలికలకు ధర్మం చేస్తున్న చిత్రాలు: పసిపిల్లతో ఆడుకుంటూ ప్రపంచాన్ని మరచిపోతున్న చిత్రాలు: పతే దైవంగా నమ్మి పతిపదసేవ చేసే చిత్రాలు..."

"చాలా అద్వితీయంగా ఉన్నాయ్ సురేష్"

"వరుసగా చూపిన ఈ చిత్రాలలో గల అంతరార్థం గ్రహించావ్"

"ఈ మట్టి బుఱ్ఱకు అర్థాలే తెలియవు"

"భారత గృహిణి ధర్మార్థ కామమోక్షములను సాధించగలదని చాటిస్తున్నాను."

"ఏం విమర్శనబుద్ధి ఇచ్చాడురా సురేష్."

అది కాకుండా నేను చెప్పినట్లు భర్తకు దూరంగా ఉన్న భార్య చేయవలసిన దినకృత్యాలు తెలిశాయా?"

"ఏమిటి..."

ఆ చిత్రాలు వరుసగా చూడు...

(1) తెల్లవారకముందే స్నానంచేసి పతిపదసేవ చేయడం.

(2) తులసిపూజ.

(3) భగవద్గీత పారాయణ... లేదా ఏమతగ్రంధాన్నైనా చదవడం.

(4) పిల్లల క్షేమం చూడడం

(5) నూలు వడకడం.

(6) ఆడపిల్లలకు కావలసిన చదువు చెబుతూ సంఘసేవ చేయడం.

(7) పేదపిల్లలకు దానధర్మాలు చేయడం.

(8) మాతృత్వాన్ని లోకంలో నిరూపించడం...

"సురేష్! పరదేశాలు వెళ్లిన నాకంటే, ఎంత విజ్ఞానఘనుడవయ్యావ్."

"నీ ప్రేమ అలా అనిపిస్తుంది... అయినా నాదేముంది? అంతా మన సుశీల దినచర్యే కదా!"

"అలాగే, గోడ లేకపోతే చిత్రాలేం చెక్కగలం?"

అంటూ సుధీర్ సుశీలవంక చూచాడు.

ఆమె చిరునవ్వు నవ్వి పాపాయి బుగ్గలమీద, మూడులోకాల ఆనందాన్ని మూటగట్టిన ముద్దునొక దానిని ప్రసాదించింది.

సుధీర్ పాపాయిని ఎత్తుకొన్నాడు.

"సురేష్... నీకు మేం చాలా కృతజ్ఞులం... నీ మేలు మరువలేం...

"వద్దంటానా?"

"సురేష్... వద్దంటే ఊరుకుంటామా!" అంటూ సుశీల ప్రశ్నించింది.

"ఊరుకున్నా. బలవంతాన మన పాపాయినవ్వే నన్ను తీసుకుపోతూంది."

అంతా నవ్వుకున్నారు...

ఆనందంగా సుధీర్ ఇంటికి బయలుదేరాడు. భోజనానంతరం ఇంగ్లండు కబుర్లు చెప్పుకుంటూ రాత్రి తొమ్మిదింటి వరకూ గడిపి, తరువాత "అపవాదు" సినిమాకు బయలుదేరి వెళ్లారు.

వాళ్ళను చూచి వారి నిర్మల స్నేహానికి లోలోన సంతోషించిన వాళ్లు సంతోషించారు; ఏడ్చినవాళ్లు ఏడ్చారు... లోకులు బహుకాకులు కదా!

* * *

"పావలా మందాన్న పసుపు రాసుకున్నంత మాత్రాన పతివ్రతలై పోతా రనుకున్నావా?"

"కాదులే సునీతా!"

"గంగిగోవులాగ కనబడేవాళ్ళు, తడిగుడ్డలతో గొంతులు కోస్తారు."

"అవునవును."

"పతివ్రత అనే ముసుగు వేసుకొని ఆ ముసుగులో ఎన్ని గర్భాలన్నా తీయించు కుంటారు."

"అంతా అలా చేస్తా రంటావా?"

"ప్రపంచానికి జడిసినవాళ్ళు... చేస్తారు. ఖచ్చితంగా భర్తకు లెక్క చేయకుండా పరాయిపురుషుని వల్ల సంతానం కన్నవాళ్లు లేరూ!"

"ఎవరది?"

"ఇంకా తెలీదూ?"

"సుశీలా?"

"కాదుమరి, అటుంటే ఆ ప్రక్కనుంచే వెళుతున్న సుధీర్ వాళ్ళ మాటలు విన్నాడు. నిలువెల్లా వణికిపోయాడు. ఆ గోడప్రక్కనే నక్కి వింటున్నాడు. వారు తిరిగి ఇలా మాట్లాడు కుంటున్నారు.

"సుబ్బయ్యా! ఒకమాట చెబుతా విను - భర్తంటే నేనెంతో భక్తితో ఉంటానా? నన్ను పతివ్రత అనకుండా సుశీలను పతివ్రత అంటారెందుకో తెలుసా."

"ఎందుకు?"

"ఆ నక్క వినయాలకేం. భర్త రాగానే పాదాలకు మ్రొక్కటం తులసిపూజలు చేయడం - పురాణాలు చదవడం... వీనివల్ల లోకం మోసపోతుంది!

"సునీతా! తన రంకు ఇంకా ఎంతకాలం దాగుతుందంటావ్."

"ఇంకేముంది? పూర్తిగా దాగినట్లే... భర్త నమ్మి వేశాడు. పిల్ల తనకే పుట్టిందనుకొని ఆనందంగా ఆడిస్తున్నాడు"

"వాడు వట్టి దౌర్భాగ్యుడేమిటి చెప్మా!"

"దౌర్భాగ్యుడేమిటి? వట్టి శుంఠ! అటూ ఇటూ చూచి ఎవ్వరూ లేకపోతే పెళ్ళాం కాళ్ళు పిసికే రకం కదూ!

"అలా చెప్పు."

"ఎంతవెఱ్ఱి వెధవ కాపోతే ఆ సురేష్‌గాడ్ని రెండు సంవత్సరాలు జంకు గొంకు లేకుండా ఇంట్లో పెట్టుకొని పిల్లనికంటే - డొక్క చీల్చక పైగా నా పెళ్ళాం పతివ్రత" అని నలుగురుతో చెప్పుకుంటాడేమిటి సిగ్గులేక"

"వాడికి సిగ్గేమిటి? పైగా ఇంగ్లండు నుంచి వచ్చాడేమో ఇటువంటి వ్యభిచారాలంటే అతనికి లెక్క ఉండవనుకుంటాను."

"అంతేలే. సురేష్ చూడు ఏవేవో ఫోటోలు దీసి దానివల్ల ఆమె పతివ్రత అని రుజువు చేశాడు - ఎంతయుక్తో!

"ఏదో వాళ్ళ కర్మంవచ్చినట్లు వాళ్ళను ఏడవనియ్. మన కెందుకు?"

"అలాగే లే."

"మళ్ళీ నీ భర్త సినిమానుంచి వచ్చే వేళయింది. ఏదీ..."

"భయమేముంది? వీధి తలుపు కొడితే దొడ్డి తలుపు తీసి నిన్ను పంపేయనూ?"

"దొడ్డితలుపే కొడితే?"

"వీధి తలుపు."

"మార్గాలన్నీ ఆలోచించే ఉంచావన్నమాట."

"కాకపోతే సుశీలలా బయట పడతా ననుకున్నావా?"

"అబ్బే - కాని సునీ - సుశీల సంగతి అందరికి తెలుసుకుంటావా?"

"లోకం కోడై కూస్తుంటే."

"సరే. ఆకోడి కూసేలోపున - ఏ - దీ."

"అబ్బా! ఏం తొందర్రా బాబు-"

"తొందర కాదు మరీ - చాటు వ్యాపారంలో లేటు చెయ్య కూడదన్నారు."

"ఓహో."

వారు కాముక కృత్యాలలో కన్నులు మిన్నులు కానడం లేదు...

వారి సంభాషణంతా పూర్తిగా కిటికీ ప్రక్కనుంచి విన్న సుధీర్ హృదయం చిదికిపోయింది. అతని రెండు కన్నులూ ఎవరో ఇనుప శూలాలతో పైకి పెగిలిస్తున్నట్లుంది; లోకం అతనివంక చూచి పకపకా విరగబడి నవ్వుతున్నట్లయింది.

"సుశీల రం–కు–టా–లా!"

అతని తలల్లో వేయి సర్పాలు మెలికలు తిరిగాయి.

"సురేశ్ ద్రో–హా!"

అతని కన్నుల్లో చితాగ్నులు రగిలిపోయాయి.

"పాపాయి నా–కూ–తు–రు–కా–దూ!"

అతని హృదయంలో వేయి ఎముకలు నాటబడ్డాయి.

పతివ్రతనని మోసంచేసిన ఈమహాకులటను నాశనం చేసి తీరతాను... పాపాయి ప్రాణాలు తీసి తీరతాను... ఆ పాపపు సంతానం నా కన్నుల యందు కలియుగ పిశాచంలా కదులుతూ ఉండగలదా!"

అతని హృదయంలోని పచ్చినెత్తురు దోసిళ్ళ త్రాగుతున్నాయి ఘోర భయంకర అనుమాన పిశాచాలు.

* * *

అతడు ప్రళయరుద్రుడ్లా మేడెక్కాడు. పాపాయిని ప్రక్కలో పడుకోబెట్టుకొని, "కన్నతల్లి" కలతలెరుగని నిదురలో కన్నుమూసింది.

ఆ తల్లీపిల్లలను చూచాడు. తెల్లతాచు తన పక్కలో తాచుపిల్లను పెట్టుకొని పండుకున్నట్లుంది. వారిద్దరినీ ఒకేసారి గొంతుకలు పిసికి చింపి వేద్దామనుకున్నాడు.

కాని ఇద్దరినీ ఒకేసారి చంపడం ఎలా? మొదలు పాపానికి కారణం అయిన పాపాయి ప్రాణాలు తీసివేద్దామనుకున్నాడు.

తన ఇనుపచేతులతో... నాటి వరకు అల్లారుముద్దుగా పెంచిన పాపాయి గొంతుకు పిసకబోయాడు...

కనులు చెదిరిపోయాయి. చేతులు వణికి పోయాయి.

కాని తనను పూర్తిగా ఆవరించిన అనుమాన పిశాచం "చంపు, చంపు ఊ ఆలోచింపక, చంపు" అంటూ అతనిని హెచ్చరిస్తూ ఉంది.

వెంటనే పాపాయి గొంతుకు నులమబోయాడు.

పాపాయి కాళ్ళు గిలగిలా కొట్టుకుంది.

వెంటనే సుశీల లేచింది. ఆ లైటు వెలుగులో పాపాయిని చంపబోతున్న సుధీర్‌ని చూచింది. ఆమె కన్నుల నామె నమ్మలేకపోయింది.

"ఎవరది?"

"సుధీర్."

"అవును."

"ఏం చేస్తున్నావ్."

"పాపాయి ప్రాణాలు తీసివేస్తున్నాను."

"పా...పా...యి... ప్రాణాలే."

"అవును. పాపాయి ప్రాణాలు ఈ వేళతోసరి."

"సరా!"

"అంతేగాదు... నీ ప్రాణాలు కూడా."

"నా ప్రాణాలు కూడానా?"

"తప్పకుండా..."

"సుధీర్! నీవేనా మాట్లాడుతూంది?"

"అవును. నేనే."

"ఏం చేశావని?"

"రంకుపని?"

"రం...కు...ప...నా?"

"ఓసి కులటా! ఏం నంగనాచివే?"

"రం...కు...ప...నా?"

"ఛీ, నోర్ముయ్. ఏ పనో మరోక్షణంలో యమునితో చెప్పు."

ఆమాటతో ఆమెకు కోపం ఆగలేదు.

కన్నులెఱ్ఱచేసి పాపాయి నెత్తుకొని లేచింది.

"సుధీర్... నీచేతులతోటేనా పాపాయిని చంపబోయింది?"

"అవును... నా చేతులతోటే."

"నీవు కన్నతండ్రివేనా?"

"కాదు... నే నెలాగౌతాను? సురేశ్."

"సు...రే...సా?"

"నీకే తెలుసును–"

"సుధీర్–నీవు మనిషివేనా?"

"అయితే ఈ ఘోర కృత్యాలు చేయగలవా? పతిమాటున ఈ పాపపు సంతానాన్ని కనగలనా?"

"పాపపు సంతానమా? మీరు పుణ్యాత్ములా? నేను రంకుటాలనా? ఇలా మాట్లాడే మీవంటి మహాత్ములేనా శిశువధ స్త్రీవధా చేసేది?"

"తప్పక..." అంటూ అతడు పాపాయి గొంతుకుమీద చెయివేయబోయాడు, ఒక సర్పాన్ని తోసివేసినట్లామె తోసివేసింది.

"సుధీర్... అనుమానంకంటే మహావిషం మరొకటి ఉండదు. నీకు అనుమానం ఉంటే నన్ను ముక్కలు ముక్కలు చేయి... ఫరవాలేదు... ఇది నీ శరీరం, దీనిని నీ యిష్టం వచ్చినట్లు చేసుకుంటావ్... అడిగేవా రెవరు?

కాని–ఒక ప్రార్థన.

విజ్ఞానివి; విద్యావినయ సంపన్నుడవు; వెనుకా ముందు ఆలోచించకుండా మనల్ని మనం మరచిపోయి ఏపని త్వరగా చేయవద్దని ప్రార్థన. నీవు ఏపని చేసేముందైనా రెండుమూడుసార్లు ఆలోచించు. తరువాత చెయ్"

"చిత్తం... చాలులే నీ శ్రీరంగనీతులు"

"చాలునా... చాలు మరి... నా జీవితమే నీకు చాలు... నీ అనుమానాగ్నిలో హారతికర్పూరంలా 'హారతి' అయిపోయిన నా జీవితాన్ని తిరిగి చూడలేవు సుమా సుధీర్"

"తెలుసును"

"నేను రంకుటాలను కాదని... నాకు వ్యవధియిస్తే – నీ చేతే రుజువు చేయించగలను"

"అవసరం లేదు... నాకు తెలుసును"

"పొరబడుతున్నావు సుధీర్... పొరబడుతున్నావ్... ఆ భగవంతుని ముఖంచూచి చెబుతున్నాను – నేను పతివ్రతనే సుమా!

"కాదు: ఎన్నటికి కాదు"

"కాదని రుజువు చేయగలవా?"

"చేయగలను కాని – చేయవలసిన అవసరం నాకు లేదు"

"మరి నీకు అవసరం ఏమిటి?"

"నీ ప్రాణాలు – నా పాపాయి ప్రాణాలు తీసివేయడం"

సుశీలకు మతి పోయినట్లయింది. ఆమె వెఱ్ఱిగా నవ్వుతూ

"సుధీర్... ప్రాణాలు తీసే కసాయివాని వయ్యావా? మంచిది. తీసేయ్... నీ కత్తిని నా మెడ మీద పూలదండలా వేసేయ్. నా మంగళ సూత్రం మీద రెండు రక్తపుబొట్టులు కుంకుమబొట్టుల్లా చిందనీయ్... ఊ... ఆలోజించక... పతి హృదయంలో శూలమైన సతి జీవించే దానికంటే చస్తే మేలు"

అతడు వెఱ్ఱివానివలె ఆమెవంక చూస్తున్నాడు.

"సుధీర్ – నీ పవిత్రపాదాలకు అంకితం చేసిన నా జీవిత ప్రేమ గ్రంథంలో ప్రతిపుటా నీదే – ప్రతివాక్యం నీదే, ప్రతి అక్షరం నీదే – సుధీర్! – నీ జీవిత గ్రంధాన్ని దిక్కుల చివరకు విసరి వేసినా సరే – కాలి క్రింద వేసి నలిపి వేసినా సరే రక్తం కారేటట్లు పుటలు – హృదయపుట భేదంగా చించివేసి, అక్షరాలు రక్తంలో ముంచివేసినా సరే!

నీ యిష్టం – నీ ఆనందం–"

రెండు కాష్ఠాల్లాగ మండి పోతున్న ఆమె కనులలో మృత్యు విషసర్ప ఫణామండలం మీద మణులకాంతి – వెలిగి పోతూ ఉంది.

బండి చక్రాలలా కదలి పోతున్న ఆమె కనుల వెనుక కదలి పోతున్న ప్రపంచాలు అతడ్ని ఆహుతి చేస్తున్నట్లున్నాయ్.

అలాగే నరకబడిన మ్రోడు మ్రానులాగైపోయాడు.

ఆమె చూచింది. జాలి చెందింది

"సుధీర్! ఈ పాపిని చంపటానికే నీ చేతులు వణుకుతుంటే – పాప పుణ్యాలెరుగని పాపాయి నెలా చంపగలవు?"

సుధీర్! ఆకాశంవంక ఎగరబోయే చిన్ని గాలి పడగను చింపివేయడానికి ఇనుపకత్తెరలు కావాలా? కొనగోరు మొనలు చాలవూ? వాననీటి కాలువలో పోయే కాగితపు పడవను ముంచివేయడానికి పర్వతాలే అడ్డు రావాలా?– చిన్న మట్టిబెడ్డ చాలదూ? సుధీర్! వాసనలేని అడవిపూవును త్రుంచి రేకులు కాల్చివేయడానికి వేయిహస్తాలు కావాలా? ఒక్క పసిబాలహస్తం చాలదూ? – ప్రేమనికుంజంలో పెరిగే చిన్ని మల్లెలతను త్రుంచి వేయడానికి ఏనుగుహస్తమే కావాలా? ఎలుకలతోకలు చాలవూ? మాట్లాడవే? మౌనమెందుకు సుధీర్."

ఆమె కన్నులలో అలముకొన్న విషాదమేఘాలు కన్నీటి వర్షాన్ని కురిపించాయి–తల దాచుకుంటానికి గొడుగైనాలేని సుధీర్ ఆకన్నీటి వర్షంలో తడిసిపోయాడు. గడగడా వణికి పోతున్నాడు. ఇప్పుడే ఇల్లాలి హృదయం విప్పి కప్పుతుంది? ఏ యిల్లాలు ప్రేమాగ్నిలో చలికాస్తుంది?

సతికి పతే – గృహం.

పతికిసతే – దీపం

గృహంలేని దీపం ఆరిపోతుంది.

దీపం లేని గృహం చీకటిలో మునిగిపోతుంది.

కాబట్టే పతికి సతే గతి; సతికి పతేగతి.

* * *

"సుశీ! ఎన్ని చెప్పినా నీవు పతివ్రత వంటే ఈ జన్మలో నమ్మలేను."

"పాపం."

"నా కనులతో నీ పాపపు సంతానాన్ని చూడలేను."

"సరే."

"అందుచే రేపు నేను తెచ్చిన విషాన్ని పాలల్లో కలిపి పట్టేయ్. దానితో తన తగువు లాఖరు."

ఆమె కొయ్య బారిపోయింది.

"వి-ష...మా?"

"ఆ-వు-ను!"

"పా-పా-యి-కా?"

"పా-పా-యి-కా?

"అ-వు-ను!"

ఆమె హృదయం రాయైపోయింది; మెదడు బండబారిపోయింది.

"మాతృత్వం తెలియని నీ మాటలు వినడానికే లోకం సిగ్గుపడుతుంది. ఇక మాట్లాడకు "కన్నతల్లి" బిడ్డకష్టాలు సహించలేదు; కన్నీరు గాంచలేదు; ప్రాణాలు తీస్తుందా? పాలుకుడపడానికి బదులు విషం కుడుపుతుందా? పిచ్చివాడా? కన్నతల్లి పాపాయి ప్రాణాలు తీయదు; ప్రాణాలు ఇస్తుంది. విషం పట్టదు; అమృతం పడుతుంది."

"అలాగా."

"ఎలాగో నీకు తెలియదులే సుధీర్! అనుమాన పిశాచం ఆవరించిన నీ కనులతో కలియుగ చిత్రనాటకాన్ని చూడలేవు; కాని నాటకంలో ఒక కసాయివానిపాత్ర వేయగలవు?"

"సంతోషించాం?"

"సంతోషించక విచారిస్తే మధురమైన హృదయపాత్రను అమృతంతో నింపేబదులు హాలాహలంతో నింపుతావా? పూలపొదను చేసేబదులు కసాయివాని కత్తుల పొదిని చేస్తావా?"

"విషం పట్టనా?"

"ఏ కన్నతల్లీ బిడ్డల ప్రాణాలు తీసే మృత్యుదేవత కాలేదు"

"పట్టవు?"

"సుధీర్! నా ప్రాణాలు తీసివేయ్ - భయంలేదు - నా తరువాత నా భగవంతుడే నా పాపాయిని రక్షించగలడు - స్వర్గధామంలో నుంచి నా చిట్టితల్లి నోట నేనే అమృతపువాన కురిపించగలను - సుధీర్ - ఆలోజించక ఈ పాపిని త్వరగా చంపు"

"-చం-పా-లా?"

"ఊ..."

"... ... ..."

"వెఱ్ఱివాడా! నీవు చంపలేవ్ - నీ చేతకాదు - పతివ్రత ప్రాణాలు తీయడానికి మృత్యుహస్తాలే గజగజలాడిపోతూ, వినయాంజలి పట్టి ఎదుట నిలుస్తాయి తెలిసిందా? - ఆ విషం ఇలాతే - నేనే ఆనందంగా తీసుకుంటాను-"

"నీవంటి పాపిని చంపేదానికంటే - కారడవిలో ఘాతుకమృగాలకు బలిచేస్తే మంచిది - కులటా - నీపాపపు సంతానంతో వాయింట్లో నుంచి పో."

"పోతాను - మా చిట్టితల్లితోనే పోతాను - పోవటానికి నాకు విచారంలేదు కాని "కులట"నని పించుకొని వెళుతున్నానే అని విచారంగా ఉంది.

సుధీర్! బ్రతికుంటే నీ చే నేను పతివ్రత ననిపించగలను

సత్యం స్వర్గంలో వెలిగే ఆరిపోని దీపం

దాని నెవరు తగ్గించ లేరు; ఆర్పలేరు. దాని వెలుగులో ఏనాడో ఒకనాడైనా నా జీవిత గ్రంథం నీవు చదవగలవు. పవిత్రతా ముద్రితమైన ప్రతి అక్షరం నీకు ఆనందం కలిగించ గలదు. కాని - అందాక శాంతి - విశ్రాంతులకు దూరమై పోతున్నానే అని విచారం నా హృదయంలో నాటని మేకైంది."

"మంచిది. ఇక వెళ్లు."

"ఇవిగో - నీ నగలు."

"అవసరం లేదు. తీసుకుపో. పాపిశరీరాన్నున్న బంగారం కూడా అపవిత్రమైనదే."

"పాపినా?-మంచిది-సర్పాలలా మెదులుతున్న ఈ నగలను నా మెడలో ఉంచలేను. నీకు యిష్టం లేకపోతే భిక్షుకులకు ఇచ్చివేయ్."

ఆమె నగలన్నీ అతని పాదాలమీద వైచింది. పిల్లనెత్తుకుంది - భక్తితో పతిపాదాలకు నమస్కరించింది.

"సుధీర్ - సెలవు - నేను పాపిని కాదు. పతివ్రతనే. సెలవు!" అతని పాదాలపైన రెండుకన్నీటి పుష్పాలు జల్లి తుదిపూజ చేసి, పతిసెలవు తీసుకొని ఆ "కన్నతల్లి" బయలు దేరింది. పాపం కారడవుల్లోకో - కాలసముద్రంలోకో? ఎవ్వరెరుగుదురీశ్వరాజ్ఞ? ఆమె వెనుకే తలుపు వేయబడింది - అంతే.

5

ఆ అర్ధరాత్రి పాపాయి నెత్తుకొని ఇంట్లోనుంచి వెళ్లిపోతున్న కన్న తల్లిని చూచారు, సుబ్బయ్యా సునీతలు.

"సునీతా! పాపం సుశీలను ఇంటినుంచి గెంటివేసినట్లున్నాడే"

"అవును పాపము! అన్యాయంగా ఆడిపోసిన మాటలన్నీ సుధీర్ విన్నాడేమో!"

"వినే ఇంట్లో నుంచి గెంటివేసి ఉంటాడనుకుంటాను."

"రామ, రామ, ఎంత పాపం వడికట్టుకున్నాను"

"ఏం? ఆమె సురేశ్‌తో వ్యభిచరించలేదా?"

"ఛా, ఛా! వాళ్ళిద్దరూ అన్నాచెల్లెల్లాగ ఉండేవారు"

"మరి అలా చెప్పావే"

"నల్ల అద్దాలతో లోకాన్ని చూస్తే ఎలాగుంటుంది? లోకం అంతా అలాగే నల్లగా కనబడుతుంది. నాపాపపు కన్నులతో చూస్తే పతివ్రతలు రంకుటాళ్ళాగ కనబడరూ!"

"ఎంతపని చేశావ్-వారికాపరానికి నిప్పుపెట్టావే"

"నిప్పేమిటి? మహాపతివ్రత ప్రాణాలుంటాయా? ఆమె చనిపోతే నా పాపం నన్ను కట్టికుడపదూ? ఏ కుష్ఠరోగినో అయిపోనూ?"

"అబ్బో! అప్పుడసలు చూడలేను నేను."

"ఇప్పుడేమిటి కర్తవ్యం?"

"ఆమెను పిలుచుకొచ్చి భర్తపాదాల మీద పడి నిజం చెప్పటమే."

"సుశీలకూ నాకూ ఉండే స్నేహం చేత అలా చెప్పించిందనుకుంటాడేమో!"

"ఏమీ అనుకోడు. సత్యం జయించలేనిదీ ప్రపంచంలో లేదు."

"అయితే నివు వెళ్ళి పిలుచుకురా!"

"ఇంకానయం. ఏరౌడీ ముండాకొడుకునో అనుకొని, చెడతిడితే ఏం చెయ్యను?"

"సరే! నీవు ఇక్కడే ఉండు. నేనే వెళ్ళి వస్తాను."

"ఈలోపుగా మీ ఆయనొస్తే."

"ఇంకా పన్నెండన్నా కాందే?"

"ఏమోలే...ఆనందంలో టయిము తెలీదు"

"ఉందూ..."

"సరే వెళ్ళు"

సునీత వీధిగుమ్మం తలుపు తీసి గడప దాటింది; రెండు మెట్లు దిగింది; అంతలో ఆమె భర్త సుందరం ఎదురుగా ప్రత్యక్షం అయ్యాడు సినిమా నుంచి.

"సునీతా..."

"ఎవరు?... మీ...రా?"

"ఏం అలా ఖంగారు పడుతున్నావ్"

"మీరేనా అని"

"కనబడడం లేదూ?"

"అప్పుడే ఎలా వచ్చారు?"

"వెధవ సినిమా ఏమీ బాగుండలేదు... పైగా నీవు జ్ఞాపకం వచ్చేసరికి మనసు రెపరెప లాడింది..."

"దానితో వచ్చేశారా"

"రాకుండా ఉంటానికి నా తరమా? అయితే ఇలా ఎక్కడకు బయలుదేరావ్."

"మీకోసమే."

"ఎందుకూ? నీకు నేను జ్ఞాపకం వచ్చానా?"

"జ్ఞాపకం రావడం ఏమిటి? ఎప్పుడూ నా హృదయంలోనే ఉంటారు."

"నాకు తెలీదూ? నీవు "పతివ్రత" వని తెలిసే పొరుగూరు వెళ్లినా నెలలతరబడి రాను."

"అలాగే మరి."

"ఇంతకూ ఇలా ఎందుకు వస్తున్నావ్?"

"మా అన్నయ్య వచ్చాడు. మీరింకా రావడం లేదేమో, ఎవరిచేతైనా కబురు పంపుదామని చూస్తున్నాడు – ఎందుకంటే మళ్ళీ ఇప్పుడే వెళ్ళిపోతాడట."

"ఎవరు సూర్యమేనా?"

"అబ్బే మాపెత్తండ్రి కొడుకండి."

"ఓహో! సుబ్బారావా?"

"అబ్బా! మీరు చూడందే."

"నేను చూడకపోవడం ఏమిటి నీ తలకాయ. వెధవ సెమీక్రేక్‌లా మాట్లాడతా వేమిటి."

"చిన్నపుడే రంగూన్ పారిపోయాడండీ!"

"అలా చెప్పు. వట్టి దొంగముండాకొడుకన్నమాట"

"నిమ్మళంగా అనండి వింటాడు. వ్యాపారం నిమిత్తం వెళ్ళాడండీ"

"పేకాట వ్యాపారమా? కల్లు వ్యాపారమా?"

"బావగారంటే మీకంతా వేళాకోళంగా ఉంది"

"కాదు మరీ"

ఇద్దరూ లోపలకు వెళ్ళారు. కస్తూరి సువాసనలతో పేలిపోతున్నాడు సుబ్బయ్య. సుందరాన్ని చూచి పై ప్రాణాలు పైనే విడిచివేయబోయాడు. కాని సునీత కనుసన్న చేయడం వల్ల ప్రాణాలతో నిలబడ్డాడు.

"అన్నయ్యా! ఇదిగో మీ బావమరిదిగారు?" అంటూ నవ్వుతూ చెప్పింది.

"ఓహో! మీరేనా? చాలా ఆనందం."

"మీరు చిన్నప్పుడే రంగూన్ వ్యాపారం నిమిత్తం వెళ్ళారన్న మాట" అంటూ సుందరం కళ్ళజోడు పైకెత్తి చూస్తూ ప్రశ్నించాడు.

"చెప్పాను కదూ!" అంటూ సునీత జవాబుచెప్పింది.

బ్రతుకు జీవిడా అనుకున్నాడు సుబ్బయ్య

"మీరెంత సేపయింది వచ్చి?"

"మీరటు సినిమాకు వెళ్లారా! అంతలో వచ్చాడు."

"అంతే...అంతే."

"మీకేదో యీ ఇల్లు కొత్తగా ఉన్నట్లుంది. బెదిరిపోతున్నారు."

"అంతే... అంతే."

"ఖంగారు పడకండి. నా ఇల్లే మీ యిల్లు."

"అంతే... అంతే."

"నాకు మీ రొకటి మీ చెల్లెలొకటీ కాదు."

"అంతే... అంతే."

"మీరీ రాత్రికి ఉండి రేపు వెళ్ళకూడదూ?"

"వీల్లేదని చెప్పాడని చెప్పాను కదండీ. వాడికి అర్జంటు పని ఉంది"

"అంతే... అంతే"

"సరే... ఫలహారాలు పెట్టవా?

"లేందే..."

"బాగుంది... అయితే తీసుకొస్తానుండు"

"ఇప్పుడెక్కడుంటాయ్"

"సినిమా కట్టెయ్య లేదుకదూ..."

"సరే... వెళ్ళిరండి"

"రండి... బావగారు... ఇద్దరం వెళ్లివద్దాం"

"మీరు వెళ్లివద్దురూ అన్నయ్య కూడా ఎందుకు?"

"సరే... ఇప్పుడే వస్తా"

అంటూ సుందరం వెళ్ళిపోయాడు, ఏమీ ఆలోచించకుండా. సునీత వీధితలుపు వేసివచ్చింది.

"ఆ అమ్మయ్య రక్షించావ్ బాబు"

"ఆఁ! ఇదొకలెక్కేమిటి... అయినా నీ బొందలా అన్నిటికి "అంతే... అంతే" ఏమిటి?"

"ఏం చెయ్యను... గుండె గొంతుకలో అడ్డుపడితే..."

"బాగా చెప్పావు గాని... మా ఆయన రాగానే ఫలహారాలవీ పూటుగాతిని, ఊరు వెళుతున్నట్లు చెప్పి కాలికి బుద్ధిచెప్పు"

"స్టేషనుకు వస్తానని వెంటబడితే"

"నేనున్నానుగా... విడుస్తానూ?"

"బలేదానవులే... మా పెద్ద చెయ్యి. మళ్ళీ ఎప్పుడో"

"ఎప్పుడో ఏముంది... మీ బావగారు ఏజంటులే. ఇంటివద్దుండేవి నెలకు రెండు రోజులే"

"అలా చెప్పు. అందుచేతే పాపం ఈ కక్కుర్తి"

"పోదూ... వెధవ వేళాకోళం నువ్వూను"

అంటూంటే సుందరం వచ్చాడు సుబ్బయ్య గుండె లాగిపోయాయి. ఆమె మాత్రం జంకలేదు సుందరం... ఇటువంటివెన్ని చూచిందో!

"ఏం వచ్చారు?"

"ఫలహారాలు మోసుకు రావడానికి బుట్ట మరచిపోయా?"

"అలా చెప్పండి" అంటూ లోపలకు వెళ్ళి తీసుకొని వచ్చింది. అతడాత్రంతో వెళ్ళిపోయాడు.

"సునీత... మన బ్రతుకు బండలయ్యేరోజు వచ్చింది."

"ఏం భయంలేదు - నేనున్నానుగా"

"ఏమన్నావో... ప్రైప్రాణాలు పైనే పోతున్నాయ్"

"కొత్తలో అలాగే ఉంటుంది."

"ఏం ఉంటుందో... గుండె తుప్పుపట్టిన గడియారం లాగ కొట్టుకుంటమే. ఆగిపోయే టట్లుంది."

"ఓస్... ఈ మాత్రం దానికేనా... ఇంతకూ మగవాళ్ళది వట్టి మేకపోతు గాంభీరం"

"ఏమో... గాని నేను."

"తెలుస్తుందిలే. అంచేతే మీవంటి బ్రాహ్మలు పప్పుమాని, కైమా ఉండలు దంచాలని చెబుతున్నాను.

"ఏదో... నీ సహవాసఫలితం వల్ల త్వరగా అబ్బితేనే గాని రాటుతేరుటట్టు లేను... చూడు శరీరం వణుకుతుంది. ఇలా వచ్చి కొంచెం పట్టుకో, గుండెదడ తగ్గడం లేదు."

ఆమె వెళ్లి బుగ్గమీదొక దెబ్బకొట్టి గట్టిగా కౌగిలించుకుంది. వారి నీడ కిటికీలో నుంచి చూచాడు సుందరం తలుపు కొట్టాడు. ఆమె నవ్వుతూ వెళ్ళి తలుపు తీసింది.

"ఏమిటే సునీతా... చాలా కాలానికి చూడడం వల్లేమిటి కౌగిలించుకొని విడువలే పోతున్నారు."

"అదేమరి. అందులో ఇప్పుడే వెళ్ళిపోతున్నాడు."

"అంతే... అంతే."

"మా అన్నయ్యా నేనూ ఒక్కక్షణం విడచి ఉండేవాళ్లం కాదు. ఒక్క కంచంలో తింటూ ఒక మంచం మీద పండుకునే వాళ్ళం."

"అంతే... అంతే."

"పాపం."

"రాక రాక వచ్చి, చూడండి నాలుగు రోజులైనా ఉండకుండా వెళ్ళిపోతాడుట."

"అవునుమరి. అవతల అర్జెంటు పనుంటే ఏం చేస్తాడు?"

"ఏం పనో లెండి. నా భ్రమ తీరొద్దూ?"

"ఏం చేస్తావ్. మీ ఆడవాళ్ళకు మగవాళ్ళ అవస్థలు తెలియవు. రేపు నేనుమాత్రం వెళ్ళవద్దు?"

"మీ ఇదివరలోలాగ నెలల తనపున ఉంటే నేనుండలేను సుమండీ! ఏనుయ్యో గొయ్యో చూచుకోవలసి వస్తుంది." అంటూ కన్నీరు మున్నీరుగా ఏడవడం ప్రారంభించింది. ఆమెను ఓదార్చలేక చచ్చారా ఇద్దరు మగ పశువులు... ఆ కాలవనుండి అలా దాటించిందా ప్రియుని. ఇలా ఎంతమంది ప్రియులను దాటించిందో ఎవరికి తెలుసును?

* * *

ఇటువంటి రెండుతలల బండ మొండిరండ శిఖండులవల్లే కదా, పవిత్రమైన సంసారాలు బుగ్గిపాలైతున్నాయి. ఆ కాముకి తన సంసారాన్నే కాక ఎదుట సుబ్బయ్య సంసారాన్ని కూడా కూల్చివేస్తుంది. అంతేకాదు మహాపతివ్రత అయిన సుశీల కాపరానికి కూడా నిప్పు పెట్టింది. ఆ కాముకి కామాగ్నిలో ప్రపంచమే దగ్ధమైపోతుంది.

ఇంతకూ ఆలోజిస్తే తప్పంతా ఆమెదేనా? ఎన్నటికి కాదు. నడి యౌవనంలో ఉన్న స్త్రీని ఒంటరిగా విడిచి నెలల తరపున పతి పరస్త్రీ కౌగిలిలో ప్రపంచాన్ని మరచి పోతే ఆమెకు మాత్రం హృదయం లేదూ? కామం లేదూ? మోహం లేదూ? వాని చేతులలో ఆమె అతనివలె కీలుబొమ్మ కాదూ? ఆమె బండరాయికాదు, ప్రపంచ వ్యామోహంకి గురికాక పోవడానికి... ఇలాగన్నానని ఆమెను వ్యభిచారం చేయమనీ లేదు. నేను చెప్పేదేమిటంటే అపాపాగ్నిలో సతీపతులిద్దరి శరీరాలు కట్టెలై కాలవలసిందే. ఆ పాపానికి ఇద్దరూ బాధ్యులే అంటాను."

ఆ అర్ధరాత్రి... గాలికి కూలిపోయే పండుటాకులాగ సుశీల తూలిపోతూ వెళ్ళిపోతూ ఉంది "భగవంతుడా! ఇంత విశాల ప్రపంచం అంతా ప్రపంచంలో నా అశ్రుపాత్ర ఎక్కడ దాచుకో గలను తండ్రీ! ఈ మహాసముద్రంలో ఏ కెరటం మాటున నా జీవిత గ్రంథం దాచుకో గలను ప్రభూ!" అనుకుంటూ ఆ అభాగ్యజీవి అశ్రుపాత్రతో ఆ గాఢ ప్రపంచంలో ఆశ్రయం కొరకు అల్లాడి పోతూఉంది.

రాత్రి రెండు గంటలు కొట్టారు. పాపాయి నెత్తుకొని శ్మశానం వైపు వెళ్ళిపోతూ ఉందామె. ఆమె వెంటే ఒక పోలీస్ కాన్‌స్టేబుల్ వెళుతున్నాడు. ఆమెను సమీపించాడు.

"ఏయ్... ఎవరు మీరు?

"... ... ..."

"మాట్లాడరే?"

చేతిలో లైటు పైకెత్తి ఆమె ముఖం చూచాడు. ఆ తేజో నేత్రాలాతనిని ముగ్ధుని జేశాయ్. అతడాశ్చర్యచకితుడై పోయాడు.

"అమ్మా! మీ రెవరు?

"నేనా? నేనొక అభాగినిని"

"ఇలా ఎక్కడకు?"

"ప్రపంచపు టంచుల చివరకు... ఆ కనపడే వెలుగుల్లోకి."

"అవి మండుచున్న కాష్ఠాలు తల్లీ! అది శ్మశానం."

"తెలుసును... ఆ మంటల్లోకే."

"ఎందుకమ్మా!"

"మండే హృదయాన్ని ఆమంటల్లో కలపడానికి."

ఆమె మాట్లాడకుండా వెళుతూ ఉంది. భుజంమీద పాపాయి కదిలింది. కానిస్టేబుల్ సుబ్రమణ్యం హృదయం జల్లుమంది.

"అమ్మా! మీకు ఇల్లు లేదా?"

"ఉంది?"

"ఎక్కడ?"

"ఇక్కడే... ఇదే... నాయనా! అభాగినులను ఆకాశమే ఇల్లు;"

"నీ చరిత్ర చూస్తుంటే నా హృదయం కరిగి పోతూంది."

"హృదయం ఉంటే కరగకేం జేస్తుంది"

"అమ్మా! ప్రపంచంలో."

"చెల్లీ..."

ఆమె ఆ పిలుపుకు ఆశ్చర్యపోయింది. ఆమె జీవితంలో ఆంతతీయగా పిలిచిన వారిని చూడలేదు. అందులో ఒంటిపాటుగా ఉన్న స్త్రీని "చెల్లీ!" అని పిలిచే సహృదయులెవరు?

"చెల్లీ? ఈ మీ అన్నయ్య బ్రతికి ఉండగా నీ కేమీ భయంలేదు... మా యింటికిరా తల్లీ!"

"బాబూ! భగవంతుడే తన హృదయ మందిరం తలుపులు వేసేశాడు. ఆయన హృదయ మందిరంలో నా కింక తావులేదట... ఆ యింట ఈ పాపి నిలువరాదట."

"చెల్లీ! నీ దీనస్థితి చూస్తుంటే భగవంతుని హృదయం పర్వతం కావచ్చును... కాని ఈ దీనుని హృదయం మహాసముద్రం అయిపోతూంది;"

"అన్నయ్యా!"

"చెల్లి! నాకింకెవరు లేరు...రా... పేదలే పేదలకు ఆశ్రయం ఈయగలరు గాని పేదలకు గొప్పవాళ్లు ఆశ్రయం ఈయలేరు. కారణం దరిద్రంలో ఉండే బాధ వాళ్ళకు తెలీదులే చెల్లీ!"

"అవునన్నయ్యా! అవును... కాని ఈ పాపిని కాలగర్భంలో కలసి పోనియ్... ప్రశాంతగా ఉన్న జీవితాన్ని నేను భగ్నం చేయలేను."

"నీవు వచ్చినా ప్రశాంతికేం భగ్నం అమ్మా! నా హృదయంలో వేయి చేతులతో దీవిస్తున్న శాంతి దేవత గుండె మీద ఎవరూ శూలం నాటలేరు... రా తల్లి... రా!"

ఆమె ఇంకేమీ మాట్లాడలేక అతనివెంటే బయలుదేరింది. సుబ్రమణ్యం తన పాతింటికి ఆ కన్నతల్లిని తీసుకొని బయలుదేరాడు... ఇద్దరూ ఇల్లు చేరారు.

* * *

ఆ యింట్లో సుబ్రమణ్యం... సుబ్రమణ్యం తల్లిమాత్రం ఉంటున్నారు. అతడు పేదవాడవటం చేత పెళ్ళి చేసుకోకూడదనుకున్నాడు...

సుబ్రమణ్యం సుశీలను తల్లికి తెలియజేశాడు. తల్లికి అపరిమితమైన అనందం కలిగింది. కన్నకూతురులేని లోటు తీరుస్తుందనుకుంది.

* * *

సురేశ్ ఆ ఫోటోలన్నీ తీసుకొని ఏదో ఊరు వెళ్ళాడట. అతని అంతం తెలియలేదు... సుధీర్ విశ్రాంతి కొరకు ఊటీ వెళ్ళాడు... సుబ్రమణ్యానికి రెండు నెలలయింతరువాత రాజమండ్రి బదిలీ అయ్యింది. తల్లితోటి... సుశీలా పిల్లలతోటి బయలుదేరి వెళ్ళిపోయాడు.

ఒకనెల గడిచింది. తగిలినగోరుకే దెబ్బ తగులుతుందన్నట్లు పేదవారికే ఆపద లెక్కువ వస్తాయ్; సుబ్రమణ్యానికి భయంకరమైన పక్షవాతం వచ్చి ఒక చెయి పడిపోయింది... కాలుకూడా కొద్దిగా వంకరపోయింది దానితో అతని ఉద్యోగం పోయింది...

"చె...ల్లి!"

"అన్నయ్యా!"

ఆమెవంక చూచాడు... దుఃఖం ఆపుకోలేక వెక్కి వెక్కి ఏడ్వడం ప్రారంభించాడు... చంటిపిల్లవానిలాగ ఆమె వడిలో తలపెట్టుకొని బావురమని ఏడ్చాడు... ఆమెకు కన్నీరు ఆగలేదు...

"ఊరుకో అన్నయ్యా! ఊరుకో!"

"ఏం పాపం చేశానో చెల్లి! ఈమహారోగానికి గురిఅయ్యాను."

"పాపం ఏముందన్నయ్యా! మంచులో రాత్రిళ్లు తెల్లవార్లూ తిరుగుతూ ఉండేవాడవు... ఇంటికి వచ్చింతరువాత కడుపునిండా, పడిన కష్టానికి తిండేది?"

"పోలీసులంతా తిరగలేదా చెల్లి!"

"అంతా వళ్లొంచి తెల్లవార్లూ తిరుగుతారా? నాలుగు రోడ్లూ తిరిగి ఏ కొట్టు బల్లమీదో ఏ చెరువు గట్టునో ఎక్కడో పండుకొనే వాళ్ళను ఎంత మందిని మనం చూడలేదు."

"అయితే నా తప్పేనంటావా?"

"తప్పేముంది? నీ పని నీవు ఏమరకుండా చేశావ్. కాని కష్టానికి తగినంత సదుపాయం లేక ఇలా మనవంటి వాళ్ళెంత మందో ఎన్నో విచిత్రమైన జబ్బులకు బలి అయిపోతున్నారు."

"ఇప్పుడు నాగతేమిటి చెల్లీ... పని పోవలసిందే కాదా?"

"పోలీసుపని లేని వాళ్ళంతా జీవించడం లేదా అన్నయ్యా!"

"ఇంకేం చెయ్యగలను?"

"ఏమీ చెయ్యొద్దు... నీకు నేనున్నాను. మనకు భగవంతుడున్నాడు."

"నీ వేం చెయ్యగలవు? సుకుమారి బిడ్డవు?"

"సావిత్రీ దమయంతులకే కష్టాలు తప్పలేదు. ఇక మన లెక్కేమిటి? అయినా అన్నయ్యా బాధపడితేగాని జీవితం విశ్వసౌందర్యాన్ని తొంగిచూడలేదు. అంటుంటే సుబ్రమణ్యం తల్లి వచ్చింది... ఆమె ఏడుపుకు అంతే లేదు. ఆ యిల్లొక కన్నీటి కాలువై పోయింది. సుశీలే వాళ్ళకు ధైర్యం చెప్పే వేదమూర్తి అయిపోయింది.

* * *

సుశీల ఒక డాక్టరు గారిని తీసుకువచ్చింది?.

ఆయనేదో ఇంజక్షన్ ఇచ్చి - బ్రేంది ఇమ్మన్నాదు; పావురాయి రక్తం పూయమన్నాడు. వెళ్ళిపోయింది. జబ్బు త్వరలోనే తగ్గవచ్చునన్నాడు. కాని బ్రాందీకి డబ్బేది? సుశీల హృదయం చివికి నలిగిపోయాడు. సుబ్రమణ్యం ఆమెవంక దీనంగా చూచాడు. అతని విషాద వదనం ఆమె చూడలేక తల మరోప్రక్కకు తిప్పివేసింది. నీరునిండిన ఆమెకను లాతనికి చూపించలేకపోయింది... వంటింట్లోకి వెళ్ళిపోయింది. నేలమీద చతికిల పడిపోయింది. మోకాళ్ళలో తలపెట్టి ఎక్కెక్కి ఏడ్వడం ప్రారంభించింది... అంతలో ఆమె మెళ్ళో మెరుపులా మెరిసిపోయింది మంగళసూత్రం.

ఆమె కన్ను లానందముతో వికసించాయ్.

"నాపతే నా హృదయంలో ఉన్నాడు... ఇదెందుకు? ఆనమాలు కొక పసుపుకొమ్మ కట్టుకోరాదూ? మా అన్నయ్య ప్రాణాలకంటే ఎక్కువా?"

మంగళసూత్రాన్ని అమ్మి, కావలసిన సామానులను తీసుకురావాలను దృఢ సంకల్పంలోకి వచ్చి వేసింది. లేచింది... బజారుకు వెళ్ళింది...

* * *

"అమ్మా చెల్లమ్మేది?"

"ఎక్కడకో వెళ్ళింది బాబు."

"పాపం! మనమూలాన ఎంత అవస్థపడుతుందో?"

"అవునుమరి"

"నిప్పు తనంతట తానే మండకుండా... లోకాన్నంతా మండిస్తుంది. సహవాసదోషం ఊరకే పోతుందా!"

"అలాగే."

"అమ్మా! ఆపాపాయి నాడించు."

"అమ్మా! చెల్లమ్మ ఇంకా రాలేదూ?"

"వచ్చింది... ఇదిగో... మీ చెల్లమ్మ" అంటూ రెండు బ్రేంది బోటిల్సు - కస్తూరి, మొదలైనవన్నీ తీసుకొని సుశీల సుబ్రమణ్యం ఎదురుగుండా నిలబడింది.

సుబ్రమణ్యం కనులముందు వేయివేల సుశీలలు తిరుగుతున్నట్లయింది. అతని వేయి వేల గుండె లొక్కసారిగా నాదబ్రహ్మను వెలువరించాయి.

"చెల్లి! ఎక్కడివివి?"

"బజారులోవి?"

"డబ్బో!"

"మనకు డబ్బుకు లోటేమిటన్నయ్యా! నీవు పుచ్చుకో... నీ జబ్బు నయం కావాలే కానీ మనకు కావలసిందేముంది?" అంటూ సుశీల గ్లాసులో బ్రాందీ పోస్తూ ఉంది... ఆమె మంగళసూత్రం మీద అతని అనుమానరేఖలు విరిశాయి."

"చెల్లి...మం...గ...ళ సూత్రం ఏదీ?"

"మార్వాడి కొట్టులో వుంది."

"అమ్మేశావా?"

"ఒక్క దెబ్బలో"

"ఎంతపని చేశావు చెల్లి."

"మరేమీ ఫరవాలేదు. దానిగురించి ఆలోజించక."

అతని కనులలో దరిద్రదేవత శవాలను తగులబెడుతున్నట్లుంది. ఏమీ మాట్లాడలేక అతడు బ్రాందీ పుచ్చుకొని కళ్ళు మూసుకున్నాడు... సుశీల ఆనందంతో లోపలకు వెళ్ళింది. చిట్టి తల్లిని ఎత్తుకుంది.

"చిట్టి... మావయ్యకు జబ్బు చేసింది. చూచావా?"

"తూ...చా"

"చూచావా... మా తల్లివే... మావయ్యకాళ్ళు పిసుకుతావా?"

"పి...చు...తా..."

"అమ్మో! మా బంగారు తల్లివే... ఏవీ మావయ్య పాదాలు పిసికే బంగారపు చేతులు..."

"ఇ...యి...గో"

అంటూ పాపాయి తనరెండు చేతులనూ చూపింది. కన్నతల్లి కష్టాలన్నీ చిట్టితల్లి చిరునవ్వులో చెరిగిపోయాయి. సుశీల పాపాయి నాడిస్తూ పెరట్లోకి వెళ్లింది. పాపం! ఆమెకు భరించలేని కష్టం కలిగినప్పుడల్లా పాపాయిబంగారపు పాదాలను ముద్దు పెట్టుకుంటూ మూడులోకాల ఆనందాన్ని చూరగొంటూ ఉంటుంది. పాపాయి ఎప్పుడన్నా "నాన్నా... నాన్నా" అని ఏడిచిందంటే నిలువు నిలువునా నీరై పోతుంది... "వస్తాడమ్మా! నాన్నవస్తాడు... నీకు అన్నీ తెస్తాడు" అంటూ ఓదారుస్తుంది.

అపుడపుడు ఆమె పూర్వ జీవితాన్ని తలచుకొంటూ, అంతర్బాషాల చేత కాలిపోయేహృదయాన్ని చల్లబరుచుకుంటూ ఉంటుంది. ఏమిటో భాగిని లోకవంచిత.

8

కాలరథ చక్రాలక్రింద అభాగినులు చిదికి పోతున్నారు. వారి యెముకల నుంచి చిమ్మిన గొట్టం క్రింద ఎగజిమ్మిన రక్తపుజల్లు, రథచక్రాలను అంటుకు పోతూంది. ఆ రక్త చందనాన్ని ఏకంగా జలంలో కడిగివేస్తాడో భగవానుడు.

ఆమె అనాథ హస్తం అశ్రుపాత్ర ధరించి అన్నపూర్ణ అమృత భిక్షకు ఎదురు చూచింది... అంతే... ఆకలి కడుపులో రేగు అగ్నిజ్వాలకు అన్నపూర్ణ ఎప్పుడు ఆహుతై పోయిందో... పాడడని దేవాలయం మాత్రం మిగిలింది.

"అగ్ని వర్షం!
అగ్ని వర్షం!
అనాథజీవుల ఆహుతిజేసే
అగ్ని వర్షం!
అగ్ని వర్షం!

* * *

అశ్రుధారలు!

అశ్రుధారలు!

అభాగ్య జీవుల ఆయువు తీసే

అశ్రుధారలు!

అశ్రుధారలు!

* * *

విష జ్వాలలు!

విష జ్వాలలు!

విశ్వజీవులకు భస్మం చేసే

విష జ్వాలలు!

విష జ్వాలలు!

* * *

విదగ్ధ హృదయం!

విదగ్ధ హృదయం!

వేడినెత్తురూ పీల్చివేసే

విదగ్ధ హృదయం!

విదగ్ధ హృదయం!

* * *

కత్తిపోటులా

నెత్తుటి మంటలు

శ్మశాన భూముల భస్మం చేసే

కత్తిపోటులా

నెత్తుటి మంటలు...”

* * *

ఈ పాట మన అభాగ్యజీవి సుశీల హృదయంలో ఎవరో వేయి బొంగురు గొంతుకులతో పాడుతున్నారు... సముద్రపుఘోషలా మారు మ్రోగుతున్న ఆ పాటను వింటూ, కళ్ళాలు జల్లుతుంది. డాక్టర్ సురేంద్రుని ఇంటి ముందు కళ్లాబు జల్లిన తరువాత ముగ్గులు పెడుతూంది;

"సుశీల... ఇంకా ముగ్గుల్లోనే ఉన్నావా?"

"అయిపోయిందమ్మ గారు...

"ఏం అయిపోయింది? అంట్లుతప్పాలాలింకా ఎప్పుడు తోవుఁతావ్"

"ఇప్పుడేనమ్మా!"

"త్వరగా తెముల్చు-మన్ను తిన్న పాములాగ, ఏపని చేస్తుంటే ఆ పని వద్దే ఉండిపోతావేమిటి?"

"వస్తున్నానమ్మా!"

"త్వరగా రా! అయ్యగారికి కాఫీటయిము అవడం లేదూ?

"చిత్తం... చిత్తం..."

సుశీల గజగజ లాడుతూ, అంట్లుతోముతూంది. సురేంద్రుని భార్య సుబ్బమ్మ మృత్యుదేవతకు పెద్దక్కగారు; బ్రహ్మరాక్షసికి చిన్నక్కగారు: ఆమెను చూస్తేచాలు వీధంతా హడులే... తాటకిలా ఎంతో అందంగా ఉంటుంది భర్త కనులకు.

సుశీల అంట్లన్నీ త్వరత్వరగా తోమి సుబ్బమ్మగారికి అందజేసింది. కొంతసేపటికి వారి కాఫీలయ్యాయ్ - ఎంగిలి గ్లాసులు బయట పడేస్తే మళ్లీ తోముతూ ఉంది.

సుబ్బయ్యగారి ఏకైక పుత్రిక సూరమ్మ వచ్చింది.

"సుశీలా! ఏం తోమడం నీ ముఖం లాగ ఎక్కడ జిడ్డు అక్కడే ఉంది"

"ఇకనుంచి బాగానే తోముతానండి"

"నీకు మహాపొగరెక్కిందిలే - ఆ చింతపండు అంతంత ఒకేగ్లాసుకు పట్టిస్తున్నావేమిటి?- అసలే యుద్ధపు రోజుల్లో చింతపండు దొరక్క మేం చస్తుంటే నీ వేమిటి?"

"ఇక నుంచి మట్టితోనే తోముతానమ్మా!"

"ఏదో ఏడువ్ - త్వరగా-"

సుశీల పనులు త్వరగా చేస్తున్నా సుబ్బమ్మగారి కూతురు సూరమ్మగారు అసలూరుకుంటలేదు. తల్లికంటే నాలుగాకులు ఎక్కువ చదువుకుందీమె. ఆమె భూలోకాన్ని మింగుతానంటే - ఈమె మూడులోకాలను మింగుతానంటుంది.

పగలు పదిగంటలయింది

"సుశీలా! సుశీలా."

"అమ్మా! అమ్మా!"

ఆమె పరుగెత్తుకొని వెళ్ళింది.

"స్నానాల గదిలో నాకోకలున్నాయ్ - అవన్నీ పిండి ఆరవేశావా?"

"లేదమ్మా?"

"ఏం చేస్తున్నావ్."

"బాబుగారి బట్టలుతుకుతున్నానండి"

"అఘోరించక పోయావ్"

"... ... ..."

"త్వరగా బట్టలన్నీ పిండి... మాగది బూజులు దులిపి మరీ ఇంటికి వెళ్ళు."

"అలాగేనమ్మా!"

పాపం! సుశీల యింటెడు పనులూ వంచిన నడుము ఎత్తకుండా ఆకలి కడుపుతో చేస్తూ ఉంది... ఇంటివారు పంచభక్ష్య పరమాన్నాలు తింటున్నా పాచిపని చేసే సుశీలకు ఒక్క గుక్కెడు కాఫీ కూడా ఇచ్చిన పాపాన పోలేదు.

మధ్యాహ్నం ఒంటిగంటయింది. అందరి భోజనాలూ అయ్యాయి. మిగిలిన పులుసు అన్నం సుశీల గిన్నెలో వేశారు. ఆమె యెంతో భక్తితో గిన్నెపై పైటముసుగు వేసి యింటికి, ఆ యెండలో తలమాడిపోతూ ఉంటే, కాళ్ళు కాలిపోతూంటే, వెళ్లింది. ఆహా! ఏమటి కాల వైపరీత్యం! పదుగురిచే సేవలు చేయించుకొను సుశీల ఇప్పుడు పదుగురకు సేవలు చేస్తూ ఉంది.

"అవును... నిజం... అలాగే... చిట్టితల్లి" అంటూ ఏమిటేమిటో మధ్యమధ్యన పిచ్చిదానా అనుకుంటూ ఉంటుంది. అసలు సుశీలను చూచినవాళ్ళెవరూ సుశీలను పోల్చుకోలేరు.

ఆమె ఇప్పుడు తల నెరిసిన ముసలిపండు. జవశక్తులుడిగిన అశక్త తిండికి లేని పేదరాలు. పనిచేసుకొని బ్రతికే దాసీ.

* * *

సుశీల ఇంటికి వెళ్ళేసరికి పాపాయి గుమ్మం పట్టుకొని తల్లికొరకు ఎదురు చూస్తూవుంది. పాపాయిని చూడగానే "కన్నతల్లి" హృదయం పాలసముద్రంలా పొంగిపోయింది... తల్లిని చూచిన పాపాయి కన్నులలో ఆనందరేఖలు వెల్లివిరిశాయి.

"అమ్మొ...త్తి...ంది...అమ్మొ...త్తింది." అంటూ గుమ్మం పట్టుకొని లోపలకు పారిపోయింది.

"అమ్మదొంగా! పారిపోతున్నావా" అంటుంటే చిట్టితల్లి చిరునవ్వు మంచి ముత్యాలు కురిపిస్తూ, తప్పటడుగులు వేస్తూ పారిపోయింది. ఆనందంతో సుశీల ఆమెను "దొంగా... ఎక్కడకు పారిపోతావింక" అంటూ ఎత్తుకుంది.

ఆతల్లీ బిడ్డల నవ్వుముఖాలు చూచిన సుబ్రమణ్యం కన్నులలో నవ వసంతం వికసించింది. సుశీల లోపలకు వెళుతూ...

"అన్నయ్యా! మా దొంగముండ ఎంత అల్లరిదై పోతూందో చూడు.

"అల్లరి పిల్లలకే లీడర్."

"ఏమే... చిట్టీ... అల్లరి దానవా?"

"నీ...వే."

"నేనా పైగాను."

"నీవే."

అంతా నవ్వుకున్నారు.

"చిట్టీ. ఏదీ మావయ్యకు దణ్ణం పెట్టు."

"ఇ...దో..."

చిట్టీ పాలబుగ్గల్లో పసినిమ్మపండు కాంతులు ఒలకపోసుకుంటూ నవ్వుతూ చేతులెత్తి నమస్కారం చేసింది.

"ఏం దణ్ణమే... వంకరదణ్ణమూ నీవూను"

"మావకు వంకరదణ్ణం కాకపోతే...తిన్నగా చేస్తుందా? ఏం తల్లీ"

"ఊ..." అంటూ తలూపింది.

చిట్టిని ముద్దు పెట్టుకుంటూ లోపలికి వెళ్ళి "చిట్టీ - మామ్మకు దణ్ణం పెట్టు" అని మామ్మను చూపింది.

"ఇ...దో..." అని మళ్ళీ నమస్కరించి సిగ్గుతో తల, కన్నతల్లి పయిట చెంగులో దాచి వేసుకుంది.

సుశీల పాపాయి నెత్తుకు మరోచోటికి వెళ్ళింది. అలాపగలు పడ్డ కష్టం అధికారులచే అనుభవించిన దీవెనలు, మంత్రపుష్పాలు పాపాయి చిరునవ్వు పెదెములు పెట్టుకుంటూ మరచి పోతూ ఉంది-నిజానికి పిల్లలకంటే తల్లులకు కావలసిందేముంది? తల్లులకు పిల్లలే ఆనందకల్పవల్లులు.

* * *

ఏదో కలోగంజో తాగి సుశీల పనిలోకి బయలు దేరింది. పిల్లను విడిచి ఒక్క క్షణం ఉండలేనిది పగలు పగలల్లా పనిపాటల్లో ఉండవలసి వచ్చింది.

సుశీల డాక్టరుగారి ఇల్లు ఊడుస్తూ ఉంది. ప్రళయ శక్తిలా వచ్చింది సుబ్బమ్మ తల్లి.

"ఏం సుశీలా ఇవాళ ఇంత ఆలస్యం అయింది"

"ఆలస్యం అయిందాండీ!"

"ఇంకా "ఆ...యిం...దాండీ" అంటూ సాగతీసుకుంటున్నా"?

"... ..."

"మాట్లాడవే"

"రేపు త్వరగానే వస్తానండి -?

"సరే - వేడినీళ్ళు స్నానానికి కాగేయో లేదో చూడు, చిన్నమ్మ గారు తలంటి పోసుకుంటారట"

"అలాగేనమ్మ–" అంటూ చీపురు మూలపెట్టి లేవబోయింది.

"అదేమిటి? అంతా ఊడ్చి వెళ్ళమంటే–అబ్బే! ఇంత తెలివి తక్కువ పక్షితో ఎలావేగడమో అర్థం కావడం లేదు.

"... ... ..."

"ఊఁ... ఊడ్చూ! అలాగుడ్లగూబిలా చూస్తావేం? వెధవముండకు మా పొగరెక్కువైంది" అంటూ ఏమోమో సణుక్కుంటూ లోపలకు వెళ్ళిపోయింది.

సుశీల అన్నిగదులూడ్చి అంట్లుతోమి, నీళ్లు కాస్తూ ఉంది... పచ్చి పుల్లలవల్ల పొయిమండక బాధపడుతుంటే ఆదిశక్తికి అపరావతారంలా సూరమ్మ ప్రత్యక్షం అయి...

"ఏం సుశీలా! ఇంకా నీళ్ళు కాచలేదూ?" అంటూ నిప్పులవర్షం కురిపించింది.

"కాగుతూన్నాయమ్మ! పుల్లలు మండడం లేదు"

"మంట పెట్టడం చేత కాకపోతేసరి?"

"మావిడిపుల్లకదమ్మా – పొగమాత్రం వస్తూంది."

"ఓహోహో! తమ రిక్కడ పని చేస్తున్నారని టేకుపుల్ల తెప్పిస్తాం"

"అంతకోపం ఎందుకమ్మా! మంట పెడుతుంటే"

"ఓసి నీ పొగరు మండ... నాకే బుద్ధి చెబుతున్నావ్... తిన్న ఇంటి వాసాలు లెక్కెట్టే జాతి కదూ మీది."

"క్షమించండమ్మా!"

"ఏడిశావుగాని... త్వరగాకాయి... ఇవాళ చాలా పనుంది... ఊ... త్వరగా..."

"అలాగేనమ్మా! అలాగే..."

ఆమె అంతతో పొయి బాగా మంటపెడుతూ ఉంది.

చూచారా ఆ అభాగిని జీవితం. కడుపు మంట చల్లార్చుకోవాలంటే ఈ దరిద్రబానిస భారత దేశంలో ఎంతకష్టపడాలి, ఎన్ని కన్నీళ్ళు కార్చాలి, ఎన్ని నిందలకు గురికావాలి. ఆలోచించండి...

* * *

సాయంకాలం ఆరుగంటలయింది. పళ్ళుపలహారాలు పాలూ వెండి పళ్ళెంలో పెట్టుకొని మేడమీదకు సుబ్బమ్మగారు సూరమ్మగారికి తీసుకువెళ్ళమంటే సుశీల తీసుకు వెళుతూంది..

సూరమ్మ తలారాస్నానం చేసి సాంబ్రాణి ధూపంతో తల ఆరుపుకొని అభినవ రతీదేవిలా తయారయింది. ఆమె వాలుజడలో కీలుకొల్పిన సన్నజాజులు గదంతా ఘుమ ఘుమ లాడిస్తున్నాయ్. ఆమె ఎందుకో ఆరోజున అపరిమితానంద మహాసముద్రంలో పూలపడవపైన తేలిపోతూంది. ఆవలతీరాన్న వెలిగే ఏ ప్రియుని హస్తస్పర్శకో!

ఆమె తండ్రిగారు మెద్రాసు వెళ్ళారు. నాలుగు రోజుల వరకూ రారట. దానితో ఆయింటికి ఆమె పెత్తందారయి స్వర్గం క్రింద చేసేస్తుంది.

* * *

సుశీల వెండిపళ్ళెం తీసుకొని మేడమెట్లెక్కుతూంది. ఎవరో ఇద్దరూ నవ్వుకుంటూ ఉన్నట్లుంది.

ఆమె హృదయం ఎందుకో నేలమీద రాలిపోతున్న రావాకు గాలిలో కొట్టుకు పోతున్నట్లు కొట్టుకుపోయింది. గదినిండా సువాసనలు గదిలో మధుర అభిభాషణలు ఆమె కేమి తోయలేదు. కిందకు వెళ్ళిపోదామనుకుంది. కాని క్రిందకు వెళితే "ఏం? ఎందుకు ఫలహారాలు తీసుకువెళ్ళి అమ్మాయికివ్వలేదు" అని రాక్షసిలా సుబ్బమ్మ మీద పడుతుందేమో నని భయం కలిగింది, ముందు నుయ్యి వెనుక గొయ్యి.

ఏమీతోచక మేడ మెట్లెక్కింది. గది ముందు నిలబడింది. అంతే...ఆమె శరీరం వేయి విషసర్పాలు కబలిస్తూ ఉన్నట్లు తోచింది. గజగజలాడిపోయింది. సునీతిగారి ప్రియుడైన కంపౌండర్ సుబ్బయ్య తన నూతన ప్రియురాలైన సూరమ్మను బిగికౌగిలిలో లాలిస్తున్నాడు. మన్మధుడు తాళం వేశాడేమో అన్నట్లు వారివురి మధురాధరాలు ఒకటిగా కలిసి పోయాయి. ఆ పాపపు దృశ్యం కనులారా చూచిన సుశీల చేతులు వణికి పోయాయి; శరీరం జవజవ లాడిపోయింది. కనులు తిరిగి పోయాయి. దానితో చేతిలోని పళ్లెం జారిపోయింది, "ధన్" మని పడిపోయింది.

పాపం! వారి కాముక పిశాచం ఖంగారు పడిపోయింది. వారి బిగి కౌగిలి సడలిపోయింది. సుబ్బమ్మేమో అనుకొని వారు హడలిపోయారు. కాని సుశీల అవడంచేత వారి హృదయాలు తేరుకున్నాయి. సూరమ్మకోపం ఆగలేదు.

"ఏం ముండా? ఎవరు రమ్మన్నారిప్పుడు?"

"అమ్మగారు వెళ్ళమన్నారు."

"అమ్మగారా...వచ్చేటప్పుడు కేకవేసి రావద్దూ!"

"తెలీదమ్మా..."

"అయితే ఆ వెండి పళ్ళెం కిందపడేశావేం? కళ్లు భయర్లుకమ్మాయా"

"అవునమ్మా!"

"ఏం పయిత్యమా?"

"... ... ..."

"ఏం రోగం?"

"... ... ..."

"చేతులు పట్టులు తప్పిపోవడానికి ఏమన్నా పక్షవాతమా?"

"అంత అదృష్టమాతల్లీ - పక్షవాతమే వస్తే ఈ పాపపు కృత్యాలు చూస్తానా?"

సూరమ్మ ఆశ్చర్యపోయిందా మాటకు.

ఇద్దరూ రెండునిమిషాలు ఏమీ మాట్లాడుకో లేకపోయారు. పలహారాలు తీసి పళ్ళెంలో పెడుతూ ఉంది సుశీల. సుబ్బయ్య ఏదో కనుసన్న చేశాడు.

దానితో సూరమ్మ నెమ్మదిగా సుశీల చెవులో

"సుశీలా! ఈ సంగతి ఎవరికీ చెప్పకే... నిన్ను కనిపెడుతూ ఉంటానులే" అని నెమ్మదిగా అన్నది.

"అమ్మా! ఇటువంటి కాముక దృశ్యాలు చూడడానికే నా కన్నులకు శక్తి లేకపోయింది; ఇటువంటి విషయాలు ఇతరులతో చెప్పడానికి నానాలుక శక్తి ఎలా వస్తుంది?"

"ఇంతకూ చెప్పవుకదా?"

"పేదల కెందుకమ్మా పెన్నిధుల విషయాలు" అంటూ సుశీల విసుగుదలతో మేడమెట్లు దిగిపోయింది.

ఆ రోజున కొంచెం త్వరగా ఇంటికి జేరింది.

* * *

పాపాయి నెత్తుకొని గుమ్మంవద్ద సుబ్రమణ్యం తల్లి నిలబడింది. సుశీల ఏమీ మాట్లాడకుండా పాపాయి నెత్తుకొని లోపలకు వెళ్ళి పోయింది.

ఆమె కనులనీరు జారుతూ ఉంది. పాపాయి లేత చేతులతో తుడిచింది. కన్నతల్లి వంక జాలిగా జూచింది! సుశీల హృదయం ముక్కలు ముక్కలై పోయింది.

"చిట్టీ" నీకన్నీళ్ళు నేనూ... నా కన్నీళ్ళు నీవేనా తుడవడం! మీ నాన్నకు దయ ఇకరాదా చిట్టీ! మన దరిద్ర జీవితాలను తుడిచి వేయడానికి అన్నపూర్ణ హస్తం ఎక్కడుందమ్మా?... సత్యాని కింక జయమే లేదా? స్వర్గవీధుల్లోని వెలుగులు తొలగి పోయాయా?

ఆమె వెక్కి వెక్కి ఏడ్వడం ప్రారంభించింది... గడచిన తన జీవితాన్ని చూస్తున్న కన్నులు కన్నీటి వరదలైపోయాయి.

* * *

అది దీపంలేని చీకటి కొంప - కర్మదేవత తన పయిట చెంగుతో దీపాన్ని ఆరిపివేసిందేమో!

ఆ యింట్లో ఊటీ నుంచి తిరిగివచ్చిన సుధీర్ చేతులలో తలపెట్టుకొని కూర్చున్నాడు.

"అమ్మా! నాన్న ఏడీ!" అంటూ పాపాయి తల్లి నడుగుతూ వుంది.

తల్లి మాట్లాడలేక కన్నీళ్ళు నించుతూంది.

"అమ్మా! నాన్న... లా...దూ!"

అని పాపాయి వేళ్ళతో తల్లిగడ్డం తనవైపుకు తిప్పుకుంటూ అడిగింది. జవాబేమీ చెప్పలేక "వస్తాడమ్మా! వస్తాడు." అంటూ అక్కడనుంచి మరొక చోటుకు తీసుకుపోయింది.

* * *

"సురేశ్! ఇవన్నీ సుశీల చిత్రాలే!"

"అవును"

"అన్నీ సుశీలవే తీశావే!"

"ఆమెకంటే రసజ్ఞురాలు – అనురాగ హృదయిని – పతివ్రతా నాకెవరూ కనుపించలేదు."

"అయితే ఇన్ని ఫోటో లెందుకు?"

"వీటివల్ల భారతి స్త్రీ ఏకాకిగా ఉన్నప్పుడు చేయవలసిన దినచర్య తెలుస్తుంది – చూడు ఈ పసిబిడ్డనెత్తుకున్న చిత్రం, దీని క్రింద ఏమి వ్రాసుందో! చూడు. "భారత స్త్రీ జన్మ మాతృత్వమునందే సాఫల్యము పొందును" అని చూస్తున్నావా?

"చూస్తున్నా"

* * *

ఆవిధంగా అతనికి తల్లిని తండ్రి గురించి పిల్ల అడుగుతున్నట్లు సురేశ్ ఆమెకంటే "పతివ్రత" లేదని చెబుతున్నట్లు – వింత వింత దృశ్యాలు కన్నుల యెదుట కదలి పోతున్నాయ్. అతని తలలో మృత్యుమందిరాన్ని ఎవరో రిపెయిర్ చేస్తున్నట్లుంది. కోపంతో అక్కడ నుంచి లేచాడు.

"పతివ్రతట... పతివ్రత... పైకంతా పతివ్రతలే. కడుపులో మాత్రం కాముక విషసర్పాలు కదులుతూ ఉంటాయి. ...ప్రాణానికి ప్రాణంగా నమ్మి సురేష్ ఎంతపని చేశాడు? ఎవరిని ఇంక నమ్మడం, ఈ వెధవ ప్రపంచములో... అంతా కుచ్చితపు సర్పాలే; విషపుచ్చాలే."

అనుకుంటూ ఆ చీకటిలోనే తన గదిలోనికి వెళ్ళిపోయాడు. మంచం మీద పండుకున్నాడు. సుశీల ఫోటో వెన్నెల వెలుగులో తళతళా మెరిసింది. ఆ ఫోటోలో ఆమె మాట్లాడుతున్నట్లుంది.

"నేను పతివ్రతనని రుజువు చేయగలను" అన్నది.

అతడు ఉలుక్కుపడ్డాడు.

"అనుమానంకంటే మహావిషం మరొకటి ఉండదు."

అతడు గజగజలాడి పోయాడు.

"సుధీర్! ఈ పాపిని చంపటానికే నీ చేతులు వణుకుతుంటే - పాపపుణ్యా లెరుగని పాపాయినెలా చంపగలవు?"

"చంపానా" అంటూ అతడు గడగడ వణికిపోయాడు.

"సుధీర్! ఆకాశంవంక ఎగిరిపోయే చిన్నగాలి పడగను చింపివేయడానికి ఇనుపకత్తెరలు కావాలా? కొనగోరు మొనలు చాలవూ?"

ఆమాటలాతని హృదయాన్ని పెగిల్చేగునపపుపోటు లయ్యాయి.

"కన్నతల్లి బిడ్డల కష్టాలు సహించలేదు."

"అవునవును" అతడు మంచంమీద నిలవలేక పోయాడు.

"సుధీర్! బ్రతికుంటే నీ చేతే నేను పతివ్రతననిపించగలను."

"అనిపించవ్" అంటూ ఫోటోవద్దకు వెళ్ళి పోయాడు.

"సత్యం స్వర్గంలో వెలిగే ఆరిపోని దీపం!"

"కాదు - కాదు - స్వర్గం లేదు - నరకం లేదు - నీవు కులటవే - దుర్మార్గురాలవే - పతివ్రతవు కాదు - కాదు - కాదు" అంటూ ఫోటోను చేత్తో గట్టిగా గుద్దివేశాడు. దానితో అది బద్దలైపోయింది. చెయ్యి రక్తపు కొల్లయిపోయింది.

"పిచ్చివాడవు కాక సుధీర్!" అని వేయిగొంతుకలతో సుశీల అన్నట్లయింది. దానితో అక్కడ ఒకక్షణం ఉండలేక పోయాడు-అన్నితలుపులు తీసుకుంటూ బయటకు వచ్చేశాడు-తీసిన తలుపులు వేయనైనా వేయలేదు. వెంటనే బయటకు బయలుదేరి వెళ్ళిపోయాడు, వెఱ్ఱివానిలా. ఎంతదూరం? ఎక్కడకు?

అర్ధరాత్రులు ముఖ్యంగా ఆలోచనలు పదును కుంటానికి వీలైనవి. అతడు పిచ్చివాడై పోయాడు - ఎక్కడికో అలా వెఱ్ఱివానివలె వెళ్లిపోయాడు. పాపం! హృదయం శిథిలం అయితే, బ్రతుకు బరువుకాదూ?

* * *

నెల రోజులు గడిచాయి.

సుధీర్ గృహం శుభవసంతంగా కలకలలాడుతూ ఉంది. పచ్చతోరణం నిత్యశోభనం; ఆనందం - అనురాగం; ఆ ఇంట్లో ఓలలాడుతున్నాయ్.

సుశీలను మరచిపోలేక పోతే అతడు బ్రతుకు బరువులు మోయలేక పోయాడు. అతని శిథిల హృదయంలో సుధలు చిందే మధుర హృదయంపై నిదుర పోతేనే గాని విశ్రాంతి లభించదనుకున్నాడు.

లత పెరగాలే గాని ప్రక్కనేదుంటే దానినే ఆలంబనగా చేసుకొని అల్లుకుపోదూ; ఆకాశాన్ని అంటుకు పోదూ; తారకా కుసుమాలను పూసుకుపోదూ; ఏమంటారు?

అనుక్షణం అతని ఆపదలను కన్నీటిచే కడిగివేస్తున్న సునీత యెడల సుధీరునకు ఆదరాభిమానాలు ఎక్కువయ్యాయ్. ఆమె భర్త కూడా యింట్లో లేడేమో పాపం! ఎవరి సేవో

ఒకరిసేవ చేస్తూ ఉండాలి కాబట్టి, ఆ పతివ్రతామతల్లి సుధీర్ సేవ చేస్తూ ఉంది. ఎందుకంటే "మానవసేవ కదండీ! అందుచేత

అతని వీధిముందు కామధేనువు; దాని నుండి పాలబ్రాందీ పిండుతున్నాడు. అతని పెరట్లో కల్పతరువు; దానినుండి మధురాధరామృతాన్ని పీల్చివేస్తున్నాడు. అలాగుంది మన సుధీర్ జీవితం. అటు ధనరాసులు జిమ్మివేస్తున్నాడు.

ఇటు సునీత యౌవన మధువు పీల్చివేస్తున్నాడు.

* * *

సంవత్సరం గడిచింది చేయి చాస్తే అందుకుంది బ్రాందీ బోటిల్. పిలుస్తే పలుకుతుంది సునీత. అతనికి లోకం లేదు. ఆమెకు భర్తలేదు. ఆనందమే ఆనందం.

ఒకనాటి సాయంకాలం బ్రాందీ గ్లాసులో పోస్తూ ఉంది సునీత.

"సునీ... ఇంకా పొయ్"

"చాలు సుధీర్..."

"పొయిమంటే పొయ్... ఫూటయ్... పో...వాలి - పడవ"

"ఎక్కువైపోతే గొడ్డు లాగు పడుకుండి పోతావ్"

"అందుకే తాగేది"

"అయితే ఆనందం అనుభవించే దెపుడు?"

"అప్పుడే..."

"నిద్దర్లో ఆనందం ఏమిటి? చచ్చినవాడు నిద్దరపోయినవాడూ ఒకటే"

" మంచిది - పొయ్ - చచ్చినవాడినే... నే...ను"

"నేనూ పొయ్యను బాబు!

ఆ వగలమారిచిన్నది వయ్యారంతో సయ్యాటలు మాని పయట సవరించుకొంటూ శయ్యాగృహంలోకి వెళ్ళింది.

"ఆవుతోటిది కాదొకో ఆఁబోతు" అన్నట్లు ఆమె వెనక పడ్డాడా కాముక చక్రవర్తి. కామం మానవులను కూడా పశువులను చేస్తుందికదా! పశువువలె బుద్ధిలేనపుడే కదా పాడు పనులు చేసేది? ఇంతకూ మానవుల నాశనానికి కారణం ఈ కామం కదా! ఆ కాముకులలాక్రిందా మీదా పడుతున్నారు! వారే పశువులయితే - ఆ పశుకృత్యాలను వర్ణించే వారు మరీ పశువులు కారు! అంచేత నేను వరించావర్ణించను; ఎవరన్నా వర్ణిస్తే మీరు చదవనూవద్దూ... ఎందుకంటే మనం అద్వితీయ ప్రతిభ కలిగిన మనుష్యులుగా పుట్టాం మనుష్యులు చేయవలసి పనులే చేద్దాం... మనుష్యుల గానే చనిపోదాం ఏమంటారు? మనుష్యుల్లా పుట్టి - పశుకృత్యాలు చేసి - పశువుల్లా ఎలా చనిపోతాం...

అంచేత ఆ చీకటి కొట్టులో - ఆమోహజ్వాలలో - ఆ కాముకుల కాష్ఠాలు రెండు భగభగ మండిపోనియ్యండి; మాడి నుసికానియ్యండి; ఆ నుసినే ఆదిశివుడు విభూతి రేఖలుగా ధరించ నీయండి; ఎవ్వడి కిక్కడ?

* * *

తెల్లవారింది. ఇడ్లెన్లు తిని కాఫీ తాగుతున్నా రానూతనప్రియులు

"సునీతా! పాపం సుశీల ఏమయిందో!"

"ఇంకా తెలీదూ?"

"ఎవరు చెప్పారు?"

"నీవస లెవరినడిగావ్"

"ఎవరికి తెలుసునని ఎవరి నడగను?"

"అదేమిటి-? ఆమె సంగతి అందరకు తెలుసును?"

"ఏమైంది?"

"ఏమి చెప్పను పాపం-"

"ఏం-చెప్పు సునీ! ఎక్కడుంది?"

"ఇంకెక్కడుంది-? ఈ లోకం విడిచి చాలాకాలమైంది?"

"నిజం"

అతడు ఉల్కుపడి లేచాడు

"అంత ఖంగారెందుకు సుధీర్?- అటువంటి రంకుటాలు భార్యగా ఉండి నీ కీర్తిని పాడు చేసే దానికంటే చస్తే మేలు కదూ?

"నిజం - నిజం"

"పోనిద్దూ - నేనున్నానుగా - నీకేం లోటు జేస్తున్నాను."

"నిజం - నిజమే

"మళ్ళీ ఏదో ఆలోచనల్లో పడ్డావేమిటి"

"అబ్బే! ఏమీలేదుగాని పాపాయి ఏమైందా అని ఆలోజిస్తున్నాను"

"పాపాయికేం - ఎవరికో భోగం వాళ్ళకు అమ్మివేసిందట-"

"అలాచెప్పు- మొత్తానికీ తల్లిలా పిల్లకూడా పెద్దయితే కొలువు సాగిస్తుందనుకుంటాను."

"తప్పకుండా - ఏవాడ చిలుక ఆ పలుకే పలుకుతుంది"

"చచ్చినవాళ్ళు చావనే చచ్చారు-మన కెందుగ్గాని, ఏదీ ఆ బ్రేందీ బోటిలు-"

"ఇప్పుడేగా కాఫీ తాగింది?"

"ఆ గొట్టం వేరు - ఈ గొట్టం వేరు"

"చాల్లే ఊరుకుందూ!"

"పూర్తిగా తాగేస్తే ఊరుకోకేం జేస్తాను?"

"సంతోషించాంలే!"

"నా తెలివికి నీవూ - నీ తెలివికి నేనూ సంతోషించకపోతే, మన తెలివి తేటలు ఎవరు మెచ్చుకొను సునీ?

"ఏం?"

"భర్తను విడిచి నీవూ - భార్యను విడిచి నేనూ వహ్వా!" ఏం దాంపత్యంరా బాబు మనది"

"పోనీలే నీకంత కష్టంగా ఉంటే వెళ్ళిపోతాను" అంటూ ఆమె మూతి తిప్పుకుంటూ- పర్వతాలవంటి పిరుదులు - రోలింగ్ బండల్లా తిరిగిపోతూ ఉంటే వెళ్ళబోయింది.

ఆమె చెయిపట్టుకొని బ్రతిమిలాడుతూ "సునీ! నీవు వెళితే బ్రతకగలనా? ఆ బ్రాందీ బుడ్డీతో నా తల పగల కొట్టేసి వెళ్ళిపో!"

"ఇంకానయం!"

"హాస్యానికంటే ఇంత ఆర్భాటం ఎందుకూ?

"అయితే సరే!"

"లేకపోతే - అన్నయ్యా! అంటూ ఇదివరలో వచ్చేదానవు - ఆహా ప్రియా! అంటూ ఇప్పుడు వస్తావా?"

"అదిగో దెప్పుతున్నావ్!"

"ఛా - ఛా - నీతోడు - నీకు నా మీదున్న ప్రేమ అద్వితీయం - అనన్యం - అద్భుతం - ఆకాశం - అని చెబుతున్నాను"

"ఏం గోల చేసావు లెద్దూ!"

"నా బ్రాందీ నాకు ప్రసాదిస్తే ఈ గొడవలుంటాయా?"

ఆమెవెళ్ళి బ్రాందీ తీసుకువచ్చి గ్లాసులో పోసి యిచ్చింది. రంగ రంగా... ఇంక చెప్పనా వారి శృంగారం! రతీమన్మథులులే లెండి!

* * *

ఆ సాయంకాలం

"ఇంతకూ ఆ సంబంధం మాట ఏంజేశావ్?"

"ఏ సంబంధం?"

"అదే డాక్టర్ సురేంద్రుని కూతురు..."

"సూరమ్మనా?

"అవును...ఎంత చక్కనిదనుకున్నావ్...అందాలప్రోగు"

"ఏమిటో వెధవ పేరే బాగోలేదు."

"పేరులో ఉందేమిటి? ఒకసారి చూడు - విడిచి పెడతావేమో!

"చూస్తే ఎవరిని విడిచి పెట్టాను కాబట్టి, దానిని విడుస్తాను?"

"అంచేతే... ఒక చూపు చూడమంటుంది."

"ఇంతకూ నీకేమైనా కమీషన్ వుందేమిటి? మా అవస్థ పడుతున్నావ్"

"ఛా...ఛా... నీవే నా కమీషన్."

"సరే... చూద్దాంలే... మొదలు ఈ సీసా నింపు"

అతడానందంలో మునిగిపోయాడు.

సుబ్బయ్య సూరమ్మను మరిగి, సునీత ఎన్ని కబుర్లు పంపినా రాలేదు. అదేమిటో మన కందనిపండు మీదే ఆశ యెక్కువుంటుంది. ఆ సుబ్బయ్య తోటే లోకం అంటుంది సునీత...

అందుచేత ఈ గొడ్డు సూరమ్మను పెళ్ళి చేసుకుంటే, వీనితో కూడా చుట్టం చూపుకు సూరమ్మ ఇంటికి వెళ్ళవచ్చునని, అక్కడ సుబ్బయ్యతో పూర్వస్నేహం పురికొల్పవచ్చుననే అనుకుంది గాని, సుధీర్ ఆనందాన్ని చూడలేదు. సుధీర్ సూరమ్మతోటే ఉంటే - సుబ్బయ్యకు ఎవరూ ఉండరు కాబట్టి తానే అతని అర్థాంగిలాగ ఉండవచ్చుననుకుంది. చూడండి... కామం ఎన్ని పనులు చేయిస్తుందో? స్వార్థం లోకాన్నంతా కబలించినా శాంతింపదు.

* * *

చీకటి పడుతూ పడుతూ వుంది. ఆ కాముకులిద్దరూ ఈ ప్రపంచాన్నే మైమరచి, ప్రక్క మీద పశువుల్లా దొర్లుతున్నారు. అంతలో బూటు చప్పుడౌతుంటే ఎవరో మేడమెట్లు ఎక్కుతూ వున్నారు.

"ఎవరది" అని లోపల నుంచి ప్రశ్నించాడు.

ఆ వ్యక్తి మాట్లాడలేదు,

"ఏయ్ ఎవరది?

ఆ నూతన వ్యక్తి నిప్పులు కక్కుతూ అతనిముందు నిలబడ్డాడు.

"ఎవర్ నువ్"

"త్రాగుబోతు కళ్ళకు లోకం తల్లక్రిందులుగా కనబడుతుందా?"

"అవును... నీ...వెవడవ్... ఇది నా యిల్లు"

"కాదు...ఇది నీ సమాధి"

"ఛాప్... సటప్"

"ఓరి తుచ్ఛుడా? నీ వ్యభిచారానికి తోడు త్రాగుడొకటా?"

"అవును... నీవంటి ద్రోహులుంటే ఏంచేస్తామ్..."

"నేను ద్రోహినా? భర్తను మోసంచేసే ఈ పాపి... అన్యాయపు మాటలువిని భార్యను నాశనం చేసిన నీవూ... న్యాయమూర్తులా? తుచ్ఛుడా! తగిన నిదర్శనాలు లేకుండా మహాపతివ్రతను ఇంట్లో నుంచి గెంటివేశావ్. ఆమె హృదయం మండి, ఒక్కమాటందంటే, ఈ మేడతో కూడా మాడి బూడిదైపోతావు."

"అయితే అననియ్... బూడిదౌతా... నా యిష్టం ఉంటే గాడిదౌతా...నీకే."

"ఆమె ఒక్క కన్నీటిచుక్క రాల్చిందంటే... మహాసముద్రం అయి నిన్ను ముంచెత్తకపోదు."

"ఏడిశావు... పో..."

"పోతా... నీచుడా... పోతా. మళ్ళీ నీ భార్య పాదాలపై బడిన నీ తలపై విజ్ఞానదీపం పెట్టడానికి వస్తా"

"సటప్... పో..."

సురేశ్ వారిద్దరి ముఖాలు చూచి... ఏవగింపుతో... తోకత్రొక్కిన త్రాచులా వెళ్ళిపోయాడు. ఆమె భయంతో అతని కౌగిలిలో దాగుంది... లోకం ఆకాముకులను చూడలేక చీకటి ముసుగు కప్పింది... ఏం చేస్తుందిమరి.

9

సుదీర్ రాజమండ్రి జేరుకున్నాడు. పెళ్ళికూతురు చూపులకు బయలు దేరాడు. సూరమ్మ సునీత కంటె వేయిరెట్ల మెరుగనుకున్నాడు. "నా ఇనుప పాదాల క్రింద ఎన్ని పూలు నలగి పోతున్నాయో! అలా నాశనం చేసేదానికంటే – ఒక స్త్రీకే మన జీవిత సూత్రాన్ని బంధించడం ధర్మం" అనుకున్నాడు సుధీర్.

సుధీర్ గుణగణాలు... పరదేశమున సంపాదించిన "బారెట్లా" బిరుదం ఆస్తిపాస్తులు డాక్టరుగారిని పూర్తిగా ఆకర్షించాయి. ఇక సూరమ్మగారి విషయం వేరే చెప్పాలా? అసలావిడ జీవితంలో అంత అందగాడిని చూడనే లేదు... కంపౌండర్లతో కామించే కాముకి కన్నుల కాతడు బంగారు పర్వతంలా కనబడ్డాడు. ఆమె చీకటిగుండెలో అతడు మెరుపు; ఆమె ప్రేమ మందిరంలో అతడు పూజారి; ఆమె వలపులతకు అతడు తుదిపూవు.

కొన్నాళ్లు గడిచాయ్. రెండు పక్షాలవారూ పెళ్ళికి ఒప్పుకున్నారు. కాని మూఢం అవడం వల్ల పెళ్ళి ఆపుచేశారు. మూఢం వెళ్ళగానే పెళ్ళి ఖాయం చేశారు. లగ్నం ఏర్పరిచారు. రోజు రాత్రి ఒంటి గంటకని నిశ్చయం చేశారు పెళ్ళి పెద్దలంతా.

* * *

సుధీర్ మాత్రం ఆ ఊరు విడిచి వెళ్ళడం లేదు. మార్వాడి సత్రములో మఖాం వేశాడు. మావగారు కబురు పంపుతుంటే తప్పించుకుంటానికి వీలులేకో – పెద్దలను గౌరవించాలనో

– కాబోయే ఇంటల్లుడనో తప్పకుండా రోజుకు ఒక సారైనా సుధీర్ అత్తవారింటికి వెళుతూ ఉన్నాడు. తల్లిదండ్రులు రోజుకు ఒకసారైనా సుధీర్ అత్తవారింటికి వెళుతూ ఉన్నాడు. తల్లిదండ్రులు చూచీ చూడనట్టుగా కూతురుని, కాబోయే అల్లునివద్ద వదిలేస్తూ ఉన్నారు. కారణం? కాబోయే భార్యభర్తల మధ్య కలగజేసుకుంటం ఎందుకని కాబోలు.

ఒక రోజున మేడపైన నూతన ప్రియులు కూర్చున్నారు.

"ప్రియతమా! మీరింత ఆలస్యంగా వచ్చారే?"

"ఆలస్యం అయిందా?"

"మీరిలా వస్తే బ్రతకగలనా?"

"ఇవాళ లేవడం కొంచెం ఆలస్యం అయింది."

"అయినా ఇంగ్లండు అలవాటు ఇండియాలో చేయకూడదు"

"ఒక్కనాటిలో పోయేనా అలవాటులు?"

"అలాగని ఆ దొరలతో ఎపుడైనా 'పార్టీలలో బ్రాంది పుచ్చుకుంటే ఇక్కడా పుచ్చుకోరుకదా!

"నీ అధరామృతం ఉంటే వెధవ బ్రాందీలెందుకు?"

"ఏమిటో అలాగే అంటారు – కొత్తలో."

"పిచ్చిదానా? రోజుకు రోజుకు ప్రేమ వృద్ధిపొందేదేగాని, తక్కువయ్యేదా?"

"కాదనుకోండి."

"మరింకే?"

"పెద్ద చదువు చదువుకున్నవారి కెలాగైనా స్నేహితురాండ్రెక్కువుంటా రనుకుంటా."

"నిజమే... కాని నీ స్నేహం చేసి నప్పటినుంచి... ఇంకీ ప్రపంచమే జ్ఞాపకం ఉండడం లేదు."

"నా...తో...డూ?"

"సత్యంగా... దైవసాక్షిగా."

"వట్టూ!"

"ప్రమాణంగా!" అంటూ ఆమె చేయిపట్టుకొని చేతిలో వట్టు వేస్తున్నాడు.

ఆ గోడ పక్కనే నిలబడి వారిమాటలు వింటున్న సుబ్బయ్య హృదయంలో శూలాలు నాటుతున్నట్లున్నాయ్.

"ఆడదానిని నమ్మేదానికంటే మృత్యువుని నమ్మడం మేలురా!"

అనుకొంటూ మెట్లు కోపంగా దిగబోయాడు? అతని కాలు చప్పుడయింది. తోక త్రొక్కిన నల్లతాచులా ఆమె బయటకు వచ్చింది.

"ఎవరోయ్ అక్కడ?"

"... ... ..."

"మాట్లాడవేం సుబ్బయ్యా! నీవా?"

"చిత్తం, అమ్మగారు."

"ఇక్కడెందుకున్నావ్."

"అమ్మగారికి నా అవసరం ఏమన్నా ఉందేమోనని కనుక్కుందామని వచ్చానండి."

"నీ అవసరం ఏముంటుంది?"

"కూలి ముండాకొడుకును... నాతో అవసరం ఉంటుందని కాదండి"

"మరింకెందుకు?"

"బజారు వెళుతున్నాను... ఏమన్నా కావాలేమో కనుక్కుందామని వచ్చాను."

"మేడమీద అల్లుడు గారున్నారని తెలీదూ? – కేకవేయకుండావస్తే ఆయనే మన్నా అనుకోరూ?"

"చిత్తం... ఇంగ్లండు దొరలు"

"ప్రతి 'సర్వేంటూ' పైకి రావడమే... ఇక నుంచీ వెట్టి వెధవలా ఎప్పుడూరాక... ఇంక దయచేయ్. ఊ... వెళ్లు"

"వెళు...తు...న్నా!"

ఆమె మేడమీద గదిలోకి వెళ్ళిపోయింది. సుబ్బయ్య తలమొండాన్నుంచి వేరుచేసి, శూలానికి పొడిచి, అగ్నిగుండంలో వేసి బొగ్గుక్రింద మాడ్చివేస్తున్నట్లుంది.

"ఆహా! స్త్రీ కన్నుల వెనుక ఎన్ని ప్రళయ సముద్రాలైనా దాయగలదు కదా! ఆ హృదయంలో ఎన్ని అగ్నిగుండాలనైనా దాచివేయగలదు కదా!... ఎవరూ లేనపుడీ రంకుటాలకు నేనే దేముడ్నయ్యానా? ఇప్పుడు దెయ్యాన్నయ్యానా? అసలీ ముండ నావంటివారి నెంతమంది నిలా చేసిందో లేకపోతే ఇంతకాలం నాతో అనుభవించి, నా యెదుట తన ప్రియునితో అలా మాట్లాడగలదా? పైగా నా ముఖమే తెలియనట్లు ఎలా చూస్తుందో చూడు... గుడ్లగూబలా కళ్ళూ ఇదీనూ...అయినా నేనే ప్రాణంగా నమ్మిన సునీతని విడిచి ఈ ముండతో ఉండమని ఎవరు చెప్పారు? ఎప్పటికైనా, పెళ్ళికాని పిల్లలపొందు మేఘాలలో మెరుపులాగ క్షణమాత్రలే సుమా! వీళ్ళపని వద్దూ ఏమీవద్దూ గాని నా సునీత వద్దకు పోతాను. పోయి, తిరిగి నా ఆనందప్రపంచాన్ని ఏర్పరచుకుంటాను." అనుకుంటూ సునీత వద్దకు వెళ్ళాడు సుబ్బయ్య బహుద్దూరు.

* * *

అటు పాత ప్రియులైన సునీతా సుబ్బయ్యలు ఆనందం అనుభవిస్తున్నారు. ఇటు క్రొత్త ప్రియులైన సూరమ్మ సుధీరులు ఆనందం అనుభవిస్తున్నారు. అటువారి పాపం... ఇటువీరి పాపం... పండి బద్దలయ్యే రోజు ఎప్పుడు వస్తుందా అని... కర్మదేవత వారి జీవిత గ్రంథాల్లో పుటలు తిరగవేస్తూ ఉంది.

ఆరోజు అమావాస్య

సునీత పతి ఊరులో లేడు కదా అని... సుబ్బయ్యా సునీతలు వళ్లూపైనా తెలియకుండా ఉన్నారు... సుధీర్ వల్ల అలవాటయిన బ్రాందీ సుబ్బయ్యక్కూడా అలవాటు చేసింది సునీత... త్రాగుడు; వ్యభిచారం, జూదం, వేట ఈ దుర్వ్యసనాలన్నీ అంటువ్యాధుల క్రింద అలముకుపోతాయికదండి.

సుబ్బయ్యా సునీతలు చెడత్రాగి, పళ్ళు మరచి దొల్లుతున్నారు. ఇవన్నీ కనిపెట్టిన సునీతి భర్త సుందరం దొడ్డి తలుపుకు తాళం బిగించి, వీధి తలుపు దబదబా కొట్టడం ప్రారంభించాడు. దానితో సుబ్బయ్య ప్రాణాలు పైకి లేచిపోయాయ్

"సునీతా... ఎలా రక్షిస్తావ్... ఇక నా జీవితంలో మీ గుమ్మం తొక్కను."

"దీనికే భయపడితే ఎలా... ఇంత తాగినా గుండెధైర్యం లేదేమిటి?

"భ...యం"

"అదేమిటి అలా వణికి పోతున్నావ్"

"ఇప్పుడెలా?"

"దొడ్డిదోవుంది కదూ?

"సరే... సరే త్వరగా..."

"ఏయ్... తలుపు... తలుపూ!" అని వీధి తలుపు కొడుతున్నాడు సుందరం.

ఆమె సుబ్బయ్యను దొడ్డి దోవను పంపుదామని తీసుకు వెళ్ళింది...

తాళము వేస్తే ఎందుకొస్తుందా తలుపు...

"ఇ...ప్పు...డెలా?"

"తాళం వేశా రెవరో!"

"నీ మొగుడే... ఇవాళలతో నా ప్రాణాలు తీస్తాడు... ఇంక నాదిన వారాలు తప్పవు."

"భయం లేదు గాని... అటుకెక్కిపో"

"అమ్మో! అటుకే!"

"లేకపోతే... ఇద్దరిప్రాణాలు తీసివేస్తాడు... అందులో మా ఆయనకు కోపం వస్తే మనిషే కాదు"

"అయితే ఎక్కించూ..."

ఆమె నిచ్చెన సాయంతో సుబ్బయ్యను అటుకుమీద కెక్కించి తలుపు తీసింది.

"ఏం? తలుపు తీయవే?"

"అబ్బా! ఏమిటి ఊరికే తలుపు కొడుతున్నారు... నిద్దర్లో నుంచి లేవాలా?"

"ఓహో! నిదుర పోతున్నా వేమిటి?"

"లేకపోతే మీ రొస్తారని కలగని తెల్లవార్లూ మేలుకుంటాననుకున్నారా?"

"పొరపాటే... పద... పద..."

అంటూ తలుపు తీసి లోపలకు వచ్చి మంచంమీద పండుకున్నాడు. వాళ్ళిద్దరినీ ఉరితీయనా? - కొంపకు నిప్పు పెట్టి తగల పెట్టనా? అని ఆలోజిస్తున్నాడు. పతివ్రత పతిపద... సేవ చెయ్యొద్దూ... అందుచేత సునీతమ్మాగారాయన పాదాలు పిసుకుతూ కాళ్ళవద్ద కూర్చుంది.

"సునీతా! ఇలా ఎంతసేపు పిసుకుతావ్ - పండుకో!"

"పడుకుంటా లెండి... ఎంత సేవ చేసినా మనల్ని పతివ్రతలనరు కదూ?"

"అనకపోవడం ఏమిటి... వీధివీధంతా "సునీత పతివ్రత సునీత పతివ్రత సునీత పతివ్రత" అని ఘోషిస్తూ ఉంటే"

"ఎవరి మాటెలాగున్నా మీకు నమ్మకం ఉంటే అంతే చాలులెండి"

"ఛాఛా నమ్మకం లేకపోవటం ఏమిటి? నీ ముఖం... నీకంటే పతివ్రత అసలేదీ ఈ లోకంలో... చాలు... చాలు... సేవ ఎక్కువై పోతూంది. ఇలా...రా!" అంటూ ఆమెకు దగ్గరకు చేరదీశాడు.

ఈ లోపున అటుకు మీదున్న సుబ్బయ్యకాలు ఫలహారంగా పుచ్చుకున్నాయి రెండు మండ్ర గబ్బలు... అవి ఆనందంగా ఆ చీకట్లో ఉంటే వాటి పైన కాలు వేశాడు... ఊరుకుంటాని కవి ఏమైనా గంగగోవులా దానితో తోకలు జాడించి చక్కా బోయాయి.

ఇక చూసుకోండి ఆ సుబ్బయ్య గారి సుఖం! కార్తికమాసం రాగాలు చలిలో గజగజ వణుకుతూ కుండ కావిలించుకొని... లేపినట్లు...

"ఉహుహు... ఊ...ఊ" అంటూ రాగాలు ప్రారంభించాడు.

"ఎవడే అది?"

"ఏదో దెయ్యమేమో!"

"ఆడదయ్యమా... మొగదయ్యమా..."

"మొగ దయ్యమేమో... శబ్దం యెక్కువ చేస్తూంది"

"నిన్నేమైనా మోహించిందేమిటి చెప్మా..."

"నన్నెందుకు మోహిస్తుంది... మోహిస్తే మిమ్మల్నే మోహించాలి."

"అయితే వీపుచితకొట్టనూ" అంటుంటే ఒక పిల్లి ఎలుకనుతరుముతూ వచ్చి సుబ్బయ్య మీద పడింది... దానితో అమ్మో అంటూ గుమ్మడికాయ దొర్లినట్లు అటుకు మీద నుంచీ దొర్లి, వారిద్దరకూ మధ్య ఆ మంచంమీద పడ్డాడు వెన్ను విరిగేటట్లు...

"ఓసేయ్... వీడెవడోయ్"

"ఎవడో దొంగముండాకొడుకులాగున్నాడు. చూస్తారేమిటి రెక్కలు విరగకట్టి నాలుగు బొమికలూ విరగగొట్టక."

"చేస్తా... అంతపని చేస్తా."

అంటూ మూలకఱ్ఱ తీశాడు. ఒక్కటి అంటించాడు.

"బాబోయ్... నేనేమి దొంగను కానండి... ఈమెరమ్మని మీరు రాగానే అటుకెక్కమంటే ఎక్కానండి."

"ఎందుగడ్డి తినమంటే తింటావా?"

"ఓరి భడవముండా కొడకా... నిన్ను రమ్మన్నానా? చూచారా? ఇటువంటి దొంగముండా కొడుకులవల్లే సంసారాలు కూలిపోతాయ్"

"లేదు... రమ్మంది బాలు"

"నాకు తెలియదటోయ్... ఆ రోజున అన్న అని చెప్పిన ఈ పతివ్రత నేడు దొంగంట; నాకు తెలీదా... మీరిద్దరి వ్యాపారం నాకు తెలీదా... పాపం దాగుతుందా? ఉండండి... ఇవాళ మీ ఇద్దర్ని ఉరికంబానికి ఎక్కిస్తాను అంటూ సుబ్బయ్యను రెక్కలు విరిచి మంచంకోటికి కట్టి వెముకలిరగకొట్టేస్తున్నాడు... కిక్కురుమనకుండా చస్తున్నాడు సుబ్బయ్య ఇంక సునీత సంగతి చెప్పనవసరం లేదు.

"ఓ పతివ్రతా శిరోమణి! ఇలా ఎంత మంది కొంపలు కూలుస్తావ్" అంటూ బొమికలు కమల గొట్టేడు... కొట్టడూమరి... ఇంతకూ పాపానికి ఫలితం అనుభవించకుండా ఎవరున్నారు?

10

పాతప్రియుల పాపం బయట పడింది; తగిన శాస్తి అయింది...ఇంక మన కొత్తప్రియుల విషయం చూద్దాం.

"సుధీర్ మీరెంత రసికులు"

"రసికతంతా నీ కనుల చూస్తేనే అబ్బింది.

"మీరెంత రసజ్ఞులు"

"సూరమ్మా! నా రసికతకు... నా రసజ్ఞతకు మార్గదర్శినివి నీవు... నీవు లేకపోతే నేనే లేను... వసంతం రాగానే కోకిల నెవరు పాడమని చెప్పారు?"

"మీరు మహాకవుల్లా గున్నారే."

"నేను కవిని కాదు; నీ కనురెప్పలపై మూల్లుతున్న భావాలు అక్షరాల ప్రాణం పోసుకొని నా నాలుక మీదుగా కవిత్వం అయి వెలువడుతవి. కవిత్వం అంటే ఏముంది? ప్రకృతి మనలో భావాలు రేకెత్తిస్తుంది; ఆ భావాలు తమకు కావలసిన భాషాసామాగ్రిని తీసుకొని మాటలై... పాటలై... ప్రపంచంలో బయలు పడతాయి... అంతవరకు తలుపులు బిగించుకొన్న హృదయమందిరంలో మూగవేదన అనుభవిస్తూ ఉంటాయ్. తెలిసిందా ప్రియతమా?"

"నీవు నా ముందు నవ్వురతనాలు పోగుపోస్తే ఆనంద గీతికలు వెలువడుతాయ్. కన్నీటి నీలాలు గుమ్మరిస్తే విషాద గీతికలు వెలువడుతాయ్; అంతే... మీ చేష్టలే మీ కవితామృతభిక్ష"

సూరమ్మ పారవశ్యములో మునిగి పోయింది. సుధీర్ కన్నులు రెండు నక్షత్రాలై ఆమెకేదో క్రొత్త ప్రపంచములోకి దోవ చూపిస్తున్నట్లు అనిపించింది. అటువంటివాడు తన భర్త కావడం తన పూర్వజన్మ పుణ్యం అనుకుంది. కారణం ఈ జన్మలో ఆమెకు తెలుసు కదండీ...

ఆమె ఆనందం ఆపుకోలేకపోయింది. అతని కౌగిలిలో మల్లెపూలమాలై వాలిపోయింది. అతడు బిగియార కౌగిలించుకొన్నాడు.

"సుధీర్... అబ్బా!... ఎంత బాగుంది."

"... ..."

"ప్రియా! నిన్ను విడిచి ఒక క్షణం బ్రతకలేను."

"ప్రేయసీ! నిన్ను విడిచి ఒక అరక్షణం కూడా బ్రతుక లేను"

తిరిగి నిశ్శబ్దమైన బిగి కౌగిలి అంతలో క్రొత్త అల్లుని గారికి ఫలహారాలు తీసుకొని పనిమనిషి మన సుశీల వచ్చింది... వారిని చూచింది... వారి చివర మాటలు విన్నది. అతడెవరు?

ఆమె భర్త సుధీర్...

అంతే... ఆమెకన్నుల నెవరో పెగిల్చినట్లు...హృదయాన్ని చీల్చినట్లు-రక్త చందనాన్ని వంటినిండా పూసినట్లు - పాములు ఒక ఉరితాడుగా అల్లుకొని ఆమె కంఠాన్ని బిగిస్తున్నట్లు తోచింది.

ఆమె చేతులు వణికి పోయాయి... పళ్ళెం పూర్వంకంటే తీవ్రంగా క్రింద పడిపోయింది. పాలు నేలమీద ఓడికలు కట్టాయ్. సుధీర్ చూచాడు. పోల్చుకున్నాడు.

"ఎవరు?"

"... ..."

"సుశీ..."

"... ... ..."

"సు...శీ..."

"సు...ధీ...ర్"

"నీ...వే...నా"

"ఆ... అ...వును?"

ఆమాట చెబుతున్న ఆమె పెదిమెలు, గాలిలో కదలిపోతున్న మడిచిగుళ్ళులాగ అల్లల్లాడి పోయాయి... నీరు నిండిన కనులు నీలిమేఘాల్లాగ చెదిరిపోయాయ్.

అంతే... ఆమె చరచరా మెట్లు దిగి బాణంలా వెళ్ళిపోయింది.

"సు...శీ"

ఆమె జవాబు చెప్పకుండా వెళ్ళిపోయింది

వారివింత ప్రవర్తనకు సూరమ్మ ఆశ్చర్యపోయింది.

"మీకు తెలుసా"

"కొంచెం"

"ఊహూ"

"ఇక్కడుంటుందా?"

"ఇంకా తెలీదేమిటి? అది మన పనిమనిషండీ!"

"పని మనిషా!"

"అలా ఖంగారు పడతారే... అది మన పని మనిషే - సంవత్సరం పైగా ఇక్కడేపని చేస్తూ ఉంది... ఆ పక్షవాతం వాడు లేడు సుబ్రమణ్యం! వాడి పెళ్ళామేనండీ"

"పెళ్ళామా!"

"దాంట్లో ఆశ్చర్యం ఏముంది? అయినా ఆ వెధవముండెప్పుడూ ఇలాగే మంచి సమయంలో వస్తుంది"

"... ..."

"ఈ పర్యాయం రానియ్యండి చర్మం వొలిపించి. మీ చెప్పులు కుట్టిస్తాను."

ఆమె కాయింట జరుగుతున్న మర్యాద తెలుసుకున్నాడు.

"ప...ని...మ...ని...షా! పెళ్లయిందా!"

"ఏమిటండీ ఖంగారు?"

"మనమనిషా! పెళ్ళయిందా!"

అతడు ఆలోచనలో పడిపోయాడు... ఆమె తోటేదో మాట్లాడుతున్నాడన్నమాటేకాని, అతని హృదయం అంతా సుశీల మీదే ఉంది.

"సుశీల ఎంతగా మారిపోయింది... కృశించుకు పోయిన ముసలి వగ్గులాగై పోయిందే... ప్రపంచంలో బాధంతా ఆమె కన్నులలోనే దాగుందే, ఎలాగైపోయిందో!

పనిమనిషా? పెళ్ళయిందా? ఏమిటాశ్యర్యం? ఆమె కనులలో పవిత్రాగ్ని ఎలా ప్రజ్వరిల్లిపోతూందో! ఆమె మహాపతివ్రత కాకపోతే, ఇలా పగలల్లా కష్టపడి బ్రతకటం ఎందుకు? సౌందర్యానికి ఎవడు పాదాక్రాంతుడు కాడు?

సుశీల పనిమనిషా? పాపం ఎంత పతివ్రత కాకపోతే ఈ బాధ పడుతుంది. శరీరం కామపిశాచానికి అమ్ముకుంటే భాగ్యలక్ష్మి యింట్లో నృత్యం చేస్తూ ఉండదూ? వసంత శుభోదయంతో ప్రేమారాధన ఆయింట జరుగుతూ వుండదూ? సంగీత సాహిత్యాలతో సరససల్లాపాలతో ఆ యిల్లు నిత్యకళ్యాణం పచ్చతోరణంగా ఉండదూ?

తప్పక మా సుశీల పతివ్రతే అయితే పెళ్ళి ఎలాగైంది? ఆహహా! పతివ్రతను రంకుటాలని చెప్పగలిగిన ఈ లోకం... పెళ్ళి అయిందని మాత్రం చెప్పలేదూ? అబద్ధాలకు ఆనకట్టలెక్కడున్నాయ్... చెడుభావాలను సంకెళ్ళతో ఎవరు బంధించగలరు? మా సుశీల పతివ్రతే...

పాపం... ప...ని...మనిషా

సుధీర్ అలా క్రుంగిపోతున్నాడు... చీకటి చేతులలో అతడు చిదికిపోతూ ఉన్నాడు.

ఆ రాత్రి

సుశీల విషయం తెలుసుకుని తీరాలని బయలుదేరాడు. వెళుతున్నాడు. ఇల్లు తెలుసుకున్నాడు, అతని పాపపు శిరస్సుపై పెట్టబోయే విజ్ఞానదీపాన్ని వెలిగిస్తున్నట్లున్నాడు సురేశ్. నేను పతివ్రతని నీ చేత రుజువు చేయించగలను సుమా అంటూ సుశీల అన్నట్లుంది. అతని పూర్వ జీవితం అంతా కన్నుల ముందు కనబడుతూ ఉంది. తేలిపోతున్న కాళ్ళతో తూలిపోతూ వెళ్ళిపోతున్నాడు సుధీర్.

* * *

ఆ రాత్రి అలాగే వెళుతున్నాడు. అంతలో రక్తం కక్కుకుంటూ పరుగు పరుగున రైలు దిగి సుధీర్ కొరకు సునీత వెళుతూ ఉంది... ఆ చీకటిలోనే సుధీరుని పోల్చుకుంది.

"సుధీర్ సుధీర్"

"ఎవరు? సుశీ?"

"కాదు... నేను పాపిని... బానిసను... కాముకిని" అంటూ నిలువ లేక అతని పాదాలపై పడిపోయింది.

"ఏం సునీతా! ఇలా వచ్చావ్! ఇంకా చీకటి కాటుక నా జీవిత మందిరానికి పూయడానికి వచ్చావా?"

"లేదు...లేదు. నీ ప్రేమజ్యోతిని దాచిన చీకటిని వెన్నెల చేతులతో తుడిచి వేయడానికి వచ్చాను... నీ పాపపు జీవితాన్ని నా కన్నీటితో తుడిచి వేయడానికి వచ్చాను."

"ఏమిటి సంగతి"

"నీకొక మహారహస్యం చెప్పి... నా జీవితాన్ని నీ పవిత్ర పాదాలకు ఆహుతి చేయడానికి వచ్చాను."

"ఏమిటా రహస్యం సునీ."

"సుశీల మహాపతివ్రత... అంతటి యిల్లాలీ ప్రపంచంలోనే లేదు... ఆవిడమీద అపవాదులన్నీ కల్పించిన కులటను నేనే."

"ని...జం"

“మృత్యుతల్పం మీద కూడా అబద్ధాలాడగలనా సుధీర్.”

ఈ సూరమ్మ వట్టి వ్యభిచారిణి. దానిని పెళ్ళిచేసుకొనక... నీసతి పాదములపై వాలి క్షమాభిక్ష పెట్టమను.”

“క్షమాభిక్షా!”

“ఊ...”

ఆమె గుండె చిదికిపోయిందేమో, మరల ఒక గుక్కెడు రక్తం కక్కింది.

“ఇదేమిటి సునితా...ఈ రక్తం.”

“మృత్యుదేవత ఆకలి చల్లార్చే అమృత భిక్ష.”

“సునీ... అయితే ఆ పాపాయి ఎవరిపాపాయి.”

“ఇంకా సంశయమా! సుధీర్! ఆ పాపాయి నీ పాపాయే. నీవు ఇంగ్లండు వెళ్ళేసరికి ఆమెకు నాలుగో నెల గర్భిణి, సిగ్గుచే నీకాసంగతి వ్రాయలేదు.

“అబ్బా! ఎంత పొరబడ్డాను.”

“సురేశ్‌కు నీవంటే పంచప్రాణాలు... ఆమెను సొంత చెల్లెలక్రింద చూచుకున్నాడు... నాకు తెలుసును.”

“అబ్బా! ఎంతపని చేశావు సునీతా... నీ మాయమాటలు వినే నా కాపరానికి కాలాగ్నిని అంటించాను.”

“అందుకనే ఇలా రక్తం కక్కుకుంటూ చావడం;”

“అయితే పెళ్ళయిందని సూరమ్మ చెప్పిందే.”

“చెప్పకేం జేస్తుంది. సూరమ్మకు నాకూ ప్రియుడైన సుబ్బయ్య స్నేహం... ఎదుటవారిని పతివ్రతలుగా కనుపించనీయదు సుధీర్!”

“పెళ్ళి కాలేదన్నమాట... అవున్లే ఎలాగౌతుంది.”

“సురేష్ వలె సుబ్రమణ్యం తోబుట్టువులాగ చూచుకున్నాడు.”

“సునీతా! ధన్యుడను ధన్యుడను... నీ జీవితంలో అనుమానాగ్నిని కురిపించిన చేతులే... ప్రేమామృతాన్ని కురిపించాయి మండే మంటను చల్లార్చాయ్.”

“అసలామె బ్రతికింది తన “కన్నబిడ్డ” కొరకే సుమా!”

“అవును” కన్నతల్లి ప్రేమకు లోతులు లేవని ఇప్పుడే ఈ పాపికి తెలుస్తూవుంది.”

“సుధీర్ ఈ పాపి ప్రాణాలు శాంతిగా పోనియ్.”

“సుధీర్”

“ఈ పాపపు శరీరాన్ని నీ పవిత్రపాదాలపై విడిచిన నా ఆత్మ మీ చిట్టితల్లిని దీవిస్తుందిలే.”

“సునీత్”

"క్షమించావా?"

"మనసార క్షమించాను... భగవంతుడు నీ ఆత్మకు శాంతి నిస్తాడు."

"శాంతి... శాంతి... పతివ్రత... కన్నతల్లి."

ఆమె మరోరెండు గుక్కలు రక్తం కక్కుకుంది. సుధీర్ పాదాలకు రక్త చందనం పూసింది; పరలోకంలో పతివ్రత అయింది.

* * *

సుధీర్ ఆనందంతో ఆ శరీరాన్ని రెండుచేతులమీదా వేసుకొని సుశీల యింటికి బయలుదేరాడు... కోర్టుకు సాక్షిని తీసుకు వెళ్ళేవానిలాగ.

సుశీల యిల్లు కనుక్కొని వెళ్ళాడు. అతని కన్నుల నాతడు నమ్మలేకపోయాడు. ఆ యింట్లో ఎవరూ లేరు. ఆ ప్రక్కింటివారి నడిగాడు. వాళ్ళంతా కొన్ని నిమిషాల క్రితమే పడవెక్కి ఎక్కడకో వెళ్ళి పోతున్నారని... మళ్ళి ఎన్నడూ ఆ ఊరు రారనీ చెప్పారు ప్రక్కింటివారు.

"రా...రా...రా...రా!" అంటూ సుధీర్ నీరై పోయాడు.

"రారట బాబూ!"

"రా...రా!" అంటూ దిగాలుపడి నేలమీద కూలిపోబోయాడు.

"బాబూ! అయినా ఆ గోదావరి పడవల రేవు దగ్గరకు వెళ్ళి చూడండి అందుచే అందొచ్చును.

"అలా...గా"

అతని జీవితంలో ఆశాజ్యోతి వెలిగింది.

వెంటనే వచ్చి, ఒకపాత యింటి ప్రక్కన దాచిన సునీత శవాన్ని తీసుకొని గోదావరి వడ్డుకు వెళ్ళిపోయాడు.

* * *

అది పవిత్ర గౌతమీ తటం. గౌతమీ గంగ వెన్నెట్లో వేదముత్తయిదు కుంకుమ బొట్టులాగ కలకలలాడుతూ ఉంది. చంద్రుడు తన సహస్ర కిరణాలతో గౌతమీ నదికి చక్కల గింతలు పెడుతున్నాడు... కాని వారి ఆనందన్ని చూడలేక మధ్యమధ్య మాయలా మబ్బులు చంద్రున్ని అరచేతి మాటున దాచి వేస్తున్నాయి.

ఆ వెన్నెట్లో పడవ వెళ్లిపోతూ ఉంది.

"కన్నతల్లి" చిట్టితల్లి నెత్తుకొని చంద్రుడ్ని చూపిస్తూంది. అంతవిచార సముద్రంలో కూడా ఆ పాపాయి ఆనందమే ఆమెకు తీరాన్ని చేర్చే పూల పడవైంది.

సుధీర్ పడవ చూచాడు.

"సుశీ...సుశీ...సుశీ" అని కేక వేశాడు... తీరందాటిన వారికి, తీరం మీదున్న వారి మాటలెలా వినబడతాయి? అతని హృదయం శరవేగంతో కొట్టుకుంటూ ఉంది. సుశీలను చూడనైనా చూడాలి... ప్రాణాలు విడువనైనా విడవాలి అనే నిర్ణయంలోకి వచ్చేశాడు.

"సునీతా... ఇదిగో...ఈ పవిత్ర గౌతమీ హృదయమే నీకు దివ్య సమాధి; ఆదేవి నీ పాపాగ్నిని, చల్లని చేతులతో ఆరిపివేస్తుందిలే"

అంటూ శవాన్ని గోదావరిలో పారవేసి, ఒకే లక్ష్యాన్ని అనుసరించే భక్తునిలాగ, బోటును చూస్తూ గోదావరిలో ఈదుతూ "సుశీలా... సుశీలా అని మధ్య మధ్య కేక వేస్తూ త్రాచు పాములా వెళ్ళిపోతూ ఉన్నాడు.

కొన్ని నిమిషాలకే పడవ సమీపించాడు. ఎవరా అది అని సుశీల చూస్తూనే ఉంది.

"సుశీ... సుశీ" అనే కేక వినబడింది.

"సుధీర్ సుధీర్" అనిపించింది.

"సుశీ... పడవాపు... సుశీ"

"సుధీర్" అంటూ ఉంటే ఆమె పిలుపు అపరిమితమైన శక్తినిచ్చింది. ఒక్కనిమిషంలో పడవ జేరుకున్నాడు. సుశీల చేతులిచ్చింది. స్వర్గధామం ఎక్కినట్లు ఆమె చేతుల ద్వారా పడవ ఎక్కిపోయాడు.

"సుశీ" అంటూ ఆమె వడిలో తలపెట్టి పడవమీదే వాలిపోయాడు.

"ఏదీ... నా చిట్టితల్లి" అని పాపాయిని హృదయం మీద పండుకో బెట్టుకొని తల ప్రియురాలి పవిత్రమైన తొడమీద మోపి ఆమెను కారే కన్నీరుతో చూస్తూ...

"సుశీ, పాపిని... నీ పతివ్రతా హస్తాలతో దీవించి క్షమించవా" అన్నాడు. జాలితో... ఆమె హృదయంలో వేయి వీణలు ఒక్కసారి ప్రేమ నాదాన్ని వెలువరించాయి.

"సుశీ... క్షమించవా"

"నేనా"

"నీవే... నా భగవతివి"

అతనికి జవాబుగా ఆమె అశ్రుబిందువులు; భగ్గు భగ్గుమని మండిపోతున్న అతని పాలభాగాన్ని పడ్డాయి. అతని జీవితం చల్లబడి పోయింది.

చంద్రుని మాయదారి మబ్బులు విడిచి వేశాయి. పాపాయి నవ్వులో వారు కరిగి పోయారు.

"అమ్మా! నాన్నే" అని పాపాయి తండ్రిని తల్లి కెరుక పరచింది.

అంతా నవ్వుకున్నారు.

"సుశీ! ఈయనేనా మీ అన్న సుబ్రమణ్యంగారు"

"అవును. ఈయనే మన ప్రాణదాత"

"నమస్కారం"

సుబ్రమణ్యం ఏమీ అనలేక వెఱ్ఱివానిలా రెండు కన్నీళ్లు రాల్చాడు. వాని ఆనందాశ్రువులలో పున్నమి చంద్రుడు ప్రతిఫలించాడు. చిరునవ్వు మొగముతో పడవ వాడు పాట ప్రారంభించాడు. అంతా పాడుతూ మరో ఆనంద ప్రపంచంలోకి వెళ్ళిపోయారు, తీరం జేరిపోయారు.

అది సుధీర్ యమ్.ఏ. బారెట్లా గారి మహాభవనం - ఒక ప్లెజరుకారు ఇంటి ముందు పెద్దతోట, పాపాయి నెత్తుకొని "కన్నతల్లి" పూలు కోస్తున్నది. "కన్నతండ్రిని" చూపిస్తూ.

"పాపా... చూడు పాపాయి ఇప్పుడెవరి వద్దకు వస్తుందో" అంటూ... "పాపా! రావూ తల్లీ! మీ నాన్న దగ్గరకు" అంటే

"ఇదో"

అంటూ పాపాయి నవ్వుతూ తండ్రి చేతుల్లోకి వాలిపోయింది.

"అమ్మముండా. నాన్నదగ్గరకు వెళతావా?"

"నా దగ్గరకు రా అమ్మా... చిట్టీ రావూ".

"ఇదో" అంటూ "కన్నతల్లి, చేతుల్లో కలవపూవులాగ వాలింది.

ఆ పాపాయిని చూచుకుంటూ వారిద్దరూ మురిసి పోతున్నారు. ఆమె "ఆనందమేగా వాంఛనీయము" అని పాట ప్రారంభిస్తే

"అవని బ్రతుకే ఆశావశము
భావిసుఖమే జీవితాశ"

అంటూ సురేశ్ చేతిలో ఒక పెద్ద పుస్తకాన్ని పట్టుకొని వచ్చాడు.

"ఏరోయ్... సురేశ్... రా...రా... క్షమించు" అంటూ సుధీర్ ముందు వెళ్ళాడు."

"క్షమించాలా... ఓరి పూలా! అయినా ఎపుడొస్తానో చెప్పాగా"

"చెప్పావుగాని ఇంక చంపక"

"సరే... వదిలేశాను."

"అయితే ఆ పుస్తకం ఏమిటి?"

"ఛీ ఛీ నీవు ముట్టుకోక - మా చెల్లమ్మ చేతులతో ఓపెన్ చెయ్యాలి" అంటూ ఆ పుస్తకం చేతికిచ్చాడు.

ఆహుతి

అంకితం

ప్రియ మిత్రుడు,

సహృదయుడు

పైడేటి మల్లేశ్వరరావుకు

ప్రేమతో...

— చంద్రం

ఉద్దేశం!

అది మృత్యుతల్పం.

అశ్రుతర్పణంచే తడసిన కపోలం.

ఆరిపోతూ ఆరిపోతూ ఉన్న ఆముదపు దీపం.

ఆశలడుగంటుచున్న అనురాగ హృదయం.

"అమ్మాయి... శాంతా!"

".................."

"ఎందుకమ్మా అలా కన్నీరు కారుస్తున్నావు?"

".................."

"ఏమిటా ఏడుపు?"

"ఇంక నా జీవితానికి మిగిలింది ఏడుపే."

– చంద్రం

ఆహుతి

1

"ఎన్నటికీ కాదు... జీవితానికి చివరకు మిగిలింది ఏడుపైనా, మధ్య మధ్య నవ్వుకూడా ఉంది."

"అది అదృష్టవంతుల విషయం."

"శాంతా! మంచిచెడ్డల కలయికలాగ, అదృష్టం, దురదృష్టం కలిసే ఉంటాయి... వాటిని విడదీయడానికి ఎవరికీ తరంకాదు... వెన్నెల వెనుకే చీకటి; చీకటి వెనుకే వెన్నెల. సుఖానంతరం కష్టం; కష్టానంతరం సుఖం."

"ఏమిటోలే అమ్మా!"

పదునారేండ్ల పడుచుపిల్లయిన శాంత, తన పెదతల్లి మృత్యుముఖానికి "ఆహుతి" అయిపోతుంటే, వలవల కన్నీరు మున్నీరుగా విలపిస్తుంది.

శాంత పెదతల్లి లక్ష్మి శాంతిగా ప్రపంచయాత్ర ముగించలేకపోతూంది. అమ్మాయి కన్నీటి కాలువలు వైతరణీనదులయ్యాయి... ఎఱ్ఱవారిన ఆమె కనులు అగ్నిగుండా లయ్యాయి... చెదిరిపోతున్న ఆమె ముంగురులు ఉరిత్రాళ్ళయ్యాయి.

పెంచి పెద్దదానిని జేసిన శాంతని విడిచివెళ్ళలేదు; వెళ్ళకుండా ఉండలేదు.

ఇక్కడ శాంత పిలుస్తూంది;

అక్కడ మృత్యుదేవత పిలుస్తూంది.

ఈ రెండింటికి మధ్య ఆమె ప్రాణవాయువులు నలిగిపోతూ ఉన్నాయి;

మూతలు వారు నేత్రముల మీద మూలుగుతూ ఉన్నాయి.

"శాంతా!..."

"అమ్మా!"

"నేను చనిపోతాననా నీ భయం?"

"................."

"మరేమీ భయం లేదమ్మా!"

"భగవంతుని దయ."

అంతలో డాక్టరుని తీసుకువచ్చాడు ఆ వూరి పెదకాపు...

"డాక్టరు గారూ! త్వరగా వచ్చి చూడండి."

అంటూ శాంత చెదిరిపోయే కనులతో ప్రార్థించింది.

"అలాగేనమ్మా! అలాగే."

అంటూ చెయి చూచి...

"మరేమీ పరవాలేదు. ఒక ఇంజక్షన్ (Injection) ఇచ్చి ఆమె ప్రాణం రక్షించగలను."

అంటూ డాక్టరు మందుల సంచి తెరవబోయాడు.

"డాక్టరుగారూ!"

"ఏం తల్లీ!"

"నా ప్రాణం రక్షిస్తారా?"

"తప్పక."

"ఎంత పొరపాటుమాటన్నారు?"

"ఏం?"

"పోయేపోయే ప్రాణాన్ని నిలపడానికి పోకుండా ఉన్నా ప్రాణాన్ని పోగొట్టడానికి మీరే కర్తలైతే ఆ భగవానుడెందుకండీ! మందు మాకులు లేక ఉపచారాలు లేకేనా మహారాజులు చనిపోతూంది?"

"అలా అంటే ఏం చెప్పను?"

"ఏమీ చెప్పనవసరం లేదు; ఏమీ చెయ్యనవసరం లేదు... అలా చూడండి... నవ్వుతూ నా యెదుటున్న ఆ కృష్ణ భగవానుడు రక్షిస్తే రక్షిస్తాడు; శిక్షిస్తే శిక్షిస్తాడు... ఆయన సృజించి, పెంచి, పోషించిన ఈ జీవిత వృక్షాన్ని గొడ్డలితో కూల్చివేసినా, కన్నీటితో పోషించినా ఆయనే గాని ఇతరులెవరు?"

"మీకాలం వారికి చెప్పలేం అమ్మా!"

"డాక్టరు మహాశయా! ఏమీ చెప్పొద్దు; ఏమీ చెయ్యొద్దు. దయచేసి మీరు వెళ్ళండి... మీరు పడ్డ శ్రమకు ఇదిగో భక్తితో నమస్కరిస్తున్నాను. స్వీకరించండి..."

ఆమె కనుల నీళ్ళు నిండిపోయాయి.

"మహాశయా! పోయేపోయే నా గుక్కెడు ప్రాణాలు శాంతిగా పోనీయండి. పోయేముందు మందుమాకులతో బాధించకండి... శాంతిగా ఆ భగవానుని ప్రార్థించు కోనీయండి..."

"చిత్తం... తల్లీ... సెలవు"

డాక్టరు కనులనీరు నిండింది.

"అనుభవశాలులు. మీరు కంట తడిపెట్టవచ్చునా."

"అమ్మా!"

"న...మ...స్కారం."

ఆమె కనులు మూసింది. కనుల నిండ నీరు కారిపోయింది. నమస్కరిస్తున్న చేతులు నమస్కరిస్తూనే ఉన్నాయ్.

ఆ విషాదదృశ్యం చూడలేక డాక్టరు కనులు తుడుచుకుంటూ వెళ్ళిపోయాడు... పెదకాపు ఆయన వెంట వెళ్ళాడు.

శాంత హడలిపోయింది.

"అమ్మా!"

"........"

"అమ్మా!!"

అంటూ ఆమె ముఖం మీద పెట్టి గొల్లుమంది. పోతూ పోతున్న లక్ష్మీ ప్రాణాలు ఆశాపాశం చేత కట్టబడి, మళ్ళీ ఈ అగాధ ప్రపంచంలోకి ఈడ్చబడ్డాయి.

"శాంతా!..."

"అమ్మా! అమ్మా!"

"భయపడకు తల్లీ!"

"ఇంక నాకెవరమ్మా!"

"ఆ భగవానుడు."

"................"

"అమ్మాయి శాంతా! అబ్బాయి వచ్చాడా!"

"ఇంకా లేదమ్మా!"

"సెలవిచ్చారో! లేదో!"

"వైరిచ్చినా సెలవివ్వరా!"

"చెప్పలేం తల్లీ! సేవకు విలువేముంది? సేవకులకు స్వేచ్ఛేముంది?"

"వస్తాడమ్మా! వస్తాడు."

"వస్తే కావలసిందే ముందమ్మా!"

"..............."

"వాడిచేతిలో నిన్ను విడిచి పెడితే నా ప్రాణాలు పావురాయిలా హాయిగా...శాంతిగా ...ఎగిరిపోతాయి.

"తప్పక వస్తాడమ్మా!"

అంటుంటే టెలిగ్రామ్ తీసుకొని తపాలావాడు వచ్చాడు.

"మేలుకు వస్తున్నాను. (Starting by Mail) అని దానిలో వ్రాయబడి ఉంది...

లక్ష్మి హృదయం అమృత సరస్సయి పోయింది.

శాంతనయనాలు వికసితకుసుమాలయ్యాయి.

"శాంతా! మన పాలిట భగవానుడున్నాడు."

"అవునమ్మా!"

"ఆ భగవానుడే అబ్బాయిని ఇక్కడకు పంపిస్తున్నాడు..."

"నిజం..."

కొన్ని నిమిషాలు గడిచాయి. లక్ష్మి మగతలో పడింది.

"అమ్మా!"

అని లేపింది శాంత...

"శాంతా! అబ్బా! నొప్పి... నొప్పి... నా హృదయాన్నెవరో తమ ఇనుప చేతులతో నొక్కి వేస్తున్నారు... అదిగో... అదిగో! ఎవరో మన ఇద్దరకూ మధ్య నల్లదుప్పటి తెరలను జారవిడుస్తూ ఉన్నారు... నా జీవనజ్యోతిని ఆర్పేస్తూ ఉన్నారు."

"ఏమిమాటలమ్మా! ఇవి?"

"శాంతా. ఏవీ... కొంచెం మంచినీళ్ళు."

శాంత వెంటనే మంచినీళ్ళు నోటి కందించింది. ఆమె రెండు గుటకలు వేసి కనురెప్పలు నీటిచే తుడుచు కుంది.

"అమ్మా! ఎప్పటికైనా తప్పని చావు గురించి విచారం ఎందుకమ్మా! దేనిని తప్పించుకొన్నా మృత్యువును తప్పించుకో గలమా!...

అయినా శాంతా! నాకు చావంటే భయంలేదు; విచారం లేదు; కాని తల్లిదండ్రులు లేని నిన్ను తలుచుకుంటుంటే గుండె బద్దలై పోతుంది.

"అమ్మా..."

"బ్రతికున్నంత కాలం నా జీవితాన్ని నేను నిర్మలంగా ప్రేమించగలిగాను కాబట్టి నాచావును కూడా నేను నిర్మలంగా ప్రేమించగల నమ్మా!"

"చూడు. శాంతా! అలా చూడు."

ఈ విశాలమైన భూమి ఆ వెలుగుతున్న సూర్యుడు ఆ అంతులేని ఆకాశం...అన్నీ అంతం అయిపోవలసిందే; అటువంటి మహత్తరమైనవే నశించిపోతూంటే...మానవుడంటే యెంత?...ఈ విశాల ప్రపంచంలో ఒక గడ్డి పరక; ఒక ఇసుక రేణువు; నేటి నెల వచ్చే

నెలలో... నేటి వత్సరము వచ్చే వత్సరంలో ఇలా యుగయుగాలు అంతులేని అగాధ కాలగర్భంలో అణువుల్లా నశించుకు పోతున్నాయి...

తెలిసిందా... శాంతా!

ఇటువంటి ప్రపంచ పరిణామాన్ని తెలుసుకున్నప్పుడు మృత్యువంటే భయమెందుకు? బ్రతుకంటే తీపెందుకు?"

లక్ష్మి కనులలో విజ్ఞాన జ్యోతిశ్శకలాలు ద్యోతక మౌతున్నాయి; ఆమె కనులు శాంతి హృదయంలో దివ్యజ్యోతులను వెలిగిస్తూ ఉన్నాయి.

"అమ్మా! చీకటిలో నల్లబడిపోయిన నా జీవిత మార్గంలో వెన్నెల వెలుగులు కాయించావు. ధన్యురాలను."

"నీ తోటివారిని కూడా ధన్యులను చెయి తల్లీ!"

లక్ష్మి మాటలాడలేకపోతూంది.

ఆయాసం ఎక్కువై పోతుంది.

కన్నులలో కాంతి తగ్గిపోతూంది.

అంతలో శాంత ఉలుక్కి పడింది.

"అమ్మా! అమ్మా! బావయ్యొచ్చాడే."

"వచ్చా....డా..."

"వచ్చాడు...అదిగో కాళ్ళచప్పుడు..."

"తలుపు తీయి తల్లీ!"

శాంత పరుగున వెళ్ళి తలుపులు తీసింది...

పాపం! ఎవరూ లేరు... అంతా భ్రమ...

"రాలేదా తల్లీ?"

"... ... ..."

"రా ... లేదు?"

"లేదమ్మా!"

"అమ్మాయి... శాంతా! తలుపులు పూర్తిగా తీసివేయి. ఆ అడుగుల చప్పుడు అబ్బాయిది కాదు... చల్లని తల్లైన మృత్యుదేవతది...శూన్యంలో అబ్బాయి నడవలేదు... ప్రపంచాన్నంతా కబలించుకోగల శక్తిమంతురాలు మృత్యుదేవత మాత్రం నడవగలదు."

"అమ్మా!"

"నీళ్ళు..."

"ఇ...వి...గో"

"తులసినీళ్ళు..."

ఆమె తులసినీళ్ళు పోసింది, కన్నీటితో కలిపి...

"బాగుంది... కన్నీటి తర్పణం బాగుంది.

అమ్మా! నా హృదయ మందిరానికి బిగుసుకుపోతున్న తలుపులను ఎవరో కొడుతున్నారు... ఆ తెలిసింది... మృత్యుదేవత తన బంగారు చేతులతో కొడుతూంది... ఆ తల్లి చేతులు కందిపోతాయి... తీయండి... తలుపు తీయండి... ఆమె నాహ్వానించండి... నా జీవనజ్యోతి ఆరిపివేయడానికి అంత శ్రమెందుకో..."

"అమ్మా! అమ్మా!"

"భయపడకమ్మా! భగవానుడున్నాడు..."

"అమ్మా!"

"బలవత్తరమైన ఆశాపాశం చేత నన్ను బంధించకమ్మా. ఏదీ... నా కృష్ణుని... చూపు."

"ఇడిగో. ఇడిగో."

"కృష్ణా...కృ..."

"అమ్మా!"

"కృ...ష్ణా!"

ఆమె కనురెప్పలు గట్టిగా మూసుకు పోయాయి. కన్నీటి ముత్యాలు రెండు కృష్ణ భగవానునకు అంకితం అయ్యాయ్.

"అమ్మా! అమ్మా!"

అని కూతురరచింది...

పెదిమెలు కదలలేదు... ఆమె కామాటే వినబడలేదేమో!

అంతలో తలుపులు తోసుకుంటూ ఆమె తమ్ముడు వచ్చాడు.

గాలికి ఆముదపు దీపం ఆరిపోయింది.

"అక్కయ్యా! అక్కయ్యా!"

ఆమె జవాబివ్వలేదు... ఆమె హృదయం మీద బావామరదళ్ళిద్దరూ వాలిపోయారు... హృదయ వీణియ తంతులు మాత్రం...వాయించే హస్తం కూలిపోయినా ...అలవాటు చొప్పున "కృష్ణా!... కృష్ణా!... అని మ్రోగుతూంది.

"శాంతా... ఎంత సేపయింది."

"ఇప్పుడే."

"ఎంత దురదృష్టవంతుడను."

"బా...వా..."

"ఏడవకు శాంతా... తలరాత తప్పించలేం..."

"నా జీవితం నాశనం అయిపోయింది"

''భయపడకు శాంతా... నీకు నేనున్నాను; నాకు నీవున్నావు; మనకు భగవానుడున్నాడు...''

ఇరువురి కన్నీటి కాల్వలో ఆమె ప్రేమ నావపై జీవన జ్యోతి పరమేశునాలయంలోకి ప్రయాణమై పోయింది.

2

అది అంతులేని అగాధ 'కాలసముద్రం' (Ocean of time). అందు తేలిపోవు కెరటాలే సంవత్సరాలు. చెలరేగు నీటి తుంపురులే నిమిషాలు. ఆ కాలసముద్రానికి కంటికి కనబడని ఆవలిగట్టు మృత్యువు... కనబడు ఈ వలి గట్టు ప్రాణకోటి.

పవిత్ర కాల ప్రభావాన్ని తెలుపుకోలేక...

కాలసముద్రంలో మునిగిపోతారు కామాంధులు; ధనమదాంధులు; పవిత్రకాలాన్ని సద్వినియోగం చేసుకొని...

కాలసముద్రంలో విజ్ఞానినావపై తేలిపోతారు ప్రేమపూరితులు; స్వార్థరహితులు.

ప్రతి బంగారపు పోగూ ఎంత పవిత్రమో...

ప్రాజ్ఞులకు ప్రతినిమిషం అంత పవిత్రమైంది.

మానవులు కాలాన్ని సద్వినియోగం చేసినా... దుర్వినియోగం చేసినా, కాలం మాత్రం గాలి రెక్కలమీద తేలిపోతుంది.

* * *

లక్ష్మీ చనిపోయి రెండు సంవత్సరాలయింది.

హృదయంలోని అగ్నిపర్వతాలను రగిల్చినా... చల్లార్చినా... కాలమే కదా!

కాలం బావామరదళ్ళ హృదయాలలోని విషాదరేఖలను తుడిచివేసింది.

అది సుప్రభాతం.

శాంత తలారా స్నానంచేసి... ఆరీ ఆరని పొడితల వాలుజడగా వేసుకొని... సాంబ్రాణి ధూపములతో ఆరిపోయిన ముంగురులు చల్లగాలికి రేగిపోతూ ఉంటే... ఇంటిముందున్న పూలచెట్ల పూలు కోద్దామనుకుంది. చేతిలో పూలసజ్జను పట్టుకొని పూలు కోయడానికి వెళ్ళిందిగాని, పూలు కోయకుండానే నిలబడిపోయింది.

ఆలోచనలలో మునిగిపోయింది.

"అమ్మ చనిపోయినప్పటి నుంచి ప్రాణానికి ప్రాణంగా చూచుకుంటున్నాడు బావయ్య. బావయ్యను విడచి ఒక క్షణం ఉంటే ప్రాణం పోతున్నట్లుంటుంది. బావయ్య ఇప్పుడు పెద్ద చదువుకు వెళ్ళాలంటున్నాడు. ఎలా?

బావయ్యను విడిచి బ్రతగ్గలనా? నా బ్రతుకు బరువైపోదూ? నా ఆశలు పాశాలైపోవూ" అనుకుంటూ ఉంది.

"రేపేనా ప్రయాణం? రేపు వెళితే మళ్ళీ ఎప్పుడో! అబ్బా! ఈ మాయదారి పాడు చదువులొచ్చి, మనసులు పాడుచేస్తున్నాయి.

పోనీ వద్దందామా అంటే... పెద్దపని రాదాయె. ఏమి చెయ్యడం!"

అనుకుంటుంటే ఆమె కనుల నిండా నీరు నిండిపోయింది.

అంతలో ఆమె వెనకాలే వచ్చి చెవులో

"శాం...తా"

అంటూ పెద్దగా అరచాడు.

ఆమె ఉలుక్కుపడి చూచింది.

"అబ్బా! పోదూ బావా! హడలి పోయాను."

"అందుకనే అలాగంది."

"అబ్బా! ఇంకా వళ్ళు జల్లుమంటుంది."

"పాపం!"

అంటూ పూలసజ్జ చూచి,

"శాంతా! ఇదేమిటి? ఒక్క పూవైనా కోయలేదే? అన్నాడు.

"ఏమిటో బావా! ఏ పని చెయ్యబుద్ధి పుట్టడం లేదు."

"ఏం?"

"నీవు వెళ్ళిపోతున్నా వంటే మనసంతా కమిలి పోతూంది."

"అలాగే మరి..."

అంటూ ఆమె తల నిమురుతూ...

"శాంతా! ఇవాళ విశేషం ఏమిటి? తెల్లవారకముందే తలారా స్నానం జేశావ్."

"ఆమాత్రం తెలియదూ?"

"తెలుస్తే అడుగుతానా?"

"ఈ మాత్రమే మరచిపోతే రేపు రాజమండ్రి కాలేజికి వెళితే పూర్తిగా మరచి పోతా వనుకుంటాను."

"మరచి పోనుగాని చెబుదూ!"

"ఇవాళ శ్రావణ శుక్రవారం కాదూ?"

"అదా సంగతి... ఆడవాళ్ళ నోములూ... వ్రతాలు... పూజలూ జ్ఞాపకం ఉంచుకోకపోవడం పొరపాటే."

"ఏం ఆక్షేపిస్తావు లెద్దు."

"శాంతా! మరదలుపిల్ల నాక్షేపించక ఎవరి నాక్షేపిస్తా చెప్పు."

"అందుకనే కాబోలు నాకు దూరమౌతున్నావ్."

"ఏం చెయ్యను శాంతా!"

"నన్నుకూడా తీసుకువెళ్ళ కూడదూ?"

"మరి మా అమ్మకు తోడెవరుంటారు?"

"మీ నాన్న."

"బాగా చెప్పావ్."

"ఆ పాత దంపతులు పల్లెటూర్లో ఉంటారు. క్రొత్తదంపతులం మనం పట్నంలో ఉందామ్"

"ఇంకా నయ్యం! నేను కాలేజికి వెళితే, నీవు ఒంటిదానవు ఇంట్లో ఉండగలవా?

"ఎందుకుండలేను?"

"నేను లేనుకదా అని పోకిరి కుఱ్ఱ వాళ్ళు వచ్చి అల్లరి చేయరూ?

"ఏడిశారు వెధవలు... చీపురుకట్ట తిరిగేశానంటే చిందులు తొక్కుతూ పరుగెత్తవలసిందే?"

"దానితో మన యింటి కప్పు ఊడిందన్నమాటే."

"దద్దమ్మలం అవుతే మన తలపెంకులు కూడా ఊడతాయి. ఆడదంటే పనికిరాని దద్దమ్మ అనుకున్నావా బావా!"

"కాదు. కాదు."

"చరిత్ర మరచిపోయి ఉంటావ్"

"లేదు. కాదు."

"పద్మిని... రాణీ సంయుక్త... భవాని... దుర్గాభాయ్... ఝాన్సీ లక్ష్మీబాయ్ మొదలగు వీరాంగనలచే పెంచబడిన దీ వీర భారతదేశం అని మరచిపోక... కుమ్మరిమొల్ల, ముద్దుపళని, మొదలగు కవయిత్రుల కవితా మధువు చిలికిన వేదభూమిని మరచిపోక."

"చెట్టుపేరు చెప్పి పళ్ళమ్ముకొన్నట్లు... పూర్వుల శక్తి సామర్థ్యాలు చెప్పుకొని మనం ఉప్పొంగితే లాభం ఏముంది? అది నాటి ప్రతిభ"

"నేటి ప్రతిభ లేదనా వెఱ్ఱి బావా, విను. సీతా, సావిత్రి, దమయంతీ మొదలగు పతివ్రతామ తల్లులవలె... కొన్ని వేల స్త్రీల అంధత్వం బాపిన కస్తూరిభాయ్ నేటి అవతారపురుషుడు గాంధీ మహాత్ముని భార్య కాదా? స్త్రీ స్వాతంత్ర్యానికి మార్గం చూపిన

వీరవనిత కాదా... ఖండ ఖండాంతరాలకు తన కమ్మ కవితా మధువునందించి... ప్రపంచ విఖ్యాత కవిసార్వభౌములకు తలమానికమైన నేటి దివ్యజ్యోతి సరోజినిదేవి కవయిత్రి కాదా?

స్త్రీ అంధత్వాన్ని బాపుతున్న అఖండజ్యోతి కాదా?"

"నిజమేలాగుంది"

"అంతా ఎందుకు బావా! జలియన్‌వాలాబాగ్‌లోనూ, బొంబాయి, ఢిల్లీలలోనూ దుమ్ముపట్టిన గోడలకు రక్తపుజల్లు వెల్లవేసిందెవరు? స్త్రీలు కాదూ?

నేటి భారతీయ స్వతంత్ర్య సంగ్రామంలో లాటీ పోటులకు... తుపాకీ కాల్పులకు... కొరడా దెబ్బలకు... ఎదురై... దోవపొడుగునా నెత్తుటి తర్పణాలిచ్చేదెవరు? స్త్రీలు కాదూ?

"ఏమిటీ ఉద్రేకం? ఎక్కడ నేర్చుకున్నావీ మాటలన్నీ? శాంతా! నీ వేదో పల్లెటూరు రయితువనుకున్నాను. చెక్కేస్తున్నావే?"

"ఏమనుకున్నావ్ మరి"

"ఈ సంగతులన్నీ ఎవరు చెప్పారు నీకు?"

"శివాజీ కెవరు చెప్పారు?"

"వాళ్ళమ్మ"

"నాకు మా యమ్మ"

"శివాజీలా నీవూ సంఘాన్ని ఉద్ధరిస్తా వేమిటి?"

"బావా! పరిస్థితు లనుకూలం అయితే - గడ్డి పరకే కత్తిఅయి శత్రుగళములు చీల్చి చెండాడదూ?"

"అలానే"

"కర్మం - కాలం కలిసివస్తే అంతా మహాత్ములే అవుతారు."

"ఇంతకూ ఏ మంటావ్."

"స్త్రీ మగవాళ్ళను చూచి బెదరిపోయే లేగదూడ కాదని... ప్రపంచ విజ్ఞానం తెలుసుకో లేని పశువు కాదని. కలం చేతపట్టి గ్రంథాలు వ్రాసే కవయిత్రే గాని, పెరడులో పెరిగే తోటకూర కాడ కాదని - స్వతంత్రసమరంలో ప్రాణాలు బలిసేయగల వీరంగనే గాని కూరలొండు చెమిచాకాదని...

"చెబుదూ బాబు."

"మగవారికే విధంగా తీసిపోదని బావగారికి విన్నవించుకుంటున్నాను."

"అంగీకరించాను."

"అయితే తమరితో తీసుకు వెళతారా?

"మరోసారి."

"పోనీలే బావా! నీమాట నీకే."

"ఈ ఒక్కసారి ఊరుకో!"

"ఏం?"

"ఇంతగొప్ప వీరాంగనని... కవయిత్రిని... సంఘోద్ధారిణిని... భరించగలనో లేదో చూడొద్దూ?"

"బావా! పడిన గోడలు పడినట్లే ఉండవు; ఆక్షేపింపబడిన వారే పైకొస్తారు సుమా!"

"మంచిదేగా... భార్యపేరు చెప్పుకునైనా నేను సభల్లో దండలు వేయించుకుంటా."

"ఆ దండలు మళ్ళీ నాకేగా వేసేది?"

"ఇంకెవరికి?"

"నన్ను మరువక పోతే నాకే."

"ఎలా మరచి పోగలను శాంతా?

"పట్నవాస సహవాస లటువంటివిలే బావా?"

"ఎటువంటి సహవాసాలున్నా నిన్నెలా మరచిపోగలను? నావిద్యాభివృద్ధికి కారణం నీవే కదా?"

"అదేమిటి? నే నెలా?

"మీ అమ్మ నీ కిచ్చిన భూమివల్లేకదూ నేను చదువుకోబోయేది."

"అలా అంటావే బావా? నా భూమి నీ భూమి కాదా? కష్టసుఖాలలో సమ భాగులమైన మనం... ఆస్తిపాస్తులలో మాత్రం కాదా? భార్యా భర్తలకు "మన" అనేకాని "నీ"... "నా" అని ఉంటుందా?"

"శాంతా! నీవంటి విజ్ఞానిని భార్యగా పొందినందులకు ధన్యుడను."

"నేను నీవంటి వానిని పొందినందులకు ధన్యురాలను కాదా?"

"ఇద్దరం ధన్యులమే గాని ఇంటికి పోదాం పద."

"వచ్చిన పని కానియ్యి"

"ఏమిటది?"

"పూలుకోయడం."

"పూలా? వలపు పూలా?

"బావ లేనప్పుడు పూలే... ఉన్నప్పుడు వలపుపూలు."

"ఇద్దరం కోద్దామా?"

"అంతకంటే ఆనందం ఏముంది బావా?... బావా! సతీ పతులలో సమత్వం పాటింపబడినపుడు ఈ అనురాగ ప్రపంచం ఆనందమందిరమే కదా!"

"అవునవును."

"బావా! అలా చూడు ఆ గున్నమామిడి చివుళ్ళను కోయిల దంపతులిద్దరూ ఎలా భోంచేస్తున్నారో!"

"పక్షులలో మగ ఆడా భేదం లేకుండా, రెండింటికి సమాన గౌరవమే కదూ! అంచేత ఒకేసారి ఒకే కొమ్మ చివుళ్ళు తింటున్నాయి."

"బావా! పక్షులకంటే మానవులెంతో విజ్ఞానులు కదా!"

"కాదని ఎవరనగలరు?"

"స్వాతంత్ర్యం ప్రతిప్రాణికి వాంఛనీయమే కదా?"

"అవును."

"అటువంటప్పుడు బావా! పక్షులకంటే విజ్ఞానులవైన మనం, పక్షులకున్న స్వాతంత్ర్యన్నైనా పొందకపోవడం ఎంత నీచం?"

"అవునవును."

"మగపక్షి ఆడపక్షిని గౌరవించినంతైనా... పురుషుడు స్త్రీని గౌరవించలేకపోతున్నాడు కదా!"

"శాంతా! అలా అనుకుంటున్నావ్ గాని పురుషుడు స్త్రీని గౌరవిస్తున్నాడు కాబట్టే... కష్టంలేని వంట... కుట్టుపనులు... పూలమడుపులు... సంగీతాభ్యాసం మొదలైనవి అప్పచెప్పి తాను పగలు పగలల్లా పాటుపడుతున్నాడు."

"అదీ నిజమే. సంసారజ్యోతి వెలగాలంటే నూనె కావాలి, వత్తీ కావాలి. స్త్రీ నూనె; పురుషుడు వత్తి; అప్పుడే సంసార జ్యోతి వెలుగుతుంది. అప్పుడెవరి ఆధిక్యం లేదుకదా?"

"ఎలాగుంటుంది? మొత్తానికి శాంతా అసాధ్యురాలవైపోతున్నావ్."

"అప్పుడే అయిందా. ఇంకా ముందుంది."

"ముసళ్ళపండుగా?

ఇద్దరూ నవ్వుకుంటూ... పూలు కోసుకుంటూ... ఏవేవో పాడుకుంటూ కాలం గడిపారు.

మరనాడు తల్లిదండ్రుల ఆజ్ఞ తీసుకొని... ఆమె కన్నీటిని తుడిచి... ఓదార్చి... రాజమండ్రి కాలేజికి బయలుదేరాడు...

శాంత కన్నీటితో బావను చూచుకుంటూ గుమ్మం పట్టుకొని నిలబడి పోయింది పాపం!

3

"సుందరీ! సుందరీ!"

"......................"

"సుందరీ! నీ కనుల నిటూ నటూ తిప్పకు... నీ కనులెలా తిరుగుతూంటే నా హృదయం అలా తిరిగి పోతూంది."

"......................"

"సుందరీ! ఏమిటా రసతన్మయత... నీ కన్నీటి ముత్యాల కాంతిలో ప్రకృతి కలసి పోతూ ఉంది సుమా!"

"సురేష్"

"సుందరీ!"

"ఈ నదిలోపల మరో ఆనంద ప్రపంచం ఉందికదా!"

"అవును"

"నదిపైన మనం; నదిలోన ఆ చిన్ని చేపల దంపతులు"

"అవును. ఎలా ఎగిరి పోతున్నాయో..."

"వెండి ముక్కల్లాగున్నాయి... అబ్బా! సురేష్! ఈ సందె మబ్బుల జలతారు కాంతిలో... ఇంద్రధనుస్సు లాగ, వివిధ రంగులతో ఈ చేపలెలా మెరసి పోతున్నాయో!"

"అవును."

"ఎంత అందంగా ఉన్నాయ్... నిష్కల్మషమైన వాని జీవితాలు మానవులక్కూడా ఉంటాయనుకోను సురేష్"

"నిజం... నిజం."

"నోటిలో విషం... మాటలో అమృతం ఒలికించే మానవ పిశాచాలతో చెలిమి చేసే దానికంటే ఈ ప్రణయ జీవులను చూస్తూంటే ఆనందంగా ఉండేటట్లుంది."

"అలాగే గాని... అలాచూడు. ఆ చెట్టును ఆ రెండు లతలూ ఎలా అల్లుకున్నాయో!"

"అలాగే గాని... అలాచూడు. ఆ చెట్టును ఆ రెండు లతలూ ఎలా అల్లుకున్నాయో!"

"విచిత్రమే - ఒక చెట్టును రెండు లతలాశ్రయించాయ్."

అని సుందరి సురేష్‌ను చూచి నవ్వింది.

సుందరి బి.ఏ. చదువుతూ ఉంది. సురేష్ సుందర్ హృదయ మందిరంలో... ప్రేమ పూజారి అయ్యాడు.

ఒకనాటి సాయంసంధ్య ఇద్దరూ "పిన్నీస్" వేసుకొని గోదావరి మీద ప్రయాణం సాగించారు.

సుందరికి తన జీవిత గ్రంథాన్ని విప్పి సురేష్ ఒకనాడూ చూపిన పాపాన పోలేదు.

వారిద్దరూ వెళుతుంటే... ఈర్ష్యపడే విద్యార్థులే గాని, ఈర్ష్యపడనివారు లేరు.

"సుందరీ... సుందరీ!"

"ఏం... ..."

"ఇలా యావజ్జీవం మనం ఉంటే..."

"కావలసిందేముంది సురేష్..."

"సుందరీ! ఆనందమూర్తీ నీ సహవాసం కోసం తపించని ప్రాణి హృదయం కలత చెందదు?"

"ఎవరిమాటలు ఎలాగున్నా నీ హృదయం రెపరెపలాడుతూందని నీ కనులు చెపుతున్నాయ్."

"తేంక్స్"

"తేంక్సా... టేంక్సా."

"సుందరీ! ఏం అల్లరి చేస్తున్నావ్."

"మగవాళ్ళని అల్లరి చేయడమే!"

"ఏం? ఆడవాళ్ళకంటే మగవాళ్ళు ఎక్కువా?

"అలాగే అనుకుంటున్నారు పెద్దలంతా"

"అలా అనేవాళ్ళు వయసులో పెద్దలైతే కావచ్చును; బుద్ధిలో కాదు. అయితే భేదబుద్ధి ఉండదు."

"నిజం... నిజం..."

"కాకపోవడం ఏమిటి... అయినా స్త్రీని బానిసగా చూచే ఆ కాలం వేరు. అది గతించింది. ఇది నవయుగం. మనది నవజీవనం. పాలిపోయిన పాత భావాలు గతించి క్రొత్తభావాలకు తావిచ్చాయి."

"మాముందు మీ వంటి యువకులంతా అలాగే అంటారు. క్రియా రూపంలో శూన్యం."

"ఏం!"

"సురేష్! సభాస్థలాల్లో స్త్రీ స్వాతంత్ర్యం తరపున చేతులెత్తిన మీరు... మీ ఇళ్లలో స్త్రీలకు స్వాతంత్ర్యం ఇస్తున్నారా?"

"మీరు ఉన్నతవిద్యనభ్యసించడానికి దేశదేశాలు వెళుతున్నారు గాని మీ మీతోబుట్టువులను తమ తమ ఉన్నతవిద్యలకై దేశ దేశాలకు పంపిస్తున్నారా?"

"లే... దు."

"విద్యవల్ల విజ్ఞానం - విజ్ఞానం వల్ల వినయం - కలుగుతాయని మీకు తెలీదూ?"

"తెలుసు."

"తెలిసేనా ఈ భేదబుద్ధి? మీరు విద్యావంతులు కావాలా... అమాయకులగు మీ తోబుట్టువులు విద్యావిహీన పశువులు కావాలా? మీరు విజ్ఞాన సంపన్నులు కావాలా- అబలలగు మీ సోదరీమణులు విజ్ఞాన విహీనులగు అడవి మృగాలు కావాలా?... మీరు వినయ విధేయతా సంపన్నులు కావాలా... మీ చెల్లెండ్రు వినయ విధేయత లెరుంగని జీవచ్ఛవాలు కావాలా?

ఇదేనా న్యాయం?

ఇదేనా సమత్వం?

ఇదేనా ప్రాజ్ఞలక్షణం?"

"కాదు... కాదు."

"నా ముందు 'కాదు. నా వెనుక అవును."

"అబ్బబ్బే!"

సురేష్! హృదయాలు లేని మీవంటి విద్యావంతులు విషయం మాకు తెలీదా? "ఎప్పటి కాటాకు టాకి 'ఎస్కేప్' అయ్యేవాడు 'ఎవర్ గుడ్' సుమతీ!" అని సందర్భాను కూలంగా మీ మైనపు హృదయాల మీద కనబడిన యువతి రూపాలను అచ్చు వేసుకొని, ఆనందించే మీ సంగతులెవరికి తెలియవు?"

"సుందరీ! ఏమిటీ ఉద్రేకం?"

"ఉద్రేకం ఏమిటి సురేష్! స్త్రీల దుస్థితి తలచుకుంటుంటే హృదయం బద్దలై పోతుంది."

"బద్దల వనీయకు. ముందుముందు నాకు దానితో చాలా అవసరముంది."

అంటూ ఒక చిరునవ్వు బాణం గురిచూచి, విసిరేసరికి, ఆమె హృదయం ఎంత వశం అయిపోయిందో ఆమె నవ్వును బట్టి తెలిసి పోతుంది.

"సురేష్! మగువల మనసు మార్చడానికి మీ మగవారి తరువాతే!"

"మగవారి మనసు మార్చడం మీ మగువలకు రాదు కాబోలు."

"రాక పోవడం ఏమిటి? మీ మగవారు మీ చేతులతో కీలు బొమ్మలు కదూ."

"కీలు బొమ్మలా? తోలు బొమ్మలా?"

"ఏదో మట్టి బొమ్మలు."

"అందుచేతే శశాంకుని గురించి తార సారంగధరుని గురించి చిత్రాంగి - కృష్ణుని గురించి రాధ - అల్లాడి పోయారు."

"కాదు మరీ. పాపం! పార్వతి గురించి దొంగ సాధువై శివుడు - తులసి కొరకు మాయాజలంధర వేషం వేసి విష్ణువు - అహల్య గురించి కోడై ఇంద్రుడు అవతారాలే మార్చుకొని దొంగ వేషాలు వేసింది అల్లల్లాడి కాదు. మధురామృతాన్ని పాపం చేయడానికి - లోకాలను రక్షించడానికి...

సురేష్... కాముక ప్రవృత్తికి ఉదాహరణలే దొరకవా?"

"చదువుకుంటే ఇదే నష్టం"

"ఉన్న సత్యాన్ని బయట పెడతామనా?"

"కాదు... మగవాళ్ళను"

"ఎదిరిస్తామనా? పిచ్చి బాబూ! మగవారి పాదాలు కడిగి నీళ్ళు తలమీద వేసుకొనే రోజులు - భర్త ఎంగిలి విస్తట్లో అన్నం భోంచేసే ఆచారాలు... భర్త త్రాగి భార్య యెముకలు

విరగ కొడితే పతివ్రతా ధర్మాన్ని పాటించాలని కుక్కిన నల్లిలా ఉండే పాతకాలం పోయి చాలాకాలం అయిందని మరచిపోతున్నావ్."

"అవునవును"

"మన హిందూదేశాన్నంతా ఏకచ్ఛత్రాధిపత్యం క్రింద పరిపాలించింది విక్టోరియా రాణీ – పురాణపు స్త్రీ కాదని మరచిపోకు."

"అలాగే."

"నేటివరకు ఈ సంఘరథాన్ని మీరు నడిపారు. ఇంక మమ్మల్ని నడపనీయండి."

"నడవండమ్మా నడవండి. తప్పకుండా నడవండి; జై స్త్రీ సమాజానికి
జై... జై స్త్రీ స్వాతంత్ర్యోద్యమానికి జై. జై... స్త్రీ..."

"చాలు. చాలు. మళ్ళీ గోల ప్రారంభించావ్."

"వడ్డుకు చేరుతున్నా గోల ప్రారంభించొద్దా..."

"అప్పుడే వడ్డుకు చేరారూ?"

"ఆ"

"ఆనందం అరక్షణంలో గడచిపోతుందికదా!"

"ఏం ఆనందమో! స్త్రీ స్వాతంత్ర్యం అంటూ నా ప్రాణాలు తీశావ్"

"పొరపాటే..."

"పవిత్రకాలం పాడుచేశాక, పొరపాటంటే ఏం లాభం? అలవాటంటే ఏం లాభం?"

"ఈ పర్యాయానికి క్షమించు."

"క్షమించక శిక్షిస్తే, కాలరథం నామీద నుంచి పోనీయవూ?"

"అమ్మయ్యో! నీ మీద నుంచే!"

"ఏం"

"నీవు నా ప్రియుడవు కాదూ!"

"ఏమోలే... క్షణక్షణముల్ జవరాండ్ర చిత్తముల్ అన్నారు."

"వ్రాసిన పెద్దనగారు మగవారు కదూ! అదే ఏ నాబోటి స్త్రీయో రాస్తే "క్షణక్షణముల్ మగవారి చిత్తముల్" అని వ్రాయనూ!"

"అలాగేలే... అడిగో... నీకొరకు"

"ఉన్నాడూ పాపం! ఎంతసేపటి నుంచి ఉన్నాడో!"

"వాడ్నడిగితేనే గాని ఎలా తెలుస్తుంది."

అంటుంటే సురేష్ పిన్నీస్ వడ్డుకు జేరింది.

"హలో! సుందరీ! అబ్బా! ఎంతసేపటి నుంచి నీ గురించి ఉన్నామో తెలుసునా!" అంటూ ఆమె క్లాసుమేటు హనుమంతరావ్ ఎదురువచ్చాడు... సురేష్ మొఖం మసిబొగ్గులా మాడిపోయింది.

హనుమంతరావు సుందరులు మాట్లాడుకుంటూ వెళుతుంటే... వెనుక సురేష్ జీవచ్ఛవంలా వెళుతున్నాడు.

మనసులో "క్షణక్షణములో జవరాండ్ర చిత్తముల్" అని అనుకుంటూ ఉన్నాడు. ఏం చేస్తాడులెండి అంతకంటే!

4

అది గౌతమీతటం.

ఆనందంతో నూతనప్రియులు జంటలు జంటలుగా వెళుతున్నారు.

ఆకాశం మీద పక్షి దంపతులు జంటలు జంటలుగా వెళుతూఉన్నాయి.

ఆనందంతో గౌతమీనదిలో కెరటాలు చెరలాటలాడుతున్నాయి.

ప్రకృతి ఆనంద పులకితంగా ఉంది.

హనుమంతరావు సుందరి కొరకు ఎదురు త్రోవలు చూస్తూ ఉన్నాడు.

"సుందరి ఇంకా రాలేదేం చెప్మా!"

సుందరిని చూస్తే చాలు... కాలేజీ స్టూడెంట్ల కనులు మిరుమిట్లు గొలిపాయన్న మాటే... ఆమె మాటవింటే చాలు... కొమ్ములు తిరిగినవారి తలలు సహితం దివ్వెక్కి పోయాయన్న మాటే... ఆమె నవ్విందంటే చాలు... హాల్లోవాళ్ళంతా ఆమె వంక చూచారన్న మాటే.

అబ్బా! ఎక్కడ చూసినా సుందరి సంగతులే ఏ బోర్డుమీద చూచినా సుందరి పోజులే... సుందరి సినిమాకు వెళుతుందని తెలిసిందంటే చాలు స్టూడెంట్లు హాలులో క్రిక్కిరిసి పోయారన్న మాటే.

ఇంతకూ ఆమె లేడి కన్నులలో ఉండే వేడి అటువంటిది. ఆమె మాటలో ఉండే ఘాటు అటువంటిది?"

అనుకుంటూ హనుమంతరావు గోదావరి గట్టునున్న సిమ్మెంటు సోఫాలో కూలబడ్డాడు.

గంటలు గడుస్తున్నాయ్ గాని సుందరి కాలిజాడ కనబడడం లేదు.

ఏమిటబ్బా! చూస్తున్న కొలదీ సుందరిరాక దూరమై పోతూంది?

కొంపతీసి ఆ సురేష్ గాడిలో ఎక్కడికైనా ట్రిప్పు కొట్టలేదు కదా!... ఏమో! ఎవరు చెప్పగలరు?

ఇంతకూ... నా ప్రాణానికి వీడొకడు దాపురించాడు కదా! ఏదో సుఖంగా ప్రేమించుకొని, పెళ్ళిచేసుకుందామంటే బ్రహ్మజెముడు కంచిలా వీడు తయారయ్యాడేమిటి మామధ్య!

ఏ అర్ధరాత్రో ఒక చెయి చూద్దామంటే... ఎలాగైనా సుందరికి తెలుస్తుంది కదా! సుందరికి తెలుస్తే నా ముఖం మళ్ళీ చూస్తుందీ? వట్టి రౌడీముండా కొడుకనుకోదూ? ఎలాగంట... పోనీ యెవడి చేతైనా యెముకలు విరక్కొట్టించేయనూ? అది మాత్రం తెలీదూ?

మొత్తానికి పాలలో పడిన బల్లిలాగుంది నాపని... న్యాయతా వాడిది తప్పేముంది? వాళ్ళిద్దరూ ఒకరి నొకరు ప్రేమించుకుంటూ ఉంటే... మధ్య సముద్రంలానే తయారయ్యాను కాని...

ఏమిటో ఇదంతా 'కర్మం'టారు పెద్దలు...లోకధర్మం అంటాను నేను..."

అనుకుంటూ సుందరిని గురించి ఆలోచిస్తున్నాడు...

ప్రవహిస్తూ ప్రవహిస్తూ ఉన్న కొత్తనీటి వరదలను చూస్తూ.

అంతలో "హ...లో!" అంటూ కోకిలస్వరం వినబడింది;

ఉలుక్కుపడి తిరిగి చూచాడు.

"సుందరీ!"

....

"రావ్... ఏమిటాలోచిస్తున్నావ్?"

"ఏముంది సుందరీ... ఆ గోదావరి నదిలో ప్రతికెరటం "సుందరీ! సుందరీ" అని పాడుతుంటే వింటున్నాను."

"అంతేనా. ఆలస్యంగా వచ్చినందుకు అక్షింతలు చల్లుతున్నావా?"

"ఛా. ఛా. నీ సాక్షి."

"నా సాక్షా? నీ సాక్షా?"

"ఇద్దరకూ సాక్షైన ఆ భగవంతుని సాక్షి."

"కొయ్. కొయ్."

"సుందరీ! ప్రారంభించావా అల్లరి?"

"లేకపోతే ఈ కాలంలో భగవంతుడ్ని నమ్మే దెవరు?"

"పైలా పచ్చీసుమీదుంటే అలాగే అనిపిస్తుంది; బొప్పికడితేనేగాని నొప్పి కనిపించదులే."

"ఏమిటీ? ఈ మధ్య నీవే శాస్త్రాలు తిరగేస్తున్నా వేమిటి?"

"ఎప్పటి నుంచి?"

"తమరితో స్నేహం చేసినప్పటి నుంచి."

"చిత్తం. చిత్తం... శాస్త్రాలు తిరగేస్తూనే ఉండండి."

"లేకపోతే మరచిపోనూ?"

"మంచిది."

"అవున్లేగాని సుందరీ! నాతో ఎన్నడైనా బోటుషికారు వచ్చావూ?"

"బోటు నడపగలవో లేదో అని..."

"సంశయమా?"

"అదేమరి?"

"వద్దు. వద్దు."

"మహాశయుడవు. బుద్ధిపుడితే పడవ నడపగలవు... నడియేటిలో ముంచాగలవు..."

"ఎంతమాట!"

"తలుచుకుంటే వారధి దాటిన హనుమంతునకు, ఈ గోదావరినది యెంత... అమాంతంగా నన్ను ముంచి, ఎగిరి ఆవలివడ్డు చేరవ్?"

"ఇంతకూ నన్ను కోతిజాతిలో చేర్చావ్?"

సుందరి అతని ముఖం చూచి నవ్వడం ప్రారంభించింది...

"సుందరీ! హనుమంతుడు వారధి దాటాడని నన్ను వారధి దాటిస్తే దాటించావ్ గాని, హనుమంతుడు బ్రహ్మచారిని నన్ను బ్రహ్మచారిని చేయకే?"

"నా చేతిలో ఏముంది?"

"నీ చేతిలో లేకపోతే ఎవరిచేతిలో ఉంది?"

"అదేమిటి?"

"సుందరీ! నా హృదయం విప్పి నీకు చూపించినా అర్థం చేసుకోలేకపోతున్నావో... అర్థం అయి నా యందు నీకు ప్రేమ లేక ఇలా మాట్లాడుతున్నావో తెలియడం లేదు."

"రావ్."

"సుందరీ! ప్రేమామృతాన్నిచ్చి నన్ను బ్రతికించినా నీవే... వియోగాగ్నులు రగిల్చి నన్ను మాడ్చి మసిచేసినా నీవే... నేనీ ప్రపంచంతో మరొకర్ని ప్రేమించలేను..."

"రావ్... నాకు నీయందూ... నీకు నా యందూ ప్రేమున్నంత మాత్రాన్న సరిపోతుందా?"

"ఇంకా కావలసిందేముంది? ప్రేమించుకొన్న వాళ్ళను విడదీయడానికి ఆ బ్రహ్మక్కూడా తరమౌతుందా? ప్రేమించు కొన్న వాళ్లెప్పటికైనా పెళ్ళి చేసుకొని తీరతారు."

"రావ్. ఒక్క మాట చెబుతా విను...

ఈ ప్రపంచంలో ఎంతమంది నిర్మలంగా ప్రేమించుకుంటం చూడడం లేదు... వారంతా పెళ్ళి చేసుకుంటాఉన్నారా?

"ఎక్కడో ఒకటి రెండు జంటలు తప్ప..."

"పొరబడుతున్నావ్... అయితే ఈ ప్రపంచ బలిపీఠం మీద ఇంత మంది భగ్నజీవులు బలి ఎందుకౌతారు?"

"వారి కర్మ."

"అదె నేనే చెప్పేది? ఎవరి ప్రక్క బొమ్మ వాళ్ళకు వెళ్ళిపోతుంది. మన ఇద్దరం భార్యా భర్తలవాలని నిర్ణయం అయితే తప్పక పెళ్ళి అవుతుంది. లేక పోతే లేదు..."

అంతలో...

"లేదు... ఇంటికి వెళితే "లేదు." అన్నారు. క్లబ్బుకు వెళితే "లేద"న్నారు... టెన్నీసు కోర్టుకు వెళితే రాలేదన్నారు... దానితో నా ఆలోచనలను విడిచి పెట్టేశాను... టపేలుమని ఈ హనుమంతుగాడు జ్ఞాపకం వచ్చాడు. అమ్మయ్య. వాడిపొదిలో పడి ఉంటుందిరా అనుకొని ఇక్కడ జేరుకున్నాను."

అంటూ ఒక లెక్చరు దబాయిస్తూ వచ్చి వాళ్ళిద్దరకూ మధ్య సోఫాలో చెమటలు జారుతున్న శరీరాన్ని జేరవేశాడు సురేశ్.

"ఇక్కడ జేరకపోతే ఏడవకపోయావ్" అన్నాడు రావు కోపంతో.

"అంతపనీ జరిగేదే. కాని జేరుకున్నాను. ఇంక నా ఏడుపు నీవు పుచ్చుకో."

అంటూ నవ్వుతూ హేళన చేశాడు సురేష్.

"తమరి ఆజ్ఞ అయిందిగా?"

"చిత్తం"

"వెధవ మొఖం పానకంలో పుడకలా తయారయ్యాడు" అంటూ రావు కోపంతో ముఖం అటు తిప్పాడు.

సురేష్ ముఖం ఇటు తిప్పి సుందరిని చూస్తూ!

"సుందరీ! టెన్నీస్ ఆడదాం రమ్మని ఇక్కడకు వచ్చావా? బలే దానవులే" అన్నాడు.

"అందుచేతేగా వచ్చింది?"

"ఇంకా తిప్పకపోయావ్?"

"ఏడ్చిపోవూ?"

"మళ్ళీ నే నేడవ కూడదూ. ఏం?"

అంటూ సురేష్ సుందరులు ఒకరి నొకరు ప్రేమతో చూచుకుంటూ ఆనందంతో నవ్వుకున్నారు! దానితో రావు వళ్ళంతా సెవనోక్లాక్ బ్లేడ్‌తో చెడ చెక్కుతున్నట్లుంది. పాపం! ఏం చేస్తాడు?

"సుందరీ..."

"ఏమిటోయ్... ఇద్దరకూ మధ్య మురిక్కాలవలా చేరి 'సుందరీ!' 'సుందరీ!' అంటూ ముసలిగాడిదలా వెధవ బొంగురుగొంతుకు వేసుకొని అలా అరుస్తావే."

"ఓరి పీనుగా... కోకిలలా 'కొయ్యి'క... కాకిలా 'కావ్... కావ్' మంటే కాపాడనూ... ఊఁ ఏడువ్. ఏం మాట్లాడాలనుకున్నావో మాట్లాడు."

"చిత్తం."

"అలా బతిమలాడితే లేవనూ?"

అంటూ లేవబోయాడు.

"కూర్చో, సురేష్"

అంటూ సురేష్ చెయి పట్టుకొని సుందరి కూర్చోపెట్టబోయింది.

"సుందరీ! మీ యిద్దరికూ మధ్య నేనెందుకు? వాడి గోలెందుకు? మీ ఆనందాన్ని భంగం చేసి, నేను తిట్లు తింటం ఎందుకు? బాగా బుద్ధి వచ్చిందిలే."

అంటూ వెళ్ళబోయాడు.

సుందరి లేచి "సురేష్! నీవు వెళితే నేనూ వచ్చేస్తాను సుమా" అంది.

"అయితే రా."

"రావ్. పోదాం రావోయ్."

"మీ మధ్య న్నే నెందుకు? నేనే పోతానులే."

అంటూ లేచాడు రావ్.

"నేనే! పోతానులే"

అంటూ రెండంగలు వేశాడు సురేష్.

అంతలో ఆమె మరో క్లాస్‌మేట్ శ్రీనివాసరావు కారులో వెళుతూ సుందరిని చూచి ఆపించాడు.

"సుందరీ!"

"హలో! శ్రీనూ."

"కమిన్ (లోపలకు రా)"

అంటూ కారుతలుపు తీశాడు.

"తేంక్స్"

అంటూ ఆమె కారులో ఎక్కి... వాళ్ళవంక నవ్వుతూ చూచి

"సురేష్... రావ్... నేనే పోతున్నానులే."

అంటుంటే కారు వెళ్ళిపోతూ ఉంది.

శ్రీనివాస్ సుందరుల నవ్వులు సురేష్... రావుల హృదయాలను చీల్చి వేస్తున్నాయ్.

"ఊ. అయిందిలేరా. పిట్టపోరూ పిట్టపోరూ పిల్లి తీర్చిందని... వాడు గద్దలా పిట్టను కొట్టుకుపోయాడు" అన్నాడు రావ్.

"ఏడిశావ్ గాని కప్పుకాఫి తాగి రూమ్‌కు పోదాం పద" అంటూ రావు భుజంమీద చేయివేసి సురేష్ తీసుకుపోయాడు... ప్రణయరథం ఎన్ని దోవల పోతుందిరా బాబూ!

5

కాలేజీ మూసివేసే రోజులు దగ్గరకొచ్చాయి. ఆంధ్రసంఘం సంవత్సరాంతి కోపన్యాసం (Valedactory Address) సందర్భంలో ఆంధ్రులు భవభూతి విరచిత ఉత్తరరామాయణం ప్రదర్శించాలనుకున్నారు.

నాటకానికి రిహార్సల్స్ తీవ్రంగా జరుగుతున్నాయి.

సీత: సుందరి

రాముడు: సురేష్.

లక్ష్మణుడు: హనుమంతరావు.

స్టూడెంట్లంతా 'సుందరీ సురేష్'ల పాత్రాభినయం, రావు సంగీతం గురించి తహతహలాడి పోతున్నారు. రిహార్సల్స్ హాలులోకి ఇతరులను రానీయకుండా ఘటోత్కచుని వంటి వానిని గుమ్మంముందు నిలబెట్టారు.

ఒకనాటికి రిహార్సల్ రాత్రి... ప్రథమాంకం నటిస్తున్నారు. "సుందరీ ఎంత చక్కగా ఏడుస్తున్నావ్?" అన్నాడు సురేష్. "ఏడిపిస్తే ఏడవకేం చేస్తాను?" అన్నది సుందరి. "పాపం!" అన్నాడు సురేష్.

"పాపం! ఏమిటి నీ బొంద... అగ్ని సాక్షిగా పెళ్ళి చేసుకున్న భార్యను కాపాడుకోలేక, పైగా మహాపతివ్రత అని తెలిసీ అగ్నిలో దుమికించి... పతివ్రత అన్నావ్. మళ్ళీ పతివ్రత అని తెలిసీ నీ భార్యను యింట్లో నుంచి వెళ్ళగొట్టాలను కుంటున్నావా?...

ఓరి పాపిష్ఠిముండాకొడకా! నీకంటే దౌర్భాగ్యుడున్నాడూ?" అని మంత్రపుష్పాలతో పూజ ప్రారంభించాడు రావు.

ఆ మాటలు వింటుంటే ఎందుకో సురేష్‌కు హడలు పుట్టింది.

"నాటకం రా బాబు ఇది" అన్నాడు దీనంగా.

"అదేరా నాయనా నేనంటుంది? నీకు తగిన పాత్ర వెదుక్కున్నావంటున్నాను."

"నీ కిస్తే నా రామునిపాత్ర వద్దంటావా?"

"చస్తే ఒప్పుకోను. ఛా...ఛా. నా బుద్ధి కసలు సరిపడదే. రాముడంత తెలివితక్కువ దద్దమ్మంటాడా? అటువంటి హృదయం లేని పాత్రలు వేస్తానా?"

"ఏడిశావ్‌లే... రాముడు దేముడు..."

"అందుచేతే ఆత్మవంచన చేసుకొని, భార్యా పతివ్రత అని తెలిసే విడిచిపెట్టాడు."

"విడిచిపెట్టిన తరువాత, ఎంత ఏడ్చాడు?"

"చేసిన తప్పుని నలుగురికీ చెప్పుకొనే ధైర్యం లేక కుళ్ళి కుళ్ళి ఏడవకేం చేస్తాడు?"

"రావు ఎంత ఏడ్చినా తుదకు భార్యా భర్తలిద్దరూ ఆనందంగానే ఉన్నారని మరచిపోక"

"ఏడిశావులే. ఆ ఆనందం రాముడు వల్ల వచ్చి చచ్చిందా? అవస్థలో ఉన్న భర్తను రక్షించుకొంది భార్యా కాదూ?... ఎలా చూచినా నీ ప్రజ్ఞ దానిలో ఏమీ ఏడవలేదు కదా!"

అంటుంటే "అబ్బబ్బ! మధ్య మీ విమర్శనలతో రిహార్సల్సు తగలడి పోతున్నాయ్"

అంటూ వాళ్ళిద్దరకూ మధ్య తయారయింది సుందరి.

"నేనేం చెయ్యను సుందరీ! రావుగాడే అన్నింటికీ మధ్య మధ్య ముళ్ళకంచిలా తగులుతుంటే."

అని తప్పుకున్నాడు సురేష్.

"యధార్ధవాదీ లోకవిరోధి... అని అలాగా ఉంటుంది. నిజం మాటాడితే నిష్ఠూరం."

అని జవాబిస్తూ స్థలం మార్చబోయాడు రావు.

"అయినా రావ్! ఆ భార్యాభర్తల విషయంలో నీకెందుకు? రాముడిష్టమై తన భార్యను విడిచిపెట్టాడేమో... మళ్ళీ ఏలుకున్నాడేమో..."

అని రావ్ వంక చూస్తూ చిరునవ్వుతో అన్నది సుందరి.

"బాగా సెలవిచ్చారు... నిజమే... పానకంలో పుడకలాగ భార్యా భర్తల మధ్య నేను తల పెట్టడం ఎందుకు? రేపు నిన్ను విడిచి పెట్టిన ఘట్టంలో నీకు తెలుస్తుందిలే ఆ బాధ."

"బాధాలేదు. గీధాలేదు. ప్రారంభించండి."

"కథ ప్రారంభించింతరువాత వచ్చే కష్టాలే నేను చెప్పింది."

"అబ్బా! ఊరుకుందూ!"

"చిత్తం. చిత్తం..."

అలా ఆ త్రిమూర్తులు ప్రతిరోజూ వాదోపవాదాలలో గడిపేవారు... వాళ్ళు "రాముడు భార్యను విడిచి పెట్టడం మంచిదా? చెడ్డదా?" అని వాదించుకుంటున్నారని కాలం ఆగుతుందా?

మనోవేగంలో వెళ్ళిపోయింది.

ఆరోజు నాటకం.

సుందరిని చూడడానికని విద్యార్థులు,

సురేష్‌ని చూడడానికని విద్యార్థినులు,

తండోప తండాలుగా వచ్చారు. హాలులో ఇసుకేసినా రాలడం లేదు.

"సుందరి ఎంత గొప్పగా పాడుతుంది" అని విద్యార్థులు.

"సురేష్ ఎంత చక్కగా 'నటిస్తాడు" అని విద్యార్థినులు అనేక విధాల మాట్లాడు కుంటున్నారు.

ఫస్టు బెల్లయింది... స్టూడెంట్లు కుర్చీలలో సదురుకొని కూర్చున్నారు.

సెకండు బెల్లయింది... కనురెప్పలు వాల్చకుండా చూస్తున్నారు.

తర్డ్ బెల్లయింది... కర్చీఫ్‌లు క్రింద పడేసి – జేనెడెత్తు లేచి చూస్తున్నారు.

కర్టెన్ కదిలింది... "సుందరి"... "సుందరి"... "సురేశ్... సురేశ్" అంటూ

స్టూడెంట్లంతా వేయి గొంతుకలతో అన్నారు; వేయి కన్నులతో చూచారు; వేయి గుండెల్లో వారి రూపాలు నిలిపారు.

సుందరి సీత వేషంలో త్రిజగన్మోహనాకారంలో ఉన్నాడు.

సురేశ్ రామవేషంలో త్రిజగన్మోహనాకారంలో వున్నాడు.

సుందరి విపంచి గొంతు సారించి ఒక తీయని పాట పాడింది.

హాలంతా ఒక నిట్టూర్పు అయిపోయింది.

సతీపతుల అనురాగం అపారంగా ఒప్పించారు.

సుందరి... ఎదుటున్న సురేష్‌ని భర్తగానే తలుస్తుందా అన్నట్లు నటించింది. సురేషూ అలాగే నటించాడు. 'నటనకు' సురేష్‌ని మించిన వాడు లేడన్నారంతా...

కాని... రాముడు సీతను విడిచి పెట్టే ఘట్టం వచ్చింది.

రాముడు నిదుర పోయే సీతను విడిచిపెట్టి వెళ్ళిపోయాడు.

అక్కడ సుందరి పాడిన పాట - చేసిన నటన - కార్చిన కన్నీరు - ఎన్నడూ ఎవ్వరూ మరచిపోలేదు; మరచిపోలేరు...

భర్త గురించి నాల్గుమూలలా చెదరే కన్నులతో చూచింది.

బెదరే హృదయంతో పిలిచింది... కన్నీరు కార్చింది...

దీనయై ఇలా పాడింది... పాపం... చూడండి ఎలా పాడుతుందో!

గీతం:-

"నిదురపోయే నాదు
హృదయ మందే పదములుంచి,
ఏదారి వెడలినావో! నా నాథ!
నీ దాసి విడచినావో! ॥నిదుర॥
వేయి కన్నుల మంట
విశ్వ మంతా మండ,
వేయి గొంతుల పిలుపు
విశ్వ మంతా నిండ,
నా చూపు - నా పిలుపు
నాశనమైపోవలెనా?
ఈ పాపి - బ్రతుకంత
ఏడుపై పోవలెనా?
ఏదారి వెడలి నావో! నా నాథ!

ఈ దారి వెడలి నావో! నా నాథ!
కాల మంతా ఒక్క
కన్నీటి బిందువై
కనురెప్ప పడనీక
కంట నిలిచిందోయి;
నాకంటి రెప్పపై
నీకాలు మోపనా?
ఈ మందు గుండెలో
నీదండ నిలుపనా?
హే నాథ! హే నాథ! ఎటకేగినావో
ఈ దాసిదోసములె ఇక కానరావో ॥నానాథ!॥

ఆమె ఏడ్చి ఎలుగెత్తి ఏడ్చి - నేల కూలిపోయింది; కన్నీటిలో తల మునిగి పోయింది; స్మృతి తప్పిపోయింది

ఆమెకు స్మృతి రాలేదు.

హాలంతా ఒక నిట్టూర్పు విడిచింది; ఒక్కకన్నీటి చుక్క రాల్చింది. సురేష్ ఆమెకు శైత్యోపచారాలు చేశాడు...

ఆమె కను విప్పింది.

"సుందరీ! అలా ఏడ్చాశా వేమిటి?"

"సురేష్! నిజంగా...?"

"ఆ..."

"నీవు విడిచి పెట్టావేమో అన్నట్లనిపించింది."

"ఎంత వెట్టిదానవు?"

"ఏమిటో సురేష్... ఇప్పటికీ నా ప్రతిరక్త నాళం వణికిపోతూంది"

"భయం లేదు... లే... ఇంకా నాటకం పూర్తి కాలేదు."

"కాలేదా?"

"లేదు"

"సురేష్.. మన నాటకం పూర్తి అయ్యేవరకూ నేను నీతో నటింపలేనోయ్."

"అలాగంటే ఎలా?"

"ఏమైనాసరే... నా హృదయం బద్దలై పోతూంది."

"బాగుంది."

అంటుంటే చాల బాగుంది. జనం గోల పెడుతున్నారు. రండి. రండి తయారుకండి.” అంటూ రావు వచ్చాడు.

“రాలేను, రావ్”

“ఏం సుందరీ!”

“నేనసలు లేవలేను.”

“మరెలా?”

“అక్కడ శారదుందిగా...”

“శారదా లేదు, శాంతా లేదు... లే... లే...”

“శారదే శాంతగా నటించగలదు... ఆనందంగా నటించగలదు...”

“ఒరేయ్ సురేష్... నేను చెప్పలేదురా... అయినా నీవు వదిలిపెడితే పాపం హృదయం చిదక్క ఏమౌతుంది?”

అంటూ రావ్ వెళ్ళిపోయాడు?

* * *

మళ్లీ నాటకం మరో సీతతో ప్రారంభం అయింది...

ఆడియన్సు బుగ్గెత్తిపోశారు...

“బాగానే ఉంది. సురేష్‌గాడు ఇద్దరిపెళ్లాల మొగుడయ్యాడు... మంచి ఛాన్స్ మంచి ఛాన్స్” అన్నారు మిత్రులు.

“ఇద్దరి పెళ్లాల మొగుడు ఇరుక్కు చచ్చా”డన్నాడు రావు; నాటకం అయింది.

సీతారాముల ఆనందసంసారం చూడకుండానే సుందరి వెళ్లిపోయింది. సురేష్ మాత్రం సుందరిలేని విచారం లేకుండా... క్రొత్త భార్యతో ఆనందంగా ఉన్నాడు.

ప్రపంచమే భగవంతుని నటనామందిరం!

భగవానుడు చేసిన మానవులు నటకులు కారా?

6

వేదకాలపు నాటి ముత్తైదువగు గగనాంగనను - అనురాగ వారాశిలో స్నానం చేయించి...పసుపూ కుంకుమలతో పూజ చేశాడు సూర్యభగవానుడు. ప్రతిపూవూ ఆయన పూజలో వినియోగింపబడింది.

ఆ పవిత్ర సంధ్యలో - గౌతమీనదిలో స్నానం చేసి - పసుపు పూసుకొని - కుంకుమ బొట్టు పెట్టుకొని - పూలచెట్లవద్దకు వచ్చింది శాంత పూలుకోసింది. మాల కూర్చింది. ప్రతి ఫోటోకు వేసింది. పతి పదపూజ చేసింది. అత్తమామలకు కావలసిన యేర్పాట్లు చేసింది.

అక్కడ నుంచి రాట్నం తీసుకొని కూర్చుంది.

నూలు వడకడం అంటే ఆమెకు బ్రహ్మానందం.

నూలు వడుక్కుంటూ... తన్మయంలో ఇలా పాడుకుంటూ ఉంది...

గీతం: -

తీయనీ రాగాలు - తీయవే రాట్నమా!
మాయమ్మ దాస్యమ్ము - బాపవే రాట్నమా! ॥తీయనీ॥
పాలు లేని చిట్టి
పాపాయి కన్నీట
పండుకో లే దొక్క
పాట పాడుము తల్లి! ॥తీయనీ॥
కూడు గుడ్డలు లేక
కుమిలిపోయే కూలీ,
కటికి ఆకటి మంట
చల్లార్పగా ॥తీయనీ॥
విజయ భారతి గీతి
వినిపించి నీ సుతుల
వేడి నెత్తుటి మంట
వెలిగింపగా ॥తీయనీ॥
విజ్ఞాన వల్లరికి
వేద ఫలముల గాయ
ప్రేమామృతము జల్లు
భాగ్యమూర్తివి నీవే ॥తీయనీ॥

* * *

పాట పూర్తయింది. ఆమె కనుల ఆనందబాష్పాలు నిండుకున్నాయి. బోసినవ్వులో ప్రేమామృతం ఒలుకబోస్తున్న గాంధీమహాశయుని చూచింది. ఆయన మహత్తర శక్తికి ఉప్పొంగి పోయింది.

"మహాత్మా!

విద్యార్థి భావిజీవితాన్ని ఎంత చక్కగా ఆలోచించి చెప్పావయ్యా! నేటి "విద్యా వ్యామోహ పిశాచం నోరు తెరచుకొని ఎంత మందిని మింగి వేస్తూందయ్యా!"

అనుకుంటుంటే ప్రక్కింటి రాధాకృష్ణమూర్తి వచ్చాడు.

"ఏం బావా! పొలానికి వెళ్ళావా?

"వెళ్ళాను శాంతా!"

"కూర్చో!"

"ఏం అలా విచారంగా ఉన్నావే!"

"నేటి విద్యావిధానాన్ని తలుచుకుంటుంటే విచారంగాక ఏముంది బావా!"

"అవును. శాంతా అవును. మీ బావ నిన్ను పెళ్ళి చేసుకున్నాడున్న మాటేకాని, పట్టుమని పదినాళ్ళింటి వద్దున్నాడా? మాట్లాడితే చదువు చదువంటాడు."

"బావ తప్పేముందిలే... ఆ చదువటువంటిది. ఆ మహాగ్నిజ్వాల మధ్యంలో పడిన శలభం ఏది బ్రతికి బయట పడుతుంది... అదొక అగ్ని పర్వతం. ఆ పర్వతం పగిలి బ్రద్దలై ప్రవహిస్తే... ఆ ధారలో పడి ఎవరు నశించరు?"

"నిజం. నిజం... బాగా పోల్చావ్. లేకపోతే మూడేళ్ళు పెద్ద చదువుకు వెళ్ళాడో లేదో ఉన్నా ఎనిమిదెకరాలలో ఆరెకరాలు అమ్మివేస్తాడా?

"నేను చెప్పాను కదూ?... ఆ విద్యాపిశాచం నోరు తెరచుకుందంటే... పొలాలేమిటి... ఇల్లువాకిళ్ళేమిటి... వెచ్చని మానవర్తమేమిటి... విరిగిపోయిన మానవాస్తిక పర్వతాలేమిటి... అన్నిటినీ మ్రింగి వేసిందన్న మాటే."

"పాపం! పండువంటి ఎన్ని కాపరాలు పాడై పోతున్నాయో!"

"చెప్పలేం!"

"ఎందుకు తిండి తిప్పలు లేక – చావలేక, బ్రతకలేక – ఈ ఆంధ్ర ప్రపంచంలో జీవచ్ఛవల్లా తిరుగుతున్నారో!"

"వర్ణించలేం"

"ఏమిటో శాంతా! తల్లిదండ్రులు లేని పిల్లవని దగాచేయకుండా సూర్యం పెళ్ళిచేసు కున్నాడనుకుని, మేమంతా ఆనందించాం..."

"ఇప్పుడో..."

"ఎందుకులే శాంతా... వాడిపోతున్న నీ ముఖాన్ని చూస్తున్నా... నీరు నిండిన నీ కనులు చూస్తున్నా... మా గుండెలు బద్దలై పోతున్నాయ్."

రాధాకృష్ణుని కనులు తేమగిల్లాయ్...

"బావా! ఎంత వెఱ్ఱివాడవోయ్... ఇంతలో ఏమొచ్చిందనీ కనులు నీరు నించుతున్నావ్?"

"ఏమిటో శాంతా! భగవంతుని కంటే ఎక్కువగా నీ పతిని ఆరాధిస్తున్నావ్ – వెఱ్ఱిబాగుల తల్లివి... నీ పూజలు చూస్తున్నా... నీ మాటలు వింటున్నా... నీ లేత గుండెలో ఎంత బరువు మోస్తున్నావో తెలియడం లేదు..."

"ప్రాప్తి... భగవంతుని దయ."

ఆమె కన్నుల నీరు నిండాయి... ప్రతి ఫోటో చూస్తూ కనుల నీరు కారుస్తూ ఉంది...

"రాలనియ్... శాంతా... కన్నీరు రాలనియ్ ఆ కన్నీటిలోనే ప్రపంచం కరిగిపోనియ్."

అంటూ రాధాకృష్ణుడు కన్నులు తుడుచుకుంటూ వెళ్ళిపోయాడు.

ఆమె భర్త ఫోటో వంక చూస్తూ అలాగే ఉండిపోయింది కన్నీటితో

* * *

అది అర్థరాత్రి.

ఆకాశాన్ని చూస్తూ నక్షత్రాల వంటి కన్నీటి ముత్యాలలో – మాలల్లుతూంది...

పతిని తలుచుకుంటుంటే ఆమె జీవితం బరువైపోతుందొక పర్వతంలాగ...

నిమ్మదిగా ఇలా పాడుకుంటూ ఉంది.

గీతం: –

ఆరిపోయే
ఆశా జ్యోతిపై
అశ్రుమాల వేయ నేల?
మనసా!
అగ్నివర్షం కురియనేల? ॥ఆరి॥
చిదికి పోయే
జీవితముపై
వలపు తేనెల కురియ నేల?
మనసా!
కరకుటమ్ముల కూర్చనేల? ॥ఆరి॥
శిధిలమయ్యే
హృదయ పాత్రలో,
చిన్ని నవ్వూ నిలువ నేల?
మనసా!
తీయ విషమూ కలుప నేల ॥ఆరి॥

* * *

ఆమె పాట పూర్తి అవుతుందనగా ఇంటిముందు జట్కా ఆగింది...

శాంత విన్నది.

"ఎవరది? బావా!"

ఆమె హృదయం రెక్కలు రెపరెప కొట్టుకుపోయాయి...

"ఎవరు? మా బావే!"

ఆమె జీవితం అమరనాదం తీసే అమృత వీణై, అనురాగ గీతలు తీసింది... ఝల్లు ఝల్లుమంది. మంచం మీద నుంచి లేచింది...

"శాంతా!"

"ఎవరు?... అడుగో... బావే... మా బావే" ఆమె పరుగు పరుగున వెళ్ళింది...

"శాం... తా..."

"బా...వా!"

ఆమెకోక కాళ్ళలో పడింది.

అంతే... పాపం! ధన్‌మని వీధిగుమ్మం తగిలి రాతి మెట్లమీద పడిపోయింది.

"అయ్యో శాంతా! పడిపోయావే" అంటూ ఆమెను లేవతీశాడు...

"ఫరవాలేదు... బావా... వచ్చావా!"

"ఆ... వచ్చాను..."

"వచ్చావా?... ఎంత కాలానికి."

"ఏమిటీ... వెఱ్ఱి..."

"వచ్చా. వా... వచ్చావా!"

ఆమె తలనుంచి కారే రెండు రక్తపు బొట్లు... కన్నీటి బిందువులతో కలసి, అతని పాదాలపై పూజాపుష్పాలలాగ పడ్డాయి...

"ఏమిటీ కన్నీళ్ళు."

"...అబ్బా! ఎంత కాలానికి వచ్చావా!"

ఆమె లోపలకు పరిగెడుతూ.

"అత్తమ్మా! అత్తమ్మా! వచ్చాడు."

"ఎవరు."

"వచ్చాడు."

"ఎవరే."

"మా బావే..."

"వచ్చాడా!"

"అడిగో... అడిగో బయట."

శాంత ఆనందంతో లైటు పెద్దదిచేసి జారే రక్తంతో... కారే కన్నీటితో భర్తఫోటో చూచింది...

పరుగు పరుగున వచ్చి... "రా! బావా! రా" అంటూ లోపలకు తీసుకువెళ్ళ బోయింది.

ఆ లయిటుకాంతిలో ఆమె తల చూచాడు.

"శాంతా! అబ్బా! తల పగిలిపోయిందే"

"పరవాలేదు. బావా! పరవాలేదు."

"బాధగా లేదూ?"

బాదేముంది...? నీవు నా ప్రక్కనుంటే ఈ ప్రపంచం అంతా నా మీద నుంచి నడచి వెళ్ళిపోయినా నేను భరించగలను."

"అలాగా..."

"మరేమనుకున్నావ్?"

"మందు వేయనీవే"

"నీ నవ్వే నాకు మందు - అయినా అసలు దెబ్బ తగలందే..."

"దెబ్బ తగలకపోతే రక్తం ఎలా వస్తుంది?"

"ఆనందంలో పొంగిపోయిన రక్తనాళాలు పగిలిపోయి... రక్త గంధాన్ని నీ పాదపూజకు పంపిస్తున్నాయి."

అతడు నిర్ఘాంతపోయాడు...

అతని హృదయంమీద తల పెట్టి ఆమె ప్రపంచాన్ని మరచిపోయింది. ఏమిటో ఆ వెర్రిబాగుల తల్లి ఆనందం...

7

విశ్లేష మేఘాలు తరుముకొస్తుంటే...

విషాద వర్షాలు కురియకుంటాయా!

వియోగ వరిచేను పండకుంటుందా!

సూర్యం కాలేజినుంచి వచ్చి నెల్లాళ్ళు దాటింది... అతని కాయిల్లు ఒక శ్మశానం, ఇల్లాలొక మండే కాష్ఠం; ఆమె కుంకుమ బొట్టు భూతాలు త్రాగే పచ్చి రక్తంపా పల్లెటూరొక భయంకర నరకం...

కాలం ఒక ఉరిత్రాడై అతని కంఠాన్ని బిగిస్తుంది... భార్యా ఆ ఉరిత్రాడు బిగిస్తూ ప్రక్కన నిలబడినట్లుంది...

అది కాళరాత్రి... వియోగంచే కృశించుకు పోతున్న అతని ఎముకల గూడుమీద శాంత మృత్యుదేవతై ప్రళయతాండవం చేస్తున్నట్లుంది...

ఏం చేస్తాడు? త్రోవేది?

మనస్సున్నవానికి త్రోవలకేలలోటా! అతని తల్లిదండ్రులతో తా నింకా చాలాకాలం ఉంటానని, ఈ లోపుగా పుణ్యక్షేత్రాలు చూచి రమ్మని కాశీకి పంపాడా ధర్మాత్ముడు.

ఇక భార్యాపిశాచి నుంచి కూడా తప్పించుకుంటే తన ప్రియురాలితో స్వర్గసుఖం అనుభవించవచ్చు ననుకున్నాడు ఆ పవిత్రముహూర్తం కోసం ఎదురుచూస్తున్నాడు...

భార్యా ప్రాతఃకాలం స్నానం కొరకు నదికి వెళ్ళింది.

ఈ లోపు నొక ఉత్తరం ప్రారంభించాడిలా...

"ప్రేయసీ! వసంతమూర్తీ!

నా జీవితానికి వసంతమూర్తివి నీవు దూరమైనా, మోడు మ్రానుపై ఈ ప్రపంచ ఎడారిలో బ్రతికి ఉన్నందుకు, నాలో నాకే సిగ్గుగా ఉంది... ఈ పల్లెటూరులో యెచ్చట చూచినా విద్యావిహీన పశువులే... యెచ్చట చూచినా నల్ల త్రాచులూ... పిచ్చికుక్కలా కనబడుతుంటాయ్... లలిత ప్రేయసీ! మధుమూర్తీ!

నీ మృదుమధుర పదాలపైన నా జీవితాన్ని నీరాజనం చేసే భాగ్యం ఎప్పుడబ్బుతుందో! నీ దివ్యదర్శనం గురించి నా జీవితం అంతా వేయికన్నులతో ఎదురుచూస్తూ ఉంది...

జవాబు కొరకు ఎదురుచూచు

నీ

ప్రణయమూర్తి"

ఉత్తరం పూర్తయ్యేసరికి శాంత కాలు చప్పుడయింది. వెంటనే పెట్లో రుమాలు మాటున దాచేశాడు.

ఆమె వచ్చి ముఖానికి పసుపు రాసుకొని, కుంకుమబొట్టు పెట్టుకొని మంగళ సూత్రాన్ని కన్నుల కద్దుకొని, భర్త వద్దకు వచ్చి వంగి పాదాలకు నమస్కరించింది.

"చాల్లే వెధవ దణ్ణాలు నీవూను" అని దీవించాడు. ఆమె ఉలుక్కిపడింది.

"ఏమిటీ అసహ్యంగా ముఖం నిండా పసుపూ, కుంకుమను... గంగానమ్మలాగ?"

"బావా! భారత గృహిణికి పసుపు, కుంకుమ కంటే కావలసిందేముంది?"

"అంతే పసుపుకుంకం ఉంటే చాలు. ఇంకేమీ అవసరం లేదనుకుంటాను?"

"ఏం కావాలి"

"భర్త సేవ అవసరం లేదనుకుంటాను"

"అదే ముఖ్యం. పతిపదసేవకంటే పడతికి కావలసిందేముంది?"

"అయితే నీళ్ళు తొరపకుండా ఈ వంగి వంగి దణ్ణాలేమిటి?"

"క్షమించు బావా! తొరుపుతున్నాను" శాంత బాదంచెట్టు క్రింద నీళ్లు తొరిపింది. సూర్యం స్నానం చేశాడు.

"శాంతా! మరచిపోయాను. పెట్లో తుడుచుకునేటవలుంది తీసుకురా!"

"అలాగే"

శాంత పెట్టి తెరచి టవలు తీయబోతుంటే... ఉత్తరం కనబడింది...

వణికే చేతులతో - చెదిరే కనులతో చదివింది. తన పతికి తనపై గల కోపకారణం తెలుసుకుంది... ఆ ఉత్తరం అలాగే పెట్టి, మాట్లాడకుండా టవలు చేతికిచ్చి, నీటికని నదికి బయలుదేరింది.

"బావయ్య హృదయంలో నాకు తావులేదా? ఆయన హృదయంలో నేనుకాదూ ఉంది?... అబ్బా! ఈ రహస్యాన్ని దాయలేక బావయ్య ఎంత బాధ పడుతున్నాడో! ఆయన హృదయం ఎంత చిదికి పోతూ ఉందో...!

బావయ్య ప్రేమకు దూరమైన నే నీ ప్రపంచంలో బ్రతకడం ఎందుకు? ఆయన హృదయానికి ముళ్ళపొదనై, విషపుపాత్రనూ, చీకటి మేడనై, అగ్నివర్షాన్నై బ్రతక్కపోతే ఈ గోదావరీ కెరటాల మాటున ఒక చిన్న కెరటమై కలిసిపోకూడదూ?"

ఆమె ఆలోచిస్తూ గోదావరిని సమీపించింది.

"అబ్బా గోదావరీమ తల్లి తన పవిత్ర హస్తాలతో ఎలా పిలుస్తూందో! తన చల్లని కడుపులో దాచుకుంటానికి ఎలా ఆత్రుత పడుతూందో. వస్తున్నానమ్మా! వస్తున్నాను... ఆరిపోని జ్యోతిపై నీ కడుపులో దాగుంటాను..."

అంటూ బింది వడ్డున పెట్టి గోదావరిలో దిగింది.

"రాధ తన భర్త బిల్వమంగళునకు చనిపోయీ, అతని మోహ సముద్రానికి తెప్పై సాయపడింది... నేను మాత్రం నా భర్తకు సాయపడవద్దూ... ఆయన ఆనందంకంటే నాకు కావలసిందేముంది... పతి పదసేవేకదా భారత సతికి గతి."

ఆమె మోకాలు లోతుకు వెళ్ళింది.

రెండు దోసిళ్ళ నీళ్లు సూర్యభగవానునికి విడిచి 'సూర్యభగవానుడా! నా భర్తకు ఆనందాన్ని ప్రసాదించు... తల్లీ గౌతమీ! నా భర్త నీ వడ్డునుంచే తన ప్రియురాలికొరకు వెళుతుంటాడు... నీ కెరటాల రెక్కలతో చల్లగాలి విసరాలిసుమా! చెమటపట్టిన ఆయన కెంతో ఆనందంగా ఉంటుంది.

ఆమె తొడలోతుకు వెళ్ళింది.

"భగవంతుడా! మా అమ్మవద్దకు తీసుకుపో! మా బావయ్యకు ఆనందం కలిగించు... పాపం... నన్ను తలుచుకొని ఎప్పుడైనా బాధ పడతాడేమో... నా స్మరణే రానీయక... సెలవు... సెలవు... బావా సెలవు."

ఆమె ఒక్క మునుగు మునిగింది.

"శాంతా!"

అనే కేక వినబడింది. ఆమె తలెత్తి చూడలేదు...

"శాంతా! శాంతా!"

ఆమె రెండు మునుగులు మునిగింది;

అంతే. ఆమెనెవరో గట్టునకు తీసుకువెడుతున్నట్లనిపించింది.

అరగంట గడిచింది. ఆమెకన్నులు కదిలాయి... స్మృతి వస్తూంది.

"...భగవంతుడా! మా అమ్మవద్దకు తీసుకుపో. మా బావయ్యకు ఆనందం కలిగించు."

అంటూ నెమ్మదిగా అన్నది... శైత్యోపచారాలు చేశాక ఆమె కన్నులు విప్పి నాలుగు మూలలా చూచింది...

తన బావ ఒక ప్రక్కన కూర్చున్నాడు.

తడిపిన బట్టలతో రాధాకృష్ణ మరోప్రక్క కూర్చున్నాడు;

"బావా!"

"శాంతా! ఎంతపని చేశావ్"

"క్షమించు"

రాధాకృష్ణ లేచి వెళ్ళిపోయాడు తల వంచుకొని.

తలుపు వేసి సూర్యం వచ్చి ఆమెకు లేవతీశాడు.

"కాల్జారి గోదావరిలో పడ్డావా!"

"... ఆ..."

"అవునా!"

"అవును."

"మంచిపని చేశావ్"

"బావా! ఎవరు నన్ను రక్షించారు?"

"మీ మరో బావ!"

"రాధాకష్ణుడా!"

"అవును"

"వెళ్ళిపోయాడే?"

"నీవే అడుగు."

అతని మాటలో ఉన్న చురుకుదనం ఆమెకు అర్థం కాలేదు. కొంత సేపటికి ఆమె లేచింది. బట్టలు మార్చింది. మళ్ళీ నీళ్ళు తీసుకువద్దామని పెరట్లో బిందికోసం వెళ్ళింది.

ఆశ్యర్యపోయింది.

కడవలనిండా నీళ్ళు ఎవరో తెచ్చి పోసేశారు.

"బావా! ఈ నీళ్ళెవరు పోశారు?"

"మీ మరో బావ"

"పాపం! చెప్పకుండానే ఎంత సాయం చేస్తున్నాడు?"

"ఏమీ చెయ్యకపోతే నీ ప్రేమ సంపాదించే దెలా?"

"ప్రేమ సంపాదించడం ఎందుకు? ఇదివరకు లేదా?"

"ప్రేమ సంపాదించడం ఎందుకు? ఇదివరకు లేదా?"

"ఎంత లేకపోతే ప్రాణానికైనా తెగించి – గోదావరిలో దూకి నిన్ను రక్షిస్తాడు?"

"నేనేకాదు. ఆపదల్లో ఎవరున్నా అతడు ఆదుకుంటాడు."

"ఎవరెటెలాగున్నా నీ వంటే పంచప్రాణాలు."

"మొట్టమొదటనుంచీ అంతే బావా!"

"అలాగా... అయితే కొంగున ముడి వేసుకోపోయావూ"? అంటూ కోపంగా చూస్తూ తన పడక గదిలోకి వెళ్ళిపోయాడు. అతని కోపకారణం ఆమెకు అర్థం కాలేదు.

ఎలా అర్థమౌతుంది?

పదిరోజులు గడిచాయి.

ఒకరోజున రాధాకృష్ణుడు సాయంకాలం ముంజికాయలు తీసుకొచ్చి శాంతకిచ్చాడు.

"బావా! ఏమిటోయ్ సంగతులు"

"ఏముంది శాంతా! పొలములో నా దోవన నేను పోతూ ఉంటే బుస్సుమని త్రాచుపాము నా మీదకు లేచింది."

"కాటు వేయలేదు కదా!"

"లేదు."

"చంపేశావా?"

"చంపకూడదు గదూ!"

"ఏం?"

"పెద్దజాతికి చెందిన వాటిని చంపకూడదు శాంతా!"

"కరిస్తే?"

"బాధపడాలి"

"బాగానే ఉంది నీ వేదాంతం. ఉన్నా కొద్దీ మతి పోతుంది."

అంటూ అమాయకంగా అంది పాపం! ఆమెకేం తెలుసును, అతడు సూర్యాన్ని పాముతో పోల్చాడని...

"బావా! కూర్చో వెళుదువుగాని"

అని నులక మంచం వాలిస్తే దానిమీద కూర్చున్నాడు.

"శాంతా! రోజుకు రోజూ చిక్కిపోతున్నావే... కళకళలాడే ముఖం కన్నీటిలో ఎలా కళావిహీనం అయిపోతుందో పాపం!"

"బావా! నాలో ఏమీ మార్పులేదే."

"లేకేంగాని... అర్థరాత్రివేళ వెక్కి వెక్కి ఏడుస్తూ ఉంటావే... మీ బావ ఏమైనా చెయి చేసుకుంటున్నాడా?"

"ఎంతమాట! మా బావకు నేనంటే ఎంత ప్రేమ... కనురెప్పక్రింద కాపాడుకుంటూ ఉంటాడు. నా కనుసన్నలలో తన జీవితాన్ని నడుపుకుంటూ ఉంటాడు."

"బాగా కోస్తున్నావులే. దెబ్బలు స్పష్టంగా వినకపోలేదు. కాకపోతే ఎందుకేడుస్తావ్?

"లేదు బావా! నిజం! మా అమ్మ జ్ఞాపకం వచ్చినప్పుడేడుస్తా"

"శాంతా! నీ భర్త పాపం ఏ కనులవెనుకున్న చీకటిలో దాచాలనుకుంటే మాత్రం దాచగలవా?"

"ఏం ! ఏం చేశాడు?"

"మొన్న నేను పనిమీద రాజమండ్రి వెళ్లడంచేత, అతడొక కాలేజీ అమ్మాయిని ప్రేమించడం, పెండ్లి చేసుకోబోవడం, అన్నీ విన్నాను."

"ఎవరు చెప్పారు."

"అక్కడ కుఌవాళ్ళే చెప్పారు?"

"లేనిపోని మాటలు కల్పించి చెప్పడానికి ఈ కుఌవాళ్ళెంతకైనా తగుదురు."

"శాంతా!..."

"నిజంగా బావా! వాళ్లమాటలు నమ్మితే పండువంటి కాపరం పాడైపోవలసిందేనా?"

"కాదు... కాదు... పండు రాలిపోవడం...శాంతా! ఈ మధ్య నీవూ గడుసుదనం నేర్చుకున్నావ్?"

"..............."

బస్తీ వాళ్ళ సావాసం ఊరకనే పోతుందా?"

అంటుంటే సూర్యం వచ్చాడు... ఆ మాట విన్నాడు.

"ఏమిటి బాబూ బోధిస్తున్నావ్..."

"ఏమీ లేదు సూర్యం."

"ఏమీలేదనక ఉన్నదంటానా? మాకొంపకు కొరివిలాదాపరించావ్... దుర్మార్గుడా... నల్లతేలువు కదూ నీవు."

"సూర్యం... వ్యభిచారానికి తోడు త్రాగుడుకూడా అబ్బిందా తలతిక్కగా మాట్లాడుతున్నావ్"

"ఓరి ఫూలా! లేనిపోనివి అంటకట్టి సంసారాన్ని వేరుచేస్తావురా?" అంటూ ఫెడెలు మని లెంపకాయ కొట్టాడు.

"బావా! ఎంతపని చేశావ్?"

"నోరు మూయ్... మీ మీ వ్యాపారాలన్నీ తెలుసును... మాట్లాడామంటే నీ పని కూడా ఇవాళ్ళతో ఆఖరు..." అంటూ భార్యను తోసివేస్తాడు. ఆమె క్రింద పడుతుంది.

రాధాకృష్ణ తీక్షణంగా చూస్తూ... 'సూర్యం! మంచి బహుమానం ఇచ్చావ్... మా హృదయాలను బాగా గ్రహించావ్'

"ఏడిశావులే పోవోయ్."

"పోతాను... జన్మలో నీ గుమ్మం తొక్కను."

"రక్షించావ్"

"నిన్ను రక్షించడానికే వెళుతున్నాను... సూర్యం! నీవు నా చేతిలో గడ్డిపరకవు. ఒక్క గుద్దుతో చంపగలను. కాని... నీ భార్య ముఖం చూచి నిన్ను బ్రతికించాను."

"చాల్లేవోయ్..."

"శాంతా!..."

"బావా..."

"సెలవు... నీ భర్త నిన్ను పెట్టే కష్టాలు చూచి ఈ గ్రామంలో ఉండలేను... శాశ్వతంగా ఈ ఊరే విడిచి వెళ్ళిపోతున్నాను."

"అంతపనే..."

"నీ గురించి ప్రాణాలైనా ఈయగలను. కాని నీ కష్టం చూచి నేను బ్రతుకలేను... సెలవు... సూర్యం... నా తప్పులు క్షమించు... నమస్కారం"

అంటూ మహాగంభీరుడ్లా బయటకు వెళ్ళి... వెంటనే రెండెద్దులబండి కట్టి సామాను సదిరివేశాడు.

కారణం ఎంతమందడిగినా ఆ ధీరోదాత్తుడు చెప్పలేదు... తల్లిని బండి మీద ఎక్కించుకొని ఉన్నా రెండు గేదెలు తోలుకుంటూ బయలుదేరాడు.

కిటికీలో నుంచి శాంత చూస్తూ నిలబడింది.

శాంతముఖంవంక చూచాడు.

శాంత కన్నీరు కారిపోతూ ఉంది.

అతని కన్నీరు కూడా కారిపోయింది.

"శాం...తా!"

"బా...వా!"

"సె...ల...వు.

"శలవా! నమస్కారం.

ఆమె రెండు చేతులెత్తి నమస్కరించింది... కన్నీరు తుడుచుకోలేక ఆమె ముఖం చూడలేక వంచిన తలతో వెళ్ళిపోతున్నాడు. ఆ గ్రామం వారికెవ్వరికీ అతని వింత ప్రవర్తన అర్థం కాలేదు.

రాధాకృష్ణుని బండి వెళ్ళి పోయింది.

కాని నమస్కరిస్తున్న ఆమె చేతులు మాత్రం అలాగే నమస్కరిస్తూ ఉన్నాయి.

వెనుక నుంచీ సూర్యం వచ్చి ఆమె జుట్టు పట్టుకొని లాగి... దబదబా గొడ్డును బాదినట్లు బాదాడు.

ఆమె మాట్లాడ లేదు... ఎందుకు కొడుతున్నావని అడగలేదు.

అతడెందుకు కొట్టాడో కారణం చెప్పలేదు.

ఆమె నేలమీద కన్నీటిలో అలాగే పండుకుంది.

8

ఆ అర్థరాత్రి.

నిదుర పట్టక సూర్యం అటూ ఇటూ తిరుగుతున్నాడు... గోడపైబడిన అతని నీడను చూచి అతడే హడలిపోతున్నాడు. కిటికీ సందులలో నుంచి ఎవరో నల్లని హస్తాలు సాచి, అతని హృదయపారిజాతాన్ని నలిపివేసినట్లనిపించింది.

తల రెండు చేతులతో పట్టుకొని పిశాచంలా పీక్కుంటున్నాడు.

"అలా తిరుగుతున్నావే బావా!"

అని నెమ్మదిగా గారాబంతో అన్నది.

"మతి పోయి."

"ఏం?"

"ఏముంది... నా చేతులతో పెంచుకొన్న పుష్పవల్లి విషపు పూవు పూచింది."

"అదేమిటది?"

"ఆ పూవు వాసన తగులుతుంటే నా ప్రాణాలు పోతున్నట్లున్నాయ్"

"ఏదాపూవు?"

"నా గదిలోనే ఉంది."

"అయితే బయట పారవేయలేకపోయావా బావా!"

"అదే ఆలోచిస్తున్నాను."

"దానికంత ఆలోచనెందుకు? ఏదీ? ఎక్కడుంది?

అంటూ ఆమె లైటు పెద్దది చేసింది. నాలుగు మూలలా వెట్టిదాన్లా చూసింది.

"శాంతా! ఇలారా చూపెడతాను."

"ఎక్కడ."

"ఇలావచ్చి ఈ అద్దంలో చూడు."

ఆమె చూస్తుంది. ఆమె ముఖం అద్దంలో చూపెడుతూ...

"కనబడుతూందా! అదే విషపు పువ్వు" అన్నాడు. ఆమె నిలువునా కూలబడి పోయింది.

"బావా! నీ హృదయం ఎన్నడో గ్రహించాను, గ్రహించీ ఆనందం కూర్చలేనందుకు విచారిస్తున్నాను. అమృతం విషమై - విషం అమృతమయ్యే కాలం వచ్చింది... నీ కన్నులకు చల్లని వెన్నెల నవడానికి బదులు - కంటిలో నలుసునయ్యాను; కాలిలో ముల్లునయ్యాను."

"శాంతా! పాముకు పాలుపోసి పెంచినా అది కక్కేది విషమేగానీ, అమృతం కాదు;"

"అలా..."

"నిన్ను నా హృదయతల్పం మీద పరుండబెట్టాను... పూవులా నిదురించినట్లు నిదురించి... కనులు తెరచేసరికి నా హృదయంలో ముల్లు నాటావ్ అదే కళక్... కళక్ మంటుంది."

"బావా! చేసిన తప్పు చెప్పకుండా ఈ అన్యాపదేశా లెందుకు?"

"వ్యభిచారం కంటే తప్పేముంది?" ఆమె నిర్ఘాంతపోయింది.

"వ్యభిచారమా! నే...నా!"

"అవును... నీవే."

"ఎవరితో!"

"రాధాకృష్ణ... తో..."

"కృష్ణ... కృష్ణ... ఎంతమాటన్నావ్ బావా!"

"...మాట... కాదు కాదు...చేష్ట!"

"నిదర్శనాలు లేకుండా... ఇలా అన్యాయంగా..."

"అన్యాయమేమిటి? ప్రత్యక్ష సాక్ష్యానికంటే నిదర్శనం ఏముంది?"

"నీవు... చూ...చా...వా?"

"స్పష్టంగా..." ఆమెకు ఆగ్రహం... దుఃఖం... ఆగలేదు.

"బావా! మగవాడవు నీవు ఏదంటే చెల్లుబడికాదు? నీవు ఏపని చేయలేవూ?... మానవత్వానికి దూరమైన మగవాడు చేయలేనిదీ ప్రపంచంలో ఏముంది?"

"మానవత్వానికి దూరమయ్యానా?"

"తప్పక... అన్యాక్రాంతమైన నీ హృదయాన్ని కుటిలాగ్నిలో దగ్ధం చేసుకున్నావ్... శ్మశానంలో పచ్చినెత్తురు త్రాగి జీవించే పిశాచాలు... నీ హృదయంలో నృత్యం చేస్తున్నాయ్; నీచే అబద్ధాలు పలికిస్తున్నాయి; అక్రమ కార్యాలు చేయిస్తున్నాయ్... లేకపోతే ఈ క్షణం వరకు పతే దైవంగా నమ్మిన సతిపై నిందారోపణ చేస్తావా? ఏ కన్నులతోటి నా వ్యభిచారం చూచావ్? ఏదీ చితిలామండే ఆ దీపాన్ని నెత్తిమీద పెట్టుకొని చెప్పు."

"దీపాన్ని నెత్తిమీద పెట్టుకొని చెప్పాలే కులటా!" అంటూ లైటు తీసుకొని ఆమె ముఖం మీద శక్తి కొలదీ కొట్టాడు... లైటు పగిలిపోయింది. గాజు పెంకొకటి ఆమె కన్నులో గుచ్చుకొని కన్ను పోయింది. ఫాలభాగం నుంచి నెత్తురు కారిపోతూ ఉంది. గదంతా చీకటిమయం అయిపోయింది.

ఆమె పిచ్చిగా నవ్వటం ప్రారంభించింది.

"ఏం పిశాచీ నవ్వుతావేం?"

"బావా! పిశాచినా?... నిజం చీకటి కొంపలో చిందులు త్రొక్కేవి పిశాచాలే... అహ్హాహ్హా... అహ్హాహ్హా.. బావా! ఆరిపోయిందా! గృహదీపం ఆరిపోయిందా! ఆరిపోక ఏం చేస్తుంది? గాలిలో దీపం ఆరకుండా 'చిమ్నీ' ఉన్నట్లే గృహజీవనజ్యోతి ఆరిపోకుండా 'సతీత్వం' ఆవరణగా ఉండాలి. బావా! గాలిలో దీపం వెలగలేదు... చుక్కాని లేని నావ తిన్నగా నడవలేదు... పతిలేని సతి జీవితం... సతిలేని పతి జీవితం అలాగే దుర్భరం సుమా!"

"చెప్పావులెద్దూ శ్రీరంగనీతులు"

"చెప్పొద్దూ మరి"

"ఏడిశావ్ గాని ఇంట్లోనుంచి పో..."

"పోతాను తప్పక పోతాను... నేనే కాదు; నీవే కాదు; మనం ఉన్న ఇల్లేకాదు; అంతా పోవలసిందే... ఈ కనబడు మహాప్రపంచమే ప్రళయ సముద్రంలో ఒక పిల్ల కెరటమై కలసిపోవలసిందే... అహ్హాహ్హా.. చూడు... బావా... చూడు. కిటికీలోంచి కనబడు చంద్రుడూ... ఆ నక్షత్రాలు... ఆ చెట్టులూ... చెట్టుమీదున్న పిట్టలూ అన్నీ పోవలసిందే..."

"అలాగా"

"అవునవును"

అతడు మరోగదిలోకి వెళ్ళి దీపం పట్టుకొచ్చాడు. దీపంవెలుగులో ఆమె ముఖం చూచాడు... రక్తధార కారిపోతూ ఉంది. ఒక కన్ను లొట్ట పోయింది... ఆమె హృదయం అంతా రక్త సిక్తమే...

"శాంతా... ఏమిటీ రక్తం"

"ఈ రక్తమే పిశాచులకు ఇష్టం... బావా! నీ చేతులో నా జీవితం ఆధారపడి ఉందని నీ ఇంట్లో నుంచి నన్ను పొమ్మంటున్నావ్... అదే నా చేతిలో నీ జీవితం ఆధారపడి ఉంటే పొమ్మంటావో?... రానన్నా, రమ్మంటావు గాని...

బావా! సాంఘిక ఆర్థిక హక్కులు సమభాగంగా స్త్రీ పురుషులకు లేనంతవరకు మన ఇల్లేకాదు... మన భారతదేశమే కాదు... యావత్ప్రపంచం బాగుపడలేదు...

తల్లి దండ్రుల ఆస్తిపాస్తులు స్త్రీ పురుషులు సమానంగా పంచుకోవాలి విద్యావిధానాల్లో స్త్రీ పురుషులు సమానంగా పోషింపబడాలి... అంతవరకూ స్త్రీ జాతికి ముక్తి లేదు...

సంఘంలో పురుషుడు సమర్థుడై... స్త్రీ బలహీనం అయిననాడు వచ్చే స్థితులే యివ్వి... నేటి బానిస హిందూదేశంలో స్త్రీ పతిత; అబల; శక్తిహీనం; పశువు; గౌరవహీన... ఆ కళంకం స్త్రీ జాతికి పోతే నన్ను ఇంట్లో నుంచి పొమ్మంటావా? అలా కాలేదు గాబట్టి పొమ్మంటున్నావ్... సెలవు... సెలవు..."

ఆమె అతని పాదాలమీద పడింది. అతడు రాయిలా నిలబడిపోయాడు. అతని పాదాలపైన రెండు రక్తపు బొట్లు పడ్డాయి. అది రెండోమారు... ఆమె పతికి భక్తితో నమస్కరించి కారే కన్నీటితో ఆ అర్థరాత్రి బయలుదేరింది. సూర్యం మాట్లాడలేక పోయాడు...

శాంత గుమ్మం దాటింది"

"శాం...తా"

"బా...వా"

"శాం...తా"

"సె...ల...వు... నమస్కారం..."

"సె...ల...వా?" దానికి జవాబు రాలేదు...

దీపం పట్టుకొని అతడు బయటకు వచ్చి చూచాడు. ఆమె కనబడ లేదు... శవంలా వెళ్ళి మంచంమీద కూలబడిపోయాడు.

* * *

ఆమె వెళ్ళిపోతూంది... కీచురాళ్ళు 'ఫింయ్' మంటున్నాయ్... గుడ్లగూబలు గుసగుసలాడుతున్నాయి... మఱ్ఱిచెట్లు తలలు విరగబోసుకున్న పిచాశాల్లాగున్నాయ్... ఊరుబయట శ్మశానాల్లో కాష్టాలు కాలిపోతున్నాయ్... ఆమె వెళ్ళిపోతూంది...

"భర్తకు బరువైన ఈ బ్రతుకు బ్రతకరాదు... కాని చచ్చి సుఖబడేదానికంటే... కష్టాలు భరించి... నా భర్తచే నా దోషం లేదని ఒప్పించాలి. చీకటింట్లో ఉన్న ఆయనకు తిరిగి దివ్యజ్యోతి వెలిగించాలి... బ్రతికితీరాలి బావను రక్షించాలి... నిర్దోషినని రుజువు చేసుకోవాలి..."

ఆమె అలా ఆలోచిస్తూ వెళ్ళిపోతూంది...

మొగలిపొద మాటున వెళ్ళింది... తీయని సువాసన వచ్చింది.

"అబ్బా! అనుకుంటూ ఒక నిమిషం నిలబడింది... అంతే చరచరా వచ్చి ఒక క్రూరసర్పం కాటువేసింది... 'అమ్మా' అంటూ ఆమె పడిపోయింది... అంతే కదలలేదు. తెల్లవారుజామున బాటసారి ఆమెను చూచాడు... 'పాపం! ఎవరో అభాగిని... చనిపోయిందెలాగో! అనుకుంటూ వెళ్ళిపోయాడు...

3

కనురెప్ప పడింది... కాలం గడిచిపోయింది.

రోజులు నెలలకు... నెలలు సంవత్సరాలకు తావిచ్చాయి.

సురేష్ – సుందరులు బి.ఏ. ప్యాసయ్యారు; రావు పరీక్ష పోయింది. అప్పటి నుంచి సుందరి చూపులకు సురేష్ లక్ష్యం అయ్యాడు...

వారి చూపులు... మాటల్లోకి... మాటలు పాటల్లోకి... పాటలు ఆటల్లోకి వచ్చాయి... అన్ని జరిగిన్నాడు హృదయాలు మారకుండా ఉంటాయా! హృదయాలు మారి... ప్రేమ ప్రవాహంలో కొట్టుకుపోయే యువతీ యువకులు సతీపతులు కావడం ఎంత?

* * *

నాశనం అయిపోతున్న సంఘాన్ని ఉద్ధరించ డానికి కంకణం కట్టుకుంది సుందరి... భారత దేశంలో స్త్రీ బ్రతుకు చాలా అధోగతిలో ఉందని స్త్రీ స్వాతంత్ర్యం వచ్చేవరకు ఆమె నిదర పోకూడదని వీర కంకణం కట్టింది.

దానితో స్త్రీ స్వాతంత్ర్య సభలకు ఆమె అగ్రాసనాధిపత్యం వహించడం... ఉపన్యాసాలివ్వడం. రిక్రియేషన్ క్లబ్బులను స్థాపించడం... బాలికాపాఠశాల లేర్పరచడం... వితంతు శరణాలయాలు నిర్మించడం... స్త్రీల సంగీత సారస్వత నర్తన సమాజాల వృద్ధి చేయడం... ఒకటేమిటి స్త్రీలలో మహత్తర తేజం కలిగిస్తూందనే చెప్పాలి.

ప్రపంచ సేవలో పతిసేవ మరచి పోయిందా ప్రణయవతి... సంఘసేవలో సరసాలనే విస్మరించిందా సంఘోపజీవి... ప్రాణకోటి సేవలో పతి పదసేవ విడనాడిందా పతివ్రత...

కాలం గడుస్తున్నకొలది ఇల్లొక కాష్ఠం అయిపోయింది... సురేశొక పిశాచి అయ్యాడు... ఎడమొఖం పెడమొఖంతో నాలుగేళ్ళు కాపరం రాజమండ్రిలోనే సాగించారు... సుందరి అత్తవారిల్లు ఒక సారికూడా తొక్కిన పాపాన పోలేదు. కారణం ఏమిటంటే "మానవసేవ భగవత్సేవ... సుఖలాలసలో నా జీవిత మాధుర్యాన్ని నాశనం చేయకూడదు... పవిత్రమైన ప్రతిక్షణాన్ని పాపభూయిష్ఠమైన పశుత్వవ్యామోహాలలో బలిసేయరాదు" అంటూ ఉపన్యాసాలు ప్రారంభించేదా దేశోద్ధారిణి.

ఏ పేపరులో చూచినా ఆమె ఉపన్యాసాలే... ఏమాస పత్రికలో చూచినా ఆమె ఫోటోలే; ఏ యింట్లో చూచినా ఆమెనీతులే... అలాగిలాగేమిటి? గాలిలో కలసి పోతూంది... నీటిలో మునిగి పోతూంది... ఆకాశంమీద తేలిపోతూందామె పేరు.

ఇలాగుందామె ప్రతిష్ఠ.

సుందరి దోవమ్మట వెళుతుందంటే చాలు ప్రజలంతా "సుందరి... సుందరి" అని కనులు వాల్చకుండా చూస్తారు. ఆమె ఒక మెరుపుతీగ అమృత బిందువు.

సురేష్ సతీవియోగం చేత కృశించుకు పోతున్నాడు. అతని గుండెలో పిండిగా నలిగే రాతి బండల శబ్దాన్ని వింటూ కుమిలిపోతున్నాడు. ముక్కలు ముక్కలై పోతున్న తన హృదయ పాత్రను చూస్తూ రక్తాశ్రువులు విడుస్తున్నాడు.

మధ్యమధ్య ఉలుక్కు పడుతూ ఉంటాడు. కాల్చిన ఎఱ్ఱరంపం అతని హృదయంలో ఎవరో ఎదురు లాగుతూన్నట్లు బాధపడతాడు.

సూర్యనారాయణన్నా పేరు మోటై... సురేష్ అనే పేరు పెట్టుకొని... కోటీశ్వరునివలె నటించి... బ్రహ్మచారినని చెప్పుకొని... వలపుతీరని సుందరి లేత హృదయాన్ని బలిగొన్న మహాపాపం ఊరకే పోతుందా! బ్రతికింపక... చంపక... పచ్చినెత్తురు దోసెళ్ళతో త్రాగుతూ జీవచ్ఛవాన్ని చేయదూ!

తల్లి దండ్రులు లేని అభాగిని అయిన శాంత ఆస్తినంతా ఆంగ్లవిద్యా వ్యామోహపిశాచం పాదాలపైన హారతి చేశాడు. తానే దైవంగా నమ్మిన మహా పతివ్రతపై లేనిపోని నిందారోపణ చేసి సమర్థుడు కదా అని తల పగలకొట్టాడు; కన్నులొట్ట చేశాడు... మగవాడు కదా అని ఆ అబలను... అమాయికను... ఇంట్లో నుంచి వెళ్ళకొట్టాడు... తనను పెంచి... పోషించి లాలించి... పెద్దచేసిన కన్నతండ్రికి కట్టుకుంటానని బట్టనివ్వక... తినటానికి తిండి పెట్టక బెంగతో కృశింపజేసి మరణింప చేశాడు... మిగిలిన తల్లినైనా సుఖపెట్టాడా? ఆమె అన్నగారింటికి గెంటివేశాడు.

అదీ అతని విజ్ఞానం! అదీ అతని ఆధునిక విద్యాఫలితం... ఆ మహాపాపిని కట్టికుడపదూ అతని రట్టడి పాపం! నట్టడవిలో నాశనం చేసిన పతి విడిచిన ఒక్కొక్క కన్నీటి చుక్క ఒకొక్క రక్తసముద్రం అయి అతనిని ఉక్కిరి బిక్కిరి చేయదూ? అతని హంతక హృదయం పై భగవానుడు అగ్ని వర్షం కురిపించడూ?

ఇప్పుడతని పాపం వెనుక నిల్చిన ప్రేతగా... శిరసుమీద ఇనుప చేతులతో గ్రుద్దుతూ ఉంది... హృదయం మీద నుంచి ముళ్ళపాదాలతో నడుస్తూ ఉంది.

దానితో క్షయ ప్రారంభం అయింది. గుక్కెడు గుక్కెడు రక్తం కక్కిస్తూంది... సేవ చేసేవారుకూడా లేరా దౌర్భాగ్యునకు... ఆ అర్ధరాత్రి తన జీవితాన్ని తలచుకొని తాను కుళ్ళిపోతున్నాడు.

ఆ చీకట్లో హనుమంతరావు పకపక విరగబడి నవ్వుతూ భయంకర పిశాచంలా నిలబడి "పతివ్రత అని తెలిసీ భార్యను ఇంట్లోనుంచి వెళ్ళకొడతావా!" అన్నట్లు తోచింది... హృదయం మీద నుంచి తన పాపపిశాచం ఒకసారి నడిచింది.

ఆ రాత్రే కనులు మూసుకోబోయాడు... తన అర్ధాంగి శాంత కన్నీరు కారుతుంటే ఎదుటగా నిలబడి... "శ్మశానంలో పచ్చి నెత్తురుత్రాగి జీవించే పిశాచాలు నీ హృదయంలో

నృత్యం చేస్తున్నాయ్... అన్నట్లయింది... 'హా' అని కేకవేసి మంచంమీద నుంచి నేలమీద పడిపోయాడు... హృదయం మీద తన పాపపిశాచం ఒక గంతు వేసింది.

కొంతసేపు గడిచింది. సతి కన్నీరు తుడుచుకొని... "బావా! నీ చేతిలో నా జీవితం ఆధారపడి ఉందని నీ ఇంట్లోనుంచి నన్ను పొమ్మంటున్నావ్... అదే నా చేతిలో నీ జీవితం ఆధారపడి ఉంటే పొమ్మంటావా? అంటూ నిలబడింది "శాంతా!" అని లేచి వెఱ్ఱిగా చేయి చాచాడు... హృదయంమీద తన పాపపిశాచం భయంకర నృత్యం ప్రారంభించింది... ప్రళయసముద్రపు కెరటాలలాగ అతడు అల్లల్లాడిపోతున్నాడు...

శాంత కారే రక్తాన్ని చూపిస్తూ "బావా! ఈ రక్తమే పిశాచులకు ఇష్టం" అన్నట్లయింది. దాంతో "శాంతా... శాంతా... శాంతా... పాపిని మహాపాపిని... క్షమించవా... క్షమించవా?" అంటూ పరుగుపెట్టబోయాడు. బల్లమీద వెలుగుతున్న లైటుమీద పడిపోయాడు. బల్ల "ధన్" మని పడిపోయింది; లైటు తన తలకు గుచ్చుకుపోయింది... గదంతా చీకటి మయమైపోయింది. పరుగు పరుగున వంటలవాడు సుబ్బన్న వచ్చాడు.

"బాబూ! గదంతా చీకటయిందే."

"నా గృహదీపం ఆరిపోయింది... సుబ్బన్నా నా బ్రతుకే చీకటైతే ఈ గది చీకటి కాదూ!"

"పడిపోయారా బాబూ?"

"అవును పడిపోయాను. ధర్మపథాన్నుంచి ఎప్పుడో పడిపోయాను."

"దెబ్బతగల లేదుకదా!"

"తగిలింది."

"ర...క్త...ం"

"కారనియ్ సుబ్బన్నా కారనియ్? నా స్వాధీనంలో ఉన్న వారి రక్తం నేను కళ్ళజూస్తే నా రక్తం దేవత తన వేయికనులతో చూస్తూ ఉంది."

"మీ మాటలు నాకేమీ అర్థం కావడం లేదండీ బాబయ్యగారూ!"

"కావు. అర్థంకావ్. నా మాటలు నాకే అర్థం కావడం లేదు. అసలు నేనేనా మాట్లాడతూంది... నీవెవరవు? పిశాచానివా? అమ్మో! పిశాచం? శాంతా."

"నేను పిశాచాన్ని కాదు బాబు. శాం తెవరు?"

"శాంత."

"శాంతా."

"శాంతా... శాంతి వస్తుంది బాబు. జబ్బు కుదరగానే శాంతి వస్తుంది బాబు. దీపం వెలిగించనా."

"నీవా... వద్దు. వద్దు... ఆరిపోయిన నా గృహదీపాన్ని వెలిగించవలసింది గృహిణే."

"అమ్మగారా అండీ?"

"అవును ."

"ఆమె ఊరులో లేదు కదండీ."

"ఊరులోనే కాదు. ఈ ప్రపంచంలోనే లేదు."

"అదేమిటండీ... మదరాసులో ఉన్నట్లు పేపర్లో కూడా బొమ్మ చూస్తే."

"బొ...మ్మ... అవును ఆమే నా కర్మదేవత. ఆమె చేతిలో నేను ఆట బొమ్మనే... సుబ్బన్నా... నా ప్రక్కెక్కడ."

"ఇలాబాబు. ఇలా."

"శాం... తా..."

"వస్తుంది. బాబు. వస్తుంది."

* * *

నాలుగు రోజులు గడిచాయి.

మద్రాసు నుంచి మేలులో అమ్మగారు దిగారు. ఆ దేశోద్ధారిణి వంటరిగా వస్తుందా? మరో దేశోద్ధారకునితో తయారయింది.

కారు గుమ్మం దగ్గర ఆగింది. సుబ్బన్న వెళ్ళి సామాన్లు లోపలకు తీసుకు వస్తున్నాడు.

"హలో! కిషోర్! కమిన్"

"థేంక్స్."

ఆమె నూతన స్నేహితుడైన కిషోరుతో ఆమె మేడ మీదకు హాలులో కూర్చున్న భర్తను పలకరించకుండానే... టిప్‌టాప్‌గా వెళ్ళిపోయింది.

సుబ్బన్నతో కాఫీ ఫలహారాలు తెప్పించింది. మేడమీదా దేశోద్ధారకు లిద్దరూ కాఫీ ఫలహారాలు తీసుకున్నారు... అరగంట గడిచింది. సురేష్ ఆమె ప్రవర్తన తలుచుకుంటుంటే... అతని శిరస్సులో నుంచి వైతరణీ నదులు దొర్లిపోతున్నట్లున్నాయి.

"సుబ్బన్నా! అమ్మగా రెక్కడున్నార్రా?"

"మేడమీదండి."

"ఏం చేస్తున్నారు?"

"ఫలహారం తీసుకుంటున్నారండి.

"ఎవరితో!"

"అయ్యగారితో"

"వాడెవడురా?

"మీలాగే ఉన్నారండి."

"బా...గుం...ది."

"పూర్వం మీ యిద్దరు ఎలాగున్నారో... ఇప్పుడా అయ్యగారు అమ్మగారు అలా ఉన్నారండి."

"సంతోషం"

"సంతోషించక చేసేదేముందండి?"

అంటూ సుబ్బన్న వంటపనిలోకి వెళ్ళిపోయాడు. సురేష్ నల్లత్రాచులాగ ఒక నిట్టూర్పు విడిచాడు.

"హద్దుమీరి సంచరించే సతి; పతి హృదయం మీద కుంపటి కదా!... ఆమె చేతులో నేనొక చచ్చిన ఎండి గడ్డిపరకను... దేశం చేతిలో వేరు ఆహాహా! ఏమీ జన్మరా బాబూ!"

అనుకుంటూ కుళ్ళికుమిలి పోతున్నాడు సురేష్.

అరగంట గడిచింది. ఆమె స్వదేశీతుమాలు భజంమీద వేసుకొని

"నాచో నాచో"

అని పాడుకుంటూ మేడమెట్లు దిగుతూ ఉంది. సురేష్ చూచాడు. పేపరు ఖంగారులో తల్లక్రిందుగా పెట్టి చదువుతున్నట్లు నటించి... తన ముఖం చూపలేక పేపరు మాటున దాచేసుకున్నాడు.

"హలో... సురేష్."

"..................."

"గుడ్ మార్నింగ్! హౌ డుయుడు?

(గుడ్ మార్నింగ్! ఎలాగున్నావ్?)

"..................."

అతడు మాట్లాడలేకపోయాడు. ప్రయత్నం చేసినా అతని పెదవి కదలలేదు. అతని కుర్చీ వెనుకే హృదయం భోగిమంటలా భగభగా మండిపోతూ ఉంటే... ఆమె నవ్వు పుల్లలెగ తోస్తున్నట్లయింది.

"ఏం నవ్వుతున్నావ్?"

"నీ పనులు చూస్తుంటే నవ్వుకాక ఏడుపొస్తుందా?"

"అవును. నా పనులు చూస్తూఉంటే నీకు నవ్వు వస్తూంది. నీ పనులు చూస్తూ ఉంటే నాకు ఏడుపు వస్తూంది."

ఆమె ఇంకా నవ్వడం మొదలు పెట్టింది.

"ఏం?"

" 'ఏ; బి' నుంచి ప్రారంభమైన చదువు 'బి.ఏ' కు వచ్చేసరికి తల క్రిందులైనట్లు, ఆంగ్లవిద్య ఆఖరుఅయ్యేసరికి చదువు తలక్రిందులయిందేమిటి? పేపరు తల్లక్రిందుగా బెట్టి చదువుతున్నావ్."

"కాలం తలక్రిందులైనపుడు నా చదువుమాత్రం తలక్రిందులు కాదు."

"ఓహో! అలాగా! ఏదో నాకే 'హిట్' కొడుతున్నట్లున్నావే...'

"ప్రాణ ప్రియురాలవు కదూ! అంచేత."

"అర్థం అయింది... అయితే ఈ తలకు కట్టేమిటి?"

"కట్టా?"

"ఊఁ"

"కర్మదేవత తన ఇనుపచేతులలో నా తలమీద గట్టిగా మొట్టింది; తల చల్లబడింది..."

"అదా సంగతి... అయితే 'కర్మ'కు ఒక మాదర్‌పిటీషను పెట్టిస్తాను, ఇకనుంచి నెమ్మదిగా ముట్టమని" అంటూ ఆమె వెళ్ళబోయింది. ఆమె చెయి పట్టుకొని సుందరీ! చచ్చేముందు తులసినీళ్ళయినా వేయడానికి ఉండకూడదా!" అంటూ బ్రతిమిలాడాడు.

"సురేష్! నీకేమీ భయంలేదు. నూరేళ్ళు పూర్ణాయుషుంది. నీ కంటే ముందు నేనే యముని దర్బారుకు టిక్కెట్టు పుచ్చుకుంటా నేమో! ఎవరు చెప్పగలరు?"

"అలా అనకు"

"అయినా బ్రతికున్నంతకాలం తప్పుడు పనులు చేసి చచ్చేముందు తులసినీళ్ళు వేస్తే ముక్తి వస్తుందేమిటి?"

"పెద్ద లంటారు."

"పెద్దలు చెప్పిన వింకా ఉన్నాయ్. అవన్నీ నమ్మితే వేరే పిచ్చి ఆసుపత్రికి వెళ్ళనవసరం లేదు. ప్రతి ఇల్లూ ఒక పిచ్చాసుపత్రే అయిపోతుంది తెలిసిందా?"

"తెలిసింది"

"సురేష్! ఈ మహత్యాలన్నీ అసలీసృష్టే భగవంతునిచే నిర్మింపబడినదని తెలియని మూఢులకు; పామరులకు."

"ఓహో! భగవంతుడున్నాడని నమ్ముతున్నా మీకు అవసరం లేదన్న మాట."

"లేదు."

"సుందరీ! ఐతే నీవు భగవంతుడు కూడా ఉన్నాడనుకుంటున్నావా?"

"సర్టన్లీ (నిశ్చయంగా)"

"భగవంతుని నమ్మితేనేనా ఈ అన్యాయం?"

"అన్యాయం ఏముంది?"

"భర్తను వలవలా కన్నీరు మున్నీరుగా ఏడ్పించడం న్యాయమా!"

"నే నేడ్పించడం ఏమిటి? నిన్ను వలవలా ఏడవమన్నానా?"

"ఏడవ మన లేదు; కాని ఏడవకుండా ఉండలేని పరిస్థితులు కల్పించావ్"

"ఒక సామాన్య స్త్రీ కల్పించే పరిస్థితులలో ఉరిపడి ఏడవకపోతే... నీ తెలివితేటలు చూపి నీ ఆనంద ప్రపంచం నీవు నిర్మించు కుంటానంటే ఎవరొద్దన్నారు?"

"అదే చేత కాక."

"అంచేతే అనుభవించు."

"అనుభవించక చేసేదేమీ లేదనుకో సుందరీ! కాని నిన్ను విడచి ఉండలేకపోతున్నాను; నాయావజ్జీవం నీ ప్రణయ సింహాసనం మీద మూల్గుతూ ఉంది; నేను నీ బానిసను."

"చాలు చాలు. ఈ బానిస దేశంలో నేనే బానిసననుకుంటే... నాకు నీవు బానిసవా! ఎవరన్నా నవ్విపోగలరు. ఊరుకో? రేపోమాపో శాశ్వతంగా తరలి పుట్టింటికి వెళ్ళేటట్లు వెళ్ళిపోయే ఈ ప్రాణులపై వ్యామోహం పనికిరాదు సుమా!"

"పనికి రాదా?"

"రాదు. పవిత్ర ప్రేమామృత వృష్టిచే కామాగ్నిని చల్లార్చాలి. చీకటి నుంచి వెన్నెల చేతుల మీదుగా తేజోమయ ప్రపంచంలోకి వెళ్ళిపోవాలి. జీవితాన్ని రసవంతం చెయ్యాలి. తెలిసిందా సురేష్."

"బాగుంది. సుందరీ! బాగుంది. భార్యాభర్తలు కూడా కలిసిమెలిసి ఆనందంగా ఉండకూడదా?"

"ఉండొచ్చును... ఎప్పుడు? మన సోదర సోదరీమణులు ఆనంద జగత్తులో నున్నపుడు... మన తోటి బానిస ప్రజలంతా... స్వేచ్ఛావాయువులు పీల్చుకొన్నప్పుడు... ఇంటింట దేశీయ కవితా దీపికలు వెలిగినప్పుడు... వీధి వీధుల స్వతంత్ర మంగళ తోరణములు కట్టినపుడు... అపుడూ సతీపతుల ఆనందం... అందాక లేదు విశ్రాంతి... అందాక లేదు సుఖాశ... అందాక విడువనిదీ వీరకంకణం... సెలవు... పవిత్ర కాలం కాముకకృత్యాలలో పాడుచేయలేను." అంటూ వెళ్ళబోయింది.

"సుందరీ! అపుడే వెళ్ళిపోవాలా?"

"వెళ్ళాలి... కాలానికే ముందు వెళ్లాలి."

"ఎక్కడకు?"

"ఇవాళ కాకినాడ, రేపు సామర్లకోట, ఎల్లుండి వైజాక్, తరువాత విజయనగరం."

"మళ్ళీ దర్శనం"

"వారానికి"

"సుందరీ! నీవు పనిచేయకపోతే దేశం ఉద్ధరింపబడ దనుకుంటాను."

"సురేష్! అందరూ అలా అనుకుంటే ఎలా చెప్పు?"

"నీ యిల్లు నీవు చక్క పెట్టలేకపోతున్నావు. దేశాన్ని ఉద్ధరించడానికి బయలు దేరుతున్నావా?"

"'నీ' యిల్లు... 'నా' యిల్లు... ఇది నీది... అది నాది... అంటూ 'నీ'... 'నా' తారతమ్యాలు పెట్టుకుంటంవల్లే మన భారతదేశం బానిసదేశం అయింది. ప్రప్రథమంలో మహమ్మదీయులు దాడి వెడలినప్పుడు పృథ్వీరాజు జయచంద్రుల అంత:కలహాలే లేనినాడు; తరువాత ఆంగ్లేయులకు మనలో మనం కలహించి వారి పక్షం జేరనావాడు; శత్రువులీనాటికి మన హృదయాలమీద ప్రళయతాండవం చేస్తారా? దరిద్రదేవత పాదాలక్రింద మనం నలిగిపోతామా?...

అతడు మాట్లాడలేక పోయాడు.

"సురేష్!... మన మన అభిప్రాయలు వేరు కావచ్చును... హృదయాలు వేరు కానవసరం లేదు... నేను నిన్నూ ప్రేమిస్తున్నాను; లోకాన్ని ప్రేమిస్తున్నాను; నీవూ అలాగే ప్రేమించు... ప్రేమించు... భిన్నాభిప్రాయాలవల్ల నీ హృదయానికి కష్టం కలిగించినందుకు క్షమించు. సెలవు..."

ఇప్పుడేనా?"

"అవును."

"భోంచేసి వెళ్ళకూడదూ?"

"క్షమించాలి... టయిము లేదు."

ఆమె వెళ్ళిపోయింది.

ఆమెను "దోషి" అంటానికి... "నిర్దోషి" అంటానికి వీలులేక... వెఱ్ఱిముఖం వేసుకొని చూస్తున్నాడు, సురేష్."

ఆమె హృదయం అర్థంకాక అతడు క్రుంగి పోతున్నాడు.

అతని హృదయం అర్థంకాక ఆమె క్రుంగి పోతూంది.

ఇరువురి హృదయాలు అర్థం చేసుకో లేక... వారి మీద ఆధారపడిన లోకం ఆహుతి అయిపోతూఉంది... ఏం చేస్తాం!

10

సురేష్‌కు రోజుకు రోజుకు జబ్బు ఎక్కువై పోతూ ఉంది. వచ్చే డాక్టర్లు పోయే డాక్టర్లే గాని; జబ్బు నయం చేసే డాక్టరు ఒక్కడూ కనబడలేదు...

"సుబ్బన్నా! ఇంక ఈ ప్రపంచంపై ఆశఏమీ లేదంటావా?"

"ఎలాగంటా నండి."

"మృత్యుమార్గం దప్ప, ఇంకేమీ మార్గం లేదనుకుంటాను."

"అలా అనకండి."

"ఏమనను... ఇంకెవరున్నారురా!"

"ఎవరో కోనదొరసానమ్మగారున్నారటండీ... వారు ఒక్క వనమూలిక ఇస్తే చాలట. ఎక్కడ జబ్బులక్కడే మబ్బిడి పోయినట్లు విడిపోతాయంట."

"ఇంకా చెప్పవేరా?"

"చెప్పాను కదండీ!"

"మరి తీసుకు రావే..."

"అదే ఆలోజిస్తున్నానండి."

"ఎంత డబ్బు కావాలంటే అంత డబ్బిద్దాం. తీసుకురారా!... పో."

"ఆమె చిల్లిగవ్వ తీసుకోదండి."

"పోనీ... బంగారపు కాసులిద్దా."

"అయితే ఆమె కేదో కొండదేవత పూజ ఉంటుంది."

"ఆమే కొండదేవతటండీ."

"బాబూ! వెళ్ళరా! ప్రయత్నం చేయందే మాట్లాడతావేం. వెళ్లు వెళ్ళు... ఇలా నెత్తురు కక్కకుండానైనా చస్తాను."

"వెళ్ళక తప్పుతుందా... మన ప్రయత్నం మనం చేద్దాం."

పైన భగవంతుడున్నాడు."

"భ...గ...వంతు...డు...న్నాడు."

అంటూ మళ్ళీ రక్తం కక్కుకున్నాడు. దగ్గు ఎక్కువై పోయింది. సేవచేసే వాళ్ళు కూడా లేకపోయారు. సుబ్బన్నే అన్నీ పనులూ చేస్తున్నాడు...

బత్తాయిరసం యిచ్చి... కన్నీరు తుడుచు కుంటూ బయలుదేరాడు కొండ దేవత వద్దకు...

రాత్రి ఎనిమిది గంటలయింది.

"భగవంతుడున్నాడురా బాబూ! ఉన్నాడు. ఉండబట్టే నట్టడవిలో చంపిన శాంత ఉసురు ఇలా క్షయ రూపంలో కట్టి కుడుపుతూ ఉంది...

సతి కన్నీరు కార్పించిన పతి రక్తాన్ని కార్చదూ! చెరపకురా చెడెదవని... పెద్దలూరికే అంటారా?"

అనుకుంటూ ఉన్నాడు.

కిటికీలో నుంచి చూచాడు.

విదియ చంద్రుడు చిరునవ్వు నవ్వాడు.

నక్షత్ర హస్తాలతో... వెన్నెల నవ్వుతో... శాంత ఆకాశ పందిట్లో నుంచి పిలుస్తున్నట్లు కనబడింది.

దానితో అతని దుఃఖం ఆగలేదు.

"శాంతా! ఉన్నత భావాలతో నీవు గగనవీధుల్లో ఉన్నావ్. కుటిల భావాలతో నేను ఈ బానిసదేశంలో ఉన్నాను.

చేసుకున్నంతా మహదేవా!

శాంతా! నేనూ కొద్దికాలంలో నిన్ను కలుసుకుంటానికి వస్తున్నానులే. వస్తున్నాను...

భగవతీ... శాంతా... శాం... తా! అంటూ ఉంటే... సుబ్బన్న కొండదేవతను తీసుకువచ్చాడు.

"బాబయ్యా! బాబయ్యా!"

"ఏం? వచ్చారా?"

"అరుగోనండి... రండమ్మా రండి."

"అమ్మయ్య... శాం...తా... శాంతా!"

"శాంతా... శాంతి వస్తుంది బాబూ! వస్తుంది. రండమ్మా రండి... శాంతి కోసం పాపం కలవరించేస్తున్నారు."

"వస్తుంది... వస్తుంది." అంటూ ఆమె సురేషుని చూచింది.

సురేష్ ఆమె ముఖంవంక చూచాడు... అతని శరీరం అంతా కదిలిపోయింది.

"అమ్మా"

"ఊఁ..."

"మీ రెవరు?"

"అడవిమనిషి"

"అడవిమనుష్యులా!"

"విద్యావిహీన పశువుని"

"...మీ...రు..."

"... ... ..."

"ఎవరో నిజం చెప్పరు..."

"... నే... నా..."

అతడు లేచాడు... ముఖంలో ముఖం పెట్టి చూచాడు. ఆనమాలు కట్టాడు... ఆనందంతో... అశ్రువర్షంతో... ఆరిపోయిన పెదవులతో...

"శాంతా" అని గట్టిగా కౌగిలించుకున్నాడు. ఆమె మాట్లాడలేదు.

"శాం...తా... ఈ పాపిని క్షమించగలవా!"

అంటూ ఆమె పాదాలపైన వాలిపోయాడు...

"బావా...లే..."

"బా...వా! అబ్బా! ఎంత కాలానికి విన్నాను."

"లే బావాలే... ఇద్దరి పాపాలు క్షమించడానికి ఆ భగవంతుడున్నాడు."

"భగవంతుడు వేరులేడు... నీవే నా పాలిట భగవతివి. నా అదృష్టదేవతవు."

ఆమె అతనిని లేవతీసింది.

ఆ భార్యభర్తల సమాగమాన్ని చూచి సుబ్బన్న ఆశ్చర్యపోయాడు.

"బాబయ్యా! ఈమె ఎవరండి."

"తరువాత చెబుతాను విషయం అంతా. నీవు లోపలికి పోయి వంట జేసుకో... ఊ... వెళ్ళు."

"ఓరినీ - కొండ దేవతనుకున్నానూ... ఇదొక వేషమాఁ?" అనుకుంటూ సుబ్బన్న లోపలకు వెళ్ళిపోయాడు.

* * *

"శాంతా! నీ జీవితం ఈ "పాపి" ఈ "బానిస"

"ఆహుతి" చేసుకున్నాడనుకున్నానే!

"లేదు."

"నాకామాగ్ని జ్వాలలో "ఆహుతి" అయిపోయా వనుకున్నానే."

"కాలేదు."

"కన్ను "ఆహుతి" చేసుకున్నాను కదా! ఎలాగొచ్చింది?"

"పోయిందనుకున్న ప్రాణమే తిరిగి వచ్చినప్పుడు కన్నులెక్కా."

"ఎలా వచ్చింది?"

"నీ నుండి దిక్కుమాలిన దానివై గెంటివేయబడి అడవులలో వెళుతుంటే పాము కరిచి పడిపోయాను. అప్పుడా అడవిలో ఉన్న కోయవాళ్ళు చూచి రక్షించారు. వారి వనమూలికలతోనే నాకన్ను కూడా వచ్చింది."

"అబ్బా! వనమూలికలలో అంత ప్రభావముందీ!"

"చెప్పటానికి వీలులేదు. వనమూలికలు నయం చేయలేని జబ్బులు లేవు; మాన్పలేని వర్ణాలు లేవు; ఆ వనమూలికలు మన వద్దుంటే సర్పాలు కరవలేవు; తేళ్ళు కుట్టలేవు; ఘాతుక మృగాలు చెంతకు రాలేవు."

"ఏమిటా ప్రభావం?"

"మానవులు కూడా అన్యాయం చేయలేదు. అందుచేతే ఆర్ష ఋషులు అత్యద్భుత శక్తిగల వారయ్యారు."

"అయితే నీదయవల్ల నా జబ్బు..."

"పోకేం జేస్తుంది? మబ్బులా మాయమైపోతుంది. ఇదిగో ఈ మూలిక బుగ్గనుంచి రసం మింగు... చిల్లులు పడిన ఊపిరితిత్తులు బాగుపడిపోతాయి."

"నిజం!"

"సంశయం ఏముంది? ప్రకృతిలోని దివ్య ఓషధులవల్లనే ఈ ప్రపంచం నిలబడిందని నానమ్మకం."

"అబ్బా!"

అంటూ ఆమె ఇచ్చిన ఓషధి వేసుకున్నాడు...

అరగంట గడిచింది.

అతని కెక్కడ లేని శక్తివచ్చినట్లయింది.

"శాంతా! పతినే దైవంగా నమ్మిన సతివగు నీపై లేనిపోని నిందారోపణలు జేసి చంపటానికి ప్రయత్నించాను... మహాపాపినైనా నన్ను క్షమించి నీవు నన్ను బ్రతికించడానికి ప్రయత్నం చేస్తున్నావ్. ఎంత విపరీతంగా ఉంది కాలం!"

"దానికేముంది గాని బావా! కాలంలో ఏమీ విపరీతం లేదు. మన తోనే ఉన్నది... మన మనస్సులను బట్టే కాలం కనబడుతుంది."

"నిజం... నిజం"

"బావా! నీ జీవితాని కేమీ భయం లేదు. మళ్ళీ వారానికి వస్తాను. సెలవా మరి"

"ఎక్కడకు?"

"మా యింటికి"

"ఇది నీ యిల్లు కాదా?"

"నీ యింట్లోనుంచి పొమ్మన్నావు కదా!"

"క్షమించ మన్నాను కదా శాంతా!"

"క్షమించడానికి తప్పేంచేశావు బావా! నా జీవితం నీ మీద ఆధారపడి ఉంది కాబట్టి అపుడు ఇంట్లోనుంచి పొమ్మన్నావు;... అంతే కదూ!"

"శాంతా! సంసారం సారవంతం కావాలంటే "భార్యాభర్తలిద్దరూ ఒకటే" అనేభావం ఉండాలి... కాని భార్యకంటే భర్తే ఎక్కువని అహంకారంతో అన్నమాటలు పాటిస్తానా?"

"బావా! నీకే కాదా అహంకారం భారతదేశంలో ప్రతి భర్త భార్యకంటే గొప్పవాడినని పని తలంచి... భార్యను బానిసగా చూడడం సహజం అయిపోయింది బానిసదేశంలో"

అంటుంటే అప్పుడే ట్రయిను దిగి నెమ్మదిగా వచ్చిన సుందరి ఆమె మాటలు విన్నది... ఆశ్చర్యపోయి ఆ తలుపుమాటునే నిలబడింది; వారి మాటలన్నీ వింటూ ఉంది.

"నిజం... నిజం"

"బావా! స్త్రీకి సాంఘిక ఆర్థికములలో పురుషునితోపాటు సమాన హక్కులు లేకపోవడంవల్ల కదూ... మీరు మమ్ములను దాసీలక్రింద చూడడం"

"అవునవును"

"స్త్రీ పిల్లల్ని కనే యంత్రం అనుకున్నారా?"

"ఛా... ఛా"

"ఆత్మలేని పశువనుకున్నారా?"

"అబ్బబ్బే!"

"బావా! తేనెలొలుకు మాటలు చెప్పడం మీ తరువాతే... తడిగుడ్డలతొ గొంతుకలు కోయడం మీ తరువాతే... సెలవు"

ఆమె వెళ్ళబోయింది.

ఆమెకు అడ్డుగా నిలబడి, రెండుచేతులూ పట్టుకొని బతిమాలుతూ "శాంతా! వెళ్ళిపోతావా? నీవు లేకపోతే, ఆరిపోతున్న నా జీవన జ్యోతిని వెలిగించే దెవరు? నా పాడుకొంపను బాగుచేసి బంగారపు ముగ్గులుంచి ముత్యాల మంగళతోరణాలు కట్టేదెవరు? అంటుంటే...

"మీ భార్యా సుందరమ్మగారున్నారు కదండీ!" అంటూ సుబ్బన్న పరుగు పరుగున వచ్చాడు.

పాపం! సురేష్ ముఖంలో రక్తపుచుక్క లేదు.

"నా భార్య ఎవర్రా వెధవా?"

"నను తిడతారేమిటి బాబయ్యా! మీ భార్యాగారు సుందరమ్మగారు లేదండీ?"

"ఎక్కడ వల్లకాట్లో?"

"అదేమిటి... నేడో రేపో వస్తాననలేదండీ?"

అతని ముఖం మసిబారింది. శాంత ఆశ్చర్యపోయింది.

"బావా! నీకు మళ్ళీ పెళ్ళి అయిందా?"

"..............."

"మాట్లాడవేం బావా! ఇందులో తప్పేముంది మీకు? భర్త చనిపోతే భార్య విధవై, మరొకన్ని పెళ్ళిచేసుకుంటే కులంలో నుంచి 'రంకుటాకులు' అని వెలివేస్తారు గాని భార్య చనిపోతే భర్త ఒకరి తరువాత మరొకర్ని ఎంత మందినైనా చేసుకోవచ్చును... తప్పు లేదుగా... పాపం! నేను చనిపోయాననుకొని 'మళ్ళీ పెళ్ళి' చేసుకొని ఉంటావ్."

".............."

"నిజమేనా బావా!"

"అంతే... అంతే..."

"మంచిది... ఆ సతి కన్నీరు కార్పించక... మీ సతీపతుల ఆనందమే నాకు కావలసింది... ముఖ్యంగా బావా! నీ ఆనందం కంటే నాకు కావలసిందేముందోయ్. నేనేమీ విచారించను. మీరిద్దరూ ఆనందంగా ఉండండి."

"ఆమె ఉంటేగా?"

"ఏం? ఏమయింది?"

"పాపం! కలరా వచ్చి చనిపోయింది."

"అదేమిటి బాబయ్యా! అమ్మగారు బాగున్నట్లు పేపర్లో నిన్నొస్తే"

"ఛా... వెధవ... మొన్న బాగున్నట్లు నిన్న పేపర్లో వచ్చింది..."

"ఇంకేమండి."

"నిన్న చనిపోయినటు వైరొచ్చింది"

"అలాగాండీ... పోయారూ... పాపం... మా మిడిసిపడ్డారండి..."

"అంచేతే ఠపేలుమని చచ్చి ఊరుకుంది."

"పోనివ్వండి. మీరూ నేనూ సుఖంగా ఉండొచ్చు. మీ గుండెమీద కుంపటై మా వెలిగిందండి."

"అందుచేతే అనుభవించింది."

"బావా! ఆమె బ్రతికుంటే ఇలాగంటావా? ఆమె ముందు నీవే నాజీవితం, నీవు లేకపోతే నేను బ్రతక లేనంటం... ఆమె చనిపోగానే పీడ వదలిందని సంతోషించడం ఎంత న్యాయంగా ఉందోయ్."

"ఏం చెయ్యను? ఆ మనిషటువంటిది. వట్టి వ్యభిచారి."

"వ్యభిచారా! బావా! నీకు ఇష్టం లేని స్త్రీ వ్యభిచారవుతుంది. నేను అవసరం లేనప్పుడు నన్ను వ్యభిచారని గెంటివేశావ్... ఇప్పుడామె అనవసరం లేదని ఆమెను వ్యభిచారంటున్నావా? ఎవరిముందు వాళ్ళను ప్రేమిస్తున్నట్లు నటించే మీ వంటి మగవాళ్లకంటె పాతకులుంటారూ?"

ఉండరు చెల్లీ! ఉండరు."

"ఎవరది?"

"చెల్లీ! నేనే నీ భర్త భార్యను."

అంటూ సుందరి గంభీరమూర్తిగా వచ్చింది. అందరి హృదయాల రెక్కలు నరకబడిన పక్షుల్లాగ రెపరెప కొట్టుకున్నాయ్.

ఆమెను చూచి దెయ్యం అనుకొని ఖంగారుతో... సుబ్బన్న

"బాబయ్యా! దెయ్యం! దెయ్యం!"

అంటూ సురేష్ కాళ్ళు పట్టుకున్నాడు.

"సుబ్బన్నా! లే... లే... ఇప్పుడు మీ కళ్ళకు దెయ్యాన్నే భూతాన్నే... కాదంటానికి వీలులేదు. కాని మీ రక్తాన్ని పీల్చడానికి రాలేదు. మీకు రక్తం ఇవ్వడానికి వచ్చాను. లే. భయం లేదు."

"అమ్మగారో. పొరపాటుండి. అయ్యాగారన మందే అన్నానండి."

"అవును. అంటావ్. ఎంగిలి మెతుకులు తినే కాకి కోకిల కూతలు కూస్తుందా? పిచ్చివాడా లే... ..." అంటూ సురేష్ వంక తిరిగి...

"సురేష్. ప్రియతమా! చనిపోయానా! లేదు. లేదు. ఇంకా చనిపోలేదు. ఇంక నీ కోరిక ప్రకారం చనిపోగలను. విచారించక... కాని ప్రియతమా! నేను వ్యభిచారిని కాదోయ్! తెలియక చేసిన పనులు క్షమించు..." అంటూ నమస్కరిస్తూ నేలమీద పడిపోయింది.

వెంటనే సురేష్ శాంతలు మంచంమీద పడుకోబెట్టారు.

సురేష్ మంచి నీళ్ళు పట్టబోయాడు. రెండుగుటకలు వేసింది. "సురేష్... మంచినీళ్ళా. కావు... కావు. ఇవే తిలోదకాలు. బాగున్నాయ్. అమృత ప్రపంచంలోకి మార్గం చూపాయ్" అంటూ అతని చేయి పట్టుకొని అంటూ ఉంది. ఆమె కనుల నీరు జలజలా జారిపోయింది.

"అక్కయ్యా! ఏమన్నా విషం తీసుకుంటే చెప్పు... ఒక్కవనమూలికతో బ్రతికించ గలను."

"అవును... చెల్లీ... బ్రతకదలిస్తే విషం తీసుకుంటం ఎందుకు?... ఇలారా చెల్లీ! ఇలారా!... సురేష్... ఇలారా... మీరిద్దరూ నాకు అటూ ఇటూ కూర్చోండి..."

వాళ్లలాగే చేశారు.

"శాంతా! సురేష్! సురేష్ పవిత్రహస్తాలతో నీ మెడలో మంగళ సూత్రం కట్టి నిన్ను భార్యగా స్వీకరించాడని తెలియక నీ జీవిత సౌందర్యాన్ని "ఆహుతి" చేసుకున్నాను. నీ పతి జీవితానందాన్ని "ఆహుతి" చేసుకున్నాను...

చెల్లీ! వెనుకాముందూ ఆలోజించక పెళ్ళిచేసుకొన్నవారికి పెళ్ళి చేసుకొని నా కామాగ్ని జ్వాలలో నేను "ఆహుతి" చేసుకున్నాను...

చెల్లీ! వెనుకాముందూ ఆలోజించక పెళ్ళిచేసుకొన్నవారిని పెళ్ళి చేసుకొని నా కామాగ్ని జ్వాలలో నేను "ఆహుతి" అయిపోయాను...

తుదకీ ప్రపంచమే మృత్యుహస్తాలలో "ఆహుతి" అయిపోతుంది. ఆమె కన్నీళ్ళు కారి పోతున్నాయి.

శాంత ఒక ఔషధం ఇచ్చింది...

"అక్కయ్యా! నా మట విని ఇది వేసుకో... మరేమీ భయంలేదు."

"అవును లేదు భయం... సుందరే లేనపుడు భయమెందుకు. చెల్లీ... నేను రెండు పొరపాటులు చేశాను... అని మన సోదరీమణులు చేయకుండా చూడు... అదే నా తుదికోరిక."

"ఏమిటక్కయ్యా!"

"చేస్తానని చేతిలో చెయి వేసి ప్రమాణం చేయగలవా చెల్లీ!"

"తప్పక. ఇపుడు నా హృదయం నా స్వాధీనంలోనే ఉంది."

"అయితే విను..."

ఒకటి:– మన సోదర సోదరీమణులను నేటినుంచి ఆంగ్ల విద్యా వ్యామోహ పిశాచానికి బలి అయి కేవలడాంబిక జీవిత విషసర్పానికి "ఆహుతి" కావలదని...

రెండు:– సతిని విడిచి పతిగాని, పతిని విడచి సతిగాని దేశసేవ చేయక, సతీపతులొక్కటై దేశసేవ చేయవలెనని, స్త్రీకి పురుషునితో పాటు సాంఘికార్థిక స్వాతంత్ర్యం వచ్చేవరకు వీర కంకణం ధరించాలి... నీ పతితో దేశంలో బోధించాలి...

ఈ రెండు పనులూ చేస్తారా చెల్లీ!

"అవశ్యం చేస్తాను"

"చెల్లీ! ఆనందంతో ఇంకీ ప్రపంచాన్ని విడువగలను. సురేష్... నా రెండు చేతులెత్తి నమస్కరిస్తున్నాను. నా తప్పులు క్షమించు... సురేష్ నీ వన్నట్లు నేను వ్యభిచారిణిని కాదు. భగవంతునితో మరోక్షణానికి చెప్పగలను... కాని పతిని ఒప్పించి, తనతో కలసి దేశసేవ చేయకపోవడం; భార్య కలవాడనే విషయం తెలుసుకోకుండా నిన్ను వివాహమాడి నీయిల్లాలి కన్నీరు కార్పించడం... ఈ రెండూ నేను చేసిన తీరరాని పొరపాట్లు...

సురేష్... చెల్లీ...

మీకిద్దరకూ నేను తెలియక చేసిన అపరాధాలను క్షమించ ఇదిగో మనసా ప్రార్థిస్తున్నాను..."

"సుందరీ... నీవు తెలిసి తప్పు లెన్నడూ చేయలేదు. కాని తెలిసే జీవితం అంతా అసత్య ప్రవర్తనతో గడిపిన ఈ పాపి నెవరు క్షమించగలరు?"

"భయపడకు... భగవంతుడున్నాడు."

"అసలీస్థితికెలా గొచ్చావ్."

"సురేష్. నీవు ప్రేమతో బహుమతిచ్చిన వజ్రపు ఉంగరమే ఆనందంతో నా ప్రాణాలు తీస్తూంది."

"ఎంత ఘోరం..."

ఆమె మాటలాడలేకపోయింది.

కనుల జలజలా నీరు కారిపోతూంది.

సుందరీ! మహాపవిత్రురాలవు. నీ హృదయం తెలుసుకోలేక నీ తో దేశసేవ చేయలేని కటిక పాపిని... తుదకు అటు సతి సౌందర్యాన్ని... ఇటు నీ ఆనందాన్ని నీ ఇనుప ముళ్ళచేతులతో నలిపివేసి... మీమీ జీవితాలను "ఆహుతి" చేసుకొన్న ఈ పాపి త్వరగా చావకూడదు; కుళ్ళి కుళ్ళి కృశించి "ఆహుతి" చేసుకొన్న ఈ పాపి త్వరగా చావకూడదు;

కుళ్ళి కుళ్ళి కృశించి చావాలి. సుందరీ! సుందరీ! అందుకు నన్ను "చిరంజీవి"గా
ఆశీర్వదించు..."

"ఏడవకు సురేష్..."

"ఈ జగత్ శ్మశానంలో నేనొక పిశాచినై తిరిగేటట్లు దీవించు."

"సురేష్... ఇంక విచారించక... ధైర్యం మానవ లక్షణం

శాంతా... ఏదీ నీ చేయి.

సురేష్... ఏదీ నీ చెయి,"

అంటూ వారి రెండు హస్తాలు కలిపి తన హృదయంమీద హత్తుకొంటూ కన్నీటితో
తడుపుతూ...

"సతీ పతులిద్దరూ ఒకటై దేశసేవచేయాలి. మరువకండి... దేశసేవ... స...
తీ...పతులు."

ఆమె మాట్లాడ లేకపోయింది.

వారిచేతులలోనే "ఆహుతి" అయిపోయింది.

ఆమె కన్నుల ఆ సతీ పతులు బాష్పవర్షం కురిపించారు.

* * *

అది మృత్యుతల్పం.

అశ్రుతర్పణంచే తడిసిన కపోలం.

ఆరిపోయిన ఆముదపు దీపం.

ఆశలడు గంటిన అనురాగ హృదయం

"ఆహుతి" అయిపోయిన అభాగ్య జీవితం.

హారతి

అంకితం

ప్రియ మిత్రుడు,

సహృదయుడు

పైడేటి మల్లేశ్వరరావుకు

ప్రేమతో...

– చంద్రం

ఉద్దేశం!

రజనీకరుడు మా అమ్మ తమ్ముడు. నాకంటే నాలుగు సంవత్సరాలు పెద్ద. మహాగర్వి; అతి కోపి; – కాని, నిర్మల హృదయుడు, నిరంకుశ చక్రవర్తి. అతనికి డబ్బు బెబ్బులి; ఆడవాళ్లు ఆటవస్తువులు.

రజని స్కూలుఫైనల్ చదువుచున్నప్పుడు నేను తర్డుఫారమ్ చదువు చున్నాను. అతగాడికి ఇరవై నాలుగు గంటలూ 'టెన్నీసు – క్రికెట్ – ఫుట్‌బాల్' ఆటలే గాని మరోగొడవ లేదు. పగలల్లా ఆట, రాత్రల్లా నిద్దర, చదువు సంధ్యలు పూజ్యం. అయినా ఫేలుమాత్రం అయ్యేవాడు కాదు. అదీ అతనిలోని గొప్ప. అదే అతని గర్వం కూడా.

– చంద్రం

హారతి

1

రజనీకరుడు మా అమ్మ తమ్ముడు. నాకంటే నాలుగు సంవత్సరాలు పెద్ద. మహాగర్వి; అతి కోపి; – కాని, నిర్మల హృదయుడు, నిరంకుశ చక్రవర్తి. అతనికి డబ్బు బెబ్బులి; ఆడవాళ్లు ఆటవస్తువులు.

రజని స్కూలుఫైనల్ చదువుచున్నప్పుడు నేను తర్డుఫారమ్ చదువుచున్నాను, అతగాడికి ఇరవై నాలుగు గంటలూ 'టెన్నీసు – క్రికెట్ – ఫుట్‌బాల్' ఆటలే గాని మరోగొడవ లేదు. పగలల్లా ఆట, రాత్రల్లా నిద్దర, చదువు సంధ్యలు పూజ్యం. అయినా ఫేలుమాత్రం అయ్యేవాడు కాదు. అదీ అతనిలోని గొప్ప. అదే అతని గర్వం కూడా.

మా అన్నయ్య సోమశేఖరశాస్త్రీ రజనీ క్లాసు వారిరువురూ యించుమించు సమవయస్కులే. మా అన్నయ్యకు ఆటలన్నా, పాటలన్నా, నవ్వులన్నా, పువ్వులన్నా గిట్టవు. ఎప్పుడూ చదువే. ఏ సబ్జక్టులోనైనా పొరపాటున ఫస్టుక్లాసు తప్పితే, వారం రోజులవరకూ గంగ ముట్టేవాడు కాదు. పిచ్చివానిలా అయిపోయేవాడు... దానితో రజని హాస్యపు బాణాలకు గురి అయ్యేవాడు.

నేనూ మా అన్నయ్యా రజని చేతిలో ఆటవస్తువులం. హాస్యపు పళ్ళాలం... మా పెరట్లో మొక్కల కొకరోజున నేను నీళ్ళు పోస్తున్నాను; మా అన్నయ్య నూతిలో నీళ్ళు తోడుతున్నాడు. ఇద్దరం ఆనందంగా మా మొక్కల్ని చూచుకుంటున్నాం... మా అన్నయ్యకు తోటపని ఇష్టం లేకపోయినా నా గురించి అయినా నీళ్ళుతోడేవాడు.

"అన్నయ్యా! ఈ గులాబీ ఇంక పూలు పూస్తుంది సుమా!" అంటూ గులాబీకి నీళ్ళు పోస్తున్నాను. అంతలో 'టెన్నీస్ రాకేట్' చంకలో పెట్టుకొని సిగిరెట్టు పొగ వదలుతూ, తెల్లపంట్లాం జేబులోనుంచి చేతిరుమాల తీసి ముఖం తుడుచుకుంటూ మారజనీ తయారయ్యాడు.

వెకిలితనంగా నవ్వుతూ, నావంక చూస్తూ నిలబడ్డాడు. నాకు వళ్లు మండింది. బిందిలో నీళ్ళు చేత్తో తీసి ముఖం మీదకొట్టి "ఏం కోతి! అలా నవ్వుతున్నావ్" అంటూ నూతి దగ్గరకు వెళ్ళిపోయాను.

"ఆ కొండముచ్చేమిటి? అలా గొడ్డు వగిర్చినట్లు వగురుస్తున్నాడు" అంటూ ముఖంమీద నీళ్ళు తుడుచుకుంటూ మా వద్దకు వచ్చాడు. మా అన్నయ్య ముఖం చిట్లించుకొని 'చెల్లీ! ఇలాగైతే నేను నీళ్ళు తోడను' అంటూ నూయి దాటాడు.

"దయ చేయవోయ్ బడుగా... నీవు నీళ్ళు తోడకపోతే ఎవరికి లోటు? నా సిగరెట్టు పొగలచే మేఘాలు కాయించి వర్షధార కురిపించనూ..."

"ఆ... ఆ వర్షంతోటే మొక్కలు చెట్లయి, పూలుపూచి, పళ్ళుకాచి, నీ కళ్ళపండువ చేస్తాయిలే."

"చిత్తం. చిత్తం... అవన్నీ మీ చెల్లెలు నీ కిస్తుందిలే."

"ఏడిశావ్ లే, అట్టే మాట్లాడితే అమ్మతో చెబుతాను."

అంటూ మా అన్నయ్య కోపంతో ఇంట్లోకి వెళ్ళాడు.

నేను చంకన ఖాళీ బిందెను పెట్టుకొని, అరవపిల్లలా నిలబడ్డాను, కోర చూపులు చూస్తూ.

"ఏం మధూ! కోపమా!"

ఆ జాలిపిలుపు నా హృదయంలో సామగానం పాడింది. కాని జవాబు చెప్పకుండానే నూతి వద్దకు వెళ్లిపోయాను.

"అంత కోపం ఎందుకు మధూ! ఆ మాత్రం ఉద్ధరిణి నీళ్లు నేను తోడలే ననుకున్నావా?"

"తోడలే వనుకోలేదు; తోడవనుకున్నాను"

"ఎంతమాట."

లోపలకు వెళ్ళబోయాడు. అంతలో మా అమ్మ మడిబట్టతో బయటకు చక్కావచ్చింది.

"అబ్బాయ్! రజనీ!"

"ఏం అక్కయ్య."

"ఏమిటి వాడ్ని నీళ్ళు తోడనీయకుండా తిట్టావటేమిటి?"

"ఛా... ఛా... కాల్జారి నేలమీద పడితే, నవ్వానని అలా అబద్ధాలు చెప్పాడక్కయ్యా!"

"అదా సంగతి."

"అంటే కావాలంటే మధు నడుగు"

"అయినా వాడు క్రిందపడితే నీవు నవ్వడం ఎందుకురా!"

"ఏడవలేక."

"చాల్లే... దానికి నీళ్ళు తోడియ్యి"

"లేకపోతే కోపం రాదూ!"

అంటూ నావంక వెకిలిగా నవ్వి లోపలికి వెళ్ళాడు.

మారజనంటే మా అమ్మకు పంచప్రాణాలు. నాకూ అలాగే ఉండేది. నిజానికి మా అన్నయ్యను ఉడికిలిస్తాడనే కోపం తప్ప, రజనిమీద నాకు మరేవిధమైన కోపం ఉండేది కాదు.

రజని లోపలకు వెళ్లి బట్టలు మార్చి నవవసంతమూర్తిలా వచ్చాడు. "మధూ! ఊ! ఇక కాసుకో..."

నూతివద్దకు వెళ్ళి రెండుకాగుల నీళ్ళు నింపేశాడు. మొక్కలకు నీళ్ళు పోయలేక నా ప్రాణం విసిగింది.

"ఉండవోయ్. ఎన్ని నీళ్ళని పోయనూ."

"అయితే నే పోస్తా చూడు."

నీళ్ళబిందెలు రెండు చేతులతో రెండు పుచ్చుకొని పది నిమిషాల్లో మొక్కలన్నిటికీ తలారా స్నానం చేయించేశాడు. మా గులాబీ, మాలతీ, మల్లెలతలు అతనివంక చూచి ఆనందంతో నవ్వాయి... కాని వాటి నవ్వులే చూడకుండా తలవంచుకొని నీళ్ళు పోసేస్తున్నాడు.

అప్పుడు కండలు తిరిగిన అతని పచ్చని శరీరం చూస్తుంటే, ఆంధ్రవీరులు కళ్ళకు కట్టారు... ముత్యాలలా చెమటబిందువులు జారుతూ ఉంటే, నా హృదయంలో అనురాగసరసులు కదిలిపోయాయి.

"రజనీ, చాలు. తేంక్సు."

"సరే... తేంక్సెందుకులే... ఇంక స్నానం చేయనా!"

"త్వరగా చేయి."

నేను లోపలకు సంతోషంతో వెళ్ళిపోయాను.

అరగంట గడిచింది. మా అన్నయ్య ఏం చేస్తున్నాడో అని మేడమీదకు వెళ్ళాను. 'షెల్లీ' పద్యాలు చదువుకుంటూ ఉన్నాడు. ఇంక చదువులో పడ్డాడంటే వాడి చుట్టూ మహాప్రపంచం కదిలిపోతున్నా తలెత్తి చూడడు. అంత నిశ్చలబుద్ధి.

నేను నెమ్మదిగా మేడమెట్లు దిగి క్రిందకు వచ్చేశాను,

అంతలో ఎప్పుడు బట్టలు కట్టుకున్నాడో రజనీ, మా 'టామీ' కుక్కతో ఆడుకుంటున్నాడు. తెల్లని కలకత్తా అంచు, పంచి సన్నని సిల్కు లాల్చీ, చూస్తుంటే చంద్రుడు కూడా అందానికి లొంగిపోయాడో అన్నట్లు, మధ్యమధ్య మబ్బుతునకలమాటు దాగుంటూ ఉండేవాడు... పంచికుచ్చెళ్ళు జేబులో పెట్టి, కుక్క ముందలి రెండుకాళ్లు పైకెత్తి 'గుడ్ టామీ – గుడ్' అని దానితో సర్కస్ ఫీట్లు చేయిస్తున్నాడు.

అటూ ఇటూ చూచాను.

మా అమ్మ వంటకు అంటుకుంది; మా అన్నయ్య పుస్తకం అయిపోయాడు; ఇక మా నాన్న క్లబ్బునుంచి మరోగంటకు గాని రాడు. అంచేత స్వేచ్ఛగా మా రజనితో ఆడుకోకుండా ఉండలేకపోయాను.

రజనివద్దకు వెళ్ళాను... నన్ను చూడనట్లే నటిస్తూ 'టామీ, టామీ' అంటూ కుక్క నాడిస్తున్నాడు... నా కాళ్ళక్రింద నేల కోపంతో కదలి పోయింది. తారాజువ్వలా ఇంట్లో దూరాను. నా వెనుకే అతని వెకిలినవ్వు వినబడింది. నాకు మరింత కోపం వచ్చింది.

"ఇంక జన్మ జన్మలకు రజనితో ఆడకూడదు." అని వట్టు పెట్టుకొని సావిట్లో పడక కుర్చీలో కూర్చున్నాను. పోనీ నేనెలా వెళ్లిపోయానుకదా... కోపం వచ్చిందని కూడా తెలుసునుకదా పిలుస్తాడేమో అనుకున్నాను. ఉ. ఊఁ... ఆపని చేయలేదు సరికదా, ఇంకా ఆనందంగా ఆడుకుంటున్నాడు."

"సరే. సరే" అనుకుంటూ తలూపి, మా రజనీరోగం కుదిర్చేందుకు నాలో నేను చాలా సంతోషపడ్డాను. వెంటనే ఎలక్ట్రిక్ లైటు స్విచ్ వేశాను. పుస్తకం తీసుకొని చదవటం ప్రారంభించాను. దృష్టి రజనీవైపు... కాగితాలు కాగితాలు తిరిగి పోతున్నాయ్... ఎన్ని తప్పుడు వాక్యాలు చదువుతున్నానో అన్నీ రజని విన్నాడు. మరింత లోకువైపోయాను దానితో.

రజనీ ఏమనుకున్నాడో, టామీని వెంట బెట్టుకొని నా వద్దకు వచ్చి, నా కుర్చీ వెనకే నడుముమీద చేతులు వేసుకొని ఠీవిగా నిలబడ్డాడు.

నేనతనివంక చూడకుండా 'ఎక్స్‌ప్రెస్ ట్రయిన్' లా వెళ్ళిపోతున్నాను. ఏ పేజీ చూస్తున్నానో, పుస్తకం ఎలా పుచ్చుకున్నానో అని కూడా చూడకుండా కంఠతా వచ్చిన పాతపాఠాలన్నీ గబగబా చదివేస్తున్నాను.

మా రజనీ విరగబడి నవ్వడం ప్రారంభించాడు.

"ఏం? అలా నవ్వుతున్నావ్"

ఇంకా నవ్వడం ప్రారంభించాడు.

"ఎందుకలా నవ్వు కోతిలా ముఖం నీవూను"

"నీ చదువు చూస్తుంటే నవ్వు వస్తూంటే ఏం చెయ్యమంటావ్?"

"నా చదువుకే?"

"పుస్తకం ఎక్కడైనా తలక్రిందులుగా పెట్టి చదువుతారా?"

ఆ ప్రశ్నతో నిర్ఘాంతపోయాడు. పుస్తకం వంక చూచాను. రామ రామ ఎంత సిగ్గుపడ్డానో చెప్పడానికి వీలులేదు. పుస్తకం తలక్రిందుగానే ఉంది. నాకేమీ తోచక "నాయిష్టం నాది" అని పుస్తకం మూసి, మరోవైపు ముఖం పెట్టి కూర్చున్నాను.

"అయితే మధూ! క్రొత్త పాఠం తెరచి, పాతపాఠాలు వల్లిస్తున్నావేమిటి?" అంటూ నా కళ్లల్లోకి కళ్లు పెట్టి చూచాడు. అది రెండో పొరపాటు. దానితో పూర్తిగా సిగ్గూ, ఉడుకులు మోత్తనం వచ్చాయి.

పుస్తకం అతని ముఖానకొట్టి గబగబా ఇంట్లోకి బయలు దేరబోయాను. రజని నా చేయి పట్టుకొని "మధూ! ఎందుకే అంతకోపం. నాతో కలసి ఆడుకోవద్దన్నానా. నా కుక్క కంటే తక్కువన్నానా?'' అంటూ బరబరా మా యింటి ముందు ప్రాంగణంలోకి లాక్కుపోయాడు.

నాకోపం ఎక్కడకు పోయిందో "ఉండు. లైటారివేసి వస్తాను." అని సావిట్లో లైటారిపి రజనితో ఆటల్లో పడ్డాను.

రజనీ నేనూ మా కుక్కతో కొంతసేపు ఆడుకున్నామ్.

తరువాత రజని నా రెండు చేతులూ పట్టుకొని, గుండ్రంగా తిప్పడం, తరువాత నిలబెట్టి వదిలేసి, ముట్టుకోమండం. నా కళ్ళు తిరిగి తూలుతూ రజనిని ముట్టుకోలేకపోతే నవ్వడం జరిగాయి...

మళ్ళీ అలాగే బండిచక్రంలా నా రెండు చేతులూ పట్టుకొని తిప్పుతున్నాడు. అంతలో మా నాన్నగారు వీధితలుపు కొట్టారు... "అమ్మాయ్, అమ్మాయ్" అంటూ...

రజని నన్ను విడిచి లోపలకు పారిపోబోయాడు... రజనిని బతిమాలి "నీవు తలుపువేద్దూ. నీకు పుణ్యం ఉంటుంది'' అని నమస్కారాలు పెడుతున్నాను. తెల్లవారే ఏ మొక్కో చెల్లించుకుంటానని కూడా అన్నాను. రజనిని ఎక్కడ చదవడం లేదేరా అంటారేమోనని రజని హడలు. అదేనా గుండెదడ... అంతలో వీధిగుమ్మం పగిలిపోతూంది.

ఎలాగైతేనేం రజనిని వప్పించాను.

నేను గబగబా హాలులోకి వెళ్ళి, లైట్ స్విచ్ వేసి పుస్తకం తీసుకొని, వచ్చిన ఇంగ్లీషు పద్యాలు ఏకరవు పెట్టేస్తున్నాను... మా నాన్న వచ్చాడు. నా చదువు విని బ్రహ్మానంద భరితుడైపోయాడు. పిల్లల అభివృద్ధికంటే తల్లిదండ్రులకు కావలసిందేముంది?

"మధూ! చదువుకుంటున్నావా తల్లీ!"

"అబ్బో! ఆరుగంటల నుంచి ఇలాగే చదివేస్తున్నాను నాన్నా!"

"బుద్ధిమంతురాలవు... మరి రజనో?"

"చదువూ లేదు, సంధ్యా లేదు. మొద్దబ్బాయిలాగ 'టామీ'తో ఆడుకుంటూ ఉన్నాడు."

"ఏరా వెధవా... బొత్తిగా బడుద్ధాయివైపోతున్నావ్" అంటుంటే ప్రక్కనుంచీ కాళ్ళకు బుద్ధి చెప్పాడు. దానితో నా ఆనందం చెప్పలేను. వేయిపండగ లొక్క గడియలో వచ్చినట్లయ్యాయి.

"మధూ! ఇదిగో... ఇలా చదువుకుంటూ ఉంటే ఇంకా మంచి ఏపిల్సు తెస్తాను," అని మా నాన్న రెండు ఏపిల్సు ఇచ్చాడు. కాని కళ్ళజోడు సదురుకొని చూచేసరికి నా మెడ మీద చెమటబిందువులు కనబడ్డాయి.

"ఇదేమిటి మధూ! ఇలా చెమట పోసింది?"

"వెధవ ఉక్క నాన్నా!"

"ఫేన్ పెట్టుకోపోయావా?"

"అన్నయ్య పట్టుకుపోయాడు"

"పోనీ రేపు నీ కొకటి కొంటానులే తల్లీ!"

"ఇప్పుడెందుకు నాన్నా! యుద్ధపురోజులు... అయిదు నిమిషాలుంటే చాలు కావలసినంత గాలి" అంటుంటే నా బుద్ధికి ఎంతో పొంగిపోతూ తన గదిలోకి వెళ్ళిపోయాడు.

బ్రతుకు జీవుడా అనుకున్నాను.

ఒక ఏపిల్ మా రజనికి, మరొకటి నాకూ మా అన్నయ్యకి, భోజనానంతరం ఇవ్వాలనుకున్నాను.

భోజనాలయ్యాయి. ఏపిల్సు ఎక్కడున్నాయ్... ఎపుడు చూచాడో రజిని, నాకంటే ముందు భోంచేసివచ్చి, రెండూ రెండుసిరికాయల్లా గుటకాయస్వహా చేశాడు. అందుకని పండుకొనేముందు నాకని తెచ్చిన గులాబ్ జాములు పెట్టకూడదనుకున్నాను. కాని మనసు ఒప్పలేదు. ఆ చల్లని వెన్నెట్లో రాతిసోఫామీద ఇద్దరం కూర్చుని, తెచ్చిన మిఠాయిలన్నీ తిని, సోడా తాగి కథలు చెప్పుకొని పండుకొన్నామ్.

తెల్లవారి ముందు లేచినవాళ్లు వెనుక లేచిన వాళ్ళను గోల చేయడంలో ప్రారంభం అయిన అల్లరి, రాత్రి నిద్దర పోయేవరకూ ఉండేది. మా నాన్న ఉన్నంతసేపూ, కుక్కిన పేనుల్లాగ కూర్చునేవాళ్ళం. ఆయన ఆఫీసుకు వెళ్ళారా. ఇంక చూచుకోండి మాదే రాజ్యం.

మా రజని అల్లరికి మితం ఉండేది కాదు. ఇక వానితో పాటు నేను. మా ఇద్దరి అల్లరివల్లా విద్యాభంగం అయిందని మా అన్నయ్య గోల... ఇలా ఎంతో తీపిగా రోజులు గడిచాయి... కొన్నాళ్లు...

* * *

మొగ్గ మురిపెము పూవులో పోతుంది.

అలరు అందము ఆకులో అణగిపోతుంది.

పసిపాప పాలబుగ్గల బంగారుకాంతి బాల్యంలో మాయమౌతుంది.

బాల్యం యౌవనంలో పటిమ తగ్గిపోతుంది.

ఇదే సృష్టి పరిణామం...

నా బాల్యం చల్లగా తెల్లగా మెల్లగా పోయే శరత్కాలపు నదిలా గడిచి పోయింది.

యౌవనమనే వేసవికాలం దాపురమయ్యేసరికి, బాల్యమనే నది యింకిపోయింది... ఆ అందం, అనురాగం, ఆనందం, ఏ ఇసుక కుప్పల మాటున దాచుకొందో పాపం! ఇపుడా నదిలో వలపు పూల పడవలపై ఏ తుమ్మెదలూ పాడుకుంటూ ప్రయాణం సాగించవు. ఆ నది ఒడ్డుల పెరిగిన చెట్ల తుమ్మెదలూ పాడుకుంటూ ప్రయాణం సాగించవు.... ఇపుడది భయంకరమైన యెడారిలో ఒక చీలిక... దప్పిగొన్న వారి దాహం తీర్చలేని వ్యర్థజీవితం. అక్కడక్కడ మాత్రం కొన్ని ఇసుక తిప్పలు గర్వంగా నిక్కినిక్కి వ్యర్థలోకం వైపు దృష్టి సారిస్తూ ఉన్నాయి.

నిజానికి నాకు బాల్యం శుభవసంత తోరణం; మంగళవాద్య సమ్మిశ్రితమైన గృహప్రాంగణం; పెళ్ళికూతురు కళ్యాణపు బొట్టు; ఇల్లాలి కాటుక రేఖ...

యౌవనం అలాకాదు. ముళ్లకంచె చుట్టూ వేసిన మామిడి చెట్టు; ఇనుప ఊచలమధ్య నిట్టూర్పు విడిచే శారిక బ్రతుకు బరువు; చలువరాతి చెఱసాలలో బంధించపబడ్డ బానిస జీవితం; ఉరిముందు హంతకుని కన్నీటిలో కనుపించు బంధిత లోకంలో బాధాహృదయం; వేడిగాడ్పు పీల్చుకో లేక తల నేలను కొట్టుకొనే సర్పరాజు క్షుభిత కుపిత నేత్రాశ్రువులు;...

గులాబీపూవు అందంగా ఉంటుంది కదా అనుకున్నాను; కాని, దానివెనుకనే ఉన్న వాడి ముల్లు మాటే మరచిపోయాను. నా యౌవనలక్ష్మి నా స్వేచ్ఛా సౌధంలో దివ్యనృత్యం చేస్తుందనుకున్నాను; కాని దానిచుట్టూ ఉన్న ఇనుపూచల పంజరాన్ని మరచిపోయాడు.

* * *

ముముక్షువునకు తారకం మంత్రం
నాకు మా రజనీ నామమే ప్రణయ మంత్రం
ముముక్షువునకు ముక్తి; నాకు రక్తి.
అతనికి భగవత్ సందర్శనం; నాకు రజనీ సందర్శనం.
అతనికి జన్మనిర్యాణం నాకు వేయివేల జన్మలు.

* * *

నాకు మా రజనికి మనోబాంధవ్యం దృఢం అయినకొలదీ, ఒకరిని విడిచి మరొరకం ఉండడం కూడా బాధావహం అయింది. కాని మా ఆనందం మా నాన్న గారికి అగ్నిగుండం అయింది. మా నవ్వులు ఆయనకు నరకజ్వాలలయ్యాయి. ఎదురు మారినా మేము మాత్రం మారలేదు.

నేను స్కూలు ఫైనల్ చదువుతున్నాను.

మా రజని బి.ఏ. ఆఖరు సంవత్సరం చదువుతున్నాడు.

మా అన్నయ్యా అంతే...

మా అమ్మా నాన్నా నా చదువు మాన్పించాలని, మా అన్నయ్య మాత్రం నాకు చదువు చెప్పించాలని చాలాసార్లు దెబ్బలాడుకొన్నారు. ఎలాగైతేం మా అన్నయ్య పట్టుమీద నేను స్కూలుఫైనల్ వరకూ వచ్చాను. నాకు ముఖ్యంగా మా అన్నయ్య దయవల్ల ఇంగ్లీషు తెలుగుల్లో ఫస్టుమార్కులు వచ్చేవి...

ఇలా ఉంది నా చదువు.

ఒకరోజు మా స్కూలులో మీటింగు ఉండడం వల్ల ఆలస్యంగా బయలుదేరాను. బండిలో వెళుతున్నాను. ఏదో ఆలోచిస్తూ పరధ్యాన్నంగా ఉన్నాను. అంతలో సైకిల్ బెల్లు వినబడింది... ఎవడా పోకిరీ వెధవ అని వెనక్కి తిరిగి చూచాను...

ఇంకెవరు?

మా రజనే... కోటు భుజానికి తగిలించి, చంకలో టెన్నీస్ రేకేట్ పెట్టి. "హలో!" అంటూ తయారయ్యాడు నా బండి వెనక్కు... పబ్లిక్ రోడ్డుమీద అలా పలుకరించేసరికి, నా పంచప్రాణాలు ఒక్కసారి పోయినట్లయ్యాయ్... ఎక్కడలేని సిగ్గు ఒక్కసారి నా కనులు కమ్మింది. ముఖం మరోవైపు తిప్పాను "దయచేయమన్నట్లు'....

దానితో వెళ్ళాడా?

అంత వెట్టిపని ఎన్నడూ చేయలేదు.

"మధూ! మాటాడితేనే నోటి ముత్యాలు రాలిపోతాయా?"

నేను మాట్లాడకుండా ఇంకా బిగిసిపోయాను.

"ఇంత ఆలస్యంగా ఎందుకు వెళుతున్నావో నాకు తెలుసునులే."

దానితో నాకు కోపం ఆగలేదు.

"ఏం ఎందుకు ఆలస్యం అయిందేమిటి? అని తీవ్రంగా అడిగాను.

"మీ స్కూల్లో ఏదో మీటింగు ఉందికదూ!" అన్నాడు.

"అమ్మయ్య" అనుకొని "నీకెల్లా తెలుసు" అన్నాను... "టెన్నీస్ ఆడి వస్తుంటే అడిగాను. ఎవరో చెప్పారు. అందుచేతే ఆ చెట్టుక్రింద సోడా త్రాగుతూ నీకోసం మకాం వేశాను." అంటూ నవ్వడం ప్రారంభించాడు.

"బలేవాడవు... సరే... ముందు పద... ఇదేమిటి... రౌడీలా ఆడవాళ్ళవెంట."

"ఈ రోడ్డు నీదా? నా యిష్టం నాది."

"అయితే ఈ బండి వెనుక నీ వెందుకు?"

"ఈ బండిలో మా వాళ్ళు ఉన్నారు కాబట్టి"

"ఎవరది?"

"శ్రీమతి మధుకుమారి, S.S.L.C. గారు."

"సంతోషించాంగాని పోవోయ్ బాబు ముందు. నాన్న చూస్తే నా మీటింగుమాటే నమ్మడు."

"అది ఆయన కర్మం. ఆయన నమ్మక చెడతిడితే నీ కర్మం... మధ్యన నాకేం."

"సరేలే."

నా ముఖం అటు తిప్పేసుకున్నాను. ఎన్ని ప్రశ్నలడిగానా జవాబు ఈయకూడదను కున్నాను. అలాగే జవాబీయలేదు. ఎంతో కోపం వచ్చింది, ఎన్నో కష్టంగా మాట్లాడాడు. ససేమిరా జవాబీయలేదు.

"మధూ! వెళ్లిపోతున్నా ఇంక మాటలాడను"

అంటూ వెళ్లిపోయాడతికోపంతో... నా ఆత్మనిగ్రహానికి నాలో నాకు ఆనందం కలిగినమాట నిజమే కాని, మా రజనికి కోపం వచ్చి ఇంక మాట్టాడడేమో అనే భయం మాత్రం లోపల కలగక పోలేదు.

ఏమైతే నేం రజని వెళ్ళిపోయాడు.

రజని క్షణకోపి... ఏమైనా నాలుగు టిఫిన్లు పెట్టానంటే చాలు, ఆ తిండి హడావుడిలో పడి కోపం మాటే మరచిపోతాడు... అందుచేత మా రజని కోపానికి నే నెన్నడూ భయపడలేదు...

మా బండి, సందుమొగ తిరగబోతుంది.

అంతలో రెండు గ్లాసుల్లో, రెండు లయింజ్యూసులు పట్టుకొని, హెర్క్లస్‌లా తయారయ్యాడు మళ్లీ మా రజని. బండికి అడ్డంగా నిలబడడం చేత బండివాడు బండి ఆపాడు. వాడిని మచ్చిక చేసుకుంటానికి వాడికో గ్లాసిచ్చి, నా వద్దకు వచ్చి "హలో... దయచేసి తీసుకోరూ!" అంటూ గ్లాసు చేతి కిచ్చాడు.

తీసుకోనంటే, ఆ నడిబజారులో ఊరుకోడు. అంచేత వెంటనే తాగేశాను. చేతికి కిళ్లీ ఇచ్చాడు.

"ఇదేమిటి?"

"ఎక్కడిదంటే"

"స్కూల్లో 'టీ పార్టీ' అని చెప్పు..."

"అమ్మో! అబద్ధమే."

"నీవు చెప్పకపోతే నే చెబుతాలే... కావలసినవన్నీ కాగితంమీద వ్రాసియి, ఏకంగా ఎక్కాల్లా అప్పచెప్పేస్తా."

మా రజని మాటలకు నాలో నేను ఎంతో పొంగిపోయాను.

కిళ్ళీ వేసుకొన్నాను. బండి బయలుదేరింది.

మళ్ళీ బండి వెనకే తయారయ్యాడు.

"రజనీ! ఈ డబ్బంతా నీ కెక్కడిది?

"కాతాలు."

"ఛా. ఛా తప్పు కాదూ?"

"తప్పేమిటి? ఎవరి సొమ్మన్నా ఎత్తుకొచ్చామా? వాళ్ళు అప్పిచ్చారు. నేను తీసుకున్నాను. అంతేగా."

"వారికి డబ్బెలా?"

"ఇచ్చినంతకాలం పుచ్చుకుంటాను. డబ్బడగటం ప్రారంభిస్తే, ఆ వీధి మార్చి మరో వీధి పుచ్చుకుంటాను. వీధులకే లోటా?"

"అసలెప్పుడన్నా వారికి డబ్బు ఇచ్చావా?"

"ఇవ్వకపోతే అప్పులివ్వడానికి వాళ్ళేమన్నా వెట్టివాళ్ళనుకున్నావా? అక్కయ్య అప్పుడప్పుడు బావయ్యకు తెలీకుండా ఈయదూ? అది వాళ్ళకు అర్పితం చేస్తాను."

అతని నిర్విచారానికి, నిష్కల్మష హృదయానికి, నాలో ఎందుకో జాలివేసింది. మా బండి వెళుతూనే ఉంది. మా భావిజీవితాల గురించి ఆలోచిస్తూ ఉన్నాను. అంతలో...

"మధూ! నీవు వెళ్లు... అలా ట్రిప్పుకొట్టి వస్తాను."

"ఏం?"

"అడుగో... మీ అన్నయ్య కాబోలు నందీశ్వరునిలా గుమ్మం కాశాడు..."

"అయితే."

"నీకు తెలీదు లే... వాడు వట్టి అనుమానం మనిషి. బావయ్యతో లేనిపోని పితూరీలు చెబుతాడు అది నిజమా అబద్ధమా అని ఆలోచించకుండా బావయ్య నన్ను చెడతిడతాడు. దానితో నా కెక్కడలేని దుఃఖం వస్తుంది... ఇవన్నీ నీకు తెలీయనివా మధూ!"

అతడా వాక్యం పూర్తి చేయకముందే బాధతో అతని కంఠం రుద్ధమైపోయింది. ఆ విషాదవదనం నాకు చూపలేక పాపం! సైకిలు గిఱ్ఱుమని త్రిప్పి శరవేగంలో మాయమైపోయాడు.

నేను చిదిగిపోయిన మనసులో ఇల్లు జేరాను.

మా అన్నయ్య నవ్వుతూ ఎదురు వచ్చాడు.

"మధూ! ఇవాళ ఇంత ఆలస్యం అయిందే?"

"మీటింగ్ ఉంది."

"ఊహూ... కిళ్ళి గిళ్ళీ జమాయించావ్. ఏదో టీ పార్టీకూడా ఉన్నట్లుందే?

"లేదు."

"మరి"

"రజని త్రోవలో కనబడి ఇచ్చాడు."

"అయితే నీతో రాలేదే?"

"నీవేదో అనుమానంపడి నాన్నతో లేనిపోని పితూరీలు చెబుతావని మళ్ళీ వెనక్కి వెళ్ళిపోయాడు."

"పాపం!"

మా అన్నయ్య ఆలోచనల్లో పడిపోయాడు. నేను పుస్తకాలు తీసుకొని లోపలకు వెళ్ళిపోయాను. మా రజని ఆఖరుమాటలు వినకపోతే నేను అబద్ధాలు చెప్పేదానినే కాని, ఆ ఆఖరు మాటలు వింటే నా హృదయం కరిగిపోయింది. మే మిద్దరం ఏం పాపం చేశామని ఆ దొంగబ్రతుకు బ్రతకాలో నాకు అర్థం కాలేదు... ఇంక మా యింట్లో ఎవరినైనా సరే పన్నెత్తుమాట మా రజనంటే ఊరుకోకూడదనుకున్నాను...

ఇంట్లో పుస్తకాలు పడవేసి, వేడినీళ్ళు స్నానం చేసి, తెల్లని బట్టలు వేసి సావిట్లో కుర్చీలో కూర్చున్నాను. మా రజని దీనవదనం నా కన్నులకు కట్టి, నా హృదయంలో అతని రెండుకళ్ళూ రెండు వంకరకత్తుల్లై చీలుస్తూ ఉంటే, శవంలా బిగుసుకుపోయాను.

మా అన్నయ్య నా వద్దకు వచ్చి సావిట్లో పచార్లు చేస్తూ "మధూ! రజనికి ఈ ఇంట్లో ఆదరణ తక్కువైందిసుమా!" అన్నాడతి జాలిగా.

"తప్పకుండా అన్నయ్యా! రజని చేసిన పాపం ఏమిటో, అతడ్ని చూస్తేచాలు నాన్న నిప్పులవర్షం కురిపిస్తాడు."

"దానికి కారణం నేనే నమ్మా!"

"నీవేం చేశావ్?"

"లేనిపోనివన్నీ చెబుతూ ఉంటాను."

"ఎంచేతో చెప్పలేనుకాని, సూటిపోటిమాటలు నేటివరకూ చెప్పిన మాట వాస్తవం. ఇక నుంచీ చెప్పను."

"చెప్పవా?"

"భగవంతుని నేను నమ్మితే ఈ జన్మలో నానాలుకనుంచి వాడికి వ్యతిరేకంగా ఒక్కమాట వినలేవు చెల్లీ!"

"నిజమా... నిజమా!"

"ముమ్మాటికీ... నిజానికి నిరంజన్ నాలుక ఎంత తీవ్రమో, హృదయం అంతమెత్తన, వట్టి నిష్కవటి. అభిమాని"

"అవును"

"పాపం..."

అమాటతో ఒక నిట్టూర్పు విడిచి, కన్నులనీరు కక్కుకుంటూ విషాద మూర్తిలా మేడమీదకు నెమ్మదిగా వెళ్ళిపోయాడు. నీటిలో బరువెక్కిన నల్లమేఘం కదిలినట్లయింది.

అరగంట గడిచింది.

మా నాన్న వచ్చాడేమోననే భయంతో గుండె చేత్తో పట్టుకొని వచ్చాడు.

"మధూ! మధూ!"

"ఏం రజనీ!"

"బావయ్య వచ్చాడా."

"లేదు. వస్తే మట్టుకు భయం ఎందుకు?..."

"అబ్బే! భయం ఏమీ లేదుగాని... టీ పార్టీ అనే చెప్పావా?"

"లేదు. కిళ్లీ నీ విచ్చావనే చెప్పాను."

"కొంప ముంచావే మధూ!"

అంటూ వణుకుతూ నూతివద్దకు వెళ్లి రెండు బిందెలు చన్నీళ్లు దిమ్మరించుకొని వచ్చేశాడు. నేను పెరట్లో ఒక కుర్చీమీద కూర్చున్నాను. రెండో కుర్చీ మా మధుకు వేశాను.

కాని మధు ఎంతసేపటికీ రాలేదు.

ఏం చేస్తున్నాడా అని లోపలకు వెళ్లి చూస్తే, మా అమ్మకు ఏదో వంట సాయం చేస్తూ ఉన్నది అతి భయభక్తులతో.

"రజనీ... ఎవరో పిలుస్తున్నారు."

"వస్తున్నాను."

అంటూ బయటకు వచ్చి "మధూ! కొంపతీసి బావయ్య కాదుకదా" అన్నాడు.

"బయటకు పద చెబుతాను. "అంటూ హడలికొట్టి మా ఇంటిముందు మాలతీ చెట్టుదగ్గరున్న పేనుబెత్తం కుర్చీలో కూలవేశాను. బిక్క మొగంతో కూర్చున్నాడు. నేనూ ప్రక్క కుర్చీలో కూర్చున్నాను.

"మధూ! ఎవరే వచ్చింది?"

"ఎవరొస్తారు?"

"ఎవరూ లేరా?"

"ఉన్నారుగా నీ ప్రక్కన."

"ఓహో తమరా! శ్రీమతి మధుమూర్తి, S.S.L.C. గారు."

అంటూ విరగబడి నవ్వటం ప్రారంభించాడు. అంతలో కుక్క మొరిగింది. కుర్చీలో నుంచి లేవబోయాడు.

"ఓరి నీ భయం కూల... కూర్చో! నాన్నివాళ రాడు."

"ఏం?"

"సినిమాకు వెళ్లాడని కబురు మాట్లాడు."

"అలాచెప్పు... ఊ... ఇంక పంపాడు."

అంటూ కాలుమీద కాలు వేసుకొని "హలో! టామీ! కమాన్" అంటూ టామీని పిలిచాడు. నిమిషంలోకి ఉత్సాహం. నిమిషంలో కోపం. నిమిషంలో భయం. నిమిషంలో అభిమానం... అదీ అతని వింత ప్రవృత్తి.

మే మయిదు నిమిషాలు మాట్లాడుకున్నాం.

అంతలో మా అమ్మ భోజనాలు వడ్డించా నన్నది.

మేమూ మా అన్నయ్యా కూర్చున్నాం. ఆ రోజున మా రజని చేసిన అల్లరి, తిన్నతిండీ వర్ణించలేను. అతడ్ని విడిచామా పట్టటానికి పగ్గాలుండవు...

ఆరోజున మాత్రం మా రజని పూర్తిగా భోంచేశాడని చెప్పవచ్చును. వట్టిరోజుల్లో మా నాన్నతో కూర్చున్నప్పుడు కూర బాగున్నా అడిగేవాడు కాడు. మా అమ్మే చూచీ చూడనట్లు వడ్డించేది.

భోజనాలయ్యాయి. బయట కూర్చుందా మనుకున్నాను. కాని మా రజని లేడు. ఇల్లంతా వెదికాను... ఉంటేగా కనబడటానికి, ఎక్కడకు పోయాడా అని ఆలోచిస్తూ కుర్చీలో కూర్చున్నాను.

పది నిమిషాలు గడిచాయి.

"సార్... సార్" అంటూ ఎవరో తలుపుకొట్టారు.

"ఎవరది?" అంటూ తలుపు తీశాను.

"శ్రీ రజనీకర మహారాజ్" అంటూ సైకిలు గుమ్మందాటిస్తూ తయారయ్యాడు. నాకు రజని వింత చేష్టలు చూస్తూ ఉంటే నవ్వు వచ్చింది.

"ఇంతలో ఎక్కడకు వెళ్లావు?"

"బజారుకు."

"ఎందుకు?"

"ఇదిగో ఇందుకు" అంటూ రెండు కిళ్లీలు నా చేతిలో పెట్టాడు. "బలేవాడవోయ్" అంటూ మేడమీద అప్పుడే పుస్తకానికి అంటిపెట్టుకొన్న మా అన్నయ్యకు ఒక కిళ్లీ యిచ్చి, రెండవది నేను వేసుకుంటూ క్రిందకు వచ్చాను.

అంతలో పెరట్లో కుక్కని ఆడిస్తూ. "సావనకినజానాహై... అహా అహా" అంటూ పాడుతూ ఉన్నాడు. నేను వెళ్లి ప్రక్క కుర్చీలో కూర్చున్నాను ఆ పాట వింటూ...

అబ్బా! ఎంత చక్కగా పాడతాడనుకున్నారు. కేవలం మొరటు హృదయాలు కూడా మెత్తబడిపోతాయి. శత్రువులు కూడా ఆ పాట వింటే మిత్రులై పోతారు. దానిలో అంత అపారశక్తి ఉంది.

కొంతసేపు పాడమన్నవల్లా పాడాడు.

నా ఆనందలక్ష్మి నిలయంలో చంద్రికా దీపికలు వెలిగించాడు. అంతకంటే ఏం కావాలి.

3

"నా" అనేవారు లేకపోతే పంజరశుకికైనా పళ్ళు పెట్టేవా రెవరు?

"నా" అనేవారు లేకపోతే రామచిలుక "రా. రా" అని ఇంట్లోకి ఎవరిని పిలుస్తుంది? పెంపుడు పిట్టల వద్ద నుంచి మానవులవరకూ "నా" అనేవారు లేకపోతే జీవితం, తీగతెగిన వీణా నాదంలా శ్రుతివిహీనంగా ఉంటుంది.

మా రజని కీ ప్రపంచంలో నేనూ మా అమ్మా తప్ప ఎవ్వరూ లేరు. మేమిద్దరం రెండుకన్నులం. అటువంటి రజనిని చూస్తూ ఉంటే, నా హృదయాంచలాలలో ప్రళయ సముద్ర ఘోష వినబడుతూ ఉంటుంది.

ఆ రాత్రి ఎనిమిది గంటలయింది.

అద్దంవంటి నా హృదయంలో రజని ప్రతిభాగం కనపరుస్తున్నాడు. ఆనాటివరకు అతనిలో దాచుకొన్న విషాదమేఘతిమీరావకుంతనాలను ఒకొక్కటి తన చేతులతో లేవనెత్తుతూ, బ్రతుకు బరువులు తగ్గించుకుంటూ ఉన్నాడు.

"మధూ! నేనసలు ఎందుకు బ్రతికి ఉన్నానో నాకే అర్థం కావడం లేదు."

"అలా అనకు రజనీ! అందరూ ఎందుకు బ్రతికి ఉన్నారో నీవూ అందుకే బ్రతికి ఉన్నావ్."

"అందరి జీవిత నావలకు ఈ సంసారసముద్రంలో ఒక లక్ష్యం ఉంటుంది; ఒక ధృవతార శాంతి ఆకాశం మీద మెరుస్తూ ఉంటుంది. వారి ఆనందచంద్రుని ఏ విషాదమేఘాలూ కమ్మలేవు. కమ్మినా ఆశామెఋపైనా మెరుస్తుంది... ఇక నాకో అటువంటివేవీ లేవు...

నా దసలు జీవితమే కాదు మధూ! వట్టి యెడారి; శ్మశానపుదిబ్బ; చితిలో కాలిన శవపు బూడిద...

ఆ బాధాజీవితం ప్రక్కనే కూర్చోలేకపోయాను. ఆ మాటలంతకంటే వినలేక పోయాను. ఇంకతడ్ని ఎలాగైనా ఓదార్చాలనుకున్నాను.

"రజనీ! మగవాడవు నీవే ఇలా అంటే నేనేం చెప్పను? నీ కసలు లోటేమిటోయ్. చెప్పు. నీ కేది కావాలంటే అది నే నీయకపోతే 'నీ మధుని కాను' అని ఈ క్షణం నుంచి విసర్జించు. అంతకంటే కఠిన శిక్ష నాకు లేదు కదా! ఊఁ! ఇంక చెప్పు."

"నీవూ, అక్కయ్యా, ఎవ్వరూ తీర్చలేనిది నా లోటు, తుదకు భగవంతుడు కూడా తీర్చలేనిది నా లోటు. లోటులన్నిటిలోకి పెద్దలోటు. ఎంతో పాపికి గాని సంభవించని దాలోటు."

"ఏమిటి రజనీ?"

"ఏముంది మధూ! లోకం అంతటినీ తన రెక్కలనీడలో దాచుకుంటుంది ఆదిశక్తి... పిల్లలను తల్లి తన హృదయమధ్యంలో దాచుకుంటుంది. తండ్రి తన కనురెప్పలనీడల్లో దాచుకొని పోషించుకుంటాడు... అటువంటి తల్లిదండ్రులు నాకేరి మధూ!

"నోరారా "అమ్మ! అమ్మా" అని పిలుచుకుంటానికి ప్రాప్తిలేని ఈ పాపి బ్రతుకుకంటే సముద్రగర్భంలోని పాషాణం బ్రతుకు మేలుకదూ! "నాన్నా! నాన్నా!" అని కావలసినవన్నీ అడిగే అదృష్టం లేని ఈ దరిద్రుని తలవ్రాతకంటే మొండివ్రాత ఉంటుందా మధూ!

తల్లి దండ్రులకు దూరమైననాడే ఈ ప్రపంచానికి నేనూ దూరమై పోతే ఎంత బాగుండేది? మీ నాన్న హృదయం ఎంత వెన్నెల సముద్రం అయ్యేది? మా సమాధులను చూస్తున్న నీ కన్నీటి వరదలు ఎలా పొంగేవి? మా అక్కయ్య మార్గం ఎంత నిష్కంట కావృతమయ్యేది?

ఇంతకూ తలవ్రాత వంకరగా ఉన్నపుడు జీవితం వంకరగా నడవక తిన్నగా నడుస్తుందా?"

అతడలా మాట్లాడుతూనే ఉన్నాడు. వెన్నెట్లో అతని చెక్కులజారే కన్నీటిచారలు, నాగుత్రాచు పిల్లల్లా మిలమిలా మెరిసిపోతూ ఉన్నాయి. నా కన్నీటితో నా పయట చెంగుకూడా తడిసిపోయిందని వేరే చెప్పాలా?

పదినిమిషాలు గడిచాయి;

"రజనీ..."

"మధూ!"

"గడిచిందేదో గడచిపోయింది. గడచిపోయిన జీవితాన్ని తలచుకొని కన్నీరు కార్చేదానికంటే, గడవబోయే జీవితం గురించి ఆలోచించి, భావి జీవిత సౌధానికి ఇప్పుడే గట్టి పునాదులు వేస్తే మంచి దనుకుంటాను."

"ఏం చెయమంటావ్... మధూ! అసలు నా భావిజీవితం అంతా ఒక చీకటి కొట్టుక్రింద ఉంది. దానిలో ఒక ఆశాచంద్రకిరణం కూడా వెలుగుతుందని నేనెన్నడూ భ్రాంతి పడలేదు. భ్రాంతి పడను కూడాను.

ఇంకా అసలు ఆనందం ఏమిటి మధూ! నావద్ద ఉన్నవాళ్ళకు కూడా నా దరిద్రదేవత పాదతాడనం కలుగుతుంది. కాబట్టి నీవు వెళ్ళిపో... నీవైనా సుఖంగా జీవితం గడుపుతుంటే "మా మధు ఆనందమయి; అన్నపూర్ణ; మా తల్లి నాకు కడుపునిండా పెరుగుభోజనం పెడుతుంది; మనసారా బాధతీర మాట్లాడుతుంది" అనుకుంటూ నా సమాధివైపుకు నిమ్మదిగా జీవయాత్ర సాగించగలను. అంతే నా తుది వాంఛ

"ఏం మాటలివి రజనీ"

"ఇంతకంటే చక్కని మాట లెలావింటావ్ మధూ! ఒక్క రహస్యం చెబుతున్నాను విను... మా అక్కయ్యా నీవూ లేకపోతే నేనసలీ గుమ్మం తొక్కేవాడను కాను. అదేమిటో మా అక్కయ్యను చూస్తూ ఉంటే సాక్షాత్తు మా అమ్మను చూచినట్లే ఉంటుంది. అందుచేత ముఖ్యంగా మా అమ్మ జ్ఞాపకం వచ్చినపుడల్లా, మా అక్కయ్య వద్దకు వెళ్ళి కూర్చుంటూ ఉంటాను... మా

అక్కయ్యకు నన్ను చూస్తే మా నాన్న జ్ఞాపకం వస్తూ ఉంటాడట... అంచేతే మాది విడువలేని సంబంధం అయిపోయింది...

మధూ! అలా కానినాడు నా కేమిలోటని బావయ్య చేత తిట్లుతింటూ వీధికుక్కలా చూడబడుతూ ఇక్కడుంటాను? నా యావదాస్తీ బావయ్యే చూస్తూ, నేటి వరకూ నాకొక్క రాగిదమ్మిడీ ఇచ్చిన పాపాన పోలేదు. అదే నా ధర్మం."

"నిజం."

"నే నెంత బాధైనా నాలోనే మ్రింగుకొని ఇలా ఎన్నాళ్ళు జీవచ్ఛవంలా గుండను మధూ!"

"ఇంకెంతో కాలం ఉండదు. గడచినన్ని రోజులు కష్టాలలో గడపబోవు. కష్ట సముద్రం తీరానికి జేరుకున్నావు. ఇంక భయంలేదు రజనీ!"

"ఎలా చెప్పగలవు మధూ!"

"ఇంక మా నాన్న ఎన్నడూ నీకు డబ్బు ఈయననలేదు."

"అదెలా?"

"నేను ఊరుకోను. ఎదటివారికి - అందులో - అన్యాయం జరుగుతుంటే చూచి సహించేవాళ్ళకంటే దుర్బలులుండరు. ఆత్మోన్నత్యానికి మొదటి మెట్టు మనోబలం. కాబట్టి నీకు అన్యాయం తలపెట్టే దేవునినైనా ఎదురుకుంటానికి నేనిక నుంచి వెనుదీయను."

"పిచ్చిదానా! పర్వతంమీద ఎన్ని రాళ్లు రువ్వితే పడిపోతుంది. పర్వతాన్ని తాకి, ముక్కలైపోయి నురుగులు కక్కుకొనే కెరటాల్లా, నీ ప్రయత్నాలు నిష్ఫలం సుమా!"

"చూస్తావుగా."

"రాళ్లనుంచి పూవులు పూయించలేవ్."

"నిజమే. కాని, మనుష్యుల హృదయాలు ఒకప్పుడు రాళ్ళలా కఠినంగా ఉండవచ్చును. కాని ఎల్లప్పుడూ అలాగే ఉండవు... ఒకప్పుడైనా మృదుత్వం పొందకపోవు."

"మీ నాన్నయందు నా కా గౌరవం లేదు మధూ!"

"మా నాన్న మాటెందుకు రజనీ! నేను నీ జీవితాంతం వరకూ నీ నీడలా నిన్ను వెన్నాడే ఉంటాను కదా! నీ కష్టాలకు, పట్టిన నా వడిలో భగవంతుడు అగ్నివర్షం కురిపించలేడు. మృత్యుముఖంలో నున్న భక్తుని సహితం భగవంతుడు రక్షించినప్పుడు, మనలనెందుకు రక్షించడు, రజనీ?"

"పడవ పగిలి సముద్రంలో మునిగిపోతున్న వానికి, సముద్రపు ఒడ్డు నుంచి ఆప్తుల పిలుపు వింటే లాభం ఎంతో, మృత్యుదేవత ఆహ్వానం విన్నా అంతే లాభం... అలా శిథిలం అయిపోయిన నా హృదయపాత్ర తిరిగి అతికించాలనుకుంటం కేవలం వెఱ్ఱి అని నా నమ్మకం."

"రజనీ! నేటినుంచీ మన జీవితాల్లో రాబోయే మార్పు చూడు. అంతా విస్మితులైపోవాలి... నీ కంట నీటిచుక్క రాలిందంటే, నా జీవితం భూగర్భంలో కలసిందన్నమాటే... చూచుకో."

"ధన్యుడను."

అంటుంటే మా అన్నయ్య పాఠం చెప్పించుకోమని నన్ను పిలిచాడు. ఆరోజు నే నేమీ చదవనని చెప్పేసి వెళ్ళి నా ప్రక్కమీద వాలిపోయాను... రజనికూడా ఏదో బరువెక్కిన హృదయంతో తన గదిలోకి వెళ్ళిపోయాడు.

ఆ రాత్రి నాకు నిద్దరపట్టలేదు. మా రజని సంగతి నాకు తెలియదు.

* * *

పదిరోజులు గడిచాయి.

నేనూ మా అన్నయ్యా అన్ని విధాలా కంటికి రెప్పలా కాపాడుకుంటూ ఉన్నాం రజనిని... దానితో రజని ఉత్సాహం చెప్పనలవి కాదు. ఆ రోజు రాత్రి నేనూ మా అన్నయ్యా సినిమాకు వెళ్ళాలనుకున్నాం. మా నాన్న మా ఇద్దరికే డబ్బిచ్చాడు. మాట్లాడకుండా పుచ్చుకొని, మా అమ్మ దగ్గరకు వెళ్ళి జరిగిన అన్యాయం అంతా ఏకరువు పెట్టాను. దానితో మా అమ్మ కళ్లనీళ్లు నిండాయి. వెంటనే బొట్టుపెట్టినుంచి పదిరూపాయలు నోటు తీసి రజని కీయమంది. ఆ సంగతి యెవరితోనూ చెప్పవద్దంది, ముఖ్యంగా మా నాన్నతో... నాకేం కర్మం చెప్పేవరకు.

నెమ్మదిగా నోటు చేతిలో పెట్టి సినిమా సంగతి మారజనికి చెప్పాను. నా చెంపమీద చిన్న దెబ్బ కొట్టి 'ఎంతటి దానవయ్యావే మధూ!' అంటూ బ్రహ్మానందంతో సైకిలెక్కి వెళ్లిపోయాడు.

ఈ సంగతేమీ మా అన్నయ్యకు తెలీదు.

అతడిదొక గుడ్డెద్దు మాలోకం.

రజని వస్తున్నాడా? రాకపోతే ఎందుకు రావడం లేదు? అనే విషయాలే ఆలోచించిన పాపాన్న పోలేదు... కావాలంటే అడగండీ ప్రపంచంలో విఖ్యాతకవులెవరో 'డేంటీ' దగ్గరనుంచి 'షెల్లీ' వరకూ 'కొటేషన్సు'తో సహా కుమ్మి పారేస్తాడు. నీటినివిడిచిన చేప బ్రతుకలేనట్లు, పుస్తకాలు విడచి మావాడు బ్రతుకలేడు.

మా రజని పక్షిలా ఆకాశం మీద ఎగిరిపోవాలంటాడు.

మా అన్నయ్య చెదపురుగులా పుస్తకాలు డొలుస్తూ ఉండాలంటాడు.

అది వాని ప్రవృత్తి; ఇది వీని ప్రవృత్తి. ఎవరిది వారిదేకదూ!

* * *

మా అన్నయ్యా నేనూ సరదాగా కబుర్లు చెప్పుకుంటూ, కాలినడకనే సినిమాకు జేరుకున్నాం. మా అన్నయ్య చైర్ టిక్కట్లు తీసుకుంటానికి గేటు వద్దకు వెళ్ళాడు. రజని వీపు చరిచాడు.

"టిక్కట్లు కొనబోతున్నావా?"

ఓరి నీ... నీ వెపుడు వచ్చావ్?"

"ఇపుడే. మీరు వెళ్ళారని తెలిసి వచ్చాను."

అయితే నీకూ ఒకటిక్కెట్టు తీసుకోమంటావా?"

"ఎందుకు లే"

"ఏం?"

"ఇంతకు ముందే తీసుకున్నాను. నీకు మీ చెల్లికి కూడా తీసుకొన్నాను."

"నిజం!"

అంటుంటే రజని చేతిలో 'బాక్స్' టిక్కెట్టు తీసుకొన్నది చూపించాడు. మాఅన్నయ్య ఆశ్చర్యపోయాడు. వాడైతే జన్మలో ఆరు రూపాయలు పెట్టి "బాక్స" టిక్కట్టు తీసుకోడు. ఎందుకంటే "ఎకనామిక్స్" అంతా ఏకరవు పెడతాడు.

ఎలాగైతేనే ముగ్గురం "బాక్సు"లో కూర్చున్నాం.

అటు మా అన్నయ్య; ఇటు మా మావయ్య.

ఇరువురకూ మధ్య నేనూ కూర్చున్నాం.

నాలుగు నిమిషాలకల్లా ఎప్పుడు ఆర్డరిచ్చాడో, కలర్సు, బిస్కెట్సు, పిప్పరిమెంట్, చ్యూయింగ్ పేస్ట్, కిళ్లీ వగైరాలతో సిద్ధం చేసిన రెండు 'ట్రే'లతో పట్టుకొని ఇద్దరు కుఱ్ఱవాళ్ళు తయారయ్యారు... మా అన్నయ్య ఆశ్చర్యానికి, నా ఆనందానికి మేర లేదు.

"ఇవన్నీ ఎపుడు ఆర్డర్ ఇచ్చావోయ్ రజనీ?"

"ఇంతకుముందేనోయ్. పుచ్చుకో తరవాత మాట్లాడదామ్" అంటూ మాకు చెరోగ్లాసూ ఇచ్చి, తానొక గ్లాసు పుచ్చుకున్నాడు. మా అన్నయ్య ఒక రూపాయి తీసి ఈయబోయాడు.

"ఇదేమిటోయ్. వాటన్నిటికీ అయింది మూడు రూపాయలు" అన్నాడు నవ్వుతూ రజని.

"అబ్బా! మూడురూపాయలే. నా వద్ద ఉన్నవే రెండురూపాయిలే" అన్నాడు బిక్కముఖంతో మా అన్నయ్య.

"మరేమీ ఖంగారుపడక నీ రెండు రూపాయలు నీ పర్సులోనే ఉండనీయి. నే నింతకుముందే ఇచ్చాను" అంటూ సిగరెట్టు ముట్టించాడు.

బిస్కెట్లూ అవీ శుభ్రంగా తిని కిళ్లీలు నవులుకుంటూ కూర్చున్నామ్.

మారజని దర్జా, కర్చూ, చూస్తూ ఉంటే నాకే ఖంగారుపుట్టేది. ఆట ప్రారంభించారు.

పిక్చర్‌పేరు "ప్యాస్" స్నేహప్రభా ఈశ్వర్‌లాలలు అద్భుతంగా నటిస్తున్నారు! అమరగానం కురిపిస్తున్నారు.

నాయకీ నాయకుల శృంగారఘట్టాలు తటస్థించాయి.

నాయిక చెట్టుకొమ్మమీద కోకిలలా కూర్చుంది; కోకిల్లా పంచమ స్వరంలో పాడుతూ ఉంది. నాయకుడు ప్రక్కనే పరవశుడై నిలబడ్డాడు. ఇరువురూ రసతన్మయులై రాగాలు తీస్తున్నారు. ఆనందపరవశులై, అనురాగసరసిలో అలలుగా కలసిపోతున్నారు...

ఆ ప్రణయదృశ్యం యువతీయువకుల హృదయాలలో తుపానుగాడ్పులు రేపింది. మా అన్నయ్య బుద్ధిమంతుడు కాబట్టి సిగ్గుతో తలవంచుకొని, లోలోన నవ్వుకుంటూ పాట వింటున్నట్లున్నాడు.

అదే సమయం అనుకున్నాడో ఏమిటో. మా మొరటుమనిషి నా భుజంమీద చేయివేసి "మధూ" అని ముఖంలో ముఖం పెట్టి చూచి ఒక్కసారి భుజం నొక్కాడు.

దానితో నా హృదయం ఝుల్లుమంది.

సిగ్గుతో ముఖం వెలవెల బోయింది.

మా అన్నయ్య చూచాడేమోనని అపరిమితమైన భయం వేసింది. నెమ్మదిగా చేయితీసి "ఊరుకుందూ బాబు, నీకు పుణ్యం ఉంటుంది" అన్నట్లు కనుబొమ్మలు ముడిచే నా బాధను వ్యక్తం చేసుకున్నాను.

అతడు గ్రహించాడో ఏమో "ఆఁ పరవాలేదు లెద్దూ!" అన్నట్లు చిలిపి నవ్వు నవ్వాడా అసాధ్యుడు.

ఎలాగైతే భగవంతుడు దయవల్ల 'ఇంట్రవెల్' ఇచ్చారు. మళ్ళీ రజని బయటకు వెళ్ళి వచ్చాడు. దానితో 'టీ' వాడు ఫలహారాలతో సిద్ధం. ఇంక ఆపూటకు భోజనాలు సున్న. తినకపోతే ఊరుకోడు. పైగా ముందు డబ్బిచ్చి వస్తాడాయె...

నేనిచ్చింది పదిరూపాయిలయితే, అతడు ఖర్చు పెట్టిందపుడే పదిహేను రూపాయిలయింది... బలేవాడు లెండి.

మళ్ళీ సినిమా ప్రారంభం.

కథలో తన్మయుడై పోయాడు, మా రజని.

ప్రేమదేవాలయం తీసుకొని నాయిక తన ప్రియుని పెళ్ళిపందిట్లోకి పాడుకుంటూ వస్తూంది. గోపాలుని గురించి పరితపించే రాధికాన్వేషణం స్ఫురించింది.

తన ప్రియుడు అన్యవనితను వివాహం చేసుకుంటున్నాడు. ఇంకాతడిచ్చిన ప్రణయమందిరం తనవద్ద ఎందుకు? ఆ నూతన వధూవరులకే బహూకరించాలి... అనుకొని పాడుకుంటూ వస్తూంది...

ఆ విషాదమూర్తిని చూచేసరికి నా కన్నీళ్ళు రాలాయి; అంటేకాదు; మా రజనికూడా ఆ ఘట్టం చూడలేక కన్నీరు కార్చకుండా ఉండలేకపోయాడు...

కాని కథ అడ్డం తిరిగింది.

పెళ్లికూతురు పూర్వప్రియులిద్దరకూ పెండిలి చేసి త్యాగమూర్తియై, ధన్యజీవిని అయింది. దానితో నా వీపుమీద ఒక్క చరుపు పడింది.

"అబ్బా! ఏమిటి రజనీ" అన్నాను.

"ఇంకేముంది? తప్పిపోయిందనుకొన్న పెళ్లి జరిగితీరింది... అబ్బా! ప్రేమకు చావు లేదుసుమా!" అంటూ తన ఆనందంలో తాను మునిగిపోయాడు.

ఆట ఆఖరు అయింది.

"ఎండింగ్ చాలా గొప్పగా ఉంది" అంటూ మా అన్నయ్య లేచాడు. చాలా బుగుందంటే చాలా బాగుంది అనుకుంటూ అంతా ఇంటికి బయలుదేరాం...

అంతలో మాకారు వచ్చింది.

కారెక్కి నేనూ మా అన్నయ్యా వెళ్ళిపోయాం. సైకిలుమీద మా రజని వచ్చేశాడు...

ఆ రాత్రంతా ప్రేమదేవాలయమే కన్నులకు కట్టింది.

"ప్రేమకు చావు లేదుసుమా!" అన్న మా రజని మాటలే చెవులలో మారుమ్రోగుతూ ఉన్నాయి.

రజనికి నేనంటే పంచప్రాణాలు. అది నిజం. కాని ఒకొక్కప్పుడు మనసు బాగుండకపోతే, నన్నూ లెక్కసేయడు. తుదకు దేవుడ్ని కూడా లెక్క చేయడు. అతని మనస్సు ఇట్టిదని మాత్రం చెప్పడం ఎవరికీ శక్యం కాదు.

రోజులు గడుస్తున్నకొలదీ మా రజని నుండి నన్ను వేరుచేయాలని మా నాన్న ప్రయత్నం ఎక్కువైపోయింది... నన్ను మా రజనినీ చెరోదిక్కుకు విసరివేయాలని ఆయన ప్రయత్నం... మరి భగవానుని ప్రయత్నం ఎలాగుందో!

4

మా పరీక్షలు అవుతూ ఉన్నాయి.

పరీక్షలకంటే ప్రాణగండము, నరకయాతన, విషజ్వాల, ఉరిత్రాడు, కత్తిపోటు, నెత్తుటిమంట, మరొకటి ఉండదని తెలియని విద్యార్థినీ విద్యార్థులుండరు. రేయింబవళ్ళూ చదివినా మా పేపరు దిద్దేటప్పుడు 'ఎక్జామినర్' మనసు బాగుండకపోతే సున్నా చుట్టాడన్నమాటే... దానితో జీవితం సుడిగుండంలో పడిందన్నమాటే.

ఒకోక్లాసు దాటుతుంటే నరకంలో ఒకో వైతరణీనది దాటుతున్నట్లుంటుంది. కాని ఏ M.A. ., ప్యాసయినవాడినో అడిగితే "ఆఁ ఏముంది, వెధవ చదువు" అంటారు పెదవులు

విరుస్తూ... గట్టు దాటినవాడు శ్రమ మరచి గట్టీవల నున్నవానితో కులాసాగా కబుర్లు చెప్పినట్లు మాటాడతారు.

పరీక్షలంటే నాకు భయం ఎక్కువ.

పైగా ఫేలైతే మళ్లీ చదివించనంటున్నాడు మా నాన్న మగవారు ఫేలైనా పరవాలేదట. కాని ఆడవాళ్ళకు వయసు దాటితే పెద్దవారైపోతారట. అంచేత చదివించరట. ఇదీ మా నాన్న తీర్పు. స్త్రీ పురుష సంతానాలలో భేదం ఎలా ప్రారంభం అవుతుందో చూడండి.

కాని మా రజని మాత్రం నాకు నోట్సులు వ్రాసిపెట్టి, నానా అవస్థలు పడుతూ సాయంచేస్తూ ఉండేవాడు. ఎందుకో నన్ను చూస్తే ఆ అవ్యాజ ప్రేమ. మా అమ్మ నిదురపోతూంటే, తానే పొయి రాజేసి 'టీ' కాచి ఇచ్చేవాడు. రాత్రులవేళ ఏమీ తోచకపోతే సైకిల్ వేసుకొని బజారు వెళ్లి పళ్ళూ, మిఠాయిలు తెచ్చేవాడు. వాటిని మాతో పాటు తినడానికి మా అన్నయ్య ఎపుడూ వెనుకంజ వేసేవాడు కాదు, వాడి ధర్మమా అంటూ.

మబ్బుల్లో మెరుపులా ఇలా కష్టకాలంలో మారజని నాకు ప్రాణానికి ప్రాణంగా తోడ్పడ్డాడు. రోజూ మాస్కూలు ముందు నా కొరకు కనిపెట్టుకొని ఉండి, నేను బయటకు రాగానే క్వెచ్చిన్ పేపరు చూచి, అనుకొన్న ప్రశ్నలు వచ్చినందుకు బ్రహ్మానందపడుతూ ఏభైమైళ్ళస్పీడులో సైకిలెక్కి వెళ్లి మా అమ్మతో "మా మధు ఇవాళ చెక్కేసింది" అని శుభవార్త చెప్పేసేవాడు... ఇంట్లో చక్కని టిఫిన్ చేయించేవాడు రాగానే ఇద్దరం కలిసి తినేవాళ్లం.

అలా నా పరీక్షలు గడిచాయి.

మా రజని పరీక్షలింకా నెల్లాళ్ళకుగాని పూర్తి కావు. పంజరం నుంచి బయటపడిన చిలుకలాగ, పరీక్షలు కాగానే పాడుకుంటూ, ఆడుకుంటూ ఆనందప్రపంచంలో పడ్డాను.

* * *

వారం రోజులు గడిచాయి.

నేననుకొనేదానిని - పరీక్షలకంటే కష్టం లేదని, మా రజనితో మాట్లాడకుండా చేసేదానికంటే నిర్బంధం లేదని... కాని, ఆ రెండూ కావు. మరొక క్రొత్త గొయ్యి... కాదు, నుయ్యి మా నాన్న నా కొరకు తవ్విస్తున్నాడు.

ఏమిటో తెలుసునా!

పెళ్ళి...

ఎవరితో తెలుసునా?

ముక్కూ మొఖం తెలియని ఎవరో చింత మొద్దుతోనట.

ప్రయత్నాలు తీవ్రంగా జరుగుతున్నాయి.

ఒక సాయంకాలం వంటింటి ముందు మా అమ్మా నాన్నా తలుపు దగ్గరగా వేసుకొని ఇలా మాట్లాడుతున్నారు.

"అమ్మాయి సంబంధం కుదిరినట్లే"

"ఎవరితో నండీ"

"బారెట్లా వెంకన్న పంతులని లక్షాధికారి."

"ఓహో! అమ్మాయి ఒప్పుకుందా?"

"అమ్మాయి దేముందే... మన కాలంలో అమ్మాయి నడిగే పెళ్ళి ఏర్పాటు చేసేవారా? ముక్కుపచ్చలారని ముద్దరాలు దానికేం తెలుస్తుంది? అమ్మాయి మంచి చెడ్డలన్నీ మనకు తెలియవూ?"

"తెలుసుననుకోండి... కాని మనకాలం నేటికాలం వేరుకదూ! మా కాలంలో సంతకం చేయడం వస్తే చదువు వచ్చినట్లే... కాస్త పురాణం చదవడం వస్తే పండితులే కదూ... ఇపుడాలాగా మరి? అమ్మాయికి మనం మాటాడే భాష కాకుండా, దొరల చదువు కూడా చదివిందాయెను... అందుచేత అమ్మాయి ఇష్టంలేకుండా పెళ్లి చేయడం మంచిది కాదేమో అనుకుంటాను."

"అబ్బే! నీకు తెలీదు. పెళ్ళికొడుకును చూస్తే అలా అనవు. బుద్ధికి బృహస్పతి; డబ్బుకు కుబేరుడు... కావలసిన సంబంధం. ఏమి లోటని అమ్మాయి నడగాలి?"

"అన్నీ బాగుంటే అమ్మాయే ఒప్పుకుంటుందిగా"

"ఒప్పుకుంటుంది. కాని. అమ్మాయి నడిగి పెళ్ళిచేస్తే నలుగురిలో చులకనయిపోతాం."

"అలాగండీ!"

"అందుకనేగా పెళ్ళిరోజు వరకూ తెలియనీయకుండా ఉందామంటుంది..."

"సరేలెండి. మీకు తెలియందేముంది. మీ ఇష్టం వచ్చినట్లు చేయండి. కాని..."

"ఏమిటో ఆ సనుగుడు చెప్పు."

ఆ అదలింపుతో మా అమ్మ హడలిపోయింది.

"అబ్బే! ఏమీ లేదు."

అంటూ తనపని తాను చూచుకోబోయింది.

"ఏదో చెప్పమంటం లేదూ?"

ఆ ప్రశ్నతో చెప్పక తప్పింది కాదు...

"ఏమీ లేదు గాని... మన రజని చాలా ఆస్తిపరుడే కదూ!"

"అయితే, వాడి కిమ్మంటావా?"

"......................"

"మాట్లాడవే?"

"ఇస్తే అమ్మాయి సుఖపడదంటారా?"

"సుఖమా అర్ధానమా? ఇంక నేం అమ్మాయికి పుట్టిల్లే అత్తవారిల్లు... అత్తా? మామా? ఏ దిక్కూ లేకుండా ఇక్కడ పడివుండి నీకు వంటచేసి పెడుతుందిలే... స్త్రీ బుద్ధి ఇలాగే ఉంటుంది. తమ్ముని సుఖం చూచుకున్నావు గాని, అమ్మాయి క్షేమం ఏమైనా ఆలోచించావా?"

పులిలా విరుచుకు పడిపోయే సరికి, గంగిగోవులా మా అమ్మ గడ గడలాడి పోయింది.

"ఇన్ని ఆలోచించి అన్నానటండీ"

"మరి పెళ్ళి విషయంలో ఎన్నాలోచించాలి? కులగోత్రాలు, ఆస్తి పాస్తులు, అత్తమామలు, కుటుంబ సాంప్రదాయాలు, పిల్లవాని బుద్ధి కుశలతలు, మంచిచెడ్డలూ ఎన్ని ఆలోచించాలి."

"అబ్బా! అన్ని ఆలోచించాలే?"

"మరేమిటనుకున్నావ్?"

"ఇన్ననుకోలేదు గాని మీ ఇష్టం వచ్చినట్లు చేయండి. అమ్మాయి ఆనందం మీకు మాత్రం తెలీదా?"

"అయితే బారిష్టర్ సంబంధం కుదురుస్తాను."

"మీ యిష్టం అన్నానుగా"

"సరే... మంచిది. పిల్ల అదృష్టవంతురాలు."

అంటూ మా నాన్న బయటకు రాబోతున్నాడు. ఇంకా ఆ తలుపుచాటు నుంటే ప్రమాదం అనుకొని నా గదిలోకి వెళ్ళిపోయాను.

* * *

కాలవిషసర్పం నా మెడకు ఉరిత్రాడుక్రింద చుట్టుకుంది.

మా అమ్మ వట్టి అమాయకురాలు; సత్యకాలపు మనిషి; పూజా పునస్కారాలు పతిసేవ తప్ప మరొకటి తెలీని వేదకాలపునాటి ముత్తైదు. అధునాతన భావాలు లేని ఆమె నా కేమీ సాయం చేస్తుంది? ఇంకీ విశాల ప్రపంచంలో నా భావానుగుణంగా ప్రవర్తించేది ఒక్క మా అన్నయ్యే... రజనికేదైనా ఇష్టముంటే వింటాడు; లేకపోతే లేదు.

ఇలా సుడిగుండంలో గడ్డిపోచలా కొట్టుకుపోతున్నాను. మా అన్నయ్య చేయూత నిచ్చి సుడిగుండం నుంచి రక్షించగలడనే ఆశ ఎందుకో గలిగింది. దానితో మా నాన్న ఆఫీసుకు వెళ్ళగానే, మా అన్నయ్యవద్దకు వెళ్ళి ఆరోజు కాలేజికి సెలవు పెట్టమన్నాను. ఎందుకంటే మాట్లాడాలనుకున్నాను. సరే అన్నాడు. ఒంటరిగా చూచి పూసగుచ్చినట్లు జరిగిన సంగతులన్నీ చెప్పేశాను.

మా అన్నయ్య హృదయం కరిగిపోయింది.

ఒక నిట్టూర్పు విడిచాడు.

"మధూ! ఒక ప్రశ్న అడుగుతా. జవాబు చెబుతావా?"

"తప్పక."

"బారిష్టర్ ఇష్టం లేదుకదూ?"

"లేదు."

"ఇంకెవ్వరూ ఇష్టం ఉండరా?

"ఉండరు."

"ఆఖరుప్రశ్న అడుగుతున్నాను. జవాబు చెప్పు చెల్లీ... నీవు రజనిని వివాహం ఆడటానికి..."

సిగ్గుతో నేను తలవంచుకున్నాను.

"సరేతల్లీ! ఇంక నేనేమీ అడగనవసరం లేదు. నీ వేమీ చెప్పనవసరం లేదు. రాత్రి మాత్రం నాన్నతో నేనుండగా నీ ఉద్దేశం ఖచ్చితంగా చెప్పు నీకు నేను పూర్తిగా సపోర్టు చేస్తాను."

"అలాగే"

"హృదయంలో ఉద్దేశం చెప్పడానికి సంశయం ఎందుకమ్మా!" అంటుంటే "అలాగే అన్నయ్యా!" అని వెళ్ళిపోయాను.

మా అన్నయ్య ఎంతచక్కగా ప్రశ్నించి నా హృదయం తెలుసుకున్నాడో తలుచుకుంటే నాకు అపరిమితమైన ఆనందం కలిగింది.

ఈ గొడవలో ఈషత్తుకూడా మా రజనికి తెలియదని నా ఉద్దేశ్యం.

* * *

రాత్రి తొమ్మిది గంటలయింది.

మా అదృష్టవశాత్తు రజని ఎవరివద్దో నోట్సు చదువుకుంటానికని వెళ్ళిపోయాడు. అదేసమయం అనుకొని మా అన్నయ్యా నేనూ పెళ్లి సంగతి కదల్చాలని కూడబలుక్కున్నామ్.

భోజనానంతరం అంతా సావిట్లో కూర్చున్నామ్.

మా అమ్మ వంటింట్లో ఏదో పని చూచుకుంటూ ఉంది.

నెమ్మదిగా మా అన్నయ్యే ఇలా కదిపాడు.

"నాన్నగారూ! చెల్లమ్మ సంబంధం ఖాయం అయిందటే?" అన్నాడు నెమ్మదిగా.

"ఎవరు చెప్పారు?"

"అనుకుంటూ ఉంటే విన్నాను. బారిష్టర్ వెంకన్నగా రటకదూ!"

"అవును. చాలా గొప్పసంబంధం. వాళ్ళే తచ్చాడుతూ ఉన్నారు."

"అంత తచ్చాడేవారి సంబంధమెందుకు నాన్నగారూ? అమ్మాయికేమయినా లోటా. చక్కగా బి.ఏ. ప్యాసయిందంటే, ఆమెకు నచ్చిన ఫారెన్ రిటర్న్డ్ (Foreign Returned) వస్తాడు."

"ఇంకా నయం. ఇంతవరకూ పెళ్ళి చేయకుండా ఉన్నందుకే సంఘం నా తలమీద వెంట్రుకలు లాగేస్తున్నారు. ఇంకా ఊరుకుంటే ఇంక చెప్పనా?"

"అదేమిటి నాన్నగారూ! సంఘం మీ తల లాగితే, సంఘం తల మీరు లాగండి. అయినా మన కుటుంబ బాధ్యత, అభివృద్ధి, మనదిగాని, సంఘానికేం సంబంధం అండీ!"

"నీకు తెలీదు. పిల్లకాకి కేం తెలుసునురా ఉండేలు దెబ్బని, నీకు ఇంకా లోకానుభవం తెలీదు. మానవుడు సంఘోపజీవి. సంఘంలో మర్యాదా లేకపోతే, ఇంట్లో ఉన్న శవం కూడా వీధిలోకి వెళ్లదు. తిండి లేకపోయినా బ్రతకగలం గాని పరువు లేకపోతే బ్రతుకలేం..."

"నాన్నగారూ! మీరు చెప్పేవి ఈ నవయుగానికి సంబంధించిన మాటలు కావు... సంఘశాసనాలకు తలలొగ్గే కాలం గతించి చాలాకాలం అయింది. నవజీవనం ప్రారంభం అయింది నాన్నగారూ! సంఘానికి తలలొగ్గడం పరువుకాదు; బరువు సంఘదౌర్జన్యానికి శిరసులొగ్గడం ధర్మం కాదు; హృదయదౌర్బల్యం..."

"ఏం మాటలు శాస్త్రీ ఇవి."

"కొత్త ప్రపంచంలో శంఖారావాలు... నాన్నగారూ! ఒక్కమాట చెబుతా వినండీ, ఈడొచ్చిన బ్రాహ్మణ పిల్లలను, అవివాహితలుగా నేడు ప్రతియింటా... కాదు మనయింట కూడా... చూస్తున్నారు కదా! పూర్వం ఎక్కడా కనబడేవారు కాదేమండీ! బాల్యవివాహాలను ప్రబోధించిన, ఈ సంఘశాసకుల గొంతుకలకు ఉరి ముడివైచిన శారదామహాశయుని ఏ శిలువ వేశారు? వారి శవం ఇంటినుండి వీధిలోకే వెళ్ళలేదేఁమిటి?

నేడు ఇంతమంది విద్యావతులను చూస్తున్నాను, ఇంతఃపూర్వం చూశారా చెప్పండీ! కాలప్రవాహం విజ్ఞాన తేజోముఖంగా ప్రవహించుకు పోతూ ఉంటే, పాత చెట్లు కొట్టుకుపోయి, కొత్త మొలకలు రేకెత్తుతాయి. అది సహజధర్మం దాని కెవరు విరుద్ధంగా నడవగలరు?"

"అయితే ఏమంటావోయ్?"

"కోప్పడకండి నాన్నగారూ! మన కుటుంబ విషయాలు చర్చించుకుంటున్నాం. అంతే."

"సరే. చెప్పు."

"మనవులు తమంత తాము తమ మంచిచెడ్డలు నిర్ణయించుకోగలిగే వరకు వారికి వివాహానికి అర్హత లేదని నా ఉద్దేశం."

"మంచిదే."

"కాబట్టి చెల్లమ్మపై మోయరాని సంసారపుబరువు అపుడే మోపేదానికంటే, కొంతకాలం చదివించడం మంచిదని నా తలపు."

"సంతోషించాములే ఊరుకో! చెల్లమ్మ చదివి రాజ్యాలేమీ ఏలనవసరం లేదు."

"మేం చదివి రాజ్యాలేలనున్నాం కాబట్టి చెల్లమ్మ రాజ్యాలేలదని విచారమా? అయినా చదవడం విజ్ఞానానికి గాని ఉద్యోగాలకు కాదు."

"ఈ చదువు చాల్లెద్దూ!"

"నన్ను చదివించి, నా తోబుట్టువు చదువు మాన్పించడం ఉచితం కాదనుకుంటాను. స్త్రీ పురుషుల కిద్దరకూ సమానంగా విద్యాబుద్ధులూ గరపినపుడే, పౌరధర్మం (Citizen-ship) తెలుస్తుంది; లేకపోతే బానిసలుగా పుట్టి, బానిసలుగా పెరిగి, బానిసలుగా చనిపోవడమే బ్రతుకుఫలితం అనిపిస్తుంది."

"స్త్రీ పురుషులకు అన్నిటిలో సమానహక్కులిచ్చి, స్వరాజ్యం తెచ్చి, స్వతంత్ర్య వాయువులు పీల్చి, ఊరేగండి... లేకపోతే ఉరిపోసుకు చావండి. కాని, అమ్మాయి కీ నెలలో వివాహం చేసితీరతాను. "ఎవరడ్డు చెప్పినా మానను. అమ్మాయి మంచి చెడ్డలు కన్నతండ్రిని నాకు తెలియకపోలేదు."

"నాన్నగారూ! మీ రలా మాట్లాడితే మే మేమీ చెప్పలేం. మా అభివృద్ధి మీకు కాదని, మా మంచి చెడ్డలు మీకు తెలియవని కాదు. కాని మీ... మా అభిరుచులు భేదంగా ఉంటాయ్. అమ్మాయి అభిరుచిని బట్టి నడవడంకంటే ఆనందం ఏముంది?"

"సంతోషించాం గాని ఊరుకో! మిడి మిడి జ్ఞానంతో మిన్నులు ముట్టక... ఈ నెలలోనే పెళ్ళి ఖాయం."

అంటూ మా నాన్నగారు లేవబోయారు. అంతలో అడగమని మా అన్నయ్య నాకు సంజ్ఞ చేశాడు. ఊరుకుంటే వ్యవహారం మించి పోతుందని నెమ్మదిగా ఇలా ప్రశ్నించాను.

"నాన్నగారూ! పెళ్ళి...   "ఆఁ"

"ఎవరితోనండీ"

"బారిష్టర్ వెంకన్నగారితో..."

"మొక్కూ మొఖం తెలియని ఆయననెలా..."

"చేసుకుంటాననా నీ ప్రశ్న? మీ అమ్మ, నా ముక్కూ, మొఖం తెలిసే చేసుకుందా? లోకంలో స్త్రీలందరూ భర్త మంచి చెడ్డలను, ఆస్తి పాస్తులను, రూప లావణ్యాలను చూచే చేసుకున్నారా?"

"నాకు తెలీదు."

"వారి తల్లిదండ్రు లెవరని చేసుకోమంటే వారిని చేసుకున్నారు. అదీ స్త్రీ ధర్మం;" అదీ వినయవతుల శీలం; అదీ భారతవనితల సహజాలంకారం..."

"అందుచేతే వేలకు వేలు కాపరాలు విధ్వంసం అవటం."

"ఏమిటి? తల్లిదండ్రులు భర్తలను నిర్ణయించడం వల్లా?"

"తప్పకుండా?"

"అలాగే?"

"పెద్దల అభిరుచులు (Tastes) బిడ్డలమీద రుద్దుటంకంటే దౌర్జన్యం, అక్రమం, అన్యాయం మరొకటి ఉండదు. ఎవరి అభిరుచుల ననుసరించి వారి జీవయాత్రలు నడుస్తాయిగాని, అన్యథా జరుగ నేరవు."

"బాగుందమ్మా! బాగుంది. అన్నయ్య నేర్పిన పాఠం బాగా అప్పచెప్పావ్."

"అన్నయ్యేమీ నేర్పలేదు."

"ఒహోహో! ఇది నీ విద్యాఫలితమా?"

"కావచ్చు."

"పెద్దల నెదిరించమనేనా నీవు నేర్చుకుంది?"

"కాదు."

"మరి దేమిటి"

"పెద్దలకు నా హృదయం వ్యక్తం చేసుకుంటాన్నాను గాని, ఎదిరించటం లేదు."

"దాని అర్థమే అది." అంటుంటే మా అమ్మ అక్కడ నిలబడి వింటూ ఉన్నది ఊరుకోక "ఏదో! దాని మాటకూడా వినండి" అన్నది. దానితో "చెప్పావులే లోపలకు వెళ్లు" అని గర్జించే సరికి, మళ్లీ జవాబు చెప్పకుండా "నా కెందుకు బాబూ" అంటూ లోపలకు వెళ్ళింది.

అయిదు నిమిషాల నిశ్శబ్దం.

"అయితే మధూ! నీ ఉద్దేశం ఏమిటి? నా యిష్టం వచ్చిన వారిని చేసుకుంటానంటావా? చేసుకుంటావా?

"………………"

"మాట్లడవేం?"

"మీ యిష్టానికి వ్యతిరేకం వెళ్లాలని కాదు నా ఉద్దేశం"

"మరి?"

"నా యిష్టాన్ని బట్టి నా పెళ్లి చేయవలసిందని నా ప్రార్థన."

"ఇలా ఏపిల్లయినా తండ్రితో దెబ్బలాడడం విన్నావా?"

"విన్నావండీ. చాలామందీ!"

"అందుచేతే కాలం ఇలా తగలబడిపోతూంది. సరే నీ యిష్టం ఏమిటో చెప్పు"

"నేనా బారిష్టర్ మహాశయుని వివాహం చేసుకోలేను."

"ఎందుచేత?"

"నా కిష్టం లేదు కాబట్టి."

"మరి ఎవరిని చేసుకుంటావ్..."

నే నా ప్రశ్నకు జవాబు చెప్పలేకపోయాను.

అంతలో మా అన్నయ్య లేచి "రజని అంటే దానికి పంచప్రాణాలు, వాడినే చేసుకుంటుందనుకుంటాను" అంటూ చెప్పి వెళ్లిపోయాడు ప్రక్క గదిలోకి.

"ఇన్ని చెప్పింది అది చెప్పలేదా? చెప్పమ్మా చెప్పు. మరి తప్పుతుందా?"

"మావయ్యనే"

అంటూ నే నక్కడ నుంచి లేవబోయాను.

"బాగుంది అటు మా అమ్మగారి ప్రబోధం - ఇటు అన్నగారి ప్రబోధం - ఇరువురి తలమీదనుంచి రజనీ గారి ప్రబోధం - త్రిమూర్తులూ కలసి నీ జీవితం కూకటివేళ్ళతో పెగలించుతున్నప్పుడు నే నేంచేసేది? నీ కర్మం. వినాశకాలే విపరీతబుద్ధి అని ఊరకే అంటారూ?...

"ఏడవండి. మీ యిష్టం వచ్చినట్లేడవండి." అంటూ మానాన్న తన గదిలోకి వెళ్ళిపోయాడు. ఆ రాత్రి ఎవరకీ నిద్దుర లేదు. కాని నా కోరిక నెరవేరినందుకు బ్రహ్మానందంగా ఉన్నాను, మా భావిజీవితం ఆలోచించుకుంటూ.

5

రెండురోజులయ్యాయి.

పెళ్ళివాసన పసికట్టి బుసకొడుతున్నాడు మా నాన్న మీద రజని.

రజని కన్నుల నుండి పొగలు ఎగజిమ్ముతున్నాడు.

ఆరోజు నుంచి "రజని నాభర్త కాబోతున్నాడుగదా!" అనుకొనే సరికి నన్ను ఎక్కడలేని సిగ్గు తెరలు కబళించివేశాయి. రజని ముఖం చూడడానికే సిగ్గుపడుతూ ఉండేదానిని. రజని వీధిగుమ్మం దాటగానే, తల వంచుకొని ముసిముసి నవ్వులు నవ్వుకుంటూ మా అమ్మదగ్గరకు పారిపోయే దానిని. మళ్ళీ రజని బయటకు వెళ్ళేవరకు ఆమూలా ఈమూలా తచ్చాడుతూ ఉండేదానిని. ఎక్కడకు పోయిందో ఆ చనువంతా!

ఈ మార్పు మా అన్నయ్య కనిపెట్టి "మధూ!" అని పిలిచి నవ్వుతూ మరోగదిలోకి వెళ్ళేవాడు. నా బుగ్గల సొట్టల్లో సుడిగుండాలు చుడుతున్న ఆశాచంద్రికలను చూచిన మా అమ్మ ఆనందం వర్ణించలేను.

నన్ను కళ్ళారా చూచుకొనేది. నా యౌవనలక్ష్మి నూతన వికాసానికి లోలోన యెంతో పొంగిపోయేది. పని లేకపోయినా ఏదోపని కల్పించుకొని వేయిసార్లు పిలిచేది.

"నా బంగారు తల్లివి నా ముందు కూర్చోవమ్మా!" అంటూ మిలమిల మెరిసే నా కళ్ల తళుకుల్లో తాదాత్మ్యం పొందేది... అబ్బా! మాతృదేవత మహత్తర ప్రేమకు అంతులు చూడలేం

కదా! ఎన్నివేల యుగాల నుంచి దాచుకొన్నదో ఆ తల్లి కడుపులో తీయని మూగవేదన... ఎన్ని వాత్సల్య సముద్రాలను ఆ కన్నుల వెనుక దాచుకుందో! నా నవ్వు విన్నప్పుడల్లా, నా మాట విన్నపుడల్లా, నా ముఖం చూచినపుడల్లా, నా పాదాల చప్పుడు దూర దూరాల నుంచి విన్నపుడల్లా, ఆ తల్లి కన్నులు తేమ గిల్లుతాయి...

ఆ కన్నతల్లి వాత్సల్యానికి యుగయుగాల తరపున సాక్షీభూతురాలైన ఉషస్సుకు అభివందనాలర్పించి ఇంక నా కథకు వస్తాను.

* * *

రాత్రి షుమారు పన్నెండు గంటలయింది.

చదువాపి మా అన్నయ్య అప్పుడే పండుకున్నాడు. మిగిలిన వారంతా గురకనిద్దరలో కన్నులు మూశారు. మా టామీ మాత్రం అటు ఇటూ పచార్లుచేస్తూ ఉంది.

నా తెల్లని పక్క వెన్నెల చూపుతో చల్లబడిపోయింది.

కాని, నా హృదయంలో ప్రేమదేవాలయానికి కట్టే పచ్చ తోరణాల చప్పుడు నాకు నిదుర రానీయడంలేదు. ప్రేమదేవాలయంలో మోగే మంగళవాయిద్యాలు నా చెవులకు అమృతరసపూరితాలయ్యాయి.

"అబ్బా! ప్రకృతి ఇంత ఆనందస్వరూపిణా!" ఆ మాట ఎన్నోసార్లు నాలో నేను అనుకున్నాను.

"మా రజనితో నేను అనుభవించే ఆనందానికి అంతుంటుందా!" ఆ ఆలోచనతో నా ప్రతి అవయవం అమితరసభరితం అయిపోయింది.

దానితో మా భావిజీవితాన్ని ఆలోచిస్తూ పండుకున్నాను.

"ప్యాస్" సినిమాలో నాయిక విలపిస్తూ ప్రణయదేవాలయాన్ని తీసుకు వెళుతున్నట్లు జ్ఞప్తికి రాగానే హృదయం జల్లుమంది. కాని తుదకు నాయికా నాయకులు వివాహం చేసుకోనడం జ్ఞాపకం వచ్చేసరికి ఆనందం కలిగింది.

అలా భావశబలతలో కొంతసేపు అల్లాడిపోయాను.

ఎలాగైతే కొద్దిగా నిద్దరపట్టింది.

* * *

అది మిన్నులుముట్టే ప్రేమదేవాలయం.

ప్రేమదేవత ముందు కూర్చొని వీణ వాయిస్తూ ఉన్నాను.

అంతలో మా రజని ఎక్కడనుంచి వచ్చాడో, రుద్రరూపంతో వచ్చి నా చేతిలో వీణ లాగుకొని నేలమీద వేసి చితగకొట్టాడు. వీణ తీగలన్నీ ఒక్కసారి భిన్నమై వికృతనాదం వెలువరించాయి.

భయంకంపితనై లేచాను.

"ఏమిటీ పాడుకల? అని కళ్ళు నలుపుకుంటూ లేచి కూర్చున్నాను.

నా హృయదంలో నుంచి ఎవరో వేయి గొంతుకలతో "లే - మధూ! లే నీ రజనితో నీ పెళ్లి శుభవార్త చెప్పు... లేకపోతే అతనితో ఎవరు చెబుతారు... మీ నాన్న హృదయం తిరిగి మారకముందే మీ రజనిని కలుసుకో లే సాహసించు - తెల్లవారితే మంచు ముత్యాలతో కట్టుకొన్న నీ ఆశాసౌధం కూలిపోతుంది" అంటూ హెచ్చరించారు.

నా శరీరం అంతా ముచ్చెమటలు పోశాయి.

నిశరాత్రి; అటు అమ్మ; ఇటు నాన్న; పైన రజని ప్రక్కగదిలోనే మా అన్నయ్య; ఎలా? అమ్మ బాబోయ్! అంత సాహసమే.

నాలుగు నిమిషాలు గడిచాయి.

లేచాను.

"తెలుస్తే"

"ఇంకేముంది. కొంప మునిగిపోతుంది. ఇలా ఎంతకాలంనుంచో జరుగుతుందను కుంటారు. అందుచేత సిగ్గువిడిచి రజనిని చేసుకుంటానన్నదంటారు."

"మరెలా?"

"వెళ్లను. ఊహూ; వెళ్లను. పండుకుంటాను."

"రజని కెలా తెలుస్తుంది?"

"అవును. ఎలా తెలుస్తుంది పాపం?"

"అందుచేతే వెళ్లు"

"వెళ్లనా? తప్పదా? సరే... వెళతాను" మూడడుగులు వేశాను.

"మీ నాన్న కదులుతున్నటుందే!"

"కదలనియ్, భయంలేదు. నే నేం తప్పుపని చేస్తున్నానని భయపడాలి? నా ఆత్మ పవిత్రత నాకు తెలియదా?" పైట తలమీద నుంచి లాగి చప్పుడు చేయకుండా మేడ మెట్లెక్కుతున్నాను. అంతలో మా టామీ మొరిగింది.

"ఇంకేముంది మీ అమ్మ లేస్తుంది!"

"మా అమ్మ లేస్తుందా?"

"మీ నాన్నకూడా లేస్తాడు."

"మా నాన్న కూడానా?

"మీ నాన్నే కాదు; అంతా లేస్తారు."

"అంతా లేస్తారా?"

"లేచారేమోకూడాను."

నా హృదయంలో వేయివేల గునపాలు నాటినట్లయింది. అక్కడొక క్షణం కూడా నిలువలేకపోయాను.

మేడమెట్లెక్కలేక దిగిపోయాను – కాని, అంతా గురక నిదురలోనే ఉన్నారు. పది నిమిషాలా పక్కమీద కూర్చున్నాను.

దుర్బలహృదయం వేసిన పిరికి ప్రశ్నలు; పెట్టిన పిరికి మందు; జ్ఞాపకం తెచ్చుకొన్నాను... "ఛీ. ఛీ. ఒకో స్త్రీ ఎంతలేసి కార్యాలు చేయడం లేదు. ఏపాపం లేనిదే నా కింత భయం ఎందుకు? ఇవాళ కాకపోతే రేపైనా రజని నా భర్త కాకపోతాడా..." అనుకొని హృదయానికి పూర్తిగా ధైర్యం తెచ్చుకొని మేడమీదకు వెళ్లిపోయాను.

ధైర్యం లక్ష్మి; సాహసం శక్తి; ఈ రెండూ సార్థకం అయ్యాయి.

* * *

రజని గాఢంగా నిదుపోతూ ఉన్నాడు.

తలప్రక్కన కూర్చొని "రజనీ! రజనీ! అని లేపాను.

"ఎవరు? మధూ!" అంటూ లేచాడు.

"ఏం? ఇలావచ్చావ్... చాలా రాత్రి అయినట్లుందే" అన్నాడాశ్చర్యంతో.

"అవును. చాలారాత్రి అయింది" అన్నాను నెమ్మదిగా.

"ఎందుకొచ్చావ్?"

"కొన్ని రహస్యాలు చెప్పడానికి."

"పగలు చెప్పకూడదూ?"

"వీల్లేదు."

"మరి బావయ్య చూడడూ!"

"చూచినా పరవాలేదు."

అతడేమీ జవాబు చెప్పలేదు.

నే నతడ్ని కొంతసేపు ఏడిపించాలనుకున్నాను.

"రజనీ! నా పెళ్ళి."

"నీ పెళ్లా!"

"అవును. నా పెళ్లిసంగతే చెప్పటానికి వచ్చాను."

"సంతోషం. ఎవరితో..."

నాకు ఆశ్చర్యం కలిగింది. తెలిసినా అడుగుతున్నాడేమిటిరా అనుకున్నాను.

"నీకు తెలీదా రజనీ!"

"నాకెవరు చెబుతారు... అసలీ మాటే వినలేదే."

"మరి నాన్నమీ దెందుకు ఈ రెండురోజుల నుంచి కోపంగా ఉన్నావ్?"

"మొన్న నవసరంగా "రాత్రి ఎక్కడికి వెళ్లేనోయ్ ఘూలా? మా తల నీల్లుడు ఎక్కువయిందే" అంటూ చివాట్లు పెట్టాడు. అందుకనీ..."

"అదా సంగతి" అంటూ అతగాడు కొట్టే బుస, పెళ్లిసంగతి పసిగట్టి కాదని తెలుసుకున్నాను. ఇంక నా పెళ్లి బారిష్టర్ వెంకన్నతోటని చెప్పి, ఏడిపించి ఏడిపించి, బతిమాలించుకొని బతిమాలించుకొని చెప్పాలనుకున్నాను.

"రజనీ! నా పెళ్లిసంగతి ఇంకా తెలియలేదా?"

"చెప్పందే ఎలా తెలుస్తుంది?"

"పెళ్ళి ఖాయం అయింది."

"ఎవరితో?"

"బారిష్టర్ వెంకన్న గారితో."

"అయితే చాలా అదృష్టవంతురాలవే."

ఆ మాటకు నాకు వళ్ళు మండింది. "కాదామరి" అని పెంకి జవాబు ఇచ్చాను.

"మధూ! ఎప్పుడే నీ పెళ్ళి?"

"ఈ నెలలోనే."

"అయితే వారం రోజులపాటు మంచి టిఫెన్లు దొరుకుతాయన మాటే."

"ఇంట్లో పెళ్ళవుతూంటే, టిఫెన్లకు లోటా?"

"అయితే చాలా సంతోషం... ఎన్నాళ్ళకు శుభవార్త వినిపించావే మధూ!" అంటుంటే నా నరాలన్నీ తెగిపోయినట్లయ్యాయ్. ఇలా అంటున్నాడేమిటిరా అని ఆశ్చర్యపోయాను. కాని, వట్టి మోటుమనిషి; పెంకివాడు అనిమాత్రం తెలుసుకోవాలనుకున్నాను.

"రజనీ! ఈ సంబంధం నీకు నచ్చిందా?"

"పూర్తిగా. బారిష్టర్ అంటే సామాన్యమా? నీ నోము ఫలించిందనుకో! కేవలం నీ అదృష్టం పండి అటువంటి మహాశయుడు భర్తగా లభించాడుకాని, సామాన్య మనుకున్నావా?"

"రజనీ ఒక్క మాటడుగుతాను చెప్పు. నిజంగా నేనతనిని పెళ్లి చేసుకుంటం నీకు ఇష్టమేనా?"

"ఇష్టం కాకపోవడం ఏమిటే వెఱ్ఱి బాగుల్దానా? ఇదిగో ఈ గాయత్రి సాక్షిగా చెబుతున్నాను, ముమ్మాటికీ ఇష్టమే."

నా హృదయం ముక్కలైపోయింది.

నా ప్రేమ దేవాలయం నా సమాధి అయిపోయింది.

కాని ధైర్యం తెచ్చుకొని తిరిగిలా ప్రశ్నించాను.

"రజనీ! నేను పెళ్లి చేసుకొని ఇల్లు విడిచి వెళ్ళిపోతే, నీకింక మంచి చెడ్డలు చూచేదెవరు?"

"ఉందిగా మా అక్కయ్య."

"ఆమె నాన్న చేతిలో కీలుబొమ్మె కదూ!"

"అప్పుడందరినీ కీలుబొమ్మలు చేసి ఆడించే ఆ పరంధాముడున్నాడు కదు మధూ! దీనులపాలిటి దేవుడే లేకపోతే ఈ సృష్టి ఎప్పుడో నాశనం అయ్యేది."

నాకతని మాటలేమీ అర్థం కాలేదు. అతని భావం అంతకంటే అర్థం కాలేదు. నన్నింతగా ప్రేమించేవాడు, నే నితరులను చేసుకుంటానంటే సంతోషిస్తున్నాడేమిట్రా అని ఆశ్చర్యపోయాను.

"అయితే రజనీ! నేను బారిస్టర్‌ను చేసుకోనా?"

"తప్పక."

"నీకు ఆనందమేకదా?"

"ముమ్మాటికి. నీ కారోజున చక్కని బహుమానం కూడా ఇస్తాను."

"పెళ్ళి పెద్దరికం కూడా వహిస్తానా?"

"బావయ్య తిట్టకుండా ఉంటేను."

"సరే వెళ్లిరానా?"

"వెళ్ళు, పాపం! చాలా పొద్దుపోయింది."

"నీవింక నిదురపోతావా?"

"బ్రహ్మానందంగా... నీవు మెట్లు దిగేసరికి నా గురకకూడా వింటావ్" ఆమాట చెబుతూనే శాలువా కప్పుకొని పండుకున్నాడు.

నేను లేచి చాటుగా నా కన్నీళ్ళు ఆ చీకటిలో తుడుచుకొని క్రిందకు వెళ్ళి నా పక్కమీద వాలిపోయాను.

నాలుగు గంటలు కొట్టారు.

"రంగ రంగా" అంటూ మా అమ్మ లేచి నిర్మలంగా, నిశ్చలంగా, మేలుకొలుపు పాటలు చక్కగా పాడుకుంటూ ఉంది. ఆ శ్రావ్యగీతం ఆ చల్ల గాలులు మోసుకొస్తూ ఉన్నాయి.

ఆమె దెంత అమాయక జీవితం!

అప్పుడే తన తమ్మునితో నా పెళ్ళి అయిపోయినట్టే ఆనందిస్తూ ఉంది పాపం! తమ్ముడ్ని ఇంటల్లుని చేసుకుందామనుకుంది కాబోలు!

నా నిరాశాపిశాచం నాముందు కుండలతో రుధిరధార కురిపిస్తూ ఉంది. అయిదు గంటలు కొట్టారు.

ప్రపంచం ఒక్కమారు మేలుకొని, తన రెక్కలను రెపరెపా కొట్టుకుంది.

ప్రాణి లోకంలో కదిలికలు ఏర్పడ్డాయి.

తెల్లవారింది. రోజు గడిచిపోతూంది. మా రజని అలా అన్నందుకు చాలా పశ్చాత్తాప పడి ఉంటాడనుకున్నాను. కాని, అతనిలో ఉత్సాహం మరింత ద్విగుణీకృతం అయింది. ఆరోజు మరింత ఆనందంతో గడిపాడు. నా వంక అపారమైన ప్రేమతో చూచాడు. ప్రాణాలు కదిలిపోయేట్లు నాతో ఎంతో తీయగా మాట్లాడాడు... ఎందుకో అతని కా ఆనందం!

మళ్ళీ పగలు చీకటిగా మారింది.

నా బ్రతుకు కాటుకనీటిగా మారింది.

మా రజనిమీద నా కెక్కడలేని కోపం వచ్చింది.

"కాంతా కాంచనాలను నమ్మరాదు" అని అంటారు...

ఎవరలా అనేది?

స్వార్థపరులైన ఈ మగవారే కదూ!

మగవారు కవులు కాబట్టి ఆడవారిని నమ్మరాదన్నారు; ఆడవారే కవులైతే అలా అంటారా?

అహ్హహ్హా! ఆడవారిని నమ్మరాదట - మగవారిని నమ్మవచ్చునే?

హృదయాలు లేని మగపిశాచాలను నమ్మవచ్చునే?

నోటవలపు, కంట కాలకూటవిషం కురిపించే ఈ మగవారినేనా నమ్మేది?

"మగవారిని మాణిక్యాన్ని నమ్మరాదు."

ఇలా నిర్ణయంలోకి వచ్చేశాను. కనిపెంచిన మా నాన్నగారి మాటకు వ్యతిరిక్తంగా నడవటం నాకు ఇష్టం లేకపోయింది. రజనిపై పగ సాగించడానికైనా పెళ్లి చేసుకు తీరాలనుకున్నాను.

ఆ సంగతి మా నాన్నతో చెప్పేశాను.

ఆయన ముందు ఆశ్చర్యపడినా తరువాత చాల ఆనందపడ్డాడు. మా అన్నయ్యకు మాత్రం నా వింత ప్రవర్తన ఏమీ అర్థం కాలేదు.

నా పెళ్ళి ఎలాగైతే బారిష్టర్‌తో ఖాయం అయిపోయింది.

పెళ్ళి ప్రయత్నాలు జరుగుతున్నాయి... నా పెళ్ళివల్ల పగ సాధించు కోవాలనుకున్నాను. కాని, రజనే ఆనందంతో అన్ని పెళ్ళి పనులూ చేస్తుండటం వల్ల, నా పగ నన్నే పామై

కబలించింది. ఏమిటి మా రజని వింతప్రవర్తన! నా భావిజీవితం నాకు అగ్ని గుండం అయి కాల్చివేస్తూ ఉంది.

6

నా పెళ్ళి వారం రోజుల్లో అయిపోతుంది.

కొట్టుకుంటం ఆగిపోతూ ఆగిపోతూ ఉన్న నా గుండె, ఆనాటికి పూర్తిగా ఆగిపోవచ్చును. ఇంక నా శవానికి పెళ్ళి చేస్తారా?

పాకుడుపట్టిన మెట్టుపై కాలు వేశాను. జఘ్ఘుమని జారిపోయింది. ఇంక చెరువులో మునిగిపోకుండా ఉంటావా? మునిగితే ప్రాణాలు పోకుండా ఉంటాయా?

నేను మా రజని యెడల పూర్తిగా అపరాధం చేశాను. రజని వద్దకు వెళ్లి నా పెళ్లి ఖాయమయిందని చెప్పాను కాని "రజనీ! నిన్ను నేను ప్రేమించాను. ఇరువురం చిన్ననాటి మిత్రులం. మన వివాహం అందరకూ సమ్మతం కాబట్టి నన్ను వివాహం చేసుకో" అని చెప్పానా! ఎవరైనా రజనితో నన్ను వివాహం చేసుకో" మని చెప్పారా? చెప్పందే వాని తప్పేముంది?

రజనితో ఎలాగైనా చెప్పి, ఒప్పించి లోకం తిట్టినా సరే రజనినే, వివాహం చేసుకొని తీరాలనుకున్నాను... ఆరోజంతా పెళ్ళిహడావుడిలో ఉన్నాడు. బజారుపని చూచివచ్చి మేడమీద పండుకున్నాడు మా రజని.

సాయంకాలం మూడు గంటలయింది. ఇంట్లో ఎవ్వరూ లేరు.

ఫలహారాలు తీసుకొని వెళ్లే వంకమీద మేడమీదకు వెళ్ళాను.

రజని శాంతంగా పండుకొని రామకృష్ణ పరమహంస జీవితం చదువుతూ ఉన్నాడు. నాకు ఆశ్చర్యం వేసింది. శాంతి జ్యోతిస్సులు కురిపించే అతని కన్నులు చూచి ముగ్ధురాలనై పోయాను. అతనికి భక్తికూడా ఉందీ అనుకున్నాను.

"ఓహో మధూ! నీవేనా! రా పెళ్ళికూతురా! రా!"

"చక్కని టిఫిన్ తెచ్చాను."

"సంతోషం. ఇల్లువిడిచి వెళ్ళేలోపుగా ఇద్దరం కలసి తిందాం రా! మళ్లీ మా అన్నపూర్ణా దేవితో కలసి తినే భాగ్యం ఎప్పుడో!" అంటూ లేచి కూర్చున్నాడు. అతని భక్తి విశ్వాసాలు, అపార వాత్సల్యం, నన్ను వెఱ్ఱిదానిని చేశాయి.

ఇద్దరం మైమరచి, మనసులు తెరచి, సృష్టిని విడిచి, ఏదో ఆనంద ప్రపంచంలో కలుసుకొన్న నూతనప్రియుల్లా కలసి భోంచేశాం.

"రజనీ! నేను బారిష్టర్‌ని చేసుకుంటం నిజమనుకున్నావా?"

"నీవు చెప్పినా ఎలా అబద్ధం అనుకుంటాను."

"వట్టినే నిన్ను ఏడిపించాలని అలా అన్నానోయ్"

"అదేమిటి? నన్నేడిపించడం ఎందుకు?"

"మామవు కదూ! సరదా!"

"సరే...నీవు ఏడిపించడానికి అబద్ధం ఆడినా, మీ నాన్న అలా ఆడడే అయినా ఇవాళనే కదూ మీశుభలేఖలు ప్రింటుచేయించి, బంధుమిత్రులందరకూ నేనే పోస్టుచేసి వచ్చింది... మళ్ళీ అందరకూ 'వట్టినే' 'హాస్యం, అబద్ధం' 'వేళాకోళం' అంటూ పత్రికలు ప్రింటుచేసి పంపించమంటానా?" అన్నాడు. దానితో నాకు ఖంగారు పుట్టింది.

"రజనీ! శుభలేఖలు వెళ్ళిపోయాయా!"

ఆమాటతో నాకళ్ళ నీళ్లు జలజలా జారిపోయాయి. రజని తన బంగారు చేతులతో తుడిచి "ఎందుకే మధూ! అలా ఏడుస్తావ్! పిచ్చిపిల్లా! ఇందులో మించిపోయిందేముంది... బారిష్టర్ కూడా ప్రేమపాత్రుడే. నాతో తప్ప ఇంకెవ్వరితోటి మనసిచ్చి మాట్లాడలేదు కాబట్టి నిన్ను ప్రేమించే వాళ్లెవరూ లోకంలో లేరనుకున్నావ్... వెఱ్ఱితల్లీ! లే! లే! ఈ లోకం నీ పాదాక్రాంతం కాదటే" అంటూ నన్ను ఓదార్చాడు.

నాకు మతి పోతున్నట్లయింది.

"రజనీ! పాదాలు పట్టుకొని బతిమాలతాను. నా ప్రార్థన వినవా?"

"ఏమిటది?"

"నేను బారిష్టర్‌నే కాదు... లోకంలో ఎవ్వరినీ పెళ్ళి చేసుకోలేను."

"బ్రహ్మచారిణిగా ఉంటావా?"

"అలా ఉండమన్నా ఉంటాను. లేదా..."

"ఊ చెప్పు!"

"నిన్ను..."

"పెళ్ళి చేసుకుంటా నంటావేమిటి కొంపతీసి?

అంటూ నవ్వడం ప్రారంభించాడు.

"ఎందుకు చేసుకోకూడదు?"

"చేసుకోవచ్చు."

"అందుచే ఆ శుభలేఖలు మార్పించి మన ఇద్దరి పేర్లూ వేయించు ఎవరైనా ఏదన్నా అంటే నాదీ భారం."

"ఇంకా నయం. పీటలమీద పెళ్ళి చెడగొట్టి మన్నావ్? అంత పాపమే?"

"తప్పదు."

"అటువంటి పాపపు కృత్యాలు నేను చేయలేను మధూ! పైగా నీ తండ్రికి నా వాసనే గిట్టదు... నీవు మీ తల్లి దండ్రులకు వ్యతిరేకంగా నడవడం నాకిష్టం లేదు. కారణం "మాతృదేవోభవ - పితృదేవోభవ" అని శాస్త్రం చెబుతుంది."

"రజనీ! నా ప్రాణాలు నా శరీరంలో ఉండాలంటే నీవు నన్ను వివాహం చేసుకో లేకపోతే నీ దయ."

"అలా అనకు మధూ! ఇప్పుడలాగే అనిపిస్తుంది. కాని, పెళ్ళైతే అలా అనిపించదు."

"చూస్తావుగా."

"సరే."

"రజనీ! నన్ను నీవు ప్రేమించడం లేదా?"

"ఎన్నటికీ అలా అనుకోకు."

"మరే?"

"ఈ ప్రపంచంలో ప్రేమించేదే ఇద్దర్ని. ఒకరు మా అక్కయ్య రెండు నీవు తెలిసిందా."

"అయితే నన్ను వివాహం చేసుకోవన్న మాట."

"క్షమించాలి."

అంటుంటే మా అమ్మ రజనిని కేకవేసింది. "వస్తూన్నానక్కయ్యా" అంటూ మళ్ళీ జవాబు చెప్పకుండా మెట్లు దిగి వెళ్ళిపోయాడు.

నేనలాగే కూర్చొని రామకృష్ణ పరమహంస ఫోటోమీద రెండు కన్నీళ్లు విడిచి క్రిందకు వెళ్ళిపోయాను.

* * *

నా పెళ్ళి అనివార్యం అయింది,

ఒకరాత్రి మా నూతిలో పడి చనిపోవాలనుకున్నాను.

కాని, చచ్చి ఎవరిని సాధించను?

రజని ప్రేమిస్తున్నాడట గాని పెళ్ళి చేసుకోడట... చేసేదేమిటి? పోనీ కన్నతండ్రికైనా ఆనందం కలిగించాలనుకున్నాను.

తమ్మునకు తప్పిపోయినందుకు కడివెడు కన్నీళ్లు కార్చినా, ఏదో పెళ్లయిపోతుంది కదా. అల్లుడు ఇంట్లో తిరుగుతూ ఉంటాడుకదా అని ఆనందించింది. మా అమ్మ.

* * *

పెళ్లి ఇంక రెండు రోజులుంది.

పెళ్ళివారు వస్తూ ఉన్నారు.

ఆరోజువరకూ రేయింబవళ్లు శ్రమ అనక గొడ్డులా కష్టపడిన మా రజని 'క్రికెట్ మేచ్' అని వంకబెట్టి ఏదో వూరు వెళ్లిపోయాడు. కొంపతీసి ఏ సాహసకార్యం చేయలేదు కదా అని నాకు ఎక్కడలేని భయం కలిగింది.

ఎలాగైతేనేం నా పెళ్ళిబొట్టు చూడలేక వెళ్లిపోయాడు.

ఆ సంగతి మా అమ్మను, మా అన్నయ్యను మరింత వెఱ్ఱివాళ్ళని చేశాయి.

"అమ్మా! రజనికి నాన్న చేసిన అన్యాయం నాన్న బ్రతికుండగా తీర్చుకోలేదు. అని మా అన్నయ్య అంటుంటే "ఊరుకో బాబూ! నాన్న వింటారు. వాడి తలవ్రాత బాగుంటే తల్లిదండ్రులే బ్రతికి ఉండేవారు" అని కళ్లనీళ్లు తుడుచుకుంటూ ప్రక్క గదిలోకి వెళ్లిపోయింది.

నాకీ మాటలన్నీ బల్లెపుపోటుల్లాగయ్యాయి.

* * *

ఆరోజు పెళ్లిరోజు.

పెళ్లికొడుకెలా ఉన్నాడో నేను చూడలేదు. కాని మా అన్నయ్య మా నాన్నతో దెబ్బలాడుతూ ఉంటే అతని రూపగుణాలు తెలుసుకున్నాను.

"ఈ వెధవపెళ్ళి చేయకపోతే ఏం? కాకిముక్కుకు దొండపండులాగ ఆ వెధవకు ముత్యంవంటి అమ్మాయిని తీసుకువెళ్ళి బలిచేయకపోతే మీ కడుపు నిండదనుకుంటాను... నలభై అయిదేళ్ళ చింతమొద్దే మీ కీ విశాల ప్రపంచంలో దొరికిందా? ఎందుకు చదువుకున్నారు? మీ చదువు తగలేయనా? చూచిచూచి రెండోపెళ్లి వానికి పెళ్ళిచేయడానికి మీ మనసెలా ఒప్పిందండీ?...

ఈ పెళ్ళి ఆపితే ఆపారు; లేకపోతే నేను చూడను.

బంగారంవంటి రజని మీకు చేదయ్యాడే? వాడి యావదాస్తీ వేసుకొని పకీరుని చేసి, చాలక మరో ముసలిపీనుగు రక్తం పీల్చి ధనరాసులు పోగుచేయాలనుకున్నారా? ఆశకు అంతు అవసరం లేదు? జూదంలో అమ్మాయి పాచి కనుకున్నారా?" అంటూ కన్నుల నుండి రక్తం కురిపించేశాడు... పళ్లు పటపటా కొరికి వేశాడు... అంతకోపం ఇంట్లో ఎవ్వరూ చూడలేదు.

"నీకు తెలీదులే..,. నీకు తెలీదులే."

అంటూ మా నాన్న తాబేలులా జారిపోయాడు.

ఇంటిముందు బాజాలు మోగుతున్నాయి.

పెళ్ళిపందింట్లోకి అమ్మలక్కలు నన్ను తీసుకువెళ్లారు.

నాకు ప్రాణానికి ప్రాణం అయిన మా అన్నయ్య నా ముందు లేదు.

నాకు ఇలవేల్పయిన మా కన్నతల్లి ఎక్కడో పనిలో ఉన్నది.

అవి పెళ్లిపీటలు

ముగ్గులపై నా కన్నీటి ముత్యాలు కూడా రాలాయి.

మా నాన్నగారి సింహగర్జనలతో బాజాలు మరింత మ్రోగాయి. నా మెడలో పచ్చత్రాడు – ఉరిత్రాడు కింద కట్టా దెవరో!

సంసారపాశం నా మెడచుట్టూ ఉరిత్రాడులా వేలాడుతూ ఉంది. ఇంక యమపాశం ఎప్పుడు నా మెడ చుట్టుకొని నన్ను ధన్యజీవిని చేస్తుందో! ఆ శుభతరుణం కొరకు ఎదురుచూస్తూ ఉన్నాను.

పెళ్ళి అయిన తరువాత మూడోరోజు గడుస్తోంది.

ఆరోజు ఉదయాన్నే మా అన్నయ్య పేపర్ చేత్తో పట్టుకొని "మధూ! మధూ!" అంటూ త్వరత్వరగా నా వద్దకు వచ్చాడు.

"ఏం అన్నయ్యా!" అన్నా నాతురతతో

"ఇదిగో ఈ బొమ్మచూడు ఎవరిదో!"

అని హిందూ పేపరు చేతి కిచ్చాడు.

దానితో "రజని బాబు – ది క్రికెట్ చాంపియన్" అని పెద్దక్షరాలతో బంతి కొడుతున్నట్లుగా వేయబడిన మా రజని ఫోటో క్రింద వ్రాయబడిఉంది. మా ఆనందం అవర్ణ్యం.

ఇద్దరం వెంటనే ఆ ఫోటో తీసుకొని మా అమ్మదగ్గరకు పరుగెట్టుకెళ్ళి "అమ్మా! ఇదెవరో చెప్పుకో!" అని పేపరు చేతికిచ్చాం.

ఆమె అటూ ఇటూ చూచి "రజనీలాగే ఉన్న ఎవడో దొరలపిల్ల వాడిది" అన్నది కాసేపు ఆడించి అది రజని బొమ్మే అని చెప్పి అతని చాంపియన్ షిప్ చెబుతే ఏదో దొరల ఉద్యోగం చేస్తున్నాడు కాబోలుననుకొని బ్రహ్మానంద పడింది.

అంతలో మానాన్న వచ్చాడు.

నెమ్మదిగా ఆ పేపరు మా అన్నయ్యకు ఇచ్చాను.

మా అన్నయ్య దాన్ని చేత్తో పట్టుకు బయలుదేరాడు.

"అన్నయ్యా! నాన్నకు చూపలేదే!"

"ఎందుకాయన్ని అనవసరంగా బాధ పెట్టాలి? మంచి గిట్టదు; మనవారంటే మంట. ఆయనకు స్వజనంకంటే పరజనం మీద అభిమానం మెండు."

"మెండా జీలగబెండా!"

అంటూ ఇద్దరం కోరచూపుల చూస్తూ అక్కడ నుంచి వెళ్ళిపోయాం.

* * *

అది అయిదవ రోజు.

నేను అత్తవారి గుమ్మం తొక్కి మూడు నిదురలు తీసి రావాలట.

శిష్టాచార సంపన్నుడగు మా నాన్నగారు అవన్నీ 'తు.చ' తప్పకుండా పాటించాలన్నారు. ఏదో పూర్వజన్మ పుణ్యమా అంటూ, ఆచారవంతులైన బ్రాహ్మణ ఇంట పుట్టానేమో శోభనాది పాపపు కృత్యాల కింకా నా తనువును నిర్బంధపరచలేదెవ్వరూ.

నేనూ, మా అమ్మా, మా అన్నయ్యా ప్రయాణసన్నాహంలో ఉన్నాం.

అంతలో మా వీధి గుమ్మం నుంచి ఏదో బేండ్ మోత జయజయధ్వనులు వినబడ్డాయి. ఆ గొంతుకులు స్టూడెంట్సుపని ఆనవాలు కట్టి మా అన్నయ్య వీధి తలుపు తీశాడు. వెంటనే నన్ను కేకవేశాడు.

ఏమిటా ఊరేగింపు?

మా రజనీని విద్యార్థులంతా తనవిజయానికి ఊరేగిస్తూ ఉన్నారు.

మా అన్నయ్య ఆ ఊరేగింపు నాపి నన్ను లోపలకు రమ్మని హారతి పళ్ళెం సిద్ధం చేయమని నాకు గాను తెచ్చిన హారతి కర్పూరపు దండలు తీసుకొని, మా అమ్మను పిలుచుకొని బయటకు వచ్చాడు.

మేం ముగ్గురం గుమ్మంముందు నిలబడ్డాం.

నేను హారతి నిచ్చాను, చేతులారా మా రజనీ దేవునకు;

మా అన్నయ్య మనసారా దీవించి దండలు వేశాడు తన ఆత్మ మిత్రునకు;

రజని కారు దిగి మా అమ్మ పాదాలు ముట్టుకొని దణ్ణం పెట్టాడు;

మా అమ్మ ఆనందాశ్రువుల తలమీద రాల్చి దీవించిందా ముద్దు బిడ్డను, ముగ్గురం నిలబడ్డాం.

మా రజని కారెక్కాడు... ఊరేగింపు వెళ్ళిపోతూ ఉంది.

అన్నయ్యకు ఉత్సాహం ఆగక పిచ్చివానివలె వారితోపాటు "రజని బాబుకి జై - క్రికెట్ ఛాంపియన్ కి జై" అంటూ బయలు దేరాడు.

ఆ జయజయ నాదాల మధ్య మేం నిలబడి పోయాం

మా కన్నీళ్ళలాగే రాలిపోతూ ఉన్నాయి.

నా చేతిలో "హారతి" పళ్లెం అలాగే నవ్వుతూ ఉంది.

నా శరీరం - "హారతి" నిచ్చాను, మా తండ్రి నిమిత్తం ఒక నీచునికి, నాయావజ్జీవితం "హారతి" నిచ్చాను మా అమ్మ తమ్ముడైన నా జీవితేశ్వరునికి ప్రపంచం - "హారతి" నిచ్చింది ధనమదాంధులకు.

ప్రకృతి - "హారతి" నిచ్చింది పవిత్రాత్ములకు.

మొదటి హారతి వెలుగులు - చీకటి తెరల మాటున ఆరిపోతాయ్.

రెండవ హారతి వెలుగులు - వెన్నెల విందులో కలసి పోతాయ్.

మొదటి దాని బలిపీఠం - బానిసలోకంలో.

రెండవదాని సింహాసనం - స్వతంత్ర లోకంలో.

మొదటిదానికి - అంధపథం.

రెండవదానికి - అమర పథం.

నాలుగు గంటలు గడిచాయి.

ఒకరి భుజం మీద మరొకరు చేతులు వేసుకొని మా అన్నయ్యా, రజనీ సిద్ధం అయ్యారు. రజనిని చూచి మా నాన్న ముఖం మాడ్చుకొని మరోచోటికి వెళ్ళిపోయాడు. మా రజని నా వద్దకు వచ్చి నిలబడ్డాడు.

"ఏం పెళ్ళికూతురా! నీ పెళ్ళికి నేను లేనని చాలా కోపంవచ్చి ఉంటుంది కదూ! క్షమించు... ఇదిగో నీ కిస్తానన్నా బహుమతి" అని తన విజయచిహ్నామగు బంగారు పతకాన్ని నా చేతికిచ్చాడు. నే నతిభక్తితో తీసుకున్నాను. నాలో కలిగిన మార్పుకు ముగ్ధుడయ్యాడు.

"ఏడీ మా మేనకోడల భర్త?"

అని మా అన్నయ్య నడిగితే మా అన్నయ్య ముఖం చిట్లించుకొని చుట్టత్రాగుతూ కునికిపాట్లు పడుతున్న ముసలి పెళ్ళికొడుకుని చూపించాడు.

అతనివంకే చూస్తున్న రజనికళ్ళు కన్నీటితో తడిసిపోయాయ్.

"శాస్త్రీ! ఇంతకంటే మంచి సంబంధం బావయ్యకు కనబడ లేదా?" అంటూ నావంక దీనంగా చూచి "నీగొంతు నులిపానే మధూ!" అంటూ కన్నీళ్ళు చూపించ లేక త్రాచుపాములా మేడమెట్లెక్కి పోయాడు.

ప్లేట్‌ఫారం వద్ద పెళ్ళివాళ్ళం నిలబడ్డాం.

* * *

నాతో మా రజని కూడా వస్తున్నాడు కదా అనే సంతోషంతో ధీమాగా ప్లేట్‌ఫారం చివర నిలబడ్డాను. రజని నా వద్ద నిలబడ్డాడు. ఎవ్వరూ మాకు దగ్గరగా లేరు.

"మధూ!" అన్నాడు నెమ్మదిగా.

"ఏం రజనీ!"

"నేను నీతో రాలేనే" అన్నాడతి బాధగా.

"ఏం? నే నేం చేశాను" అన్నా గుండెబద్దలయ్యేటట్లు.

"మధూ! ఇంతపని జరుగుతుందనుకో లేదు. నీవు ఉషాదేవిలా ఆకాశ మంటపం మీద ఆనందిస్తూంటే నే నీపాతాళలోకం నుంచే చూచి ఆనందిచగల ననుకున్నాను. నీ ఇంటి ముందొక నాడు పూవుగా రాలిపోదామనుకున్నానే గాని, నీ హృదయ పుష్పం రేకులు రాల్చివేస్తా ననుకోలేదు. నీ కళ్యాణపు బొట్టులో నా బాధా జీవితాన్ని కలిపివేద్దామనుకున్నాను గాని, బళ్ళాన్నై నీ లేత గుండె చీల్చుతా ననుకోలేదు.

నీ హృదయం అర్థం చేసుకొని ఆనందలవమైనా కూర్చలేని అభాగ్య జీవి నవుతానని కలలో కూడా అనుకోలేదు మధూ!"

ఆ మాటంటూ ఉంటే అతని కన్నులు తడి అయ్యాయ్.

"ఊరుకో రజనీ! ఊరుకో! ఎవరికర్మ కెవరు కర్తలు" అన్నా నెమ్మదిగా.

"మధూ! చేతులారా పెంచిన రామచిలుక తలపట్టుకొని, కసాయి వానికత్తి వేటుకు గురిచేసినట్లు. నిన్నా ముసలి పీనుగు చేతిలో పెట్టి ఇంకా బ్రతికి ఉన్నానంటే నాకంటే పాపి ఉన్నాడా?"

అతని దుఃఖం సముద్రం అయింది.

"రజనీ! మతిబోతూందా? ఊరుకో!" అని అదలించాను.

"అవును, మధూ! మతి పోతూ పోతూ ఉంది. పూర్తిగా పోతే నాకు కావలసిందేముంది? నాకంటే ఆనందమూర్తి ఎవ్వరూ ఉండరు."

"చాల్లే! ఏంమాటలివి?"

"మధూ! ఒక్కమాట చెబుతున్నా విను! నేనింక మీ గుమ్మం తొక్కను."

"ఏం?"

"నీవు లేని ఆ యిల్లు శూన్యమందిరం; కటికిసమాధి."

"మా అమ్మ లేదా?"

"ఉన్నా నీవూ నేనూ కలసి మెలసి తిరిగిన స్థలం చూచి బ్రతుకలేను, మధూ!...

అతని కన్నీళ్ళు నేలమీద పడ్డాయ్.

నా హృదయం జల్లుమంది.

"రజనీ! ఎవరన్నా చూస్తారేమో! ఊరుకో!"

"మధూ! ఇంక ఊరుకోలేను... నా కన్నీరిలాగే ఓడికలుగట్టి, కాల్వలై, వాగులై, నదులై, మహాసముద్రాలై నన్ను కబలించివేయాలి... ఆ కన్నీటి సముద్రమే నాకు చక్కని సమాధి..."

అంటూ బయలుదేరబోయాడు.

"ఎక్కడికి?"

"నమస్కారం మధూ! ఇంక పాపిని మరచిపో! ఈ కసాయి వానిని మరిచిపో! సెలవు..."

"ఎక్కడకు రజనీ!"

"చిరసమాధిలోకి!"

"ఒక్కమాట! సాహసం చేశావా నన్ను చంపుకుతిన్నట్టే. అమ్మమీద వట్టు" అనేసరికి నిలబడిపోయి. "చంపేవే మధూ! పాడువట్టు వేసి... సరే... మంచిశిక్షే... బ్రతికి ఉండి అప్పుడప్పుడు కనబడుతూ ఉంటాలే" అంటూ శరవేగంలో వెళ్ళిపోయాడు.

ట్రయినెక్కి మేమూ వెళ్ళిపోయాం – చూడండీ విచిత్ర నాటకం – ఇంకా ఎన్ని తెరలు జారాలో "హారతి" ఇవ్వడానికి–?

7

అత్తవారి ఇంట్లో అడుగు పెట్టగానె ఆరుగురు పిల్లలు తయారయ్యారు నా చుట్టూ "అమ్మా! అమ్మా" అంటూ. నాకదేదో దుస్స్వప్నంగా తోచింది.

"మీ పెద్దమ్మాయి" అంటూ పదహారేండ్ల పడుచు పిల్లను చూపించింది. ఆ అమ్మాయి నా కంటే బలిష్ఠురాలవడం చేత కాబోలు సిగ్గుతో మరొక గదిలోకి వెళ్ళిపోయింది.

ఆ వరుసనున్న అరడజను బిడ్డల్ని చూచి నాకు కంపరం పుట్టింది... మృత్యు ముఖాగ్నిలో మాటికో అవయవం కోసి, తగలబెడుతున్నా నేనంత బాధ పడనేమో అనిపించింది.

ఎలాగైతేనే రెండవరోజు రాత్రివరకు గడపగలిగాను.

ఆ రాత్రి మా అన్నయ్య కారు గుమ్మం ముందాపి, నన్నూ, మా అమ్మని తక్షణం 'ఊఁ ఆఁ' అనకుండా ఎక్కమన్నాడు, మాట్లాడకుండా ఎవరితోటీ చెప్పకుండా మేం కారెక్కాం. కారు వెళుతూ ఉంది.

"ఏమిటీ హడావుడి" అన్నాను.

"మధూ! మరోక్షణం అక్కడాగితే కొంప మునిగిపోయేది!

"ఏం?"

అంటుంటే తరువాత "చెబుతానుండు" అని కారుడ్రయివరుని చూపి సంజ్ఞ చేశాడు. ఆ రహస్యం కారుడ్రయివరుకు తెలియరాదేమో అనుకున్నాను.

అంతా ట్రయిను దిగి ఇల్లు చేరాం.

మా నాన్న ఆశ్చర్యపోయాడు...

"ఏం? ఇలా వచ్చారు? అని ఆత్రుతతో ప్రశ్నించాడు.

అమ్మా నేనూ బిక్కముఖాలు వేసుకొని నిలబడ్డాం. చింతనిప్పులను క్రక్కుతున్న మా అన్నయ్య ఇలా అగ్నివర్షం పిడుగులతో కురిపించి వేశాడు.

"నాన్నగారూ!

మృత్యువు మనలను వెదికితే, మీరు మృత్యువుని వెదికారు... అమ్మాయిని ఆలస్యంగా కబళిస్తుందని కాబోలు, మృత్యువును మనయింటికి అతిథిగా పిలుచుకొచ్చారు. ఉషః కాంతులతో ఉదయించిన పూవు, సాయంకాలం వరకూ సమసిపోదని కాబోలు మీకొనగోట రేకులను కత్తిరించ బోయారు. మంచుమాటున మల్లిక మార్దవం మణిగిపోతుందని కాబోలు మహాగ్ని మధ్యంలో మలమలా మాడ్చాలనుకున్నారు. ఏమి మహత్తర కార్యం చేయాలనుకున్నారండీ నాన్నగారూ!" అంటుంటే మా నాన్న కోపంతో "శాస్త్రీ! విషయం చెప్పకుండా ఈ ఉపోద్ఘాతం ఏమిటి?" అన్నాడు.

దానితో ముఖం చిట్లించుకుంటూ ఇలా ప్రారంభించాడు.

"నాన్నగారూ! ఉపోద్ఘాతంలోనే విషయం అర్థం అవుతుందనుకున్నాను. కాలేదా? చెబుతావినండి... పాము తొట్టిలో పసిపాపను పండుకో బెట్టారు. పిట్టగూటిపై రాళ్ళు రువ్వారు. కన్నకూతురు కడుపుపై కటికి పాదాలు మోపారు. అమృతానికి బదులు హాలాహలం పట్టారు. తెలిసిందా?"

"ఓహో! మధుకేమైనా అపకారం జరిగిందా?"

"ఇంకా నెమ్మదిగా అడుగుతున్నారా? అమ్మాయి హృదయంమీద కదులుతున్నది మంగళసూత్రం కాదు, కాలవిషసర్పం. అమ్మాయి వెళ్ళింది అత్తవారింటికి కాదు, మృత్యు మందిరానికి."

"ఏం శాస్త్రీ! ఎవరైనా అపకారం..."

"తలపెట్టారా ఏమిటి? నిండుప్రాణం..."

"ఆ..."

"తీసివేయాలనుకున్నారు."

"అదెలా?"

"చెబుతా వినండి... అంతా వినండి. కాలు జారితే తీసుకోలేం; నాన్నగారూ! మీరు నిర్ణయించిన అల్లునిగారి మంచిచెడ్డలు చెబుతున్నా వినండి – దానినిబట్టి తమరు అమ్మాయి మెడ మంగళసూత్రమే కట్టించారో! ఉరిత్రాడే వేయించారో తెలుస్తుంది."

"అబ్బా! చెప్పవోయ్ శాస్త్రీ! మాటలతోటే చంపుతున్నావ్."

"చచ్చినా అమ్మాయికి చేసిన అపకారం తీరదుగానీ వినండి

ఆ బారిష్టర్‌కు వయసు 50 సంవత్సరాలు, పడమట కొండపైన దిగజారుతూ అస్తమిస్తున్న వయస్సౌందర్యం, చీకటి మాటున కలసి పోయిన యౌవన మార్దవం, ఇది అతని వయసు.

ఇక యోగ్యత – రెండవ పెళ్ళి కుమారుడు; మన అమ్మాయికంటే పెద్దమ్మాయి; నాకంటే పెద్ద కొడుకు; మీసంతానం కంటే ఎక్కువ సంతానం; మొత్తం ఆరుగురు బిడ్డల అల్లారు ముద్దుల తండ్రి. అతగాడికే కదూ అమ్మాయి కూతురు కావడం; కాదు కాదు; భార్య...!!

తదుపరి శీలం – జూదగాళ్ళు అతని ప్రాణమిత్రులు; బ్రాందీ సీసాలు అతని జీవతంత్రులు; వ్యభిచారిణులు అతని కేళీ మందిరాలు; అక్రమకృత్యాలు అతని ఆపద్బంధువులు; అసత్యం అతని ఆభరణం; అధర్మం అతని అలంకారం; మాంసాహారం అతని మధురభోజనం; వింటున్నారా! ఇవి అతని గుణగణాదులు. త్రాగుడు, మాంసాహారం అతని వ్యభిచారం, జూదం, దుష్ట ప్రవర్తనం – ఇవి మీ కతనికి సద్గుణాలుగా కనిపించాయా? అందుకేనా అమ్మాయిని బలిచేశారు?

ఇక జరుగ బోయిన తుదివాంఛ – అతడి ఉంపుడుగత్తెవరో అతని పిల్లలను పెంచుతూ ఉంది. ఆమెకు వయసు 40. పేరు ముళ్ళమ్మ... ఈ రాత్రి పాలల్లో విషం కలిపి అమ్మాయికివ్వాలని ప్రయత్నం – ఆమె ఇతరులతో అంటుంటే స్పష్టంగా విని, అమ్మాయిని చేతులారా చంపలేక తీసుకువచ్చాను.

నాన్నగారూ! మీరు మా కన్నతండ్రి... అమ్మాయిని అత్తవారింట చంపుకుంటారో, పుట్టింట బ్రతికించు కుంటారో మీ యిష్టం లేదా "ధని, అధనుడు, కురూపి, స్వరూపి, రోగి, అరోగి, సద్గుణుడు, దుర్గుణుడు, అని పాటించక పతిపదసేవ సేయవలెను. అదే పతివ్రతాలక్షణం" అని కవి బ్రహ్మగారు శాస్త్రం చర్చించి చెప్పినట్లు అమ్మాయిని మహాపతివ్రతా శిరోమణిని చేయాలంటే అత్తవారింట పతిదైవానికి అప్పచెప్పిరండి, లేదా విజ్ఞానాభివృద్ధి గురించి విద్యాలయాలలో ప్రవేశపెట్టండి... మీ ఇష్టం – మీ అమ్మాయి అభివృద్ధి మీకంటె తెలిసిందెవరికి?"

అంటూ మా అన్నయ్య వెళ్ళిపోయాడు.

అంతలో మా నాన్న "శాస్త్రీ" అని పిలిచి "ఏం చెయ్యమంటావో శాస్త్రీ నీవే చెప్పు... నాకు పూర్తిగా మతి పోయింది. రక్తపు కాల్వలో కుత్తుక బంటివరకు నిలబడినట్లున్నాను...

శాస్త్రీ! ఏం చెయ్యమంటావ్?... నీ తండ్రికి మార్గం చూబెడితే తప్పా బాబూ" అని రుద్ధకంఠంతో జాలిగా అన్నాడు.

"సరే నాన్నగారూ! గడచిందేదో గడచిపోయింది. జరగవలసిందాలోచిద్దాం... ఈలోపుగా ఆ దుష్టుడు వస్తే "అమ్మాయిని ఇంతలో పంపడానికి వీలులేదు" అని సాగనంపండి. తరువాత చూద్దాం..." అంటూ మేడమీదకు వెళ్ళిపోయాడు. నేనూ నా పొడారిపోయిన కళ్ళను తుడుచుకుంటూ నా గదిలోకి వెళ్ళిపోయాను.

నాకు పెళ్లయి మూడు నెలలయింది.

మా బారిష్టర్‌గారు రావడం, నన్ను తరువాత పంపుతాననటం, కల్లు త్రాగిన కోతిలా ఆయన గంతులు వేస్తూ వెళ్ళడం జరిగాయి... మేమంతా కులాసాగానే ఉన్నాం...

కాని మా రజని ఎక్కడున్నాడో ఎంత ప్రయిత్నించినా తెలీలేదు. మా రిజల్ట్సు పబ్లిష్ అయ్యాయి. నేనూ మా అన్నయ్యా ప్యాసయ్యాం. రజని పరీక్షలకే వెళ్లకపోవడం వల్ల ఫేలయ్యాడని వేరే చెప్పాలా...

మా పరీక్షలు తెలియగానే మా అన్నయ్య ఆనందం చెప్పలేను. ఆ రాత్రి మేం ముగ్గురం కూర్చున్నాం. మా అన్నయ్య ఇలా ప్రారంభించాడు,

"నాన్నగారూ!

చెల్లమ్మ జీవితపథంలో జ్యోతిర్లేఖలు వెలిగాయి. ఇంక జీవితం ఆనందంగా గడపగల మార్గం కనబడింది"... అన్నాడు.

"ఎలా బాబు! ఎలా? ఏం చెయ్యమంటావ్" అన్నాడాతురతతో మా నాన్నగారు. మా అన్నయ్య గుక్క తిప్పకుండా ఇలా ప్రారంభించాడు.

"నాన్నగారూ! రెండుకళ్ళకూ భేదం ఎలా చూపించమో, అలాగే సృష్టిలో స్త్రీ పురుషులకు భేదం చూపించరాదు. కళ్ళను నిష్పక్షపాతంగా కాపాడే రెప్పల్లాగ, కన్న స్త్రీ పురుష సంతానాన్ని తల్లిదండ్రులు కాపాడాలి. అది వారి విధ్యుక్త ధర్మం.

ఇక మానవుల ధర్మాలలో వైవాహిక ధర్మం ప్రధానమైనది. ముఖ్యంగా మన హిందువులకు, స్త్రీ పురుషులు తమ మంచి చెడ్డలను తాము నిర్ణయించుకో గల శక్తి నిచ్చేదే విద్య. అట్టి విద్య ఇరువురకు సమానంగా ఇప్పించాలి... అప్పుడు వారంతటవారు తమతమ అభిరుచుల కనుగుణమైన స్త్రీ పురుషులను నిర్ణయించుకుంటారు – ఎవరి వివాహానికి వారికి పూర్తి స్వాతంత్ర్యం ఇవ్వాలి... అటువంటి స్వతంత్రం ఇచ్చేముందు వారికి విజ్ఞానభిక్ష పెట్టాలి ఇది ముఖ్యం.

విద్య నభ్యసించాలంటే నేడు విత్తం అవసరం. స్వతంత్ర జీవితం గడపాలన్నా ధనం అవసరం. అటువంటి ధనాన్ని అన్యాయంగా నేడు కేవలం పురుషసంతానానికి పంచిపెట్టి, స్త్రీ సంతానాన్ని అన్నివిధాలా పకీరులను చేస్తున్నారు. అలా చేయడం కేవలం దౌర్జన్యం, అక్రమం అన్యాయం.

స్త్రీ పురుషులకు ఆర్థిక (Economic), సాంఘీక (Social), మత (Religious), రాజకీయ (Political), సారస్వత (Literary), విషయముల సమానహక్కు లుండాలి.

అలా ఆర్థిక, సాంఘిక, మత, రాజకీయ సారస్వతముల, స్త్రీ పురుషులకు సమానహక్కు లీయబడినప్పుడే భారతమాత పవిత్రమాత అవుతుంది."

అంటుంటే "బాగుంది బాబూ బాగుంది" అన్నాడు.

"అందుచేత నాన్నగారు! తాత ముత్తాతలు గడించిన మన యావదాస్తీ నాకూ చెల్లమ్మకు, మీకు అమ్మకూ సమానంగా నాలుగు భాగాలు వేసి పంచండి. మీరు మీ ధనాన్ని మీ యిష్టం వచ్చినట్లు దానధర్మాలకు వినియోగించండి. మేం మా ఉన్నతవిద్యలకు వినియోగిస్తాం. అలా కొన్ని కుటుంబాలలో ఆర్థిక సమస్య నిష్పక్షపాతంగా పరిష్కరింపబడితే, ప్రభుత్వం కన్ను తెరచి శారదా చట్టంలాగ, ఈ ఆర్థిక చట్టం కూడా తీసుకొస్తుంది. అప్పుడు స్త్రీ జాతి అధోగతికి పాలై, పిరికిసంతానాన్ని, మూఢ సంతానాన్ని కననవసరం లేదు..." అంటుంటే మా నాన్న ఆనందం, నా ఆనందం వర్ణించలేను. మా అన్నయ్య త్యాగబుద్ధికి నిష్పక్షపాత విమర్శనా శక్తికి, స్త్రీ స్వాతంత్ర్యాభిరక్తికి, నవజీవితాదర్శనాయుక్తికి మాకు చెప్పలేనంత ఆనందం కలిగింది.

మా నాన్న గారలాగే కొద్దిరోజులు పోయాక ధనవిభాగం చేశారు. అంతా ఆనందంగా జీవితం గడుపుతున్నాము.

నేనప్పుడు "కాలేజ్ స్టూడెంట్" ని... కాని మా రజని విషయం తెలియలేదు.

* * *

అది వసంత విహార్ భవనానికి పెద్ద ఇనుప తలుపులు.

టామీ బిడ్డ బేబీటామీ మెళ్ళో గంటలమోత మోగుతూ ఉంటే మా నాన్నగారితో తలుపువద్ద ఆడుకుంటూ ఉంది.

గేటుకు ఒక వైపున "సోమశేఖర శాస్త్రీ, M.A., B.L." అని బోర్డు ఇత్తడి రేకుపై చెక్కుబడి ఉంది.

గేటుకు మరో వైపున "మిస్ మధుకుమారి, M.B.B.S" అని బోర్డు ఇత్తడి రేకుపై చెక్కుబడి ఉంది.

తెలిసిందాండీ.

మా అన్నయ్య మదరాసులో పేరుమోసిన ప్లీడరు;

నేనూ పేరుకు లోటు లేని దొరసానమ్మను;

అలా ఆరేండ్లలో నేను యం.బి.బి.యస్ ప్యాసయి, ప్రయివేటు ప్రాక్టీసు పెట్టాను. నేను ఇంటర్ ప్యాసయ్యేసరికే మా బారిష్టర్ చెడత్రాగి పరలోకగతుడయ్యాడట... పాపం! ఆ బిడ్డలగతి ఆ ముష్టిముండ చేతిలో ఏమయిందో తెలియదు.

మేం నలుగురం మా ఇంట్లో సుఖంగా ఉన్నాం.

మా అన్నయ్య రజని జాడ తెలుసుకొనేవరకు ఎందుకో పెళ్ళి చేసుకోనని వ్రతం పూనాడు...

ఆది క్రిష్టమస్ రోజు.

నాన్నా అమ్మా పార్కుఫేర్ చూడ్డానికి వెళ్ళారు మా 'ఆష్టల్ కారుమీద నేనూ మా అన్నయా గిండీ రేసెస్ చూడ్డానికి వెళ్లాం.

మా అన్నయ్య 'డాక్టర్ ఆరండేల్' గుఱ్ఱంమీద అయిదు రూపాయలు కట్టాడు.

నేను "చాంపియన్ రాస్" గుఱ్ఱంమీద పది రూపాయలు కట్టాను మా అన్నయ్యా నేనూ నా గుఱ్ఱం గెలుస్తుందంటే, నా గుఱ్ఱం ఇదివరకు చాలాసార్లు గెలిచిందని దెబ్బలాడుకుంటూ ఉన్నాం.

నిజానికి గిండీ రేసెస్ కంటే గొప్ప జూదం లేదని తెలిసీ, మావంటి విద్యార్థులంతా ఎందుకు పాల్గొంటున్నారో అర్థం కాదు. వెళ్లేటప్పుడున్న నవ్వు ముఖాలు వచ్చేటప్పుడుండవు. తుదకు అరకప్పు టీకి, అర్ధణా టికట్టు లేక బాధపడే ప్లీడర్లు, డాక్టర్లు, ప్రొఫెసర్లు, నాకు చాలామంది తెలుసును.

* * *

మా గుఱ్ఱాలను తీసుకు వచ్చారు.

మా "ఛాంపియన్ రాస్"ని కళ్లారా చూచాను. అతని బొమ్మను బట్టి, ఎక్కడో చూచానని బాధపడ్డాను. ఇప్పుడు స్పష్టంగా చూచేసరికి మా రజని పోలికలు కనబడ్డాయి. నా కళ్లు నేను నమ్మలేకపోయాను. మా అన్నయ్య తన గుఱ్ఱం గొడవలో పడ్డాడు. నేను గబగబా వెఱ్ఱిదాన్లా గుఱ్ఱం వద్దకు పరుగెత్తుకొని వెళ్లాను.

స్పష్టంగా చూచాను. ఇంకెవరు? మారజనే!

"రజనీ" అని పెద్దకేక వేశాను. నావంక చూచాడు.

"మధూ!" అన్నాడు. "రజనీ" అన్నాను.

అంతే గుఱ్ఱం ఎక్కాడు. అతని ఆనందాన్ని కా రోజు అంతు లేదు. వాయువేగంగా తన గుఱ్ఱాన్ని పరుగెత్తించాడు. రెక్కల గుఱ్ఱం అన్నారంతా... "చాంపియన్ రాస్. చాంపియన్ రాస్" అని ప్రజల కేకలు మిన్నులు ముడుతుంటే, నా ఆనందం స్వర్గం ముట్టింది.

ఆరోజు మా చాంపియన్‌రాస్" దే ప్రథమ బహుమానం. నాకు 100 రూపాయలు వచ్చింది. మా అన్నయ్యతో ఆ శుభవార్త చెప్పాను... ఇద్దరం గుఱ్ఱం దిగగానే అలసిపోయిన అతని వద్దకు వెళ్ళాం...

సింహపు పిల్లలా మా రజని గుఱ్ఱం దిగి మా అన్నయ్యను గట్టిగా కావిలించుకొన్నాడు... ఆనందించే కన్నీరు కార్చుచున్న నన్ను ఆప్యాయంగా దగ్గరకు తీసుకున్నాడు.

"రజనీ! ఎంతకాలానికీ" అన్నా నేను.

"ఇంతకాలం ఎక్కడున్నావ్?" అన్నాడు మా అన్నయ్య.

"బొంబాయిలో" అన్నాడు నవ్వుతూ మా రజని.

"పేరు మార్చావే రజనీ?" అన్నా నెమ్మదిగా.

"మీకు తెలియకుండా చేద్దామని" అన్నాడు మా అన్నయ్య భుజం చరుస్తూ.

వెంటనే ముగ్గురం ఒక టేక్సీ మీద బయలుదేరి ఇల్లు జేరాం... నా జీవితంలో గలిగిన మార్పులన్నీ మా అన్నయ్య చెబుతే, పాపం కడివెడు కన్నీరు కార్చాడు మా ప్రియ రజనీ బాబు, కాదు, ఛాంపియన్ రాస్.

అంతలో మా అమ్మా నాన్నా వచ్చారు. రజని దగ్గరకు వెళితే, దొరగారు వచ్చారనుకొని మా అమ్మ దూరంగా తొలగి పోయింది. వెంటనే రజని మా అమ్మ పాదాలకు సాష్టాంగ నమస్కరించి పాదాలు ముట్టుకొని "అక్కయ్యా!" అని ఆ పాదాలమీదే రెండు కన్నీళ్ళు కార్చాడు.

నాకూ మా అమ్మకు ఆనందాశ్రువులు ఆగలేదు.

మా అమ్మ తరువాత మా నాన్న రజనిని మనసాకౌలించుకున్నారు. మా నాన్న రజనిని క్షమాభిక్ష వేడుకొని, రజని పేరన బేంకులో వేసిన అతని 20 వేల రూపాయల ఆస్తి, బేంకు బుక్కు చేతికిచ్చాడు.

దానిని రజని తీసుకొని, దానితో తాను గడించిన ఇరవై వేల రూపాయిల బేంక్ బుక్కూ, మా అమ్మచేతి కిచ్చాడు. నలభై వేలు కేష్ చేసి మా అమ్మ నవ్వుతూ భావగర్భంగా నా చేతి కిచ్చింది.

దాని భావం మా అన్నయ్య గ్రహించి "అమ్మా! తెలివితక్కువదాని వనుకున్నాను. మాకంటే నీ భావాలెంత చురుకయినవి... ఇద్దరి ఆస్తీ ఒకటేనని ఇంటి ఇల్లాలు చేతికి, ఖజానా తాళపుచేతులిస్తున్నావా?" అన్నాడు. అంతా నవ్వుకున్నాం.

అంతా నవ్వుకున్నాం.

నేను తల వంచుకున్నాను. రజని ముసిముసి నవ్వులు నవ్వుతూ నిలబడ్డాడు. మా అన్నయ్య రెండు పూలమాలికలు తెప్పించి, ఒకటి నాకు, మరొకటి మారజనకీ ఇచ్చాడు. ఇరువురం చిరునవ్వు ముత్యాలు చిలుకరించుకుంటూ పూలహారాలు మార్చుకున్నాం. మా శుభవివాహ ముహూర్తంతోటే, వసంత సమాగమం కూడా అయ్యింది. మా అమ్మ ఆనందం ఎవరు వ్రాయగలరు?

కొన్నాళ్లకు మా అన్నయ్య కూడా తనకు నచ్చిన కాలేజీ లెక్చరర్ సీతను వివాహం చేసుకున్నాడు.

వెన్నెల్లో బీచ్‌మీద అటు ఆ క్రొత్త దంపతులు వెళ్లారు - ఇటు మేం వెళ్లాం.

"మధూ! ఎంత తిప్పలు పెట్టావే" అన్నాడు నా చిటికిన వేలు నొక్కుతూ

"నేనా? నీవా?" అన్నాడు తల వంచుకొని.

"చూచావా! ప్రేమ జయించి తీరుతుందన్నాను?" అన్నాడతి గర్వంతో

"కొయ్, కొయ్." అంటూ పారిపోయాను.

అలా మా జీవితాలు ఆనందసముద్రాలు చేసుకోగలిగాం, మా అన్నయ్య దయవల్ల... లేకపోతే లోకం నన్ను "పతివ్రత" అన్నా కుళ్లి కుళ్లి చస్తూ పిల్లలకు సేవ చేయలేక, త్రాగుబోతు భర్తకు సేవచేయలేక, నరకయాతన అనుభవించె దానిని. ఇప్పుడు మా అన్నయ్య పుణ్యమా అంటూ స్వర్గసుఖం అనుభవిస్తూ ఉన్నాను.

ఏలా? నీ యావజ్జీవితాన్ని నా జీవితేశ్వరునకు "హారతి" చేసి

ఎక్కడ?

శుభవసంత విహారంలో.

పతిత

ధనవంతురాలు మల్లిక "పతిత" అయినా "పతివ్రతే"

పేదరాలు జానకి "పతివ్రత" అయినా "పతితే"

పతితలను పతివ్రతలు చేసినా,

పతివ్రతలను పతితలు చేసినా,

భాగ్యదేవతే కదా!

"ఉదయం ఉదయించిన పూలు సాయంకాలం సమసి పోతాయ్. ఇది ఒక్కటే సత్యం. మిగిలినవన్నీ అసత్యాలే... ఈ ప్రపంచమే ఏనాడో ఒకనాడు ప్రళయ సముద్రంలో ఒక పిల్ల కెరటమై తేలి పోయేటప్పుడు, ఏది శాశ్వతం తల్లీ! ప్రపంచం అశాశ్వతం; భగవాను డొక్కడే శాశ్వతుడు."

పతిత

1

ఆ తల నెరిసిన ముసలివాడా మాటలంటూ కుమార్తె తల నిమురుతూ ఉన్నాడు. జానకి తండ్రి హృదయావేదనకు తల్లడిల్లి పోయింది. "అమ్మా! జానకీ! భగవంతుడెంత గడుసు వాడనుకున్నావ్? ఆకాశం అంటే మహావృక్షాలను ఒక్కనాటి తుపాను గాలిచే మొదలంటా కూల్చి వేస్తాడు; వాటి గర్వం మాడ్చివేస్తాడు. అంతేగాదు; లోకం దృష్టిలో సామాన్యములగు గడ్డిపరకల నిలబెట్టి నవ్విస్తాడు. ఆయనకు ధనికులయెడల నిరాదరణ దరిద్రులయెడల ఆదరణా తెలియడం లేదా జానకీ!"

"ఆదరణుంటే మనకీ అవస్థ ఎందుకు నాన్నా!"

"ఈ అవస్థ సంభవించింది కాబట్టే భగవానుని స్మరిస్తున్నామ్. ఈ దరిద్రావస్థ లేనివాడు భగవానుని ఒక మారైనా స్మరించగలిగానూ తల్లీ! మానవులకు దరిద్రం కంటే ఆప్తబాంధవి లేదు. దరిద్రం కంటే శ్రేయోభిలాషిణి లేదు. దరిద్రం హృదయాలను మెరుగుపెట్టే పదునురాయి. ఆత్మలకు ఔన్నత్యాన్నిచ్చే ఆధ్యాత్మిక చింతనామార్గం"

"జానకీ! కుబేరడెప్పుడు ముక్తిని పొందాడు? దరిద్రములోనే."

"ఓదార్పు మాటలు వేరు. జరుగవలసిన పనులు వేరు."

"అలా అనకమ్మా? మాటలూ పనులూ మహాత్ముల కొకటే."

"నిజం. నిజం. ఒకటి కాబట్టే, ప్రజల దరిద్ర బానిసత్వానికి వారి యెదుట వలవల కన్నీరు కారుస్తారు. వారి కన్నీరు తుడుస్తారు. సర్వమానవులు సమాను లంటారు. తుదకు మాల మాదిగ బేధములు లేవని మాలవాడలకు కూడా వెళతారు. దానితో ప్రజల మనస్సుల్లో విశ్వాసబీజాన్ని నాటతారు."

"అవునవును"

"ప్రజలు వట్టి గొఱ్ఱెల మందవంటి వారు. ఒక గొఱ్ఱె ఎటు వెలితే మిగిలిన గొఱ్ఱెలన్నీ అటే వెళ్ళినట్లు, ఎవ రేమాట చెబుతే వారిమాటే నమ్ముతారు"

"తప్పకుండా"

"అటువంటి అమాయకులగు ప్రజలముందు వారు మహాత్ములౌతారు; త్యాగ శీలులౌతారు; దర్మోపన్యాసకులౌతారు. దానితో పూలమాలలు, హారతిపళ్ళేలు సిద్ధం. కవుల పంచరత్నాలు, మునిసిపాలిటీ వారి అభినందన పత్రాలు వేనకువేలు...

కవులు కావ్యాల్లో ఉన్న ఉపమానాలు, ఉత్ప్రేక్షలు, రూపకాలు, ఏరుకుంటారు. వాటి నన్నిటినీ గుప్పించి "నీవు దీనుల పాలిటి కామధేను"వని ఒకడు. "కల్పతరువు" అని మరొకడు అందరినీ తోసుకుంటూ "నీవు సాక్షాత్తు శ్రీరామచంద్ర అవతారము" అంటూ మరొకడు. అదీ చాలక, మరొకడు "దశావతారాలలోను నిర్మల తేజస్సువు నీవు, పుట్టిన అవతారాలు, పుట్టబోయే అవతారాలు, నీ కాలిధూళిలో, కలసిపోతాయి; శివుని కంఠమందున్న విషపు నల్లమచ్చ, నీ తెల్లని కాంతిలో కడగబడింది" అంటూ సిగ్గూ లజ్జా, లేకుండా స్తుతిపాఠం ప్రారంభిస్తాడు... ఇలాగున అనడం తరవాయిగా, ఆ స్తుతిపాఠాలకు తగుదునా తగనా అని ఆలోచించకుండా, నిజమే కాబోలుననుకొని, ఆ మహానుభావుడు ఒక చిరునవ్వు సమ్మోహన బాణం ఈ గొఱ్ఱెమందల పైన విసిరి కొడతాడు. దానితో వారి శరీరాలు స్పెన్సర్ అయిసు "ముక్క"లై పోతాయి."

ఆమె కోపానికి అతడు నవ్వకుండా ఉండలేకపోయాడు.

"ఇవన్నీ ఎక్కడ చూచానమ్మా!"

"ముంజేతి కంకణానికి అద్దం ఎందుకు నాన్నా? ఇంకా వినండి, ఆ మహాత్ముల చర్యలు. ప్రజల విశ్వాసాన్ని పూర్తిగా చూరగొంటారు. జై జై నాదాల మధ్య పూలమాలలు ధరిస్తారు. వారిక ఎంతంటే ప్రజలంత. వారిని చూస్తేనే పాపాలు పోతాయనుకుంటూ, పనిపాటలు మాని ప్రజలు తండోపతండాలుగా మూగుతారు. వారి మాటల నుండి తమ హృదయాలను మరల్చుకోలేక, శ్లేష్మంలో పడిన ఈగల్లాగ కొట్టుకుంటారు.

వారు 'దేశమంటే మట్టికాదు; దేశమంటే ప్రజలు' అని బోధించేసరికి చప్పట్లు మిన్నులు ముడతాయి, "కాంగ్రెస్ అంటే అది వేరే సంస్థ కాదు; కాంగ్రెస్ అంటే ప్రజలే. అదే ప్రజాసంస్థ. మీ మీ కష్టాలు మా హృదయలకు బళ్ళెపుపోటులు. మీ బానిసత్వం - మాకు అగ్నిగుండం. మీ కన్నీరు మాకు వైతరిణీనది. మీ నిట్టూర్పులు - మాకు తుపాను గాల్పులు..." అంటూ అమృతం వంటి భాష ఉపయోగిస్తారు. నాల్కమీద సరస్వతిని నృత్యం చేయిస్తారు. కన్నులలో భాగ్యలక్ష్మి హారతిజ్యోతులు చూపిస్తారు. ఫాలభాగమున భారతమాత రాట్నం వడుకుతున్నట్లు కనబరుస్తారు.

ప్రజలకు దైవసములౌతారు.

ప్రజలను రాజకీయరంగం మీదకు దుమికిస్తారు."

"తప్పకుండా"

"దానితో ప్రజల సాయుముపల్ల దేశనాయకులౌతారు. మంత్రులౌతారు. ఆ అమాత్యపదవిలో - చుట్టపొగతో మేఘాలు కాయించి, ఆ మేఘమండలంలో కొలువుకూటాలు ఏర్పరుస్తారు...

అప్పుడు వారికీ ప్రజలు జ్ఞాపక ముండరు!
అప్పుడు ఆంధ్రదేశ స్వాతంత్ర్యం వారి నాల్కనుంచి జారదు.
అప్పుడు ఆంధ్రుల ఆకలిజ్వాలలు వారిని కబలించలేవు.
అప్పుడు ఆంధ్రుల కన్నీళ్లు వారికి సముద్రాలు కావు.
నాన్నా! వారు మంత్రులు.
నాన్నా! వారు మహాత్ములు.
బాబా! వారు అవతారపురుషులు.
ఈ దరిద్ర ఆంధ్ర బానిసలకు తినటానికి తిండి లేదు.
వారికి అనుక్షణం అల్పాహారవిందులే.
ఈ దౌర్భాగ్య ఆంధ్ర భిక్షకులకు కట్టుకుంటానికి బట్ట లేదు.
వారికి ప్రతి గ్రామంలోనూ పట్టుశాల్వల బహుమానాలే.
ఈ దుర్భర ఆంధ్ర జీవచ్ఛవాలకు నిలవడానికి నీడ లేదు.
వారికో మిన్నులు ముట్టే తెల్లని మేడలు.
ఎక్కడినుండి వచ్చాయండీ వీరికీ సంపదలు?
ఎవరండీ వీరిని మంత్రులు చేసింది?
ఎందుకండీ వీరిని మంత్రులు చేసింది?
అరవవాని చేతిలో ఆటబొమ్మలుగా ఉండటానికేనా?
అరవవాని పాదాలకు దాసోహం చేయడానికేనా?
అరవవాని శాసనాలకు తలలొగ్గడానికేనా?
అరవవాని మాటలను వేదాంతోపదేశాలుగా విశ్వసించడానికేనా?
పదవులు రాగానే ప్రపంచం మరచిపోతారా?
ఆంధ్రబానిస జీవచ్ఛవాలు వారికింకకనబడరే?
చూడండీ! ఎంత అన్యాయమో!
పేదల పాకలు పాకలులాగే ఉన్నాయి-
వారి మేడలుమాత్రం మిన్నులు ముడుతున్నాయి.
పేదల పేగులకు ఆకలిబాధ.
వారి పేగులకు అజీర్తిబాధ.
పేదలు విడిచే కన్నీరు దుఃఖంచేత.
వారువిడిచే కన్నీరు ఆనందంచేత....
ఆమె కన్నులు తడి అయ్యాయి.

ఆమె హృదయంమండిపోయింది.

ఆమె నిట్టూర్పులు బరువయ్యాయి.

"అమ్మా! ఏమిటీ ఉద్రేకం?"

"ఉద్రేకం కాక ఏముంది నాన్నా! తిండి లేని మన ఆంధ్ర ప్రజలను తలుచుకుంటే నోటపెట్టిన ముద్ద గొంతుకు దిగడంలేదు. కంట నిలచిన నీరు జారిపోవడంలేదు."

"అమ్మా! ఈ మంత్రులు ప్రజల నెప్పుడు మరచిపోయారంటావ్"

"పదవులు వచ్చినప్పుడు."

"అంతేనా!"

"అంతే."

"నేను చెప్పిందే, నీవు చెప్పావు తల్లీ! నేను చెప్పేదీ అంతే. ప్రజలు భాగ్యవంతులు కాగానే ప్రపంచాన్ని మరచిపోతారు. ప్రపంచాన్నే కాదు - వారంతట వారినికూడా మరచిపోతారు. సర్వం మరచిపోతారు. ఇది వారి తప్పుకాదు తల్లీ! వారి భాగ్యదేవత తప్పు.

జానకీ! నిచ్చెన చివ్వరికి ఎక్కిపోతారు, వారు ఎన్ని మెట్టులు దాటిపోయారో ఆలోచిస్తారా తల్లీ! నిచ్చెనమీద కాళ్ళు పై మెట్టుమీద వేస్తూ ఉంటే, క్రిందమెట్టు మరచిపోతూ ఉంటాము. అలాగే మేడమెట్లెక్కుతూఉంటే వెనుక మెట్లు మరచిపోతాము. కాదా తల్లీ?"

"అవును."

"అలాగే దరిద్రులు ధనికు లైతే వారి వెనుకటి జీవితాలుమరచిపోతారు. సామాన్యులు ఉన్నత పదవులకు వెళితే, వారి సామాన్యజీవితాన్ని మరచిపోతారు. అది సహజం. వారి మరుపు వారి మార్పులో ఉందమ్మా! అందుచేత నేనెప్పుడూ భాగ్యాన్ని కోరుకోను. మీకు తెలియదు. ధనంకంటే సర్పం మరొకటి లేదు. దరిద్రంకంటే గంగగోవు మరొకటి లేదు."

"ఒప్పుకున్నాను నాన్నా!"

"మనడబ్బే మన అబ్బాయిని పాడుచేసింది వాడికి రెండు చేతులా విచ్చలవిడిగా డబ్బు దొరికేసరికి, పుండుపై ఈగలు మూగినట్లు; డబ్బు చేతిపై మిత్రులు మూగారు.

తల్లీ! దుష్టస్నేహం ఎన్ని తప్పుడు త్రోవలకు మార్గం చూపుతుందనుకున్నావ్? వాని మనసు తీయని మాటలతో మార్చివేశారు. ప్రాణస్నేహితులని నమ్మించారు. మనసుకు మత్తుగొలిపారు. మమత కూర్చారు. మధువును రుచిచూపి, వారకాంత మధురాధరాన్ని రుచిచూపించారు. దానితో మట్టి నోట గరిపించారు... వాడి సర్వస్వం హరించి మరొకనికై వలలను వేశారు, ఇలా వారికెందరో!

వీడికిపుడు మిగిలినమిత్రు లిద్దరే.

ఒక చేత మధువు;

మరొకచేత మధురాధరం:

కన్నులముందు ప్రపంచం బండిచక్రంలా కదిలిపోతుంటే, స్వర్గసౌధం ఎక్కుతున్నట్లు భావిస్తూ, క్రిందపడుతూ మీదపడుతూ తన జీవయాత్ర సాగిస్తున్నాడు.

చూచావా తల్లీ! ధనం ఎంతపనిచేయించిందో!"

"నాన్నా! ధనికులే త్రాగుతున్నారంటావా? దరిద్రులు త్రాగటం లేదూ? వారు బ్రాందీ సారాయిలు త్రాగుతుంటే, వీరు కల్లుత్రాగుతున్నారుకదూ!"

"పిచ్చితల్లీ! ఇద్దరూ త్రాగుతున్నా ఇద్దరి ప్రవర్తనలలో భేదం ఉంది. తెలుసునా?"

"ఏమిటది?"

"కూలిచేసుకొనే పేదవాడు, పగలల్లా శ్రమపడి, శరీరం బాధతీరేందుకు కొంత కల్లుత్రాగి నిదురపోయినా, మర్నాడు ఉదయాన్నే తన పొట్టచేత్తో పట్టుకొని, పనిలోకి బయలుదేరతాడు. కారణం పొట్ట గడవదు.

కాని ఈధనికు డలాకాదు. వేరే పనిపాటలుండవేమో, ఇరవైనాలుగు గంటలూ దురభ్యాసానికి అలవాటుపడి, త్రాగి, వ్యభిచరించి నాశనం అవుతాడు. కూలీ అలా నాశనం కాడు.

"అయితే కూలీలు భాగ్యవంతులైతే నాశనం అవుతారంటావు?"

"తప్పక"

"మరివారిని భాగ్యవంతులు చేయడానికి వారికి స్వతంత్రం ఇప్పించడానికి ప్రయత్నించటం ఎందుకు?"

"జానకీ! మంచి ప్రశ్న వేశావ్... కూలీల బుద్ధి మారకుండా, వారి పశుత్వం పోగొట్టి విజ్ఞానాన్ని ప్రసాదించాలి. వారి బుద్ధికి పదును పెట్టాలి. మంచి చెడ్డలను నిర్ణయించుకొనే శక్తినీయాలి.

చంటిపిల్లవాని చేతికి దీపం ఇస్తే యిల్లుతగల బెట్టి నాశనం చేస్తాడు. ఆ దీపమే పెద్దవారి చేతికిస్తే, చీకటిని తరుముగొట్టి వెలుతురు కలిగిస్తారు. అలా ఒక్క దీపమే ఉపయోగించుకొనే విధానాన్ని బట్టి మంచిచెడ్డల నెలా యిస్తుందో, అలాగే ఉపయోగించు కొనే విధానాన్ని బట్టి ధనం కూడా మంచి చెడ్డల నిస్తుంది."

"అయితే ఉపయోగించుకొనే విధానం తెలుస్తే డబ్బుండడంవల్ల నష్టం లేదంటావు కదునాన్నా."

"మా చక్కటి ప్రశ్న. అమ్మా! దీపాన్ని జాగ్రత్తగా ఉపయోగిస్తే వెలుగు నిస్తుంది. లేకపోతే ఇల్లు తగల బెడుతుంది కదా? అటువంటి ఆపదలకు మూలమైన వాని జోలికే పోక, వెన్నెలలో కన్నులు మూయడం మంచి దనుకుంటాను."

"ఇక మరికూలీలకు భాగ్యం అవసరం లేదంటారు."

"అలా అనను. వారికే కాదు, ప్రతి ప్రాణికీ భాగ్యం అవసరమే. మానవ జీవితానందానికి ఎంత భాగ్యం అవసరమో అంతభాగ్యం ప్రతి వానికి అవసరమే... కట్టు కుంటానికి బట్టకు, తినడానికి తిండికి, ఉండడానికి ఇంటికి కావలసినంత డబ్బు అవసరం. అంతేకాదు; శుభాశుభ కార్యాలకు, పిల్లల విద్యాభివృద్ధికి కొంతడబ్బు అవసరమే... కాని అంతకుమించి ఎవరకూ ఎక్కువ ఉండరాదు...

చూడమ్మా! మన హిందూ దేశం కంటే సర్వసంపత్ సమేతమైనదేశం మరొకటి లేదు. మన భాగ్యం కంటే ఇతరుల భాగ్యం ఎక్కువ కాదు.కాని ఈనాడాభారత మాత,దరిద్రమాతయింది. ఈ నాడా భారతలక్ష్మి, పరుల బిచ్చమునకు చేయిచాస్తూ ఉంది.

కారణం ఏమిటి?

మన హిందూదేశంలో బంగారం లేకేనా? ధనరాసులు లేకేనా? కాదు.బంగారం ఉంది. రత్నాలున్నాయి. ధనరాసు లున్నాయి, ఎక్కడ? భూగర్భంలో, ఇనుప పెట్టెలలో, కోటీశ్వరుల బూజుపట్టిన ఖజానాలలో, తెలిసిందా తల్లీ!

భారతభూమి పరిపాలింప బడుతున్నది ప్రజలచేత కాదు. కోటీశ్వరులచేత. భారతరథ సారథ్యం చేసేది ప్రజలు కారు కోటీశ్వరులు. భారత భాగ్యనావ నడిపించేది కూలీలు కాదు; కోటీశ్వరులు.

ముప్పైకోట్ల ప్రజలు నిలవడానికి నీడలేక తినడానికి తిండిలేక, కట్టుకుంటానికి బట్టలేక, ఈ జీవితయెడారి ధూళిలో కలిసిపోతూఉంటే, ఒక్క కన్నీటి చుక్కకూడా రాల్చని కోటీశ్వరులకే కదమ్మా అగ్రతాంబూలాలు?

ఎన్నికోట్ల ప్రజల కడుపులో తిండిలాక్కొని ఎండలో మలమల మాడ్చే ఈ కోటీశ్వరులకే కదమ్మా గౌరవాలు?

తల్లీ జానకీ! మన జీవితం ఆనందంగా గడవడానికి కావలసపిన డబ్బు అవసరమే... అంతకు మించి ఉంటే మనం ఆ కోటీశ్వరుల లాగ కఠిన శిలలం కావలసి ఉంటుంది. వారి హృదయాల లాగ మన హృదయాలపైన కఠినత్వం పాపపు సాలిగూడు అల్లుకోవలసి వుంటుంది."

"నిజం నాన్నా నిజం. అది ఎప్పటికీ హానికరమే."

"సముద్ర గర్భంలో రత్నాల కొరకు చేయిచాచిన దురాశాపరునకు కష్టం తప్పదు. సముద్రపు ఒడ్డున రాతిగుల్లల నేరుకొని ఆనందించే పసిపిల్ల వానికి సుఖం తప్పదు."

"అందుకనే దురాశ దుఃఖానికి చేటంటారు. సంతృప్తిలో ఉన్న ఆనందం మరొక దానిలో లేదు."

వారలా మాట్లాడుకుంటూ ఉంటే గడగడ వణుకుతూ నిరంజనరావు తలుపు తోసుకొని ప్రత్యక్షం అయ్యాడు.

"చెల్లీ! చెల్లీ!" అని ఆత్రతతో పిలిచాడు.

"ఏం అన్నయ్యా!"

"ఇలా ఈ గదిలోకి ఒక్కసారి."

"ఎందుకు?"

"చెబుతా - త్వరగా..."

ఆమాట అంటూనే తూలుకుంటూ మరొక గదిలోకి వెళ్ళిపోయాడు. అతడ్ని వెన్నంటింది జానకి... గదిలోకి వెళ్ళగానే ఆమెరెండు చేతులూ పట్టుకొని "చెల్లీ! నీకు దణ్ణం పెడతా. నాలుగు రూపాయిలు చూద్దూ" అంటూ ఆత్రతతో అడిగాడు.

"ఎక్కడున్నాయని చూడనన్నయ్యా!"

"మాతల్లిగాదూ! నీ గడ్డం పట్టుకొని బతిమాలతా! ఎక్కడైనా..." అతడామె గడ్డం పట్టుకొని బతిమలాడడం ప్రారంభించాడు. అతని ముఖం చూచి ఆమెకు చాలా జాలివేసింది. కాని డబ్బెక్కడుందని ఇస్తుంది? ఉన్నా ఆస్తి అంతా త్రాగుడు పిశాచానికే పెట్టాడయ్యె... ఆమె ఏమీ మాట్లాడక తల వంచుకొని, పైటచెంగు నలుపుకుంటూ నిలబడింది.

"చెల్లీ! చెల్లీ! ఈ ఆపద కాపాడవంటే ఇంకెప్పుడూ నిన్నడగను."

"ఇప్పుడొచ్చిన ఆపదేమిటి? మళ్ళీ త్రాగుడుకేనా తగలవేయడం?"

"ఛా. ఛా. దైవసాక్షి. ప్రమాణంగా."

"వట్టలు కెమిలే... ఇది వరకు ఇటువంటి వట్టులెన్ని వేసి, నా వద్ద డబ్బు తీసుకు వెళ్ళలేదు?"

"నిజం నిజం. ఇంక బాగా బుద్ధి వచ్చింది. అదుగో, మన గుమ్మం ముందు, కొరడాకఱ్ఱ చేత్తోపట్టుకొని తిరుగుతున్నాడే, వాడికే నలభై రూపాయి లియ్యాలి. వా డింక బ్రతకనీయడు. నరకంలోకి వెళ్ళినా నాతో తయారయే టట్లున్నాడు. చూడమ్మా చూడు."

నిరంజన్ గడగడ లాడిపోతున్నాడు.

"నలభై రూపాయిలు తీసుకుంటే, నాలుగు రూపాయిలెందుకు?"

"వ-వ-వ... వడ్డీ."

"నూటికి పదిరూపాయిలు వడ్డీ యేమిటి?"

"అంతే... అంతే...ంతే...ంతే. అమ్మగా."

"దాని కింత భయమెందుకన్నయ్యా! ఉండు చెబుతా" అని బయటకు వెళ్ళి కాబూలీవాడ్ని పిలిచింది. అతడు డబ్బు ఇస్తుంది కాబోలనుకొని వచ్చాడు. అక్కడ్నుంచి తిట్టులు లంకించుకుంది.

"నీ వేం మనిషి కావూ? గుండెలు పిండి రక్తం త్రాగడానికి నీవేమైనా రాక్షసుడవా? పిశాచానివా? భూతానివా? ఇచ్చిందానికంటే వడ్డీ ఎక్కువా? ఏదేశంనీది? దయచేయి దయచేయి... అట్టే మాట్లాడావంటే చూసుకో ఏం చేస్తానో! ఆవెధవ మాడుముఖం వేసుకొని మళ్ళీ ఈ దోవను వచ్చావా నీ ముఖాన పేడకళ్ళేయి కొట్టానే. వెధవా! పో!"

అంటూ తలుపు వేసేసింది. వాడేదో విసుక్కుంటూ పోయాడు. "వెళ్ళి పోయాడా?" అంటుంటే "వెళ్ళకేం చేస్తాడు. ఇటువంటి పరదేశీయులకు జడంబట్టే మన దేశం ఇలా అధోగతి పాలయింది" అంటూ ఆమె వంటింట్లోకి వెళ్ళిపోయింది.

2

అది లక్ష్మీభవనం.

ఆనంద లక్ష్మీనిలయం.

వచ్చి పోయేవారితో తులతూగుతూ, కలకలలాడుతూ ఉంది.

శోభనాచెలం కోటీశ్వరుని భవనమని తెలియని వారరుదు.

చెలం చెల్లెలకు మన జానకికి త్రెంచరాని సంబంధం; విడువలేని అనురాగం; మరుపురాని స్నేహం.

ఇరువురూ అవివాహితలే. ఇరువురి శరీరాలు సన్నని మెరుపుతీవలే. ఆరోజు శ్రావణ శుక్రవారము.

"జానకీ! నీ వీనాడు మాయిల్లు కదలరాదు సుమా!"

"అమ్మో! మానాన్న నన్ను చూడకుండా వుండగలడా!"

"ఏమైనాసరే. లక్ష్మీపూజ నీవులేనిదే చేయలేను."

"పోనీ. పూజ అయిపోయిం తరువాత వెళతాను."

"ఊహూc. నేను ఒప్పుకోను."

శ్రావణి జానకి పయిట పట్టుకొని లాగుతూ నిర్బంధంచేస్తూ ఉంది. అంతలో పంచి కుచ్చెళ్ళు చేత్తో పట్టుకొని సిగరెట్టు పొగతో చిన్ని చిన్ని మేఘాలు కాయిస్తూ తయారయ్యాడు చలం"

"చెల్లీ! జానకి నేమిటి అల్లరి చేస్తున్నావ్?"

"చూడన్నయ్యా! ఇవాళ శ్రావణ శుక్రవారమా!

"అవును."

"ఆడపిల్లలకు ముఖ్యమైన పండుగా!"

"కాదూమరి."

"అటువంటప్పుడు బొమ్మలు నిలపెట్టకుంటున్నాను. నాతో ఈ రోజల్లా ఉండు జానకీ

అని గడ్డం పట్టుకొని బతిమాలుతుంటే "ఉం-ఆం" అని మూతి బిగిస్తుంది చూడు... ఇది జానక్కి ధర్మంగా ఉందా చెప్పన్నయ్యా!"

"ధర్మమా! బ్రతికున్నవా రెవరూ ధర్మం అని చెప్పరు. అయినా జానకీ! నీకంత మోటతనం ఏమిటి? ఒకరోజున మాయింట్లో తిరుగుతేనే నీ బంగారపు పాదాలు కందిపాతాయా?"

ఆమాటకు ఆమె హృదయవీణ ఒక్కసారి తానం పాడింది. జీవితం జవజవలాడి పోయింది. ఆమె మాటలాడ కుండా నిలబడి పోయింది.

"ఏం జానకీ! నా మాట తోసేస్తే తోసేశావ్? పోనీ! మాఅన్నయ్య మాటన్నా... ..."

"చాల్లెద్దూ"

అంటూ జానకి వెళ్ళిపోబోయింది. ఆమెకు అడ్డుగా నిలిచి "జానకీ! చెప్పు. ఉంటావా?" అని బలవంతం చేసింది. "సరే నాన్నతో చెప్పివస్తాలే" అంటూ జానకి లేడిపిల్లలా పారిపోయింది.

"చెల్లి! చూచావా! జానకి తప్పించుకొని..."

"ఎంత దూరం పారిపోతుందిలే అన్నయ్యా!"

"మళ్ళీ వస్తుందిలే."

"రాకపోతే ఊరుకుంటాం?"

వారిద్దరివంక చూస్తూ నవ్వుతూ జానకి పారిపోయింది.

రెండు నిట్టూర్పులు విడిచి అన్నా చెల్లెం డ్రిద్దరూ మేడమెట్లెక్కారు.

* * *

జానకి బ్రతికి చెడిన సంపన్నకుటుంబిని.

అన్నగారి దుర్మార్గప్రవర్తనవల్ల కొంత ఆస్తి ఆరిపోయింది.

ఇల్లూ, కొద్దిభూమీ, ఒక ఆవూ, రెండుగేదెలతో మిగిలారు.

జానకి పదు నెనిమిదేండ్ల పడుచు.

అభిమానవతి; అనురాగమతి.

సౌందర్యమయి; ఆనందమయి.

కోటీశ్వరుల నమ్మరాదని ఆమె నిశ్చతాభి ప్రాయము. అదే విషయం తండ్రి ఎన్నిసార్లో బోధించాడు. ఆ విషయమే ఎన్ని గ్రంథాలలోనో చదివింది. కాని చిరస్నేహము వల్లనో, పూర్వజన్మ బాంధవ్యం వల్లనో, చెలాన్ని విడిచి ఉండలేకపోయేది.

ఆమెకు తండ్రి హృదయం.

చెలం, శ్రావణులు రెండు నేత్రాలు.

ఆత్రిమూర్తులూ ఆమె జీవనజ్యోతికి మూడు శిఖలు.

ఆమె తండ్రి వద్ద అనుమతి తీసుకొని శ్రావనివద్దకు వచ్చింది.

ఆరుతూ ఆరుతూ ఉన్న పెద్దతల వాలుజెడగా వేసుకుని, చివరలు కుచ్చులా విడిచింది – ఒక రిబ్బనుకట్టి. అంతతో ఊరుకోక సన్నజాజిపూల చెండు కీలించింది. ఆమెను చూడానికి ఇంక కన్ను లున్నయ్యా!

ఆమె యౌవనరేఖలు ప్రతి అవయవాన్ని క్రొత్త రంగులతోటి దిద్దుతూ ఉన్నాయ్. నిమ్మపండువంటి ఛాయ. ఆమె గట్టిగా మాట్లాడితే ముఖం ఎఱ్ఱవారుతుంది. పదడుగులు పరుగెడితే పాదాలు గులాబీరేఖల్లా కందిపోతాయి. ఆమె నవ్విందంటే వెన్నెల – బుగ్గల చొట్టల్లో, వసంతపూజ చేసుకుంటుంది. ఆమె పాడిందంటే, వసంత కోయిలశ్రుతి వేస్తూ ఉంటుంది.

ఆమె చదువుకు శారదాదేవి.

ఆచరణకు అరుంధతీ దేవి.

అందానికి అమరకాంత.

ఆమె కింకేమి కావాలి?

అన్నిటిలోనూ శ్రావణి ఆమెకు అడుగుచేయే. కాని, డబ్బులోమాత్రం ఆమెదే పైచేయి.

ఎలాగున్నా వారిద్దరూ ఒకరినొకరు విడిచి ఉండలేపోయేవారు.

ఒకరింటికి మరొకరు వెళుతూ ఉండేవారు. వారి బాంధవ్యానికి పునాది వారి తల్లిదండ్రులే.

జానకితండ్రి వెంకట్రావు, శ్రావణితండ్రి సుబ్రహ్మణ్యం, ప్రాణస్నేహితులు. కాని, సుబ్రహ్మణ్యం పెట్టిన అప్పువల్లే వెంకట్రావు అధోగతి పాలయ్యాడు. వెంకట్రావుని మట్టిపాలుచేశాడు. సంవత్సరం తిరక్కమునుపే సుబ్రహ్మణ్యం శాశ్వతంగా మట్టిక్రింద నిదురపోతున్నాడు.

అయినా వారిద్దరూ ప్రాణస్నేహితులనే లోకం అనుకుంటూ ఉంది.

ఈనాటికీ పన్నెత్తుమాట సుబ్రహ్మణ్యాన్ని అన్న పాపాన్న పోలేదు పాపం వెకంట్రావ్.

ఎప్పుడైనా కుమారుడు –"నాన్నా! మనల నాశనంచేసి సుబ్రహ్మణ్యం కోటీశ్వరుడయ్యాడు. మన పొలాలు, మేడలూ, అపహరించేకదూ వాడు గొప్పవాడయింది? మనం అప్పుతీసుకొన్నది కొంత. వాడు దొంగకాతావ్రాసి, నీకు చూపకుండా స్నేహంలో సంతకాలు చేయించుకొని, దావాచేసి ఆస్తినంతా ఆహుతి చేసిన గోముఖవ్యాఘ్రాన్ని ఇంకా ప్రాణ స్నేహితుడంటున్నారేమిటి?" అని కోడిత్రాచులా బుసకొట్టేవాడు.

రావు నెమ్మదిగా – "బాబూ! వాడు నా ప్రాణస్నేహితుడే. వాడుచేసిన మేలువల్లే,నే నీనాటికి శాంతిగానిదురపోతున్నాను." అని చెప్పే వాడు.

దానితో కుమారునికి మరింత ఆగ్రహం వచ్చేది – 'ఇల్లు కాలిపోతుంటే చలి కాచుకొన్నట్లు, మనిషి చచ్చిపోతే క్రొత్తశరీరం వస్తుందన్నట్లు, కష్టం కలిగితే సుఖం కలుగుతుందన్నట్లు, చెప్పే మీవంటివారిని చూస్తే లోకం సిగ్గుపడుతుంది... ఊరుకోండి, శాంతెలా కలుగుతుంది? శాంతి! నూనెలేని దీపంలాగ, డబ్బులేని మానవునకు విలువేమిటి?" అంటూ నిప్పులు గుప్పేవాడు.

తండ్రి చిరునవ్వు నవ్వుతూ – "నాయనా! డబ్బున్నప్పుడు నాకూ ఈ అహంకారం ఉండేది; ఇప్పుడది ఉడిగిపోయింది. కనులనుండి చీకటి తెరలు జారిపోయాయి. సామాన్య జనుల నిర్మల హృదయంలోని ఆనందాన్ని ఇప్పుడు అనుభవించ గలుగుతున్నాను. అన్నం రుచి ఇప్పుడు తెలిసినంత, అప్పుడు నాకు తెలియదు నాయనా!" అనేవాడు. దానితో తోకత్రొక్కిన త్రాచులా లేచి "ఆస్తిపోతే అబ్బేది వేదాంతమే కదూ!" అని చెప్పేవాడు.

రావు మరింత నవ్వుతూ "నిరంజన్! అనుభవంలేని అమాయకుడవు. ముందు ముందు లోకం హృదయం తెలుస్తుందిలే నాయనా! సుబ్రహ్మణ్యం మనకుచేసిన మేలున్నూ తెలుస్తుంది. భోగిని యోగిచేశాడు. అజ్ఞానిని జ్ఞానిచేశాడు. దురాగ్రహచిత్తుని శాంతచిత్తుని చేశాడు. పాపిని పుణ్యాత్ముని చేశాడు. గట్టిగా మూసుకొనిపోయిన చీకటితలుపులు తెరిపించి, విజ్ఞాన జ్యోతిని చూపించాడు. అంత మేలుచేసినవాడు ప్రాణమిత్రుడు కాదూ నాయనా!" అంటుంటే "మీపిచ్చి మీకే ఆనందం. నాన్నా! శత్రువులను కూడా మిత్రులుగా భావించే శక్తి మీకు ఉండవచ్చును. మంచిదే, కాని పూలమ్మిన ఊరిలో కట్టెలమ్మలేము. మరోదేశం వెళ్ళిపోదామంటే – 'ఉన్న ఊరే కన్నతల్లి; పుట్టినచోటనే బూడిదకావాలి; మానాభిమానాలు ఆత్మకు లేవు' అంటూ జవాబుచెబుతే మేము ఏం చెయ్యగలం నాన్నా! దుష్టులకు దూరం ఉండమన్నారు. పులికడుపున గంగగోవుపుట్టదు. తండ్రిని బట్టే కొడుకు. చెలం సుబ్రహ్మణ్యాని కేమీ తీసిపోడు. తిన్నింటికి వాసాలు లెక్క పెట్టే ద్రోహి. ఏ పాత అప్పులో చూపి ఇంకా మనలను బాధపెడతాడు." అని మరొక ఊరు ప్రయాణం కమ్మని బతిమాలేవాడు నిరంజన్.

తండ్రి శాంతంగా ఊరుకొనేవాడు.

ఏమి జవాబు చెప్పలేక కళ్ళు అప్పగించి చూచేవాడు.

"నాన్నా! డబ్బుపోతే నాకు లెక్కలేదు. చంచలమైన లక్ష్మి పంచపంచల తిరిగే మూర్ఖుడనుకాను. కాని పెళ్ళీడుకు వచ్చిన జానకిని చూస్తే, నాగుండె బద్దలైపోతూఉంది. నాన్నా! చూడండి, జానకితోటివారందరికీ పెళ్ళి అయిపోతూ ఉంది, అమ్మ బ్రతికుంటే ఈపాటికి పెళ్ళి చేయకుండా బ్రతికి ఉండేదా? ఎలాగైనా తల్లిలేని ఆడపిల్ల కష్టాలు మగవారికి తెలియవు. నాన్నా! 'నిరంజన్! మీ చెల్లిలి పెళ్ళెప్పుడురా! ఇంకా ఎప్పుడు పప్పుదప్పళాలు పెడతావు?' అని తెలిసిన మిత్రులు పరిహాసం చేస్తుంటే, లోపల లోపల ఎంతగా కుమిలి

కుమిలి చస్తున్నానో మీకు తెలీదు నాన్నా!" అని తన దుఃఖాన్నంతా వెలువరించేవాడు. గొంతుకు బిగపట్టేది. కన్నులు తేమగిల్లేవి. దానితో మాటనోట రాక, తండ్రివంక చూచేవాడు.

తండ్రికి కుమార్తె పెళ్ళిఊసు తేగానే, కన్నీళ్లు జలజలా జారిపోయేవి. దానితో మళ్ళీ మాట్లాడలేక "ఊరుకోనాన్నా ఊరుకో! పెళ్ళి కాక ఏపిల్లా ఏ ఇంట్లోనూ ఉండిపోలేదు. ఎవరికి తగినవారు వాళ్ళకు వస్తారు. ఎవరి ప్రక్క బొమ్మ వారికి వెళ్ళిపోతుంది" అని ఓదార్చి, ఇంక అక్కడ ఉండలేక బయిటికి బయలు దేరేవాడు.

తండ్రి కన్నీళ్ళు అలాగే జారుతూ ఉండేవి.

తడిసిన తలగడి తడుస్తూనే ఉండేది.

నిరంజన్ రెండడుగులు వేసి బయటకు వెళ్లబోయేసరికి వదినా మరదళ్లు లాగ శ్రావణీ జానికలు వచ్చేవారు నవ్వుతూ. వారివి బాధ ఎరుగని చిరుత హృదయాలు.

"ఏమోయ్! బావా! ఎక్కడకు బయలుదేరావ్?" అని శ్రావణి ప్రశ్నిస్తే, "ఇక్కడకే" అంటూ వెళ్ళిపోయేవాడు. పాపం! శ్రావణి చాటుగా ఒక్క నిట్టూర్పు విడిచి ఊరుకొనేది.

రావు ఇల్లు పచ్చపచ్చగా ఉన్నప్పుడు శ్రావణిని నిరంజన్ కిచ్చి పెళ్లి చేస్తానని సుబ్రహ్మణ్యం అనేవాడు.రావు ముసిముసినవ్వులు నవ్వుకొనేవాడు.

కాని రావు కొంప ఎడారిగా మారేసరికి ఆ పెళ్ళి ఊసెవరూ ఎత్తరు. ఆ విషయం మన నిరంజన్‌కి చింతలేదు. అతనికి శ్రావణి అంటే అతిచులకన; కాని, శ్రావణి కతడు వసంత మనోజ్ఞమూర్తి, అతడు లేనిస్థలము ఆమెకు శ్మశానము. అతని చూడని రోజు ఆమెకు నోట మెతుకు వెళ్ళదు.

ఇదీ వారి ప్రణయ గ్రంథము.

ఒకరోజు నిరంజన్ తనగదిలో 'షెల్లీ' పుస్తకం చదువుకుంటున్నాడు. శ్రావణి వెనుకగావచ్చి కన్నులు మూసింది.అతడామెను వడిలోకి లాక్కొని, "శ్రావణీ! నీవు రానురాను అల్లరి పిల్లవయి పోతున్నావ్. నిన్ను లోకులకు పట్టి చూపెడుతున్నానుండు" అని ఆమె గులాబీ వంటి బుగ్గపై పన్ను నొకటి నాటచేశాడు.

ఆమె అతగాడిని రెండు చేతులతో చరిచింది.

అతడు నవ్వుతూ పారిపోయాడు.

అంతలో జానకి వచ్చి "వదినా! ఇదేమిటి. ఊహూఁ! మా అన్నయ్య చదువు పాడుచేస్తే ఊరుకుంటాడా? ఉండు. ఈ సంగతి నాన్నతో చెబుతా" నని బయలుదేరితే "జానకీ! ఊరుకోవే! నీ చేతులు పట్టుకు మ్రొక్కుతాను" అని ఆమె ప్రార్థించింది. అప్పటి కామెకు పదేండ్ల ప్రాయము.

శ్రావణీ నిరజంనులు బాల్యమిత్రులు.

అంతేకాదు.

కాలం గడిచిపోయింది మార్పులతో.

లక్నోలో 'యల్.యల్.బి.' చదువుతున్న చెలం తండ్రి చనిపోగానే వచ్చి ఇంటికి పెత్తనదారయ్యాడు. అతని కన్నులలో జానకి కదులుతూ లేక పోలేదు.

శ్రావణిని రంజనులు బాల్యమిత్రులైతే, వీరు యౌవన మిత్రులు. అదీ భేదం...

3

ఆ రోజు భోగి పండుగ.

హిందువులకు సంక్రాంతి పెద్దపండుగ కదూ, అందుచేత ఆరోజు అంతా తలారా స్నానం చేసి క్రొత్త బట్టలు కట్టుకుంటారు. మన నిరంజన్ జానకీ రావులు క్రొత్త బట్టలు ధరించారు.

ఆంధ్రదేశం అంతా ఆనందమయం.

కాని, యుగ యుగాల నుంచి దాగున్న అగాధదుఃఖం, పొరలు పొరలుగా, నిరంజన్ హృదయంలో జేరుకుంది. నిరంజన్ తనగదిలో కూర్చుని గాంధీగారి ఆత్మకథ చదువుతూ ఉన్నాడు.

అతని హృదయం ఎంత మెత్తనో, మాటంత కరుకు. బాణంలా ఎదటి మనస్సు చీల్చుకుపోతుంది.

అతని జీవిత గ్రంథం అంతా నిరర్థకంగా లేదు. కొన్ని సువర్ణపుటలు కూడా ఉన్నాయి.

అతని హృదయ మందిరం కేవలం చీకటితో లేదు. వెలుగు నీడలు కూడా ఉన్నాయి.

జమీందారులులా ఒకప్పుడు బ్రతికే వారిపుడు అప్పుల కొరకు, ఇంటింటా తిరగవలసి వచ్చింది కదా అని తలుచుకొనే టప్పుడల్లా అతని హృదయం బరువై పోతుంది. నిర్మల సరస్సులో ఒక చిన్నిరాయి వేస్తే సున్నాలు సున్నాలుగా, ఏలా నీటి చక్రాలు ఏర్పడతాయో, అలా అతని భావాలు సుడిగుండా లైపోతాయి.

సాయంకాలం అయిదు గంట లవుతుంది.

ఇంకా గాంధీగారి జీవితమే చదువు తున్నాడు.

తండ్రి తన స్నేహితులింటికి వెళ్ళాడు.

ఇంట్లో కజ్జికాయలు చేస్తూ ఉంది జానకి.

అంతలో పంచదార, అరిసెలు, ఆవడలు వెండిపళ్ళెంలో పెట్టుకొని శ్రావణి వచ్చింది సంతోషంతో.

"జానకీ! అన్నయ్యేడి?"

"ఎందు కేమిటి?"

" దండలు తెచ్చాను."

....పెట్టకూడదా?"

"మీకు అరిసెలు, అన్నయ్యకు ఆవళ్ళు."

ఆమె పళ్ళెంలో అరిసెలు జానకి కిచ్చింది. జానకి పెట్టిన రెండు కజ్జికాయలు తింటూ, నిరంజన్ గదిలోకి బయలు దేరింది.

* * *

అతని గది తలుపు వేసుంది.

చదివితే అతనితో చదివేవాడు లేడనిపిస్తాడు. కాలేజీలో అన్ని బహుమతులూ అతనివే... కాని, ఎందుచేతో మతిపోయి పాడైపోతూ ఉంటాడు, మధ్య మధ్య.

ఆమె గదివద్ద నిలబడింది. తీయని గొంతు వినబడింది!

"గోధూళి ధూసరిత కోమల గోపవేషం,

గోపాలబాలక శతై రనుగమ్యమానమ్!

సాయస్తనే ప్రతిగృహం పశుబన్ధనార్థం,

గచ్ఛన్త మచ్యుత శిశుం ప్రణతోస్మి నిత్యమ్."

ఓ హో హో! ఏమి భావం!

పశువులను సాయంసమయం ప్రతియింటా కట్టి వేయడానికీ గోపాలుడు గోపాల బాలురతో బృందావనమున గోవులను తోలుకుంటూ వస్తున్నాడట. పాపం! ఎంత శ్రమలాలసుడో ఆ వ్రజమోహనుడు చూడండీ!

అంతేకాదు, ఆ శ్యామ సుందరుని కోమల గోపవేషము, గోధూళిచేత మలినమైనదట... అతని ముంగురులు ముత్యాల చెమట బిందువులలో తడిసి ఉంటాయి; అతని బంగారు చిరుత పాదాలు కందిపోయి ఉంటాయి; అతని సుకుమారదేహం కందిపోయి ఉంటుంది... పాపం! భక్తులన్న అతని కెంతజాలి. ఆ సాయంకాలం ఆవుల మందల నిండ్లకు తోలుకొని పోయే వ్రజమోహనుని తలుచుకుంటూ ఆసావేరి రాగంలో అలా పనిచేస్తూ ఉన్నాడు నిరంజన్.

ఆమె ఆ గానస్రవంతిలో ఒకపిల్ల కెరటమై పడగవిప్పి నృత్యం చేసింది. ఆనందాశ్రువులు విడిచింది.

అతడు పాట నాపాడు.

"బావా!"

అని నెమ్మదిగా తలుపు కొట్టింది. అతడు తలుపు తెరిచి నవ్వుతూ "శ్రావణీ! నీవా! శ్రావణమేఘంలా బరువైన కనురెప్పలను కదల్చకుండా అలా చూస్తున్నావే! రా! లోనికిరా! నా హృదయంలోనే వేయివేల దీపాలు వెలిగించే నీకనులు, ఈ గతిని జ్యోతిర్మయం చేయలేవూ! రా! శ్రావణీ! రా!" అంటూ లేతతమలపాకువంటి ఆమె అరచేతిని పట్టుకొని ఆమెను లోనికి తీసుకువెళ్ళాడు.

ఆమె మాట్లాడ లేకపోయింది!

"నిరంజను డెంత నిర్మలుడు! ఎంత ప్రేమాస్పదుడు! ఎంత రసరంజనుడు" అనుకొనే సరికి, ఆమె శరీరం పులకాంకురితమైంది. అట్టి వానిని భర్తగా నోచని జన్మ ఏమి జన్మ అనుకుంది.

ఆమె అతనిని మనసా ప్రేమించింది.

కాని, అతడో!!!

* * *

"శ్రావణీ! ఇదిపండుగ కట్నమా!"

"అవును."

"మరి. నేనూ ఇస్తానుండు."

అనిలోనికి వెళ్ళబోయాడు. అతనిచేయి పట్టుకొని ఆపి "బావా! జానకి పెట్టింది." అన్నది నెమ్మదిగా.

"నేనుకూడా..."

"వద్దు. నీవు ఇక్కడే ఉండు. నీవు తింటూ ఉంటే నేను చూడాలి."

"చూస్తే!"

"ఆనందం; అనురాగం; అభిమానం; ఇంకా!"

"పిచ్చిపిల్లా! క్షణంలో మెరిసి మాయమై పోయే మెరుపుకంటే, శాశ్వతానాందాన్నిచ్చే నక్షత్రకాంతి మెరుగు కదూ!"

"అయితే?"

"నాతో నీకు ఆనందం ఎంత సేపుంటుంది? శ్రావణీ! క్షణం. అంతే కదూ..."

"తరువాత?"

"ఎవరు నీభర్త అయితే వారితోటేకదా నీ ఆనందం!" ఆమె ముఖం నల్లబడిపోయింది.

ఆమె హృదయోద్యానవనంలో నవమల్లికలు సిగ్గుతో తలలు వంచుకున్నాయ్; మాలతీపూలు పరాభవంచె ముఖాలు మాడ్చుకున్నాయ్.

ఆమె కనుకొలంకులు కన్నీటిముత్యాలతో నిండిపోయాయి.

ఆమె కన్నీరతని చేతులతో తుడుస్తూ "శ్రావణీ! ఎంత అమాయికపు పిల్లవు? ఏమన్నానని ఈ కన్నీరు.? 'మరొక భర్త' అనుసరికే కన్నీరు కారిస్తే, రేపుకాపురం ఎలా చేస్తావ్?" అనేసరికి ఆమె తల అతని హృదయంలో దాచుకొని, చంటిపిల్లలా ఏడ్వడం ప్రారంభించింది.

కన్నీరు తుడిచి, బరువెక్కిన ఆమె కనురెప్పల నాతడు ముద్దుగొన్నాడు. ఆమె శరీరం అంతా విద్యుద్భరితం అయిపోయింది.

"శ్రావణీ! ఊరుకో! ఎందుకసలీ కన్నీరు?"

"మరొక భర్తా! నేను బ్రతికిఉండగానేనా?"

"మరెలా?"

"బావా! ఈ జీవికి నీ పాదాలుకంటే వేరే ముక్తిమందిరాలు లేవు. నీ హృదయంలోనే నాకు పూలపాన్పు, నీ కన్నులలోనే నా ఆనంద మందిరమునకు వెన్నెల వెలుగు... బావా! నిన్ను విడచేనా ఈప్రాణి బ్రతకడం...? నీ హృదయంలో దాచుకొన్న నా తలను వంచి, ఎవరు బావా! మంగళసూత్రం కట్టేది?"

అతడు చిరునవ్వు నవ్వాడు.

ఆమెను హృదయానికి దగ్గరగా తీసుకున్నాడు.

"శ్రావణీ! రాలిపోయే పూవుమీద తుమ్మెదకు ఆశ ఉండదు. తెల్ల బడిన మేఘాన్ని చూచి ఏ నెమలీ పురివిప్పి నృత్యం చేయదు. వసంతఋతువు వెడలిపోగానే ఏకోయిలా తన పంచమస్వరాన్ని సారించదు. ఏమంటావ్?"

"అలాగే...."

"సహజప్రకృతిధర్మానికి విరుద్ధంగా ఏదైనా జరుగుతుందా?"

"జరగదు."

"శావణీ! అలాగే ధనికుల పిల్లలను ధనికులు చేసుకుంటం, దరిద్రుల పిల్లలను దరిద్రులు చేసుకుంటం సృష్టిలో సహజం. దానికి తారుమారు జరుగదు".

"అదా నీ ఉద్దేశం?"

"అవును శ్రావణీ! నేను దరిద్రుడను. నీవో లక్ష్మిని వాకిట నిలిపిన కోటీశ్వరుని ముద్దుల బిడ్డవు–"

"అది నా తప్పా?"

"కాదు శ్రావణీ! నా చేతికందేని పూలేగాని, నక్షత్రాలుకావు. నీకో నక్షత్రాలు పెరట్లో ఉన్న చెట్టమొన పూచిఉంటాయ్... కామధేనువు పాలు పిదుకగల భాగ్యవంతులు మీరు... మీకూ మాకూ సంబంధమా?"

''బావా! ఈ మాటలతో నా హృదయాన్ని ముక్కలు చేయగలుగుతున్నా వనుకుంటున్నావ్? పొరపాటు సుమా! నా హృదయం వేరూ, నీ హృదయం వేరూకాదు. రెండూ ఒకటే..."

"ఊహూఁ."

"నవ్వకు బావా? నవ్వకు.

నా హృదయంలో అంచులవరకూ వ్యాపించినది నీరూపమే. సూది మొనంత కూడా మరొక రూపానికి స్థానం లేదు."

"అలాగా!"

"నీ నిట్టూర్పులో నా ప్రాణవాయువులు నిలచి ఉన్నాయ్. నీ హృదయంలో నాజీవితం స్పందనం అయిపోయింది. నీ ఆలోచనలకు నా హృదయం రంగులు పూస్తూ ఉంది... నీ పవిత్రపాదం మోపిన చోట నాపుణ్యదేవత దేవాలయం నిర్మిస్తుంది... తెలిసిందా బావా!"

"తెలిసింది."

" 'బావా' అనే రెండక్షరాలూ, రెండుచుక్కలై త్రోవచూపుతూ ఉంటే, నా ప్రేమ సముద్రానికి ఆవలి వడ్డైన ఆశాతీరాన్ని చేరుకోగలను."

"మంచిది"

"నా జీవిత నావకు నీవు ధ్రువతారవు..."

నా ప్రేమ మందిరానికి నీవు వెన్నెల పూతవు."

ఆమె మౌగ్ధ్యానికి అతనికి నవ్వు వచ్చింది... నవ్వుతూ ఆమె బుగ్గమీద చూపుడు వ్రేలితో ఒకచిన్న దెబ్బకొట్టాడు... ఆమె ఫక్కుమని నవ్వింది. అతడు పరవశం పొందాడు...

అంతలో వేడివేడి కజ్జి కాయలు తయారుచేసి, అరిటాకులో వేసుకొని, జానకి తీసుకువచ్చింది. వారిద్దరి నవ్వులూ వింది...

"ఊఁ నవ్వారు కాని, రండి కజ్జి కాయలు తినండి" అంటూ అక్కడున్న బల్లమీద ఆ అరిటాకు పెట్టింది.

"రా! శ్రావణీ తిందాం."

"ఏంపక్షపాతం బావా నీది? నేను తెచ్చిన ఆవడలు తినడానికి సిద్ధపడకుండా, ఇప్పుడు సిద్ధపడతావా?"

"ఏం ఉడుకులు మోతువు వదినా నీవూ? నీ ఆవడలు నాకజ్జికాయలూ, రెండూ తింటాడులే..."

"నీవో మరి?"

"నేనూ నా? సరే. ఆరగింపు మొదలుపెట్టు" నిరంజన్ ప్రారంభించాడు. ముగ్గురూ కజ్జికాయలు తినడం ప్రారంభించారు, వేడి కజ్జికాయ ఒకటి చిదిపి, వేళ్లుకాలితే నోటిలో పెట్టుకుని "చంపావు. జానకీ" అన్నది...

"మంచిదిగాని. ఆ ఎంగిలి దీనిలో కలపక పెళ్ళయ్యేవరకూ నీ ఎంగిలి మా అన్నయ్య తినకూడదు."

"అబ్బా! ఏమినిష్ఠ. ఎన్నిసార్లు జేమకాయలు కొరికి ఇచ్చానో... కాదనమను."

అంటుంటే "సరే తిందూ" అని అన్న గారంటే "రామ. రామ. సర్వం శ్రీ జగన్నాథం అన్నట్లు అంతా ఎంగిలి మంగలమేరా బాబు" అని జానకి అన్నది.

దానితో ముగ్గురూ పకపకా నవ్వడం ప్రారంభించారు.

అంతలో తండ్రి వారి నవ్వు విని పరమానందంతో, చేతికఱ్ఱ ఊపుతూ వచ్చాడు.

"మావయ్యా! చూడు బావయ్య అల్లరి? ఈ అన్నా చెల్లెండ్రిద్దరూ ఒకటై నన్ను అల్లరి చేస్తున్నారు." అనిశ్రావణి చెబుతుంటే,

"నాన్నా! ఈ శ్రావణి చూడు. కజ్జికాయి కొరికి అన్నయ్యకిస్తే, సిగ్గులేకుండా అన్నయ్య తింటున్నాడు." అని జానకి రిపోర్టు చేసింది.

"అమ్మా! ఆ బావామరదళ్ళ మధ్య నీవెందుకుచెప్పు" అనేసరికి వాళ్ళు గొల్లుమని నవ్వారు. జానకి కోపంతో "పోదూ నాన్నా! నీ వెప్పుడూ వదిన తరపునే మాట్లాడతావ్" అంటూ వంటింట్లోకి వెళ్లిపోయింది. తండ్రి ఆనందంతో ఆమెతో వెళ్ళిపోయాడు.

వంటింట్లో తండ్రి కూతుళ్ళు కూర్చున్నారు.

జానకీ! శ్రావణి మన యింటి కోడలైతే, చూచుకుంటానికి నాకీ రెండు ముసలికళ్ళూ సరిపోతాయా! అంత అదృష్టం ఈ దరిద్రునకు అబ్బుతుందంటావా జానకీ?"

అబ్బకేం? వదిన మరొకరిని ప్రాణంపోతేమాత్రం చేసుకుంటుందేమిటి?"

"చేసుకోదనే నా ఉద్దేశం. కాని అబ్బాయికి."

"ఇష్టం ఉందో లేదోమాత్రం తెలియడంలేదు. ఒకప్పుడు ఇష్టంగా మాట్లాడతాడు; మరొకప్పుడు కష్టంగా మాట్లాడతాడు... ఏమిటో నాన్నా అన్నయ్యవంటి వంకరబుద్ధిమనిషి లేడు."

"ఎలాగైనా... మీకు రెండక్షింతలు వేసే భాగ్యం ఎప్పుడు కలుగుతుందో నాకు." అంటూ చతికలపడ్డాడు.

వా రక్కడలా మాట్లాడుకుంటున్నారు.

వీ రిక్కడ ఏవేవో గుసగుసలు ప్రారంభించారు.

"బావా! నన్నుమోసం చేశావా! ఏ నుయ్యో, గొయ్యో, తప్పదు సుమా! దగా చేయక."

"గొప్పవారు మోసం చేయగలరేమో గాని – పేదవారు."

"ఆ చాల్లెదూ మా సందెదీపం మీరు వెలిగించిందేగా. మా ఖజానా మీ డబ్బుచే నిండిందేగా –ఎవరికి తెలీదీ విషయం? మరచిపోక. వట్టే."

"సరే."

ఆమె ఇంటికి బయలు దేరింది.

అలా ఆనాడు నిజంగా పండుగగా గడిచింది ఆయింట్లో –

4

కాలం గడుస్తున్న కొలదీ మానవ హృదయాలలో మార్పులు సహజం గదా!

1943వ సంవత్సరం 1943వ సంవత్సరంలో దాగుండిపోయింది.

ఇప్పుడు చెలం, జానకీ గీచిన గీటు దాటటంలేదు. ఆమె చెప్పే ప్రతిమాటా, అతనికి ప్రణయమంత్రమే.

ఒకరో జొక వృద్ధుడు తన నలుగురు మనమలను తీసుకొని, చెలం ముందు నిలబడ్డాడు, కళ్లు పుచ్చుకొని వణుకుతూ.

"ఏయ్ తాతా! ఏం కావాలి?" అని సింహం గర్జించినట్లు ప్రశ్నించాడు చెలం.

"బాబయ్యా! నేను కామరాజు తండ్రి నండి"

"ఊహూఁ! ఎందుకు వచ్చావ్?"

"ఈ పిల్లలంతా కామరాజు బిడ్డలేనండి. వీరుకాక చావురాని నేనూ, నా భార్య వాడి ప్రాణం కొరుక్కుతింటూ ఉన్నాం బాబయ్యా!"

"అంత బాధ కలిగించడం ఎందుకు? రేపటి నుంచి అతని ఇల్లు వదలి వేయండి."

"వేరే బ్రతుకు తెరువు ఉంటే, ఈపాటికి ఎప్పుడో ఆ పని చేసేవాళ్లం బాబు"

"అయితే ఏమంటావోయ్ వెధవ సోది?" అతని మూడోనేత్రం తెరిచాడంటే, అగ్నిశిఖలు లోకాన్ని ఆహుతి చేశాయే. ఆసంగతి తెలిసి ముసలివాడు హడలిపోయాడు.

"బాబుగారూ! మాకు ఇచ్చింది రెండు వేలు; పుచ్చుకుంది మూడువేలు. ఇంకా నాలుగువేల బాకీ ఉంది బాబయ్యా!"

"దానికి నేనేం చేయనోయ్. వడ్డీ అంటే ఏమిటనుకున్నావ్! రాత్రిం బగళ్ళూ పెరిగిపోతుంది. తీసుకోనే ముందు తెలీదూ?"

"తెలిసీ తెలియనట్లుగా తెలిసింది బాబు."

"బాగుందోయ్ వెధవ అప్పు. బ్రహ్మజెముడు కంచిలా తగులుకున్నావేమిటి?"

"మా బాధ అలా అనిపిస్తుందండి."

"సరే... ఇంకేమీ మాట్లాడక దయిచెయ్యి."

చెలం లేచి వెళ్ళబోయాడు.

ఆ ముసలివాడు చిన్నపిల్లలవంక కోపంగా చూచి, ఒకని పిర్ర గట్టిగా గిల్లాడు. దానితో నలుగురూ గొల్లుమని ఏడవడం ప్రారంభించారు. ఇల్లంతా ఏడుపుమయం అయిపోయింది. చెలం కోపం ఆగలేదు.

"ఏమిటోయ్ అప్పిచ్చింది కాకుండా, ఇల్లంతా ఏడుపుమయం చేస్తున్నావ్?"

"ఏమి చెయ్యమంటారు బాబయ్యా! ఇలా ఏడుస్తే ఎవరూరుకుంటారండీ. ఏ ఇల్లు అద్దికిస్తారండి.

"అంచేత నేనేం చెయ్యను?

"మారెండెకరాల భూమీ తీసుకొని, మా పాతకొంప మాకు విడిచి, తమ అప్పు రద్దు చేసుకుంటే, ఆ యింట్లో ఈ ఏడుపుల్లో మేంపడి ఉంటామండి. ఆయిల్లుకూడా మీరే ఆక్రమించుకుంటే, ఇంతమందికీ నిలువ నీడుండదండి... మాకు ధర్మం ఇచ్చినట్లుంటుంది..."

"వీల్లేదు."

అంటూ చెలం వెళ్ళబోయాడు. వెంటనే ఆ ముసలివాడు చంకలో పిల్ల పిఱ్ఱ కందిపోయేటట్లు మంద్రగబ్బ పట్టుకున్నట్లు, ఒక గిల్లుగిల్లాడు. దానితో చంకలో పిల్లకెవ్వుమంది. మిగిలిన ముగ్గురూ గొల్లుమన్నారు.

"ఏయ్! ఏమిటోయ్ ఈ ఏడుపులు?"

"ఏం చెయ్యను బాబయ్యా! వట్టి కొరవని కొయ్యలు."

"సరే. చావండి. దమ్మిడీ తీయడానికి వీలు లేదు" అంటూ వెళ్ళబోయాడు. మళ్ళీ లభో దిభో మని ఏడుపులు ప్రారంభం.

అంతలో జానకి పూలు పట్టుకొని శ్రావణికి ఇద్దామని వస్తూ ఉంది. ఈ ఏడుపులు వినేసరికి ఆమె హృదయం కరిగిపోయింది. పిల్లల ఏడుపులు కూడా భరించగల కఠిన హృదయు లుంటారా అనుకుంది.

లోపలకు వెళ్ళింది.

చెలంకొరకు కబురు పంపింది. చెలం వచ్చాడు.

"ఏమిటండీ పాపం! అలా ఏడుస్తున్నారు?"

"ఏమీలేదూ? ఆ చంటివానికి తేలు కుట్టిందట. మందుకోసం వచ్చాడు. ఆ చంటి పిల్లవాడు ఏడుస్తుంటే మిగిలన వారంతా గొల్లుమంటున్నారు."

"మీరు పొమ్మని కోపంగా అంటున్నా రేమిటి?"

"ఏం చెయ్యను? మందులేదంటే విడువరు. ఆ కుఱ్ఱవానికి బాధ ఎక్కువైపోతూ ఉంది. వాడి బాధ చూడలేపోయాను. అందుచేత."

"పొమ్మంటున్నారా?"

"అంతే అంతే."

సావిట్లో వారలా మాట్లాడుకుంటం ఆ ముసలివాడు విన్నాడు. నెమ్మదిగా పిల్లల నెత్తుకొని ఆ ప్రక్కనుంచి వచ్చి ఆ పెరడు గుమ్మానికి ఎదురుగుండా నిలబడ్డాడు. వానిని చూచేసరికి చెలం ప్రాణాలు పైనే పోయాయ్.

వాళ్ళు జానకిని ఇంటి యజమానురాలనుకున్నారు.

"అమ్మా! మా ఆస్తంతా తీసుకొని తల దాచుకుంటానికి ఒక్క యిల్లు ఉంచమని చెప్పు తల్లీ! ఆపాత కొంపకూడా తీసుకుంటే ఈ పిల్లలందరితోపాటు మేము గూడులేని పక్షులమై పోతాము... అమ్మా! తీసుకున్న డబ్బు కాక పైన రెండు వేలు ఇచ్చామ్"

ఆ ముసలివాని గొంతు నరాలు జవజవలాడి పోయాయి.

ఆమె గ్రహించింది.

"చెలంగారూ! ఇతడిలా అంటున్నా డేమిటి?"

"వాడికి మతి పోయింది."

"మతి పోయిందా?"

"వీడికేకాదు; ఎవరికైనా కష్టాలు వచ్చేసరికి మతిపోతుంది. లేకపోతే వీడిలా వస్తాడా? రాస్కల్." అని అక్కడే ఉన్న నవుకరీవానికి కనుసైగ చేశాడు.

నవుకరు ప్రళయరుద్రుడ్లా అతనిమీదపడి రెండు లెంపకాయలు కొట్టి, ఒక్క తోపు తోసేసరికి, చంకలో ఉన్న చంటిపిల్ల వానితో సహా రాతి మీద పడిపోయాడు. చంటిపిల్లవాని తల పగిలింది. రక్తం ధారావాహినిగా కారిపోయింది.

వెంటనే ఆమె కోక చెంగు చించి అబ్బాయికి కట్టుకట్టి "తాతగారూ! ధనికులకు పేదవారు పిచ్చివారుగా కనబడతారు. పేదలప్రాణాలు తీసినా వారిని పన్నెత్తుమాట ప్రభుత్వం అనలేదు. మీరబ్బాయిని ఆసుపత్రికి తీసుకువెళ్ళండి. నేను మీ అప్పువిషయం ఆలోచిస్తాను". అని కన్నీటితో ప్రార్థించేసరికి అతని హృదయం కరిగిపోయింది.

"అమ్మా! పెద్దవారియింట్లోకూడా పేదల కన్నీళ్ళు తుడిచేవారున్నారా?"

"మొదట తలకు..."

"కట్టుకట్టిస్తాలే తల్లీ! తిండిలేని మొండిజీవాలు.ఒకింతలో చావవు..."

"వెళ్ళండి తా..త...గారూ!"

ఆమె కన్నుల నిండిననీళ్ళు చెక్కులమీదుగా జలజలా జారిపోయాయి.

"తల్లీ! మాగురించి నీకెందుకమ్మ ఆ బాధ. మీరు పేదలయెడల జాలి తలిస్తే, మీ భర్తగారికి మీ యందు కోపం వస్తుంది. అలా చేయకండి..." అని వెళ్ళిపోతూ "అయ్యో! భగవంతుడా! కోటీశ్వరుల హృదయాలను రాతితో చేశా వనుకున్నాను. కాదుకాదు; సలసలా మరుగుతున్న విషములో ఇనుము కరగపెట్టి, ముద్దకట్టి చేసిఉంటావ్ తండ్రీ..." అనుకుంటూ ఆ పిల్లల యేడుపులమధ్య రూపుదాల్చిన విషాదమూర్తిలా వెళ్ళిపోయాడు.

* * *

జానకి, మేడమీద శ్రావణి గదిలోకి వెళ్ళింది.

శ్రావణి లేదు; స్నానంచేయడానికి వెళ్ళింది.

ఆమె అక్కడున్న కుర్చీలో కూలబడి, మొఖంమీద చేతులు పెట్టుకొని,కన్నీరు కారుస్తూఉంది.

అద్దంలో రూపం చూచుకున్నట్లు, ఆ ముసలివాని రూపంలో చెలం హృదయం స్పష్టంగా కనబడింది. "కోటీశ్వరులకు హృదయాలుండవు. వారి ఖజానాలలో డబ్బు, వారి తలలో

నల్లత్రాచులూ ఎప్పుడూ నిలవవుంటాయ్. ఆ నల్లత్రాచులు తోకమీద నిలబడి, వచ్చేపోయే పేదవారినల్లా కాటేసి ప్రాణాలు తీస్తూఉంటాయ్" అని అనుకొనేసరికి ఆమె హృదయం జల్లుమంది. ఆమె ప్రేమవల్లరి కాదృశ్యం గొడ్డలిపెట్టయింది.

"కామానికి కన్నులు లేవు; అది మంచి చెడ్డలను చూడలేదు. దానికి సముద్రగర్భం లోనే సమాధి... ఇటువంటి కోటీశ్వరులను ప్రేమించేదాని కంటే శ్మశానంలో శవాలను పీక్కుతినే నక్కలను ప్రేమించడం మేలు."

ఆమె భావాలు ఆమె హృదయాన్ని చీల్చివేస్తూ ఉన్నాయ్.

వారి గుమ్మం ఇంక తొక్కకూడదను కుంది. శాశ్వతంగా ఆమెముఖం వారికి చూపకుండా వెళ్ళిపోదామనుకుంది; లేవబోయింది. అంతలో "జానకీ!" అంటూ చెలం తయారయ్యాడు.

ఆమె మాట్లాడలేదు.

అత డామె వద్దకు మరొక కుర్చీ జరుపుకొని కూర్చున్నాడు.

"జానకీ!" అంటూ ఎంతో గారాబంగా పిలిచి ఆమె చేయి పట్టకోబోయాడు. ఆమె సర్పాన్ని తోసివేసినట్లు తోసివేసింది.

"జానకీ! ఎందుక్కోపం! నేను నీకేమి అపకారం చేశాను?"

"......"

"జానకీ! నీవు చెప్పింది నే నేమి చేయలేదు?"

"ఇది వరకు చేశారు; సంతోషించాను. ఇంక ముందుచేయరు; అందుచే విచారిస్తూ ఉన్నాను."

"వెఱ్ఱిదానా! ఇక ముందు చేయని నీ కెవరు చెప్పారు?"

"మీ ప్రవర్తన."

"పొరపాటుగా అర్థం చేసుకున్నావ్"

"అందుచేత ఇంత కాలం మీతో స్నేహం చేశాను. తుదకు..."

"జానకీ! నా హృదయం తెలుసుకోకుండా నన్ను అనవసరంగా బాధనుంచి ఈ పాపి రెక్కలు పట్టుకొని సముద్రమధ్యలోకి విసిరివేయ్. ఏం? చెప్పు మరి, ఏమి చేయమంటావో! తెలుస్తుంది నానిర్మలప్రేమ...'

ఆమె పెదవులపై చిరునవ్వు నృత్యం చేసింది.

అత డానందపరశు డయ్యాడు.

"అయితే చేస్తారా?"

ఆమె క్రీగంట నవ్వుతూ చూచింది.

అతని కన్నుల కది పున్నమి వెన్నెల; కార్తిక జ్యోతిస్సు.

"తప్పకుండా."

ఆమెచేయి అతడు లాక్కొని చేతిలో వట్టువేసి ప్రమాణం చేశాడు. ఆమె ఆనందపులకితశరీర అయిపోయింది.

"అయితే... మళ్ళీ చెప్పింతరువాత చేయ ననకూడదు సుమండీ!"

"అన్నమాట తప్పడమే."

"ఏ పని చెప్పినా చేయాలి?"

"సంశయమా జానకీ! నా ఏకైక ప్రియురాలవగు నీకు ఆనందం కలిగించే నిమిత్తం ఈ ప్రాణాలైనా బలిచేయగలను."

"ధన్యురాలను. మిమ్ములను పొరపాటుగా అర్థం చేసుకున్నందుకు క్షమించండి."

"దాని కేమిట్లే, అడుగు.

"ఆ ముసలివాని వద్ద దమ్మిడీ తీసుకోకుండా, భూములూ ఇల్లూ సర్వం వదిలివేయండి."

"అంతే కదా! సరే. ఇంకేమి కావాలి?"

"ముందాతని కాగితాలు నాకు ఇప్పించండి. అ తాతను ఆనంద పరచ కలిగిందాని కంటే నా కింకేముంది? ఒక కుటుంబానికైనా ఈ జన్మలో ఆనందం ఈతుచ్ఛురాలీయ కలిగిందంటే... అంతకంటే కావలసి దేముంది."

"సరే. ఉండు."

అతడు లోపలకువెళ్ళి పావుగంటలో అతని అప్పుపత్రం తీసుకువచ్చాడు. ఆమె ఆనందంతో దానిని ముసలివానివద్దకు పంపించింది.

"జానకీ! నీవు చెప్పింది చేశానా?'

ఆమె నిలబడి చిరునవ్వుతోనూ, సిగ్గుతోనూ తలవంచు కుంది. అత డామెను హృదయానికి దగ్గరకు తీసుకున్నాడు.

ఆమె అతని హృదయాని కొక మల్లికాసుమం లా హత్తుకుపోయింది.

"జానకీ! ఇదే కాదు; నీ యిష్టం వచ్చింది కోరుకో! నీ పాదాల నాశ్రయించి బతుకుతున్న ఈనీ ప్రియుని నీ యిష్టం వచ్చిన ట్లుపయోగంచుకో! జానకీ! ఈ యావదాస్తీ నీది. ఈ పరిచారిక లందరూ నీదాస దాసీజనాలు. నీ యిష్టం వచ్చినప్పుడు నీ తండ్రి యావదాస్తినీ తండ్రికి యిచ్చి వేయి.నేనుకాదనను. అదేకాదు. ఈ ప్రపంచంలో నేను బతికున్నంత వరకూ, ఒక్క నాడైనా - కాదు కాదు - ఒక్క క్షణమైనా నీ ఆజ్ఞను జవాదాటితే పంచమహాపాపాలకుగురి..."

ఆమె అతని నోరు మూసింది.

"ఊరుకోండి. అంత ప్రమాణం చెయ్యాలా? మీ హృదయం నాకు తెలియడం లేదూ?"

"నన్ను మన్నించినట్లేకదా!"

"ఎంతమాట."

అత డామెను బిగియార కౌగలించుకున్నాడు.

"జానకీ! అలా తోటలోకి వెళదామా?"

"మీ యిష్టం;"

శ్రావణి వస్తే తన ఆనందానికి భంగం కలుగుతుందని, చెలం నెమ్మదిగా జానకిని తోటలోకి తీసుకువెళ్ళాడు. చెలం తోటలోకి వెళితే తోటమాలి ఇంకెవ్వరినీ లోనికి పోనీయడు. అది చెలం ఆజ్ఞ.

ఇంక అతడు స్వర్గసింహాసనాన్ని పరిపాలించవచ్చు ననుకున్నాడు.

ప్రేమదేవతకు వారి హృదయ కుసుమమాల కాన్క నీయవచ్చు ననుకున్నాడు.... ఆనందంతో ఆమె చేయి పట్టుకొని వెళ్ళిపోతున్నాడు.

చెప్పిందల్లా చేస్తానన్నాడు. తండ్రి ఆస్తి ఇస్తానన్నాడు. ఈ రెండు వాగ్దానాలు ఆమెను ఆనందపుప్పడోలికల నూగులాడించివేశాయి. తనతండ్రి ఆస్తి తనవల్ల తిరిగి వస్తుందిగదా! వారింక తన వల్ల ఆనందంగా బ్రతకగలరుకదా! అనే ఆలోచన లామెను గర్వంతో ప్రపంచాన్ని చూడనిచ్చాయ్.

అది మల్లికానికుంజం.

చలువరాతి తెల్లని సోఫా.

సోఫాపైన మల్లెపూలు రాలివున్నాయి.

దానిమీద ఇరువురూ కూర్చున్నారు.

ఆమె హృదయం గడగడా కొట్టుకుంటూ ఉంది. పాకుడురాతిమీద కాలు జారితే చెరువులో పడిపోతున్నప్పుడు, గుండె లెలా కొట్టుకుంటాయో, ఆమె హృదయంకూడా భయంతో ఇప్పుడలా కొట్టుకుంటూ ఉంది.

కాని, తండ్రి ఆస్తి తండ్రికి తిరిగి తనవల్లనీయబడుతున్నదికదా అనే సంతోషం ఆమె నెటువంటి కృత్యాన్ని చేయడానికైనా ఊతనిచ్చింది.

చెదరిపోతున్న ఆమె కనులవంక చూచాడు.

"జానకీ! ఎందుకలా భయపడుతున్నావ్! నేను నీప్రియుడను కాదా?"

"కాదని ఎవ రనగలరు?"

ఆమె పెదిమలు వణికాయి.

పైటచెంగు చివరలు నములుతూ, సిగ్గుతో తల వంచుకుంది. అతడామె తలనుతన హృదయంమీద వాల్చుకున్నాడు.

ఆమె కన్నులలోకి చూచాడు; ఆమె కన్నులనెత్తి చూడలేపోయింది. ఆమె హృదయంలోకి చూచాడు; ఆమె సిగ్గుపడి అతని వడినుండి లేచి పోయింది... ఆమె శరీరం అంతా అతని చూపులతో కలయబరిచాడు. ఆమె నవ్వుకుంటూ, పువ్వులు కోస్తూ, మధ్యమధ్య కొన్ని పూలతని వైపు విసరుతూ, బాణాలలా అతని హృదయాన్ని నాటుతూ ఉంది.

"జానకీ! నీ భయం ఎందుకో తెలిసింది."

"ఎం... దు... కు?"

"శ్రావణి వస్తుందనేనా?"

ఆమె ముఖం తోటగుమ్మంవైపు తిప్పింది.

"పిచ్చిపిల్లా! శ్రావనికాదు... దేముడుకూడా రాలేడు. గుమ్మంవద్ద కాపలాఉన్న సంగతి మరచావా?"

ఆమె దోసిటపట్టిన నవమల్లికా సుమములను వాసనచూస్తూ, కన్నుల కద్దుకొంది.

అత డామెను దగ్గరకు తీసుకున్నాడు.

"జానకి! ఈ దోసిట పట్టి ఉంచిన పూ లెవరికి?"

ఆ లజ్జాపతి, భావగర్భితంగా, దోసిట మల్లెమొగ్గలనాతని పవిత్ర పాదములపై వైచినది.

ఆమె హృదయాంచలాలపై అమరనృత్యం చేస్తున్న ప్రేమదేవత పదమంజీర నినాదం అతనికి వినబడింది.

ఆమె ఎంతగంభీర! ఎంత సౌందర్య రసతరంగిణి!

ఎంత నవమోహన విలాసిని! ఎంతప్రణయాన్వేషిణి!

"జానకీ! ప్రేమ దేవతకు సహితం క్రొత్త విద్యలు నేర్పగల ఆ కన్నులనటు తిప్పుతా వెందుకు? ఇలా చూడు... జానకీ! పూలు కోయడంచే కందిపోయిన నీ అరచేతులేవీ!..."

అతడామె అరచేతులను కన్నుల కద్దుకున్నాడు.

"జానకీ! శ్రావణి పాదాల చప్పుడు వినబడుతుందా?"

"వినబడినా భయమే ముంది? నాప్రియుని ఆమె ఇప్పుడు చూస్తే ఆమె ప్రియుడ్ని నే నెపుడో చూచాను?"

"అదేమి టది?"

"ఆమె ప్రియుడ్ని చూడ లేదను కున్నారా?"

"మా శ్రావణికూడా తనప్రియుని తాను నిశ్చయించుకుందా?"

"నా కంటే ముందే"

"ఎవరది?"

"ఇంకెవరు? మా అన్నయే!"

"మీ అన్నయ్యా!"

అత డాశ్చర్య పడ్డాడు.

అతని కన్నుల యెదట ఒక నల్లని మబ్బు తెర కదిలిపోయింది.

కాని అతని మనోభావాలు అతని ముఖంలోమాత్రం కనబర్చలేదు.

"మీరేమిటో ఆలోచిస్తున్నారు?"

"అబ్బే! ఏమీలేదు... మా చెల్లెలు తగిన వరుని నిశ్చయించుకొని, నాశ్రమ తగ్గించిందని సంతోషిస్తున్నాను."

"వారి కళ్యాణానికి మీకు అభ్యంతరం..."

"ఎందుకుంటుంది? మీ అన్నయ్యకు మా చెల్లెలనిచ్చి మన బాంధవ్యం మరింత దృఢపరచుకొనే దానికంటే కావలసిం దే ముంది?

"అయితే మనలగ్నం, వారిలగ్నం, ఒకరోజునే నిశ్చయిస్తారా?

"అలానే చేయవచ్చును."

"మరి మా అన్నయ్యకు కట్నం ఏమిస్తారు?"

"నీ వేది ఈయ మంటే అది."

"మా ఆస్తినంతా ఇస్తానన్నారుకదా! అది ఆనాడు కట్నరూపంగా ఇవ్వండి... ఇటునాకు ఆనందం; అటు మీచెల్లెలకూ ఆనందం కలిగించిన వారవుతారు."

"అలానే..."

అంతలో ఆమె ఉలిక్కి పడింది.

"ఏం...జా."

"మాట్లాడకండి."

అని ఆమె సంపెంగ చెట్టువైపు చూసింది. సంపెంగ చెట్టుక్రింద ఒక నల్ల త్రాచు అమాయకంగా ఆడుకుంటున్న కప్పపిల్లను కబళిస్తూ ఉంది. దానితో ఆమె శరీరం వణికిపోవడం ప్రారంభించింది.

"భయపడకు."

"నే నిక్కడింక ఉండలేను బాబూ! కప్పతల పామునోటిలో నలిగి పోతూ ఉంటే, నాతల మృత్యు కోరల్లో చీల్చ బడుతున్నట్లుంది."

"జానకీ... ఎంత జాలిగుండె నీది!"

ఆమె లేచి, నెమ్మదిగా అడుగులేస్తూ బయలు దేరింది.

అతడుకూడా ఆమెను వెన్నాడకుండా ఉండలేపోయాడు.

ఆమె శ్రావణిని కలుసుకొని జరిగిన సంగతంతా చెప్పి వెళ్ళిపోయింది.

చేతికందిన అమృతపాత్ర నేల జారిపోయింది కదా అని విచారిస్తూ, ఇంటిముఖం పట్టాడు చెలం...

"అన్నయ్యా! తోట్లో పాము కనిపించిందా!"

అని చెల్లెలు ప్రశ్నించింది. "దానికాశ్చర్యమేముంది? తోటలోనేకాదు, ప్రతియింటా పాము లుంటాయ్. మనం జాగ్రత్తగా ఉండాలి" అని ఆమె వంక కోపంగా చూస్తూ వెళ్ళిపోయాడు. అతని ప్రవర్తన ఆమె కేమీ అర్థం కాలేదు.

5

మల్లిక సౌందర్యవల్లిక.

రాగ రస రాజ్ఞీమతల్లిక.

సరస సంగీత సరస్వతి.

మధుర మంజుల హృదయిని.

మల్లిక మాటలాడితే మృదులవిపంచీ తంతు లన్నీ మధురసంగీతాన్ని వెలువరుస్తాయి. ఆమె కన్నులెత్తి చూచిందంటే నిత్యకళ్యాణం, పచ్చతోరణమే... ఆమె నవ్విందంటే వెన్నెలపంట పండిందన్నమాటే.. ఆమె నడచిందంటే కలహంసలు గురుత్వాన్ని పాటించి తలలు పంచుకున్నాయన్నమాటే.

మల్లిక – రసవద్వల్లిక.

మల్లిక – ప్రణయరసవెల్లిక.

* * *

మల్లికను చూచినవారి చూపుమరల్చుకొనుట; స్వర్గంనుండి చూపు మరల్చు కొనుటే... అమరకాంతలు, సహితం నిరుపమాన రూపలావణ్యవతి యగు ఆమె పదధూళి తల ధరించవలసిందే. తప్పదు. ఆమె రూపవిలాసకళావిలసన మటువంటిది.

చదువుల కామె సరస్వతి.

సంపదల కామె లక్ష్మి.

విలాసమున కామె వరూధిని.

వివేచనమున కామె కలభాషిణి.

* * *

ఆమెను మన నిరంజను డేనాడు చూచాడో, ఆ నాటినుంచి అతడామె దాసుడే; ఆమె భక్తుడే... ఆమె కన్నులు ప్రసరించు వెలుతురుల యందే, అతని జీవనరథ ప్రయాణము.

అతని కామె జీవిత మధురిమము.

ఆమె కతడు ప్రణయసింహాసనము.

ఇరువురూ ప్రేమదేవతకు రెండు రాజ్యాలు.

* * *

మల్లికను విడచి నిరంజన్, నిరంజనుని విడిచి మల్లికా ఒకక్షణం ఉండలేక పోయేవారు. ఒకరోజున సాయంకాలం కొద్దిగా ఆలస్యం అయింది. వెంటనే మల్లిక కారువేసుకొని బయలుదేరింది.

అంతలో అయిదు గజాల గ్లాస్కోపంచి, బెంగాళీపద్ధతిలో కట్టి, అశోక్ కుమారులా తెల్లని సిల్కులాల్చీ,పక్క మెడది, వేసుకొని, పాము కుబుసంవంటి గులాబీపూజాసిల్కు కండువా, గాలికి రెపరెపకొట్టుకుంటూ ఉంటే, సిగరెట్టుపొగలు కళ్ళజోడుమీదుగా వెళ్లిపోతుంటే, నవమోహనునిలా వస్తున్నాడు నిరంజన్. పచ్చని అతని శరీరం సాయంకాలపు రంగు మబ్బులకాంతులలో, మిలమిలా మెరసిపోతూ ఉంది.

పాలపొంగువంటి నడిప్రాయం.

వెన్నమీగడలతో పెరిగిన సన్నని మృదుల శరీరం.

ఎండ కన్నెరుగని నిండు చెందురు నునుకాంతి.

చూపరులకు కనుపండువుగా ఉన్నాడు.

అటువంటి నిరంజన్‌కొరకు తహతహలాడ కేంచేస్తుంది?

త్రోవలో నిరంజన్‌ని చూచింది.

ఆనందంతో హారన్ కొట్టి కారాపింది.

"రంజన్!"

"మల్లిక్"

"అబ్బా! ఇంత ఆలస్యం అయిందే?"

"ఎక్స్యూజ్ మి."

"బలేవాడవు... లోపలికిరా... అలా రోడ్డుమీద నిలబడితే నలుగురి కళ్ళూపడి దిష్టి తగులుతుంది."

"ఇంకా నయం, చూపులకే కందిపోతా నన్నావ్ కాదు!"

అతడు కారెక్కాడు. ఆమె 'డ్రయివ్' చేస్తూ ఉంది.

"అలా అనకు రంజన్! నీ అందం నీకు తెలీదు."

"నీకంటేనా!"

"లోకంలో నీతో పోలిన అందగా ళ్ళెవరు?"

"అందంలో ఏముంది మల్లిక్?"

"ఆనందం".

"బాహ్యసౌందర్యం వల్ల వచ్చిన ఆనందం క్షణమాత్రమే.

అంతఃస్సౌందర్యం వల్ల వచ్చిన ఆనందం శాశ్వతము సుమా!"

"బాహ్య స్సౌందర్యం, అంతఃస్సౌందర్యం కలిసిఉంటే."

"కావలసిం దేముంది?"

"మన హృదయ సముద్రంలో ఆ రెండు వాహినులూ కలిసి పోలేదంటావా రంజన్!"

"ఎలాగంటాను మల్లిక్!"

"మరి ఇంకేం?"

"ఏముంది? మనకంటే ధన్యజీవు లీ లోకంలో లేరని, ఉండబోరని సగర్వంగా ఉన్నాను."

"ఏం మాటలు నేర్చావ్?"

"నీ కన్నులే నాచేత కలం పట్టించి, విశ్వహృదయ రహస్య గ్రంథంలో బంగారుపుటలు వ్రాయిస్తూ ఉంది."

"ఈ మాటల మాధుర్యం మోయలేని నా హృదయం, మడతలు మడతలు పడిపోతుంది సుమా!"

"మల్లిక్ కనులు మూసినా, తెరచినా కానుపించు నీ కల్యాణలావణ్య చరుణారుణ రేఖా విలాస శ్రీలు నన్నొక కవిని చేసి విడువలేదు. గాయకుని కూడా చేసినవి. లలిత కళాభిక్ష నీవు పెట్టినదే కదా మల్లిక్!"

'రంజన్! నా చేతిలో 'స్టీరింగ్' కదలిపోతూ ఉంది. ఇంక నేను కారు 'డ్రైవ్' చేయలేను... నీవు కొంత దూరం."

"సరే."

అత డామె చేతిలో స్టీరింగు తీసుకున్నాడు.

అతడు స్టీరింగ్ పట్టుకున్నాడంటే కారు – మబ్బుల్లో నడవ వలసిందే గాని నేలమీద నడవదు.

"ఏమిటీ స్పీడు?"

"........."

"రంజన్! చెట్టూ పుట్టా యేకమై పోతున్నాయ్."

"........."

"దారి తెన్నూలేదు. రంజన్.... ప్రాణాలు."

"పోతే పోనియ్. ఈ నాడు నా ఆనందాన్ని ఆపుకోలేను."

"రంజన్ నాకు భయంగా ఉంది. అపుడూ బాబు... నా కొరకు."

"..."

"రంజన్. రంజన్."

అంటూ ఆమె 'గేర్' వేయబోయింది.

అతడు కారమాంతంగా ఆపివేశాడు.

ఆమె అతడ్ని గట్టిగా కౌగిలించుకొని. "అమ్మయ్య! ఇంక నీ చేతికి స్టీరింగ్ ఈయను బాబు" అంటుంటే అతడు నవ్వుతూ "మల్లికా! భయ మెందుకు? ఇద్దరం ఒకచోటేకదా ఉన్నామ్" అన్నాడు.

వారు కారు నొక చెట్టుక్రింద పెట్టి. నది ఒడ్డున షికారు వెళ్ళారు. పచ్చగడ్డిమీద కూర్చున్నారు.

"మల్లికా! ఇలా ఎంతకాలం రహస్య జీవనం జీవనం గడపటం?"

"ఏంచెయ్యను రంజన్?"

"మీ అమ్మతో చెప్పరాదా?"

"ఎదుటి వస్తువును చూడడానికి అద్దం ఎందుకు చెప్పు?"

"కొంతమంది చూస్తూనే ఉన్నట్లుంటారు: కాని దెదటి వసుతవు స్థితిగతులు తెలుసుకో లేరు. అలాగే వింటూనే ఉంటారు; విన్నా మాటలలోని అంతరార్థం గ్రహించలేరు. అటువంటి వారితో మన హృదయాన్ని స్పష్టంగా వ్యక్తపరచాలి."

"అలాగైతే సరే. రేపడుగుతాను."

"మరచి పోకు."

"అయినా రంజన్! నా యిష్టం వచ్చినవారిని నేను వివాహం చేసుకొనే అంతమాత్ర స్వాతంత్ర్యం అయినా నాకు లే దనుకున్నావా?"

"ఉందనుకో".

"అబ్బా! రంజన్,నీ హృదయం ఎప్పుడూ అనుమానాస్పదమే; ఏదో శంకిస్తూనే ఉంటావ్."

"ప్రపంచం అటువంటిది."

"ఇదివరకు ఇటువంటి సంశయం కలగలేదే!"

"ఇదివరకు నిన్ను నాకు తప్ప మరొకరికి ఇస్తారని ఉండేదికాదు."

"ఇప్పుడో!!?

"మీ మామ వచ్చినప్పటినుంచీ..."

"ఊ! చాల్లెద్దూ! వెధవ అనుమానాలూ నీవూను."

ఆమె ముఖం మరొక వైపుకు తిప్పుకుంది.

"మల్లిక్! నీ హృదయం ఇప్పుడు నాదే, కాదనను. కాని మీ అమ్మ బలవంతం నీ హృదయదౌర్బల్యానికి కారణం అవుతుందేమోనని నా భయం. ఎందుకంటే ప్రణయభగ్నం స్త్రీలు సహింపగలరేమో, కాని పురుషులు సహించలేరు."

"రంజన్! ఎవరిమట్టుకు వారలాగే అనుకుంటారు. అదంతా ఎందుకు?నీకటువంటి అనుమానాలే ఉంటే – నే నిక నుంచి మాయింటికే వెళ్ళను. నీ యిష్టం వచ్చినచోటికి నన్ను తీసుకువెళ్లి వివాహం చేసుకో–నీ యిష్టం వచ్చిన యింట్లో ఉంచు... పద, లే. ఇంక నా తల్లికీ నాకూ సంబంధం లేదు."

"మల్లిక్"

"ఇంక మాట్లాడకు, చిన్నతనంలో తల్లి, పెద్దైతే భర్త, స్త్రీ కని శాస్త్రంచెబుతుంది లే". అంటూ అతని చేయి పట్టుకొని ఆమె లేవదీయబోయింది. అతడామెను దగ్గరకు లాక్కొని– "ఏం పట్టుదల! నిజానికి స్త్రీలు చేయలేని పని లోకంలో ఉండదు" అంటూ ఆమెను బాహుబంధిని చేశాడు.

* * *

రెండు రోజులు గడిచాయి.

ఆనాటి సాయంకాలం 'పిన్నీస్' మీద మల్లికానిరంజనులు ప్రయాణం చేస్తున్నారా యేటిలో.

"రంజన్! పరుగులు పెడుతున్న మబ్బులీ నీటిలో ఎలా ప్రతిబింబిస్తున్నాయో చూడు."

"అవును. చాలా బాగున్నాయ్."

"రెక్కల గుఱ్ఱాల్లాగ కదను త్రొక్కుతున్నాయ్."

"నిజం నిజం."

ఇద్దరూ మబ్బుల వంక చూస్తున్నారు.

అంతలో మబ్బుల వంక చూస్తున్నారు.

అంతలో బురద పాములు రెండు ఆ చల్లని నీటిలో స్వేచ్ఛగా తిరుగుతున్నాయ్.

"రంజన్! చూచావా! ఆ పాములు... అబ్బా! ఎంత త్వరగా వెళ్ళిపోతున్నాయో! ఎంత ఆనందాన్ని అనుభవిస్తున్నాయో!"

"మల్లిక్! నీ వా నీటిలో ఈదుతూ ఉంటా వనుకో, కరకవటానికి రాబోయే వాటిని చూస్తే నీకు ఆనందం కలుగుతుందా?"

"ఎలా కలుగుతుంది?"

"అలానే మనం సంసారవాహినిలో మునిగితే కష్టాలు కబళించి వేస్తాయని భయపడుతూ ఉండాలి. వాహినికి, నడ్డుగా సాక్షీభూతులుగా ఉంటే, సర్వప్రకృతిని ఆనందించవచ్చును."

"ఏమిటో నీ వేదాంతం!"

"మధ్య మధ్య ఉండాలి."

"కారపు ముద్దలాగ"

"ఏదో సుద్దలాగ."

ఆమె నవ్వుతూ అతని వద్దకు వచ్చి కూర్చుంది.

అతడు నదిలో తెడ్డువేస్తున్నాడు.

అతని హృదయం మీద తలనాని, ఆకాశాన్నిచూస్తూ, పరవశం పొంది పాట ప్రారంభించింది.

గీతం : –

మరచి పోవోయ్ సఖా!
ప్రపంచమే మరచిపోవోయ్!
ప్రణయరాజ్యము నేలుకొంచూ,
బ్రతుకు బరువులు తలచనేలా?
జీవ వాహిని తీరమందూ,
చేరి యున్నాచింత లేలా?
మరచిపోవోయ్ సఖా!
బ్రతుకే మరచిపోవోయ్!

కలత లెరుగని నిదరులోనా
కలలమై వలపించ కేలా
భావి జీవిత నిరాశలోనా
ఆశ లన్నిటి త్రుంచనేలా?

మరచి పోవోయ్ సఖా!
మాయా విడచి రావోయ్!

పూలపాత్రల వలపు మధువు
బూదిపాలూ సేయనేలా?
చలువకాంతులు తొలగి పోయిన
కలువ వయనూ కాల్పనేలా?

మరచిపోవోయ్ సఖా!
వలపు తలచి రావోయ్!

* * *

పాట పూర్తి అయిపోయింది. ఆమె ఫాలభాగముపై అతడు రెండు కన్నీళ్ళు విడిచాడు. చేతుల్లో తెడ్డులు విడచి ఆమె ముంగురుల దువ్వుతూ, ముద్దుగొన్నాడు! ఆసందె చీకటిలో పడవ నెమ్మదిగా ప్రయాణం సాగించింది.

"రంజన్!"

"మల్లిక్!"

"మనం... ఇ...లా...గే..."

"ఉంటే".

"రంజన్... రంజన్. ఇలా జీవితం స్వప్నంలా... గడిచి పోతే."

"తారకా కుసుమాలు రాలిపోవూ?"

"ప్రపంచాన్ని ఇలా మరచిపోతే!"

"భగవానుని సింహాసనం కదిలిపోదూ!"

"కలసి పోయిన మన హృదయాలు ఒకేరాగం ఆలాపన చేస్తే!"

"శారద చంద్రికలు అమృతవృష్టి కురిపించవూ?"

"రంజన్! ఇంత మాధుర్యం జీవితంలో ఉందా?"

"ప్రేమ పండిపోయి - గుండెలను పిండిచేసి - నిండుపున్నమి పాల వెన్నెలలో, పసిపాప లేత బుగ్గలలో, పూల చిరుతనవ్వులో, కలిసిపోయి - ప్రకృతిలో కలసి పోయినప్పుడు, జీవితమే ఒక మాధుర్య వాహినియై, కెరటాల పడగలువిప్పి, ప్రణయనృత్యం చేయదూ!"

"రంజన్... ఇలా.... దగ్గరకు, రా. నే నింక బ్రతుక లేనేమో."

ఆమె కన్నీళ్ళు ఆగలేదు.

గట్టులు తెగిన ఆమె కన్నీటి కాలువలో అతని ముఖం చూచుకున్నాడు... వారిని చూచి ఎవరో వెన్నెల దుప్పటి కప్పివేశారు.

* * *

కాల ప్రవాహంలో మానవ హృదయాలు గులకరాళ్ళలా కొట్టుకు పోతున్నాయ్. మారిపోతున్నాయ్.

అంత ఆనందంగా జీవితాలు గడిపిన మల్లికా నిరంజనుల హృదయాలలోకూడా మార్పులు తప్పలేదు.

నెలరోజులు గడిచాయి.

మల్లిక షికారురాలే నన్నది. నిరంజన్ కోపం ఆపలేకపోయాడు.

"మల్లికా! మానవ హృదయంలో మాధుర్యానికి బదులు మంటలు బయలు దేరాయి. ఆనంద నిలయాలైన మన జీవితాలను, అశ్రుధారలచే పాకుడు పట్టించడం ధర్మంకాదు సుమా!"

"రంజన్! చూస్తూ చూస్తూ ఎవరూ తమ జీవితాలను పాడుచేసుకోరు."

"మంచిది. మన వివాహం సంగతి మీ అమ్మగారి నడిగావా?"

"అడిగాను."

"ఏమన్నారు?"

"ఇంతలో ఏమీ చెప్పలే నన్నది."

"మరి కర్తవ్యం."

"ఏం చెప్పగలం! మనకర్మ ఎలాగుంటే అలా జరుగుతుంది. తలవ్రాత తప్పించ గలమా!" అంటూ ఆమె వెళ్ళి పోబోయింది. ఆమె చేయి పట్టుకొని కోపంతో ఆపి "మల్లికా! నాతో మాట్లాడటం కూడా నీకు కష్టంగా ఉందా? మంచిది... నాకన్ను లిప్పుడు శ్మశానంలో తగలబడు చితుల్లా కనబడు తున్నాయా!! మల్లికా! నా జీవిత వీణ తంత్రులను తెంపి, మోడుకమ్మిన విషాదదేవత చేతులకు అప్పగిస్తున్నావా? ధర్మమా మల్లికా!" అంటుంటే అతని కన్నీరు కారిపోతూ ఉంది.

అతని ముఖమైనా చూడకుండా ఆమె చేయి విదలించుకొని మేడ మీదకు అతి రీవిగా వెళ్ళిపోయింది.

కన్నులు తుడుచుకుంటూ తలవంచుకొని ఇంటి ముఖం పట్టాడు, నిరంజన్ అయిదు నిమిషాలు గడిచాయి. అంతలో కారు హారన్ వినబడింది. వెనుదిరిగి చూచాడు. కను చెదిరిపోయింది.

ఆ కార్లో ఉన్న దెవరు?

మల్లిక తన నూతన ప్రియునితో, బ్రహ్మానందంగా వెళ్ళిపోతూ ఉంది.నిరంజన్ తల నేలకేసి కొట్టినట్లయింది.

* * *

ఆ మరునాడు సాయంకాలం.

కొన్ని ప్రశ్నలుడుగ దామని నిరంజన్ తిరిగి మల్లిక ఇంటికి వచ్చాడు.

మల్లిక తన ప్రియునితో సినిమాకు వెళ్ళిందట.

అతని హృదయంలో వైతరణీ నదులు స్రవించాయ్.

* * *

ఆ మరునాడు ఉదయం.

మల్లిక నెలాగైనా చూచితీరాలని వచ్చాడు.

మల్లిక తన మావ గారితో ఊరు వెళ్ళిందట. నాలుగు రోజులకుగాని రాదట! అతని కన్నులలో కాల్చిన దబ్బళాలు గుచ్చినట్లయింది.

* * *

వారం గడిచిందీ... ఆమె కనబడలేదు.

పదిహేను రోజులు గడచాయ్... ఆమె కనబడలేదు.

ఆమె కులట. తెలుసును. కాని విడువలేదు.

మాసినతల. పెరిగిపోయిన గడ్డము. లోతుకు పోయిన కన్నులు. చిక్కి పోయిన శరీరం. నల్లబడిన దేహం. ఇప్పుడతనిని చూచినవా రెవ్వరూ నిరంజన్ అని అనుకోరు.

ఆమెతో మాట్లాడి తీరా లనుకున్నాడు.

ఆరోజు అమావాస్య.

మల్లిక మేడమీద ఉన్నదని తెలిసింది. కేకేస్తే, లేదంటారని తెలుసును. అంచేత పిలవకుండానే మేడమెట్లెక్కి పోయాడు. దగ్గరగా వేసిఉన్న తలుపులను తెరిచాడు.

అంతే-గుమ్మం ముందు శవంలా నిలబడి పోయాడు.

ఆమె చింత మొద్దలాగున్న తన ప్రియుని బిగికౌగిట ఆనందం అనుభవిస్తూ ఉంది. మేఘం మెరుపులాగున్న వారిద్దరి కాముక దృశ్యం కళ్ళారా చూచాడు.

అక్కడ నుంచి వెళ్ళిపోదా మనుకున్నాడు.

కాని, కాళ్ళు బండలై పోయాయి. పర్వతాల్లా కదలలేదు.

ఆ కులటను గొంతుకు నులిపి చంపుతే తప్పేముం దనుకున్నాడు. కాలయమునిలా వారివద్దకు బయలు దేరాడు. కాల్చేసిన తుమ్మదుంగలాగున్న ఆమె విటుడు ఊరుకుంటాడా?

దగ్గరకు రానిచ్చాడు.

దవడ పగిలి పోయేటట్లు ఒక్క లెంపకాయ కొట్టాడు. దానితో కోపం ఆగక, ఆ దవడమీద మరొకటి... అలా నాలుగు, అయిదు.

అతని దవడ పగిలిపోయి రక్తం చిమ్మింది.

నిరంజన్ మాటలాడలేక అలాగే కొయ్య బారిపోయాడు.

"మల్లికా!"

అత డొక్కసారి గంభీరంగా పిలిచాడు, ఆమె గడగడలాడి పోయింది. అతడు వెనుకకు తిరిగి, ఒక్క క్షణంలో మేడదాటి పోయాడు.

* * *

ఆనాటి నుంచి నిరంజన్ ఒక త్రాగుబోతు; జూదరి.

లోకం అతనిని వ్యభిచారిగ కూడా శంకించింది; కాని కాదు.

తండ్రీ చెల్లెల కన్నీ ళ్ళతని కరిగించలేకపోయాయి.

ఉన్న యావదాస్తిని త్రాగుడు పిశాచానికి ధారపోశాడు. కాని, ఒక్కరికి తా నెందుకలా అయిపోతున్నాడో చెప్పలేదు. మల్లిక పేరెప్పుడూ ఎత్తలేదు; నిందించలేదు; నుతించ లేదు; ఏమీలేదు. మల్లిక నతడు చూచినట్లే ఉండరాదని రేయింబగలు త్రాగేవాడు.

అలా రెండు సంవత్సరాలు నాశనం అయ్యాడు.

కాని, ఆనాడు కాబూలివాని కొరడాదెబ్బలు తిని, ఇంటికి పరుగు పరుగున వచ్చి చెల్లెలను నాలుగురూపాయ లడిగేవరకూ త్రాగుతూనే ఉన్నాడు... ఆనాడత డెందుకలా వీధిలో, పదిమందిలో, కాబూలివాని కొరడా దెబ్బలుతిన్నాడో, స్మృతిపథంలోకి వచ్చింది... అంతే.

ఆనాటినుంచి నిరంజన్ ఒక మహాయోగి; జ్ఞాని.

లోకోపకారంతప్ప అతనిక అన్యచింత లేదు.

ఎప్పుడూ చదువుతూ ఉంటాడు; ఏదో వ్రాస్తూ ఉంటాడు. అంతే మార్పు ఎంతలో రావాలి!

6

తండ్రీ కొడుకులిద్దరూఎప్పుడూ వేదాంత విషయాలను చర్చిస్తూ ఉంటున్నారు. నిరంజన్ తన ఇంటిముందు చక్కని పూల మొక్కలను వేసి, రోజూ సాయంకాలం తనంతట తానే నీళ్లు పోస్తూ ఉంటాడు.

ఒకనాటి సాయంకాలం.

నీళ్ళుపోస్తూ ఉన్నాడు.

"బావా! బలేమొక్కలే!"

అంటూ ఒక గులాబీ మొక్క తీసుకొని వచ్చింది. శ్రావణి

"ఏం గులాబీ శ్రావణీ!"

"బంగారపు ఛాయలో పూలు పూస్తుంది. రోజుకు ఒకటికంటే ఎక్కువ పూయదట."

"బాగుందిసుమా!"

"ఎక్కడిదో తెలుసునా, కలకత్తా నుంచి మా అన్నయ్య తెప్పించాడు."

"అలా చెప్పు. అయితే గునపం తీసుకురా!"

శ్రావణి యింట్లోకి వెళ్ళి "జానకీ–జానకీ" అని పిలిచింది. ఎవ్వరూ పలకలేదు. కాని ఒక గోడమూలనున్న గునపం తీసుకు వచ్చింది.

అతడుగోయి తీశాడు.

ఇద్దరూ కలిసి ఆ మొక్కను పాతి, నీళ్ళు పోశారు.

"బావా! పదిరోజులకల్లా పూవు పూయక పోతే అడుగు"

"ఏమని!"

"అప్పుడే చెబుతాలే."

"ఎన్నాళ్ళకు పూసినా తొలిపూవు నీకే కదూ!"

"నాకు కాకపోతే, మరొకళ్ళ కివ్వడానికి నీ తరమా!"

అతడు చిరునవ్వు నవ్వాడు.

ఆమె పక్కుమని నవ్వుతూ ఇంట్లోపలికి వెళ్ళింది.

ఒక్కనిమిషంలో తిరిగివచ్చి "బావా! బావా! జానకిఏది? అని అడిగింది... "తెలీదు శ్రావణీ! ఒక వేళ నీకొరకు మీ యింటికి వెళ్ళిందేమో!" అని మొక్కలకు నీళ్ళుపోయడం మొదలు పెట్టాడు; మధ్యమధ్య కూనిరాగాలు తీస్తూ.

"బావా! నిన్ను ఏం చేసినా పాపం లేదోయ్."

"ఏం?"

"నేను నీకోసం వచ్చి, నీ ప్రక్కనే రాతిప్రతిమలా నిలబడితే, మనసిచ్చి ఒక్క మాటన్నా మాట్లాడకుండా, కూనిరాగాలు తీస్తూ నీ గొడవలో నీవుంటావా? న్యాయంగా ఉందా నీకిది?"

కోపంగా ఆమె మాట్లాడుతుంటే, నవ్వుతూ ఆమె ముందు నిలబడ్డాడు. ఆమె కోపం మరింత ఎక్కువైపోయింది.

"నీవే మహా అందగాడవనా అలా నవ్వుతున్నావ్?"

"కాదామరి?"

"ఓహోహో! ఏం అందం! సాక్షాత్తు గోపాలకృష్ణుడే."

"అనా రాధా!"

"అదిగో కలిపావ్ మళ్ళీ వరస? ఇటువంటి తీయని మాటలే నన్ను ఇంట్లో నిలువనీయవు; నిన్ను చూడకుండా ఒక క్షణం ఉంటేచాలు,కొరడాతో అంటిస్తాయి..."

"అంత పనిచేస్తాయా?"

"ఈ మాయదారి మంత్రా లెవరివద్ద నేర్చుకున్నావు బావా!"

"నీ వద్దే. నీ కన్నుల వద్దే."

"చాల్లే ఊరుకో."

"మంచిది" అంటూ మళ్ళీ పాట ప్రారంభించాడు.

ఆమె ఒక మూల మోకాళ్ళలో తలపెట్టి మూలుగుతూ కూర్చుంది. ఆ ముద్దరాలను చూచిన అతని హృదయం ఆనంద సముద్రం అయిపోయింది. వెంటనే వచ్చి ఆమె వీపునకు తన వీపు ఆన్చి నెమ్మదిగా పాడటం ప్రారంభించాడిలా.

"జీవితములో
చెదరి పోయిన,
వలపు తలపుల
బరువు లన్నీ
చేరి హృదయము

చీల్చి వేస్తాయి;
కలచి మనసును
కాల్చి వేస్తాయి;"

ఆ పాట పూర్తికాగానే అతని వైపుకు తిరిగి – "బావా! బాగుందోయ్! ఏదీ మరొక పాట పాడవూ?" అంటూంటే తనపాటే ఆగకుండా పాడుతున్నాడిలా.

"పూల రేకులు
భూమిపైనా
పొరలి దొరలుట
వరలు గాని,

పూలరేకులు
పుష్పమగునే,
రేకు లన్నీ
ఏర్చి కూర్చిన?
* * *

ప్రాణ భీతిని
విడచి నంతనె
ప్రాజ్ఞుడనిమది
నెంచ బోకుము.

ప్రాణముతో
నుండి బాధల
ననుభవించుట
ఘనము తలపగ..."

* * *

"బాగుంది బావా! బాగుంది.
జీవితములో గడిచిపోయిన ప్రేమ తలుచుకుంటే హృదయం చీలి పోతుందా?
అలా చీలిపోతున్న హృదయంలో బాధ భరించలేక, చనిపోవటం సామాన్య లక్షణమా! బ్రతికుండి బాధలు భరించటం ప్రాజ్ఞ లక్షణమా! బాగుంది బావా! బాగుంది...
చక్కని ఉపమానం కూడా ఇచ్చావ్.
పూలమీద ప్రేమ ఉందని రాలిపోయిన పూలరేకుల నన్నీ జతజేర్చినా రేకులన్నీ కలసి పూవు లవుతాయా? అని చక్కని ఉపదేశం చేశావు;

"అవును. చేజారి, రేకు లూడిన వలపుపూవును తిరిగి పొందలేం - పొందలేమని చావరాదు. బ్రతికుండి బాధల ననుభవించాలి...

అబ్బా! ఇంత చక్కని మాటలూ, ఎక్కడ నేర్చుకున్నావోయ్ బావా!"

"చెప్పేనుకదూ, నీవద్దనేనని."

"గోలచేయడంలో నీ అంతటి వాడులేడులే. ఆడవాళ్ళ నెంత గౌరవిస్తావో, అంత చులనకనగా చూస్తావ్."

"అలాగే."

"ఊఁ సరేగాని. నాలుగేళ్ళు నీతోటుంటే, నీకంటే ఎక్కువ పాటలు పాడకపోతానా? చూస్తావుగా!"

"పెళ్లి కాకముందున్నా ఉత్సాహం, పెళ్ళైన తరువాత ఉండదు శ్రావణీ! పెళ్లిపాఠాలని, పెళ్లికాక ముందు, ఏఫిడేలో, వీణో మధ్యమ శ్రుతిలో చెప్పిస్తారు. పెళ్లి అయిన తరువాత మళ్లీ సంగీతం మాట ఎత్తిన పాపాన్న పోతారూ? మీ ఆడపిల్లలసంగతే చెప్పేవ్"

"అంతా అలా కాదులేవోయ్!"

"సరే చూస్తాను లేవోయ్."

అలా వా రానందంగా ఉన్నా రక్కడ.

* * *

"జానకీ! జానకీ!! ఇంక నేను పరుగెట్టలేనుసుమా!"

"చేజారిన నన్ను తిరిగి పట్టుకుంటం, మీ తరంకాదు, బ్రహ్మదేవుని తరం కూడా కాదు."

"అలానే ఆగుదూ బాబు.లేడిలాగ."

"ఆగాను. రండి."

అంటూ జానకి మూడు చెరువుల నీళ్లు త్రాగించి ముప్పై గుటకలు వేయించి అతని చేజిక్కింది.

అతడు బిగియార కౌగలించుకొని "దొంగా! ఇంకెక్కడికి పోతావ్. నిన్ను శాశ్వత ఖయిదీని చేస్తాను చూడు." అంటూ ఆమె మధురాధర సుధారసధారల నాస్వాదించాడు.

* * *

"అవును గాని, నా దొక ప్రార్థనుంది. చేస్తారా, చేయరా!"

"చేయక పోవడం కూడానా?"

"అయితే మీకు లోకు లివ్వవలసిన అప్పు ఎంతుందో చెప్పండి."

"ఎంతోనా - 40 వేలు."

"ఆ నలభైవేల పత్రాలూ నా కిస్తేగాని వీలులేదు. వాటి నన్నిటినీ తగలబెట్టి, వారికి సంతోషం కలిగించాలి....

"అలాగే"

"మనకు లోటేమిటి చెప్పండి? పేదల రక్తం పీల్చి, వారియెముకలను చూర్ణం చేయడానికి మన మేమన్నా రాక్షసులమా!"

"రేపే ఆ పత్రాలన్నీ ఇస్తాను."

ఆమె బ్రహ్మానందభరితురాలై పోయింది.

* * *

ఆ మర్నా డామెకు ప్రజల ఋణపత్రాలన్నీ ఇచ్చివేశాడు.

పాపపు పిశాచాన్ని దహనం చేసినట్లు ఆమె ఆ పత్రాల నన్నిటినీ తగలబెట్టేసింది. ఆ అగ్నిశిఖలను చూస్తూ ఆమె పొందిన ఆనందం వర్ణనాతీతం.

కాబోయే భర్తగారి భావిజీవితం శాంతప్రదంగా ఉండాలని జానకి చేసే ప్రయత్నాల మోఘం. తన భర్తను ధర్మాత్ముని చేయాలని, న్యాయమూర్తిని చేయాలనీ ఆమె వ్రతం.

"జానకీ!నీ కింకేమి కావాలి?"

"మీ నిర్మలప్రేమ."

"దానికి లోటేముంది... నా జీవితం నీ అరచేతిలోనిదే కదా!"

ఆమె గర్వంతో తలెత్తింది.

మాలతీసుమ పాత్రలోని మకరందం తుమ్మెద త్రాగుతూఉంది.

ఆమె యౌవనమాధుర్యం అతడు ఆస్వాదిస్తూ ఉన్నాడు.

అంతలో శ్రావణి "వదినా! జానకీ!" అంటూ వచ్చింది.

కోడెత్రాచుల్లాగ, రెండు లతికూనల్లాగ ఆనందం అనుభవిస్తున్నవారి కామె కేక, సుత్తి దెబ్బ అయింది.

ఆమె పొదరింటినుండి బయటకు వచ్చింది.

"వదినా! అక్క దన్నయ్యఉన్నాడా!" అంటుంటే "ఏం? ఎందుకు?" అంటూ చెలం తయారయ్యాడు.

"అదేమిటన్నయ్యా! ఆ వృద్ధుని కెవరికో అప్పిచ్చావట... అతడు కాకిగోల పాపం! అతని ఇల్లు అప్పులక్రింద వేలం వేస్తున్నారట!" అంటుంటే "ఎవరబ్బా! అది" అని మేడవద్దకు వెళ్ళి జానకి చూచింది.

నిర్ఘాంతపోయింది.

ఎవరది?

ఇంకెవరు - పూర్వం ఆమె చూచిన తాతే.

"అతని అప్పులపత్రం పంపించేశాము కదూ?

అని అడిగినప్రశ్నకు జవాబుచెప్పకుండా చెలం వెళ్ళిపోయాడు... అందులో ఏదో కుట్ర ఉందనుకుంది.

"జానకీ! ఇలా ప్రజలను ఏడిపిస్తే, వారి ఉసురు తప్పక తుగులుతుంది" అని శ్రావణి అంటుంటే "అవును" అని జానకి ఇంటికి బరువెక్కిన హృదయంతో వెళ్ళిపోయింది పాపం!

7

"ఈ నాటితో మన కుటుంబ గౌరవం కూకటివ్రేళ్లతో కూలిపోవలసిందేనా బాబూ!"

"అదే నేనూ ఆలోచిస్తున్నాను నాన్నా!"

"నిరంజన్! నెరిసిపోయిన ఈ ముసలితల శాంతిగా నిప్పులో మాడిపోయే భాగ్యం నాకు కలగలేదు."

"నాన్నా! ఇందులో జానకి తప్పేమీ లేదు."

"లేక పోవచ్చును... కాని ఆ దుర్మార్గుడు చేసిన ద్రోహం ఎవరికి తెలుస్తుంది? ప్రత్యక్షంగా మనతప్పు రుజువై పోతూఉంది."

"అవును మరి."

"మీ అమ్మ ధన్యురాలు నిరంజన్, ఇటువంటి పాపపు మాట లేమీ వినకుండా, తరలివెళ్ళిపోయింది. నిరాశావిలమైన ఈ జీవితంలో మనం మార్గం కానక తిరుగుతూ ఉన్నాం.

"విధి విలాసం."

"మందేదైనా ఇస్తే."

"నాకది ఇష్టంలేదు నాన్నా! మన జానకి వ్యభిచారిణికాదు. పడుపు వృత్తిచే జీవించే పాపి కాదు. ఒకనికి తన యౌవనమాధుర్యం ధారపోసి, మరో పురుషుని వివాహం చేసుకొనే ఆత్మవంచకురాలు కాదు. మనసులో ఒక పురుషుని ఆరాధిస్తూ, మరొక పరాయి పురుషునికి అర్ధాంగి అయ్యే పతిత కాదు.

నాన్నా! జానకి వంటి నిర్మలహృదయిని ఎవ రున్నారు?

ఇందావెు తప్పేముంది? అమాయికంగా పెండ్లి చేనుకుంటా నంటే ఆ గోముఖవ్యాఘ్రాన్ని నమ్మింది. వాడు ఆమె జీవితసర్వస్వం నాశనం చేశాడు...

ఇందు తప్పు వానిది గాని - జానకిది కాదు."

అంటూ నిరంజన్ తండ్రితో నొక్కి చెప్పాడు.

ఆ నాటికి ఈ నాటికి ఆరునెలలు గడిచాయి.

జానకి ఇప్పుడు గర్భవతి.

సంఘంలో జానకి పతిత.

జానికి వారింటికీ, శ్రావణి వీరింటికి వెళ్ళడం మానుకొన్నారు.

జానకిని పూర్తిగా దగాచేశా డా కోటీశ్వరుడు.

తప్పుడు ఋణపత్రాలు తగల బెట్టించి ధర్మదాత అని అమాయికురాలగు జానకి చేత నమ్మించాడు.

శ్రావణిని నిరంజన్ కిచ్చి వివాహం చేస్తా ననడం, వారి ఆస్తి వారికి తిరిగి ఇస్తాననడం, ఋణపత్రాలు తగల పెట్టించడం, ఇవన్నీ కల్లకబుర్లే. జానకిని తనవలలో వేసుకుంటానికి పన్నిన పన్నాగాలే. జానకి జీవిత మాధుర్యం హరించడానికి చేసిన ప్రమాణాలే.

ఇప్పుడు జానకి వెళ్ళి "మీ కిది ధర్మంగా ఉందా?" అని అడిగితే – "ఎవరు నీవు? అసలిక్కడికి ఎందుకొచ్చావ్? ఏంపని? ఎవరు రమ్మన్నారు?" అంటూ జానకీ ముఖమే తెలియనట్లు నటిస్తాడా గోముఖవ్యాఘ్రం.

జానకి వయస్సౌందర్యం హరించినంతకాలం, ఆమెను ప్రణయదేవత అన్నాడు. అతని జీవితం ఆమె చేతుల్లో ఉందని ప్రమాణాలు చేసేవాడు... ఆ కాస్త వయఃపాటవం సడలగానే "నీవెవరు?" అంటూ తెలియనట్లు ప్రశ్నించే ఆ "పతితుని" కంటే "పాపి" ఎవరుంటారు?

ఆ "పతితుని" కంటే "బానిస" ఎవరుంటారు?

ఆ "పతితుని" హృదయం కంటే "జ్వాల"ఏముంటుంది?

కాని సంఘం వారిని పతితు లనదు;పాపు లనదు.

తలమీద వారి పాదధూళి ధరిస్తుంది.

ఆ దుర్మార్గుడే శ్రావణిని కూడా నిరంజన్ ఇంటికి వెళ్ళకుండా అరికట్టాడు. ఆ కఠిన కర్కశతమోహృదయుడే శ్రావణి నిర్మలప్రేమ వల్లరిని మొదలంట కూల్చివేశాడు. వాడికి డబ్బే సర్వం.

* * *

ఆనాటి జానకి వినీల నేత్రాలలోని కాంతి ఈనాడు లేదు.

ఆనాటి జానకిరూపలావణ్యం ఈనాడులేదు.

జానకి స్థానంలో ఒక యెముకల గూడు మాత్రం మిగిలింది.

అట్టకట్టినతల; పాతాళానికి ముట్టిన కనులు; దరిద్ర దేవత పాదాల బరువుచే లోతుకు పోయిన బుగ్గలు; పరాభవాగ్నిచే కాలి బొగ్గులాగై పోయిన శరీరం; చూస్తూఉంటే నిరంజన్ హృదయం పగిలిపోతూఉంది; తండ్రి జీవితం చిదికిపోతూఉంది.

ఆమె నిట్టూర్పుల మాటున దాగున్న ప్రాణవాయువులు ఎప్పుడు లేచిపోతాయా అని ఆమె వేయివేల దేవతలకు మ్రొక్కుతూ ఉంది.

పాపం! ఎంతలో ఎంతమార్పు!

అమాయికులకు నిలువనీడ లేదు కాబోలీ కలుషధాత్రిమీద.

* * *

"జానకి పతివ్రత కాదు- పతిత."

"కులట లంతా అలాగే ఉంటారు."

"కడుపు కూడాను?"

"ఆ అన్నకు సిగ్గులేదూ? పెళ్ళికాని పిల్లకు గర్భం ఎలా వచ్చిందని నలుగురూ అడుగు తారని అయినా బుద్ధిలేకుండా, ఇంట్లో తగుదు నమ్మా అని ఎలా ఉంచుకున్నాడో!"

"పోనీ ఏముందో మాకైనా పడేయడు."

"ఆ మాత్రం తెలివితేటలుంటే ఇంకే?"

అని ఇద్దరు మఱ్ఱిచెట్టు మాటున మాట్లాడుకుంటున్నారు.

ఆ మాటలన్నీ నిరంజన్ విన్నాడు.

నిప్పులు క్రక్కుతూ వారిముందు నిలబడ్డాడు.

"నిరంజన్ నీవా!ఉహూ! పాపం!"

అంటూ నెమ్మదిగా ఎత్తునుంచి పల్లానికి జారిపోయే నీటిలా జారిపోయారు.

నిరంజన్ పళ్ళు పటపటా కొరుకుతూ -

"జానకి పతితా!" అని గర్జిస్తూ ఇంటిముఖం పట్టాడు.

* * *

"కోతలు కోసేవాళ్ళంతా చేతలుచేయనివాళ్ళే"

"అలాగే మరి."

"ముసలిముండాకొడుకు తల నెరసినా, తప్పుడు బుద్ధి పోలేదు. ఈడొచ్చిన పిల్లకు పెళ్ళి చేయకుండా ఇంట్లో ఉంచుకుంటే ఏమౌతుంది?"

"కడుపు."

"నిజానికి జానకి తప్పు నాకు కనబడదు. వయసు వచ్చిన ఆడదాన్నీ, అశ్వాన్నీ ఆపలేమని పెద్ద లూరికే అంటారా? ఆమాత్రం లోకానుభవం గలవాడు తెలుసుకొని, ఒక యింటిదాన్ని చేస్తే ఈ అల్లరి వస్తుందా?"

"నిజం. నిజం... తల్లిలేని పిల్లగతి ఇంతేనోయ్. వాళ్ళమ్మే బ్రతికుంటే ముందు పిల్ల పెళ్ళి చూసుకోదూ?"

ఎవరో ఇద్దరు బజారులోంచి వెళుతూ జానకి గురించి మాట్లాడుకుంటూఉంటే, ఆదోవను వెళుతున్న వెంకట్రావ్ విన్నాడు. గుండె బద్దలై పోయింది... మృత్యుముఖాన్నుంచి తప్పించుకొని పారిపోయే ప్రాణిలాగ, వాళ్ళను తప్పించుకొని పరుగుపరుగున ఇంటికి బయలుదేరాడు.

"ఈడొచ్చిన పిల్లకు పెళ్లి చేయకుండా ఇంట్లో ఉంచుకుంటే ఏమౌతుంది?... తల్లిలేని పిల్లగతి ఇంతే-"

వేయివేల గొంతుకులతో అతని కామాట లంటున్నట్లయింది. అది రక్తం దోసిళ్ళతో తీసి, బలిపీఠం కడుగుతున్నట్లుంది... పాపం!

* * *

"చెలం తప్పేముంది? చేజిక్కిన సౌందర్యాని విడుస్తాడా?"

"ఏమోపాపం! అమాయకపుపిల్ల! జీవితం ఆహుతిచేసుకుంది."

"అందుకనే అంతా - 'సంఘంలో జానకి "పతిత" "పతిత" - అంటున్నారు."

"తల్లిలేనిపిల్ల తలరాత అలా తగలడకేంజేస్తుంది? పాపం! పతితా?" ఆ అమ్మలక్కలు వీధిగుమ్మం దాటి వెళ్ళిపోయారు. ఆ మాటలన్నీ విన్న జానకి, పరుగుపరుగున ఇంటోకి వెళ్లి పక్కమీద వాలిపోయి, చేతుల్లో మొఖం పెట్టి "జానకి పతితా? ప్రభూ! జానకి పతితా?" అని వెక్కి వెక్కి ఏడుస్తూ ఉంది. అన్న చూచాడు. తలవంచుకొని వచ్చిన త్రోవనే వెళ్లిపోయాడు.

* * *

చెలం మేడముందు పెళ్లిపందిరి అఖండంగా వేశారు.

చాందినీ కట్టారు. యుద్ధంరోజుల కరువూ, కాటకం కనబడకుండా వివిధ చిత్రాలతో ఆ లక్ష్మీభవనం అలంకరించారు.

శుభలేఖలు పంచిపెట్టేవాళ్లు పంచిపెడుతూ ఉన్నారు.

ఒక శుభలేఖ నిరంజన్ కిచ్చారు.

నిరంజన్ విప్పి చూచాడు! దానిలో రెండు పెళ్ళిళ్ళు అని ఉంది. చెలం, మల్లికకు-

భుజంగం, శ్రావణికి -

చెలం భవనంలోనే వివాహమట... అతడొక్క నిట్టూర్పు విడిచాడు. "మా శ్రావణి వివాహమా! ధన్యురాలు. ఈ దరిద్రుని చేసుకుంటే ఏం సుఖపడేది? పోనీలే పాపం! నేటినుంచి మా శ్రావణి ఆనందమయి అవుతుంది. ఇక్కడనుంచే "శ్రావణీ నీకు శుభం" అని కన్నీటిచేతులెత్తి దీవిస్తాను" అనుకుంటూ ఆ శుభలేఖ అక్కడే విడిచి బయటకు వెళ్ళిపోయాడు నిరంజన్. "మల్లిక్ మనిషేనా?" ఇదీ అతని భావం.

తరువాత జానకి చూచిందా శుభలేఖ. ఆశ్చర్యపోయింది.

"కర్మదేవత తన బల్లెంపోటు మా అన్నయ్య హృదయంలోకూడా నాటిందా? పాపం! అన్నయ్య జీవితాకాశంమీద శ్రావణమేఘం అమృత వృష్టి కురిపిస్తుం దనుకున్నాను... ఇప్పుడా శ్రావణమేఘం ఏ ఎడారివైపు రెక్కలు విప్పుకొని ఎగిరిపోతుందో!... శ్రావణీ! నావలెనీవూ, ఆశాసౌధంమీదనుంచి "పతిత" వయ్యావా? సహవాసదోషం ఊరికెనే పోతుందా!" అనుకుంటూ ఆమె వేడికన్నీటిబిందువులు రెండా శుభలేఖమీదే విడిచింది...

అంతలో తండ్రి వచ్చాడు. ఆయన కా శుభలేఖ నిచ్చిలోపలకు వెళ్లింది. చదివాడది.

"శ్రావణికూడా పరపురుషుని వివాహం చేసుకొని "పతిత" అవుతుందా!" యమునిమహిష ఘంటికలు అతని చెవులో గింగురుమన్నాయ్. పెళ్ళింటిలో బాజాలు గింగురుమన్నాయ్ - "పెళ్లి - పతితులకు పెళ్ళి-"

* * *

ఆరోజు అర్థరాత్రి.

ప్రక్కమీద శవంలా పండుకున్నాడు నిదురలో మూతలుపడని కనురెప్పలు, కన్నీటిచే బరువెక్కిపోయాయి... అంతలో తలుపుచప్పుడయింది. నిముషంలో అతని పాదాలవద్ద కూర్చుంది శ్రావణి.

"శ్రావణీ! వచ్చావా!"

"రాకుండా ఉండగలనా బావా!"

అతడామెను బిగియార కౌగిలించుకున్నాడు. రెండు నిమషాలు ప్రపంచాన్ని మరచిపోయారు...

"శ్రావణీ! నీకిదే నా తుదికౌగిలి. నీ హృదయనిర్మలపుష్పం, ఈ కఠిన కర్కశ పాద శిలలక్రింద పడి నలిగిపోలేదు. ధన్యులం."

"అదేమిటి బావా! నే నితరుని చేసుకుంటా ననుకున్నావా! ఇదిగో! ఈ బంగారు నగలమూట. లే లే అంతా ఎక్కడికైనా పారిపోదాం. లే బావా! లే. తెల్లవారకముందే మరొక ఆనందతీరం చేరుకుందాం!"

"శ్రావణీ! ఇంటనుంచిపారిపోవటం పశులక్షణం."

"అదేమిటి బావా? అలా అంటున్నావ్? కొంపతీసి రానంటావేమిటి? అలాగైతే ఇక్కడే ఉండిపోతానుసుమా! ప్రాణం ఉండగా బ్రహ్మ దేవుడుకూడా నన్ను బయటకు లాగలేడు" అంటుంటే మరచిపోయిన చిరునవ్వు మళ్ళీ ఒక్కసారి ఎండిపోయిన పెదెమెలపై నిలిపాడు.

"శ్రావణీ! నీ నిర్మల ప్రేమకు నా వేయివేల నమస్కారాలు.కాని శ్రావణీ! నాశనం అయిపోతున్న మా జానకి జీవితం చూస్తూ,నే నెలా ఆనందం అనుభవించగలను చెప్పూ...

ఇంక కూలిపోతున్న ఈ కొంపలో ఒక్క చిరునవ్వుకూడా వినబడదు; ఒక్క ఆనందకిరణం కూడా వెలగబోదు;

ఇది దరిద్రశ్మశానం; పాడుపడినదేవాలయం...

"బావా! ఈ మాటలు నేను వినలేను! నీ పాదాలు విడచి బ్రతుకలేను."

"శ్రావణీ! నీ పాదాలంటి ప్రార్థిస్తాను. నా మాట విను. వెళ్లిపో. చెల్లెమ్మను 'పతిత' అంటుంటే నే బ్రతుక లేపోతున్నాను. ఇంక నిన్ను కూడా అంటే నే నొక్క క్షణంప్రాణాలు మోయలేను."

"పోనీ అంతా కలసి ఆ గంగమ్మ గర్భంలో కలసిపోదాం. బావా! నన్ను పొమ్మన్నావా? ఏ నుయ్యో గొయ్యో తప్పదు. తెలిసిందా?"

"పిచ్చి పిల్లా! మరచిపోయావా నాపాట? భగ్నహృదయం భరించలేక చనిపోవడం ప్రాజ్ఞలక్షణం కాదు. బ్రతికుండి కష్టాలు భరించాలి. అప్పుడే మనలో మానవత్వం తేజస్స్వరూపం అవుతుంది.

శ్రావణీ! లే!ఈ జన్మలో వేసుకున్న పునాదిపై వచ్చేజన్మలో ప్రేమమందిర నిర్మాణం పూర్తి చేయవచ్చును. శ్రావణీ! ఈ బ్రతుకులు తెల్లవారి నంతమాత్రాన్న, ఆశలు, ఆశయాలూ తెల్లవారవు. అవి జన్మ జన్మలకు వెన్నంటే వస్తూ ఉంటాయ్. ఈ జన్మ మరో జన్మకు పునాది. మరచి పోకు.లే..." ఆమె కన్నీళ్లు తుడిచి మంచంమీదనుంచి లేవతీశాడు.

"శ్రావణీ! సాహసకృత్యాలేమైనా చేస్తే, నాప్రేమ తప్పినట్లే. నామీద ఆన. వెళ్లు. భగ్నహృదయం భరించలేక చనిపోవడం ప్రాజ్ఞలక్షణం కాదు. బ్రతికుండి కష్టాలు భరించాలి. ఈ జన్మ వచ్చేజన్మకు పునాది. మరచిపోకు."

ఆమె ధీరస్వాంతయై లేచింది.

నిరంజన్ పాదాలకు మ్రొక్కింది. పాదాలపై రెండు కన్నీళ్ళు విడచి-భగవంతుడా! ఈ జన్మలో నా నిరంజనే నాకు భర్త. ఇంక ఎన్నివేల జన్మలకైనా నా నిరంజనునే భర్తగా చెయ్యి తండ్రి! ఎన్ని కష్టాలైనా భరించగలను. గాని మానిరంజనుని మరువలేను తండ్రీ" అనుకుంటూ భర్తపాధూళి శిరస్సున ధరించి బయలుదేరింది.

గుమ్మందాటింది. అతడలాగే గుమ్మం పట్టుకొని చూస్తున్నాడు.

అంతలో "శ్రావణీ!" అంటూ శాలువా ముసుగువేసుకొని నిదుర నెరుగని జానకి వచ్చింది. "జానకీ!" అని ఆమె గాఢంగా కౌగిలించుకొంది.

"జానకీ! అబ్బా! ఎముకల గూడులాగైపోయావే!"

"ఎప్పటికైనా శరీరాల కా మార్పు తప్పదుకదా!"

శ్రావణి వంగి పాదాలు ముట్టుకొని నమస్కరించింది.

"జానకీ! ఇవే నా తుది నమస్కారాలు. అంతా వచ్చే జన్మలో కలుసుకుందాం" అని

ఆమె పాదధూళి తల ధరించి బయలుదేరింది, నగల మూట అక్కడే విడచి.

గుమ్మం వరకూ భుజంమీద చేయివేసి జానకి శ్రావణిని సాగనంపింది. ఆమెనుచూస్తూ, ప్రాణవాయువుల నన్నీ ఇముడ్చుకొన్న ఒక్క నిట్టూర్పు విడచి ఇంట్లోకి వచ్చింది. గులాబీ మొక్క తొక్కివేసింది, త్రోవలో శ్రావణి.

నిరంజన్ "గీతాంజలి" చదువుకుంటూ ఉన్నాడు.

ఆమె తన పక్క వద్దకు వెళ్ళిపోయి, శూన్యదృష్టులలో లీనమై పోయింది.

ఈ విషాద దృశ్యాన్నంతా చూస్తున్న తండ్రి ప్రక్కమీద నుంచి కదలలేక పోయాడు...

పెళ్లయి పోయింది.

మల్లిక చెలం యింటనే ఉంది.

బెంగచే శ్రావణి మంచం పట్టింది. రెండురోజులలో శల్యం అయిపోయింది. సాహసం చేయరాదని ఆజ్ఞ... ఆమె అలాగే మంచాన జీర్ణిస్తూ ఉంది. గ్రుడ్డిలోకం బలవంతంగా ఆమె చే మందులు తాగిస్తూ ఉంది. కాని ఇక ఎన్నో రోజులు బ్రతకదని డాక్టరు చెప్పి వెళ్లిపోయాడు.. కంటనీరే గాని, నోటనీరు పోవడం లేదు. ఎప్పుడూ "నిరంజన్-జానకీ" అంటూ కలవరిస్తూ ఉంటుంది.

ఈ విషయాలన్నీ వింటున్న జానకీ నిరంజనులకు నిద్రాహారాలు లేవు... వా రసలు పొయ్యిరాజేసిన పాపాన్న పోలేదు.

ఆ రోజురాత్రి పదిగంటలు కొట్టారు.

బాధలన్నీ భరించలేని జానకి శక్తిరూపం దాల్చింది.

ఎదుట చెట్టుపై గుడ్లగూబ పిట్టను తన్నుకు పోయింది.

ఆమెవళ్ళు జల్లుమంది... ఎదురుగా గోడకు తగిలించిన కొడవలి తీసుకొని రుద్రరూపిణియై బయలు దేరింది. ఇల్లు దాటేసరికి అన్న చూచాడు. ఆశ్చర్యంతో ఏం ప్రమాదం తలపెట్టిందో అని బయలు దేరాడు. అతని వెంట తండ్రి.

జానకి మెరుపులా చెలం మేడమీద మెరిసి పోయింది.

తలుపులు తెరచింది. మల్లికాచెలం నిర్ఘాంతపోయారు. పెద్ద తలుపులు తెరచిన అద్దాల కిటికీముందు నిలబడింది.

"పాపీ! యావత్ కుటుంబాన్నీ నాశనం చేసి ఆనందిస్తున్నావా! ఇలా ఎంతమంది కుటుంబాలను కూల్చివేయా లనుకున్నావురా ద్రోహీ!" అని అతని నొక్క దెబ్బలో తెగనరకాలని కొడవలి నెత్తింది.

ఆ దుర్మార్గుడమాంతంగా ఆమెచేయి పట్టుకొని ఆకిటికీ నుంచి క్రిందకు 'ధన్' మని ఒకే తోపుత్రోసి వేశాడు. కెవ్వుమని కేకవేసి పండులా నేల పడిపోయింది. తల ముక్కలు ముక్కలై పోయింది.

అంతలో అన్న...వెంటనే తండ్రి వచ్చేశారు.

ఎముకల మూటగా ఉన్న జానకి రక్తపు మూటై పోయింది.

అతడి కన్నులు చెదిరిపోయాయి...

కాని ఒక క్షణంలో మహాధైర్యం వచ్చేసింది.

రెండు చేతులపై చెల్లెల నెత్తుకున్నాడు. అంతలో మేడమెట్ల వద్దకు వచ్చిన మల్లిక నిరంజనుని ఆనమాలు కట్టి ఆశ్చర్యపోయి "నిరంజన్" అంది. "ఏం పాపీ అని అతడు ప్రళయ రుద్రుడ్లా బయలు దేరాడు.

"నాన్నా! పద!పద! సర్వం అయిపోయింది."

వారా గుండ్రని నీడవలె నున్న భూమిపై రెండు నీడల్లా కదలి పోతున్నారు. వారి చెవులకు మాత్రం "నిరంజన్-జానకీ" అనే శ్రావణి మాటలు మాత్రం వినబడుతున్నాయ్.

ఈ రెండు నీడలూ, ఆ భూ చక్రంమీద కదిలిపోతున్నాయ్? విశాల చలాలలో కలసి పోతున్నాయ్?

* * *

(ధనవంతురాలు మల్లిక "పతిత" అయినా "పతివ్రతే"
పేదరాలు జానకి "పతివ్రత" అయినా "పతితే"
పతితలను పతివ్రతలు చేసినా,
పతివ్రతలను పతితలు చేసినా,
భాగ్యదేవతే కదా!)

* * *

న్యాయ్యాన్యాయాలు తెలిసినా తెలియక పోయినా సత్యం ఒక్కటే- ఏమి టది?

"ఉదయం ఉదయించిన పూలు, సాయంకాలం సమసిపోతాయ్."

భగ్నజీవి

అంకితం

"ప్రజాభ్యుదయమే తన జీవితాభ్యుదయాన్నిగా భావించి,

ప్రజాసేవే భగవచ్ఛేవగా బోధించి,

పారతంత్ర్య నిర్మూలనానికై కంకణం కట్టి,

ఖయిదుకు వెళ్ళిన నా ప్రియ మిత్రుడు

అక్కినేని అప్పారావుకు

అనురాగంతో....

సూచన

భారతదేశములో పెద్ద సంఘ దురాచారము బాల్య వివాహము - అందువల్ల కలిగిన అనర్థములు పెక్కులు. మొదటిది వైధవ్యము వలన భారతీయ కన్యలు ఎందరు తమ జీవితాలను అడవిని కాసిన వెన్నెలపగిది భగ్నం చేసికొని కృశించి జీవితములను భగ్న ప్రేమలతో మృత్యుదేవతలకు అర్పించుచున్నారో ఈ సంఘము గాంచు చున్నదా?

అట్టి ఒక భగ్నజీవియొక్క భగ్నహృదయమును ఇందు వివరించాను. ఆ ప్రేమైక జీవియొక్క మానసికాందోళన, ప్రేమకు, సంఘమునకు గల వైరము, చివరకు తల్లిదండ్రులుకూడ వారి వారి కుమార్తెల అధోగతిని గుర్తించియు, నిస్సహాయులై కర్మను నిందించుట మొదలయిన విషయములు సూచించబడ్డాయి.

- చంద్రం

భగ్నజీవి

1

నాలో ఇంకా యౌవన సౌందర్యం నసించలేదు.

నా కన్నులలో కాముక జ్వాల, ఇంకా కాలవాహినిచే ఆరిపోలేదు.

నా హృదయ పాత్రలో అనురాగామృతం ఇంకా అంతరించి పోలేదు.

కన్నీటిచే పెంచుకుంటున్న నాజీవిత వల్లరి, ఇంకా వాడిపోలేదు ఇలా ఎంతకాలమో!

ఆనంద వనములో అల్లుకొన్న ఆశా పుష్పాల నింకా నా ప్రణయాధి దేవత, కోసుకుంటూనే ఉంది. వేణీభరంలో కూర్చుకుంటూనే ఉంది – గోర్వెచ్చని తేనెను తుమ్మెదలకు పంక్తిభోజనం పెడుతూనే ఉంది –

ఇలా ఎన్నాళ్ళు?... –

ఆకాశ సౌధంలో ఆనందంతో ఆరిపోని దీపాలను వెలిగించే ఆ ముత్తయిదు ఎవరో అహర్నిశం నా హృదయ మందిరంలో ఆరిపోని ప్రేమజ్యోతులను వెలిగించే ఈకర్మ దేవత ఎవరో? ఆకాశంమీద వెలిగే దీపాలకు – హృదయంలో మండే ప్రేమజ్వాలలకు ఏనాటి సంబంధమో? ఏనాటి బాంధవ్యమో?

వాటి బ్రతుకు తెల్లవారగానే అవి మబ్బుమాటున మణిగి పోతాయి –

నా బతుకు తెల్లవారగానే ఇవి నేలమాటున రాలిపోతాయి –

అంతవరకు ఒక దాని నొకటిచూచుకొని

అర్థంకాని భావాలేవో వ్యక్తంచేసుకుంటాయి –

ఆడుకుంటాయి –

ఆటలో అనురాగాన్ని దిద్దుకుంటాయి.

పాడుకుంటాయి –

పాటతో పరవశాన్ని హత్తుకుంటాయి.

నవ్వుకుంటాయి –

నవ్వులో ముత్యాలు కూర్చుకుంటాయి.

వాటికి వాటికి ఏనాటినుంచి విడిపోని పరమసంబంధ బాంధవ్యం ఉన్నదో! ఎలా తెలుస్తుంది?

ఊహ కందుతుంది కాబట్టి - ఊహిస్తామా?

భాష కందుతుంది కాబట్టి - భాషిస్తామా?

వాక్కు కందుతుంది కాబట్టి - వచిస్తామా?

ఏమీ చేయలేము-

ఇలా ఎన్నో చేయలేము -

ప్రపంచకంలో ఉండే ప్రతి పదార్థంయొక్క పరమార్థం భావించగలమా? వచించగలమా?

ఎన్నో వస్తువులు నిరర్దకంగా తెరమాటున మణిగిపోతున్నాయి.

ఎన్నో ప్రాణులు నిరర్థకంగా భూగర్భంలో బూడిదైపోతున్నాయి.

ఎందరీ ప్రపంచకం అంచులమీద జీవితాలను భగ్నం చేసుకుంటంలేదు?

వారి అందరి ఆక్రందనాలు వింటున్నారా?

విని సానుభూతి చూపుతున్నారా?

చూపితేఎలా?

ఈభగ్నజీవి కూడా చూస్తుంది లెండి...

* * *

నన్ను చూచి ఎందుకో ఈలోకం, ఇలా విరగబడి వెకిలినవ్వు నవ్వటం?

నా వెనుక ఎందుకో ఈపిరికిలోకం, గుసగుసలు చెప్పుకుంటూ ఉండటం?

నా జీవితాన్ని ఎందుకో ఆదరిద్రలోకం, కూకటివేళ్ళతో పెరుకుదామనుకుంటం?

నేనే మహా కాముకరాలనని - ఈనిర్మలప్రేమ స్వరూపులు నిందిస్తారా? నేనే మహావ్యభిచారిణినని ఈ ప్రతివ్రతా శిరోమణులు పరిహసిస్తారా? నేనే బహుభర్తృకనని, ఈ ఏకపత్నీవ్రతులు హేళన చేస్తారా?

దాని తప్పుడుబుద్ధి అది దిద్దుకోకుండా, నన్ను 'కులట' గా చూస్తేమాత్రం ఈ గుడ్డిలోకాన్ని ఎవరు లెక్కచేస్తారు?

కనులున్నవి కాబట్టి కనబడుతుందా?

నిజానికి -

ఓ పతివ్రతా శిరమోణులారా!

పావలా మందాన్ని పసుపు పూసుకొన్న పుణ్యాంగనలాలా!

కొండంత కుంకుమబొట్టు దిద్దుకొన్న కులస్త్రీలలారా!

ఏదీ!

మీ హృదయాలమీద మీరు చేయీ వేసుకొని చెప్పండి.

మీలో ఎంతమంది ప్రతివ్రతలున్నారో?

పరపురుషుడ్ని ఒకసారి భావించనైనా భావించని, భాగ్యశాలినులెంతమంది ఉన్నారో వేలు మడవండి?

రండీ! రచ్చకెక్కండీ!

పతుల ప్రక్కల నుంచి బయటకురండి - ఊ....

ఎందుకలా నవ్వటం?

హృదయాన్ని విప్పి చూపెట్టండి? ఒకొక్కరి హృదయంలో ఎంతమంది విటులుంటారో లెక్కపెట్టండి? చూస్తాను -

మీలో నూటికి అరవైమంది వ్యభిచారిణులను చూపిస్తాను- ఏభైమంది పడుపువృత్తిచే బ్రతికే బానిసలను చూపిస్తాను.

పసుపు రాసుకున్నంత మాత్రాన్న పతివ్రతలని అనుకోకండి.

పతి మాటున చేసే మహాపాపాలు;

పతి యింటలేనపుడు పరపురుషునిచే కనే పాపపు సంతానం;

మరచిపోయారా? ఎంతకాలం?

మరణశయ్యలమీద, మీమీ పాపాలన్నీ మహాగ్నిజ్వాలలుగా మిమ్ములను కబళించే నాడైనా మరచి పోతారా? మాట్లాడరేం?

మీరు లోకం కన్నులుమూసి పాపపు కృత్యాలు చేశారు కాని మీ కన్నులు మీరు మూసుకోగలిగారా?

మీకన్నులను మూసుకొన్నా మీమనసుని మూసుకోగలిగారా?

ఆలోచించండి?

నటనకు తావునిస్తే వినాశనం తప్పదు సుమండీ?

మీ మీ భర్తలయెదుట, అత్తమామల యెదుట, మహాపతి వ్రతల్లాగ సంచరిస్తే సంచరించ వచ్చును-సంఘం యెదుట అన్నెం పున్నెం ఎరుగని నంగనాచల్లాగ మెలుగుతే మెలగవచ్చును - కాని భగవంతుని యెదుట -మీరు నటించగలరా? అక్కడ మీ ఆటలు సాగుతాయా?

మనం సమాధానం చెప్పవలసింది. సంఘానికికాదు-భగవంతునికి మన శరీరాలనుకాదు క్షాళనం చేసుకోదలచింది - మనమనస్సులను...

తెలిసిందా అండీ... పతివ్రతల్లారా!

* * *

ఓ హోహో! మీరెవరు మీసాలు మెలివేసి మరీ నవ్వుతున్నారు. జర్మనీ వీరుల్లాగ ఆనడకలేమిటి? త్రాగినవారిలాగ ఆకళ్ళు తిప్పడమేమిటి? ఎందుకా ఉపన్యాసాలు దేనిగురించి?

ధర్మం గురించా పతివ్రతా ధర్మంగురించా?

ఆహా! ఎంత తీయగా చెబుతున్నారు? ధర్మం మూడుమూర్తులా రూపు దాల్చినట్లున్నారే? ఏమి శాస్త్రనిష్ణాతులు? ఏమి ధర్మోపన్యాస ధురంధరులు?

తాడిచెట్లు తలలూపినట్లు, తలలూపే స్త్రీ రత్నాలు. మంగళ గీతాలుపాడే మాననీ శిరోమణులు, పూలమాలాలంకృతంచేసే పుణ్యాంగనలు...

ఓహోహో! ఏమి వైభోగం ఆ ఉపన్యాస వేదికపైన నిలబడి, హృదయాలు కరిగేటట్లు; రాళ్లు స్రవించేటట్లు, ప్రకృతి పరవశంపొందే టట్లు ఏమి చక్కగా ఉపన్యసిస్తున్నారు?

ఏదీ ఇలా చూచిచెప్పండి?

మీరు ఉపన్యసించే ఉపన్యాసంలో ఒక్క వాక్యం యొక్క పరమార్ధమైనా ఆచరణలో పెట్టారూ? ఆచరణలేని సుభాషితాలెందుకు చెప్పండీ? ప్రపంచకాన్ని మోసగించటానికేనా? ప్రపంచకాన్ని మోసగించానని, మీరు మోసగింపబడటానికేనా!

ఆచేతిలో పుస్తకమేమిటి?

అర్షఋషులు జీవితాలకుచక్కని సూత్రప్రాయమైన వ్యాఖ్య నిచ్చిన 'భగవద్గీతేనా?'

ప్రపంచ ప్రఖ్యాత గ్రంథమగు 'భగవద్గీతేనా'

మహాశయా!

అత్యుత్తమమైన; ఆనంద సంధానమై; అనురాగ నిధానమై; అద్భుతశాంతి సందేశినియై; ఆత్మావలోకమునకు మార్గగామినియై; అరచేతిలో నిర్యాణపదాన్ని నిలిపే శ్రీభగవత్‌గీత నుచ్చరించే ఆపాప భూయిష్టమైన నాల్కతో, ఎందరి నవయౌవ్వన విలాసినుల, మధురాధర సుధారస ధారల నాస్వాదించారో ఆలోచించండి? అవి సుధారస ధారలా? చొల్లునీటి కాల్వలా? గుర్తించండి మనోమందిరాన్ని ఆత్మాభిమానమనే తలుపులచే మూయకండి–తలుపులు తెరువండి–మీకు స్పష్టంగా తెలుస్తుంది–మీ మనసులో విషసర్పాలెన్నున్నాయో మీకే తెలుస్తుంది – పరస్త్రీలమహత్తర మానాభిమానాలను మంటపాలుజేసి – మమతలుడుగని కౌగిలిలో మసిపూసి మారేడికాయ జేసి – 'ప్రేయసీ!ప్రేయసీ! – అని మనసార –చవులూర –కరువుతీర –పిలచిన ఆపాప పరిదగ్ధమైన నాల్కేనా ఈమహత్తర గ్రంథాన్ని చదువుతుంది? ఛీ! ఛీ!

ఓ గురువుగారూ!

మతసూత్రాలను చర్చించే మనసుతోటి - మగనాలుల నెంత మందిని చింతించారో చెప్పండి? భాష్యసూత్రాలను తర్కించే ఆ పెదవులతో -బూసుపట్టిన ఎందరి బుగ్గలను ముద్దుగొని ముగ్ధులైపోయారో ఆలోచించబడి...

ఎందుకండీ ఈ భక్తుల వేషం?

ఎందుకండీ ఈ భగవత్. గీతోపన్యాసాలు

పరులను వంచించ టానికేనా?

అమాయకులను అన్యాయం చేయటానికే?

ఆచరణ శూన్యములైన ఆ సుభాషితాల వలనేనా, అఖిలభారత భూవలయాన్ని అరచేతిలో పట్టుకొంటం?

ఓ ఆధ్యాత్మిక సామ్రాజ్య చక్రవర్తిగారూ!

అన్ని శ్లోకాలు కంఠతా పట్టారుగానీ, ఒక్క శ్లోకంలో పరమార్థమైనా ఆచరణలో పెట్టగలిగారా? మతమనే చొక్కా వేసుకొని హిందూదేశాన్ని తేలికగా మోసం చేయవచ్చునని వివేకానందులు ఊరికెనే అన్నారా?

మీవంటివారిని చూచేగా?

మతం పేరు చెప్పి ఎన్ని మాయలు చేస్తున్నారండీ.

మహాశయా!

ఇటువంటి మహాశయులేనా పురుషుని పునర్వివాహానికి అనుజ్ఞయిచ్చి -అబలయై అనాథయైన స్త్రీ విధవా వివాహాన్ని' అరికట్టించింది? సంఘరథాన్ని నడిపే సారధికదండీ మీరు? మీరేగా మాకు శాసన కర్తలు - అందుచేత పవిత్రమైన హిందూమతం అధ్ధానమైపోతుంది దిగండి-దిగండి.

సంతోషించాంగాని ఆగద్దెనుండి దిగండి -

అహ్హహ!

మీరేనా నన్ను వ్యభిచారిని అన్నది.

మీకేనా నాముఖంచూస్తే అసహ్యం.

మీకేనా నాజీవితం తలుచుకుంటే రోత.

అవునులెండి.

మీలాగ నాకు నటనలు చేతకావు?

మీలాగ నాచేతిలో అధికారంలేదు.

మీరు మగవారూ -అన్నిటికీ సమర్థులు -

ఆడదాని బ్రతుకుమీద బండలుమోపే బలశాలులు.

ఛీ, ఛీ–మీవంటి తుచ్ఛజీవితాలకు సిగ్గుపడరేం?

ఏమండోయ్!

భక్తశిరోవతంసములారా!

సోదరీమణులారా!

దయచేసి ఉపన్యాసం విన్నారుగాని లేవండి –మీ మీయింఢ్లకు పోయి భర్తలకు సేవలుచేసి, వారిని ప్రేమచేజయించి, దుష్కామాన్నుంచి మరలించి, జీవితాలవైపు సింహావలోకనం చేసుకొని దిద్దుకొని, శాశ్వతశాంతి ప్రదమైన నిర్వాణాన్ని పొందండి. ఊ–లెండి–అలా పైటలు సవరించుకొంటూ, ముసుగులు సదురుకుంటూ వెఱ్ఱిమొఖాలు వేసుకొని చూస్తారెందుకు, లేవండి–పిల్లల్ని చంకలో పెట్టుకొని వెళ్ళండి–

భర్తలు బ్రతికిఉంటే పరాయపురుషుని భగవద్గీతోపన్యాసం వినటానికి వచ్చారా? వీరేమైనా మహాత్మాగాంధీగా రనుకున్నారా! రామకృష్ణ పరమహంస అనుకున్నారా! రమణమహర్షి అనుకున్నారా! అరవిందఘోషు అనుకున్నారా! మనసూ మాట ఒక్కటయ్యే మహాత్ములనుకున్నారా! చదివింది ఆచరణలోపెట్టే జ్ఞానయోగులనుకున్నారా! కర్తవ్యాన్ని నెరవేర్చే కర్మయోగులను కున్నారా?

వట్టి మాయవేషధారులు; స్త్రీ లోలులు; త్రాగు బోతులు; తుచ్ఛులు; నీచులు; నరకతుల్యులు–తెలిసిందా అండీ అమ్మలక్కల్లారా!

మీభర్తృసేవకంటే మహత్తరశక్తి నిచ్చేవారెవరు? మీభర్తలకు ఆనందం కలిగించే దానికంటే స్వర్గసుఖం ఉన్నదా? మీభర్తలను లాలించే దానికంటే నిర్వాణం ఉన్నదా? లేవండి–లేవండి–

భక్తురాంఢ్ర వేషాలుమాని భర్తలసేవలు చేయండి. మీరే మహాపతివ్రతలని మాబోట్లను దూషించకండి ఎవరి మంచిచెడ్డలను వారి మనఃప్రవృత్తులే నిర్ణయించుకుంటూ ఒకరిమంచి చెడ్డలను నిర్ణయించటానికి మనమెవరం? ఎవరిహృదయ నిగూఢ భావనలు ఎవరికి తెలుసునని –

“వీరిటువంటివారు” అని పట్టిచూపెడతాను.

మేటర్లింక్ (Mater-link French) అన్నట్లు సృష్టిలో ఒకటే విచిత్రం –

ఏమిటంటే –

ఇద్దరు దగ్గరగా జేరితే – ఒకరి హృదయం ఒకరికి తెలియకపోవటమే అందుచేత ‘వ్యభిచారిణి’ అని నన్ను నిందించి–ఈగురువుగారి కామతృష్ణకు మీరు ఆహుతిగాక–మీమీ భర్తలసేవలు చేసుకొని తరించండి–వెళ్ళండి–లేవండి–శలవు –ఇంక ఈపూటకు ఉంటాను.

2

"ఏటి పనియిది లోకమా! హృదతా దశన

దారుణ మహోగ్ర కార్యంబు దలచినావు;"

అబ్బా!ఎంతబాగా చెప్పారండీ! కృష్ణశాస్త్రిగారు. నిజానికి లోకానికి ప్రణయ మధురిమ తెలియదు. లోకం తాను స్వేచ్ఛననుభవించలేదు. అనుభవించేవాళ్ళను అనుభవించ నీయదు -స్వతంత్ర విహారులను శాస్త్రశృంఖలాలచే బంధిస్తుంది, పాపమనదు, జాలిలేదు తుదకు కంటతడి కూడా పెట్టదు.

ప్రేయోపాసకుల జీవితాలను పిండి పిప్పి చేస్తుంది-వారి వేడి రక్తాన్ని పాదాలు పారాయణగా పూసుకుంటుంది-కాని...

ధనోన్మాదులకు దాసోహం చేస్తుంది.

త్రాగుబోతులకు తలలొగ్గుతుంది.

కపటనటకులకు కమిలిని కూరుస్తుంది.

ఇంతకూ -

లోకం తలపట్టుకొని ఎవడు క్రిందకువంచుతాడో, వానికి తానే తలనొగ్గి దాసోహం చేస్తుంది. లేకపోతే తలెక్కి పిండికొడుతుంది. రెక్కలను ఖండించి రివ్వుమని దిగ్దిగంతాలకు విసరివేస్తుంది. కారే కన్నీటి కాలువలో కాళ్ళు కడుగుకొంటుంది.

ప్రేమోప్రేమకులను వేరుచేస్తుంది. వారి జీవితాలను భగ్నము చేస్తుంది, ఆ భగ్నజీవితాలపైన భయంకర నృత్యంచేస్తుంది - ఏమిటీ కాలప్రభావం?

* * *

పగలు పగలల్లా కష్టపడిన ప్రతి అవయవం నిదురలో విశ్రాంతి తీసుకుంటూ ఉంది. కళకళలాడే ఈ ప్రపంచం ఎంత నిశ్శబ్దంగా ఉంది - అర్ధరాత్రి అయినా ఈ వినీలాకాశం ఎంత అందంగా ఉంది-

నిజంగా పగలుకంటే, రాత్రేభావపరిణతికి బాగాఉంటుందను కుంటాను. నా కిటికీ సందులోంచి నన్నుచూచి నవ్వుకొనే నక్షత్రాలు ఎంత మిలమిలా మెరిసిపోతున్నాయి ఒక్కొక్క నక్షత్రం ఎన్నెన్ని రంగులతో ప్రకాశిస్తూ ఉంది.

ఈ అర్ధరాత్రివేళ ఒక ఆకురాలినా, పూరేకుజారినా పక్షి అరచినా, ప్రకృతి హృదయం జల్లుమంటుంది, శాంతి విచ్ఛిన్నమైపోతుంది. శృతివిభిన్నమైన వీణానాదంలాగ, హృదయం జలదరించి పోతుంది. ఆ హృదయవేదన రసగ్రహణ పారీణులకుతప్ప అందరికీ తెలియదు లెండి -

చిత్రకారుడు చిత్రాన్ని చిత్రిస్తాడు. తనజీవితం అంతా చిత్రానికి ధారపోస్తాడు. చిత్రానికి జీవప్రతిష్ఠచేస్తాడు. చిత్రం అయిపోగానే లేకలేక పుట్టిన పుత్రసంతానాన్ని చూచి ఆనందించే తండ్రిలాగ ఆనందం అనుభవిస్తాడు. అతని బ్రహ్మానందం అంతా భగ్నం చేయాలంటే, ఆబొమ్మ నల్లని కనుగుడ్డులో కందిగింజంత తెల్లబొట్టుపెడితే చాలదూ! ఆకళా స్వరూపం ఏమౌతుంది...? దానినష్టం ఆచిత్రకారునికే తెలుస్తుందిగాని, అందరికీ తెలియదుకదూ మరి–

లలిత కళాప్రియునకు ఈరసమయజగత్తులో, ప్రత్యణువు పరమానందాన్ని ఇస్తుంది. ప్రత్యణుపులకిత వసుంధరా తలముమీద ప్రణమోపాసనచేసే, ఆనందమూర్తి–ఆకళామయుడే.

కవి కావ్యాన్ని చిత్రిస్తాడు, కావ్యజగత్తులోని పాత్రలకు మాటలతో ప్రాణం పోస్తాడు. ఆ ప్రాణులకు రంగులతో ప్రాణం పోస్తాడు చిత్రకారుడు ఆపాత్రను దర్శన – ప్రదర్శనాలచేత సజీవులను జేస్తాడు నటకుడు.

ఈ కవికి, చిత్రకారునకు, నటకునకు, విడువడని అవినాభావ సంబంధం ఎన్ని జన్మలనుంచో వస్తుంది. వారిననుసరించి లోకం నడవ వలసిందేకాని, లోకాన్ని అనుసరించి వారునడవరు–లోకాన్ని వారు గడ్డిపోచకింద చూస్తారు–వారిపిచ్చివారిది. వారిపిచ్చికివారే మందువేసుకుంటారు–వారి ఆనందంవారిది, వారిఆనంద జగత్తులో సృజించుకొన్న పాత్రలనుచూచి వారే పరవశం పొందుతారు.

వారే సర్వస్వాతంత్ర్య సామ్రాజ్య చక్రవర్తులు. అసలు న్యాయతా స్వతంత్రజీవులు సంఘం చేతిలో ఎన్నడూ కీలుబొమ్మలు కాలేరు, సంఘరథాన్ని నడిపే స్వార్థపరులను వారు అస్పృశ్యులుగా చూస్తారు–కళాభిమానియైన అస్పృశ్యుని సహితం వాళ్ళు ఆదరిస్తారు.

నేను అర్ధరాత్రివేళ కిటికీ సందులోనుంచి ఆకాశాన్ని చూస్తూ ఆనందిస్తున్నాను. ఆనందం అరక్షణంకంటే అట్టేకాలం ఉండదుకదూ! అందుచేత అపుడే నా మేడమీదగది తలుపు చప్పుడయింది.

ఎవరా అది అని తలుపువంక చూచాను.

ఇంకెవరు మా అమ్మే.

మందివ్వటానికిక ఆ అర్ధరాత్రివేళ వచ్చింది. గ్లాసులో వేసుకొని తీసుకుంటూ న్నానమ్మా అని ఆమెను పంపించి, నామంచం క్రింద ఉన్న బాల్చీలో ఆకాస్తమందూ పారపోసేశాను.

లేకపోతే తాగుతానా?

నా జబ్బు నాకుతెలీదూ? మందులువేస్తేపోయే జబ్బేనా నాజబ్బు ఎందుకో – ఈ మందులూ మాకులు ప్రాణంపోయేవరకు ఈనాలుక విషాన్ని చవిచూచినట్లు, ఈ మాయదారి మందులను చవిచూడ వలసిందేనా? హృదయపరివర్తనం తెలుసుకోలేని ఈడాక్టర్లంతా ఎందుకు? దెబ్బ ఒకచోటుంటే మందొకచోటవేసే ధీమంతులుకదూ వీరంతాను.

నాచెవులకు గంటల శబ్దం వినబడింది.

నాకన్ను లనుకోకుండా గడియారంవైపు చూశాయి.

అబ్బా! అప్పుడే ఎంతటయిమయిపోయింది.

రెండుగంటలయిందా! తెల్లవారటానికి ఇంకామూడుగంటలుందా? మళ్ళీపగలు– తరువాతరాత్రి ఇలాఎన్ని రాత్రింబగళ్ళు గడపాలో ఈజీవితం అంతరించటానికి –

అయ్యో భగవంతుడా! చక్కనిస్వరూపం ఇచ్చావు. స్వరూపానికి తగిన వివేకాన్ని– వివేకానికి తగిన వినయాన్నీ ఇచ్చావు. ప్రయోజనమేముంది? నా అందచందాలు ఎవరికి ఆనందాన్ని శాశ్వతం ఇచ్చాయి. నాఐశ్వర్యం ఏవిధంగా ప్రయోజనకారి అయింది.

అడవిలో ఎన్ని సుకుమార సుందరతరమైన పుష్పాలు రాలిపోతున్నాయో? వాటిపరిమళం ఎవరు ఆఘ్రాణిస్తున్నారు?

సముద్రగర్భంలో ఎన్నివేల రత్నాలు తళతళా మెరిసిపోతున్నాయో! వాటిసౌందర్యాన్ని ఎవరు ఆనందిస్తున్నారు?

ఎన్నిలతాని కుంజములలో వికసించిన పూల, స్రవించిన, తేనెలు నేలపాలై పోతున్నాయో! వాటి మధురిమను ఏ తుమ్మెద ఆస్వాదిస్తుంది?

మబ్బుమాటున ఎన్ని నక్షత్రాలు మణిగిపోతున్నాయో! వాటి రమణీయకానికి ఎంతమంది ముగ్ధులౌతున్నా?

ఏమిటో!

ఈ సృష్టిలో మానవుని దృష్టి నాకర్షించకుండా ఎన్నో వస్తువులు మటుమాయమై పోతున్నాయి–వాటి గురించి ఎవరు విచారిస్తున్నారు? ఎందుకు విచారిస్తారు!

వాటి కంటే నా జీవితం ఉత్తమోత్తమమైనదా? వాటిలాగే నా జీవితం నిష్ప్రయోజనమై పోతుంది... వాటిలాగే నాజీవితం కూడా కాలగర్భంలో కలసిపోతుంది. మంచిది– కలసిపోనియి–

* * *

ఎవరది?

సత్యం–సత్యం.

నీవేనా?

అబ్బా! ఎంత కాలానికి వచ్చావు? రా! సత్యం!రా!

అలాచూస్తూ నిలబడతావేం?

నేను నీదాననేకదా! సత్యం!

నేను నీప్రియురాలనేకదు అలా నిలబడతావే సత్యం!

రావూ! రావూ! వచ్చి నా పక్కనుకూర్చోవు-

ఆ...ఆ...ఎవరు? ఎవరూలేరూ?

కలా!భ్రమా!...

నా కన్నులు నేను రెండు చేతులతో నులుపుకున్నాను ఎదుట ఎవ్వరూలేరు? ఎందుకుంటారు? ఎవరొస్తారు?

నా పాపపు బ్రతుకుపైన అమృత వర్షం ఎలాకురుస్తుంది. నా జీవితాన్ని నాశనం జేసేవారు వస్తే వస్తారేమోకాని,నా అనురాగ వల్లరిని ఆశాపుష్పాలచే అలంకారం జేసేవారెవరు వస్తారు?

అందులోనూ నాప్రణయాధి నాయకుడు నాసత్యం వస్తాడా? ఎంతమాట.

పోనీ ఒంటివాడు కాబట్టి ఏదోవంకపెట్టి పిలిపిస్తానా? సంవత్సరం క్రింద వరకు ఇంటివాడే-సంవత్సరం క్రింద వరకు నేను గీచిన గీటును దాటని వాడే -నా ప్రణయవీణను అరగోట మీటిన వాడే. నా కనుల ఆనంద జ్యోతీ వెలిగించినవాడే నా హృదయ నందనోద్యాన వనంలో స్రవన్మకరంద మంజు మందారముల వికసింప జేసినవాడే-

ఇప్పుడో-

ఒకయింటి వాడయ్యాడు. ఒక స్త్రీ కనుసన్నల మెలగవలసిన వాడయ్యాడు.

బానిసకు-అతనికి భేదమిప్పుడేముంది?

తన యిష్టం వచ్చినట్లు తాను ప్రవర్తింప వచ్చునా?

తన యిష్టము వచ్చినచోట్లతాను ఉండవచ్చునా?

ఉంటే తన ప్రియురాలు ఇంట్లో వంటరిదైపోదూ౦

అయినా -

ఇది అతని తప్పా? ఎన్నటికీ కాదు.

నేనేకదా అతనిని వివాహం చేసుకో మని బలవంతం జేసింది ఒక రోజుననేను-సత్యం! నీకునాయందు పవిత్రప్రేముంటే-నాకు ఆనందం కలిగించటం నీకు ఇష్టమైతే-నీవు మీవారికి ఇష్టమైన అమ్మాయినిజేసుకో... గృహస్థుడవవు 'ప్రజాయై గృహమేధినా' అనే ధర్మాన్ని సార్థకంచెయి-సత్యం! పిల్లలకంటే తల్లికి కావలసిందే ముంది? 'మాతృదేవి' అని అనిపించుకో గలిగిన మాననీమణి జీవితమే జీవితము. అంతకంటే ధన్యజీవితం ఏముంది? పిల్లలు 'అమ్మా? అమ్మా' అంటూ పిలుస్తూ తప్పటడుగులు వేస్తూవచ్చి రెండు చేతులలో వాలితే వారిని ఎత్తుకొని, లేతతమలపాకులవంటి వారిబుగ్గలను ముద్దుకొంటూ, గులాబీ వంటి అరచేతులను కళ్ళకద్దుకుంటూ ఉంటే, కారే ఆనందాశ్రువులు ఎన్నిజన్మాల పుణ్యం చేసుకుంటే వస్తాయో!

సత్యం! దీపంలేని కొంపలాగ, బిడ్డలు తిరుగని ఇల్లు ఏం లాభం? ఏం ఆనందాన్ని ఇస్తుంది? చూడు సాయంకాలం దీపంపెట్ట గానే నలుగురు పిల్లలూ లైటుముందుజేరి, గొంతెత్తి చదువుకుంటూ పాడుకుంటూ, కథలు చెప్పుకుంటూ, అల్లరిచేసుకుంటూ, ఎంత ఆనందంగా ఉంటారో! అటువంటి పిల్లలను, ముత్తైదువ ముఖం చూస్తే, జేసుకున్న పాపాలుకూడ పటాపంచలై పోతాయి. అటువంటి బిడ్డలు లేని గొడ్డురాలి ముఖంచూస్తే జేయని పాపాలుకూడా సంభవిస్తాయి.

తెలిసిందా సత్యం :

కాబట్టి నా ప్రార్ధన అంగీకరించి పెండ్లిజేసుకో పిల్లల్ని కను... నీకు పిల్లలుంటే నాకు పిల్లలున్నట్లుకాదా? నీ పిల్లలలో ఒక పిల్లవాడ్ని నాకు పెంచుకుంటానికి ఈయ కూడదా! ఇరువుర ప్రేమకు సాక్షీభూతమైన చిహ్నంగా అతడు పెరుగుతూ ఉంటే -మనసెంత ఆనందంగా ఉంటుంది? అంతకంటే మనకు కావలసిందేముంది?

ఏం సత్యం మాట్లాడవేం -

అంటూ ఉంటే - నిర్ఘాంతపోయి, నిర్విణ్ణుడై, నిలువుగుడ్డులువేసి చూసే సత్యాన్ని పెండ్లిజేసుకోమని బలవంతం జేసాను.

నామాటలకతడు వెఱ్ఱివాడైపోయాడు.

నా రెండుచేతులూ పట్టుకొని దీనస్వరంతో ప్రార్థించాడు.

నళినీ! నీమీద ఆధారపడిన నా జీవితాన్ని తోసివేయాలను కుంటం న్యాయంకాదు. ప్రేమతత్వం తెలిసిన నీవే ఇలా మాట్లాడతావనుకోలేదు. నీయంతట నీవే నన్ను మరొకరిని పెండ్లి జేసుకో మంటావని అనుకోలేదు.

నళినీ! నేను నీకేమి అపరాధం చేశాను నిన్ను మనసార ప్రేమించాను. ప్రేమభిక్ష పెట్టమన్నాను. ప్రేమభిక్షపెట్టి నా వలపుటాకలి తీరుతేనే, నీప్రేమధనం తరిగిపోతుందా?

నళినీ!ఈ విశ్వప్రపంచంలో నాసహభాగినిగా ప్రేమించింది ఒక్కరినే-నేనీజన్మలో నా భాగ్యదేవతగా చూచింది. ఒక్కరినే-నే నెన్నిజన్మాలకైనా ప్రేమించ గలిగింది ఒక్కరినే-అదెవ్వరు దేవీ! ఎవ్వరు నవ్వక-అది నీవేకదూ-

ప్రియతమా! అటువంటి నిన్ను విడిచి మరొకరిని ఈసత్యం ఎలా పెళ్ళి జేసుకుంటాడు చెప్పు.

అయినా - ఈ ప్రపంచకంలో ఒక స్త్రీ ఒక్కడినే భర్తగా ప్రేమించగలదు. ఒక్కనికే తన ప్రేమ సర్వస్వం ధారపోయగలదు. ఒక్కనికే తన జీవితంలో రత్నాలను ఏర్చి, మాలగాకూర్చి, ఆప్రియునకు అలంకారం చేయగలదు. అంతేగాని ఇద్దరిని ఎన్నడూ, ఏయుగం లోనూ, సమంగా ప్రేమించలేదు. పంచభర్తృక అయిన, మహా స్వాధీమతల్లి అయిన ద్రౌపది, తన

భర్తృపంచకంలో అర్జునునియందే ప్రేమ యెక్కువ... పక్షపాతబుద్ధి చూపక తప్పదు...

అందుచేత ఒక స్త్రీ ఇరువురను ప్రియులుగా ప్రేమించిన యెడల, వారిరువురినీ నాశనం చేస్తుంది.

వింటున్నావా?

అలాగే ఒక పురుషుడు తన జీవిత సర్వస్వాన్ని ఒక్క స్త్రీకే యివ్వగలడు. తన జీవితోద్యాన వనంలోకి మధుర నిష్యందములైన పుష్పాలన్నిటినీ కోసి, దండగ్రుచ్చి మంగళ ప్రదమైన గళానికి అలంకృతం చేస్తాడు. ఆనందడోలికలలో ఊగులాడిస్తాడు -

అంతేగాని ఒకపురుషుడు ఇద్దరి స్త్రీలను, ప్రియురాండ్రగా ప్రేమించలేడు. అలా ప్రేమించిననాడు వారిని నాశనంచేస్తాడు. తానూ నాశనం అవుతాడు.

అందుచేత ఒకస్త్రీ ఇద్దరు పురుషులనుగాని, ఒకపురుషుడు ఇద్దరు స్త్రీలనుగానీ, ప్రేమించలేరు.

నళినీ!

ప్రేయసీ! నాజీవితగ్రంథం, చక్కనే రసవద్ఘట్టములతో నింపుకున్నాను. ప్రతిపూటా కరుణసరభూయిష్టంగా దిద్దుకున్నాను. ప్రతి పదం మధురాక్షరాలతో కూర్చుకున్నాను. అటువంటి ఉద్గ్రంథం నీదివ్యపాదాలకు అంకితం చేయటానికి నీచెంత నిలబడ్డాను. దీనుడనై మొరపెట్టుకుంటున్నాను, నాజీవితగ్రంథం అంకితముగొనవూ? నాప్రార్థన పరిపాలించవూ! నన్ను నీవానినిగా చేసుకొనవూ?

నళినీ! నళినీ!

అనురాగామృత పాత్ర, నామధురాధరాని, అందించావు. మన సారా త్రాగబోతున్నాను. ఆనందం అనుభవించబోతున్నాను. అటువంటి నన్ను అమాంతంగా ముందుకు తోసి, అనురాగామృతాన్ని నేలపాలుజేసి, నా జీవితాన్ని నాశనం చేస్తే లాభమే ముంది!

ఏం నళినీ మాట్లాడవేం?

నేను నీకు పగవాడనై పోయాను?...

* * *

అంటూ నా రెండు చేతులూ పట్టుకొని తనకనులకు అద్దుకొన్నాడు అతని కనులజారిన నీరు నా అరచేతులలో - నాకొనవ్రేళ్ళతో - తుడుచుకున్నాడు.

ఆహా! అతని కన్నీటిచే తడిచిన ఈ నాచేతులతోనే ఇప్పుడు నా 'భగ్నజీవి' తాన్ని వ్రాసుకుంటున్నాను. ఈ కథంతా చదివి మా సత్యం ఎంతబాధపడతాడో!

ఆనాటి మాసత్యం విషాదమూర్తిని తలుచుకుంటూ ఉంటే-

నాహృదయ కుహరంలో ఇప్పటికే వేయివేల సర్పాలు బుసలు కొడుతున్నట్లున్నాయి. రక్కెనుముండ్ల కంచెమీద నాశరీరాన్ని వేసి, కర్మదేవత లాగుతూ ఉన్నట్లుంది.

ఏమిటో పాపం? మాసత్యం నన్ను ఎంతగా ప్రేమించేవాడు. మాసత్యాన్ని నేను ఎంతగా ప్రేమించేదానిని, మాయిరువురివలె ప్రేమించుకొన్న ప్రియులీ ప్రపంచకంలో ఎంతమంది ఉంటారో వేలు మడిచి చెప్పండి చూస్తాను.

అటువంటి మా ఇరువురకు వైవాహిక సంబంధంచే, మా ఇరువురి బాంధవ్యం పవిత్రంచేస్తే, ఎంత మధురజీవితాన్ని అనుభవించే వాళ్ళం! ఎంత ఆదర్శప్రాయమైన జీవితాన్ని లోకానికి తెలియపరచే వాళ్ళం! ఎటువంటి పవిత్రమైన సంతానాన్ని భారతదేశానికి ఆభరణంగా ఇచ్చేవాళ్ళం?

ఇంతకూ నాజీవితం యిలా తుచ్ఛసంఘం చేతిలో విచ్ఛిన్నమై పోవాలనిఉంటే ఎవరేమి చేస్తారు! ఏమిటో లెండి!

3

నాజీవితాన్ని గురించి సింహావలోకనం చేసినా, భగవంతుని గురించి ఊహించినా, హృదయం బండబారిపోతుంది. బ్రతుకు బరువెక్కిపోతుంది. ఇది భగవత్ సృజనకంతకూ సహజమే ననుకుంటాను.

గడచిపోయిన మధురదృశ్యాలను తలచుకున్నా, గడువబోయే ప్రణయదృశ్యాలను తలచుకున్నా, హృదయం ఆనంద పరవశమై వాయువేగాన్ని పరుగెడుతుంది. మబ్బుకన్నెలతో మాటలాడుతుంది. మెరపు కన్నెలతో మేళమాడుతుంది. ...'దిగిరాను దిగిరాను. దివినుండి భువికి' అని వైభోగం వెళ్ళబోస్తుంది.

గడిచిపోయిన విషాద దృశ్యాలను తలచుకొన్న, గడవబోయే వియోగ దృశ్యాలను తలచుకొన్నా హృదయం శిధిలమైపోతుంది. పాతాళ కుహరంలోకి క్రుంగిపోతుంది. తెగిపోయిన గాలిపడగ లాగ, నిరాలంబం అయిపోతుంది. మృత్యుకరాళ దష్ట్రికలమధ్య చిక్కుకొని, పెనగులాడే, ప్రాణిలాగ, పరితపించిపోతుంది.

ఏమిటో ఈ సుఖదుఃఖముల కలియిక!
ఏమిటో ఈ స్త్రీ పురుషుల వాంఛలు!
కలగాదోచే పెండ్లిపందిట ఈ
కలిమిలేములపై కాంక్షలేమిటో...
ఏమిటో! ఈవింత సృష్టియొక్క పరిణామం...

ఇంతకూ భగవన్నాటకమే ఒక విచిత్రనాటక మయినపుడు, ఆనాటకంలోని పాత్రలు విచిత్రంగా ఉండవూ...

సూక్ష్మంగా ఆలోచిస్తే -

ఈసృష్టే ఒక విచిత్రనాటకం -

దానిలో ప్రతిప్రాణి జీవితం ఒక విచిత్రమైన అంతర్నాటకం.

కొందరి జీవితాలు విషాదాంతంగాను,

కొందరి జీవితాలు సుఖాంతంగాను, ముగిస్తాయి -

అపుడే సృష్టిలో రామణీయకత...

అందుచేత ఈసృష్టి-మానవ జీవితంలాగ-కష్టసుఖ సమిశ్రితం అన్నారు-ప్రాజ్ఞులు...

పామరుల కీవిషయాలేమీ అవగాహనం కావులెండి!

సృష్టిపరిణామాన్ని ఆలోచించి ఆనందించవలసిన వాడొక్క ప్రాజ్ఞుడేకాని పామరుడుకాదు...

ప్రాజ్ఞునకే మానవహృదయ నిగూఢ భావనలు తెలుస్తాయి- తెలిసిందా అండి!

* * *

మన జీవితాల్లో ఎన్నో విచిత్రసంఘటనలు జరుగుతాయి. అన్నీ జ్ఞాపకముంచు కోలేము. అన్నీ మరచిపోలేము. కొన్ని జ్ఞాపకముంటాయి. కొన్ని మరచిపోతాము. కాని కొన్ని మరచిపోవాలన్నా మరచిపోలేము.

నన్ను, నాసర్వస్వాన్ని, నా ప్రపంచకాన్ని మరచి పోగలుగుతున్నాను... కాని నాసత్యాన్ని నేను మరచిపోలేక పోతున్నాను. నాలో నేనెన్నోసార్లు 'ఛా-ఛా-' సత్యంపైన ఎందుకొచ్చిన వ్యామోహమిది ఇటు తల్లితండ్రులకు, అన్నదమ్ములకు, అక్కచెల్లింద్రకు-అటు యావద్బంధు కోటికి కంటిలో నలుసునై, కులట ననిపించుకొని, వేలెత్తి చూపించుకొని, వ్యర్థజీవిత నైపోయేదానికంటే, సత్యాన్నెందుకు మరచిపోరాదు... అని ఎన్నోసార్లు తర్కించుకొనే దానిని...

ప్రయోజన మేముంది?

అతనిని మరచిపోవా లనుకొన్నకొలది, అతనిపై మమకారం వృద్ధిపొందుతూ వచ్చింది.

ఎలాగైనా నా మనసును ఆకాముకత్రోవనుంచి మరపించుకుందామని, కవిత్వం నేర్చుకున్నాను. పద్యాలు ప్రారంభించాను. పాటలువ్రాశాను. ఎవరిమీద? ఈ సృష్టిమీదనుకున్నారా? అలాగైతే శాంతేవచ్చేది - కాని నా సత్యంమీద విరహగీతికలు వ్రాసే దానిని-నేను వ్రాసిన గీతికలు నేనే పాడుకొనే దానిని-

దానితో దూరంగా ఉన్న సత్యం నాతో ఆడుతూ,పాడుతూ, ఉన్నట్లయ్యేది.

ఇంక అదీకాదని చిత్రకళ నేర్చుకున్నాను. చిత్రించే చిత్రాలన్నీ ఎటువంటివి -మేనకను విడిచిపెట్టి వెళ్ళే విశ్వామిత్రుని ప్రణయ భిక్షపెట్టమని ప్రార్థించేచిత్రం, శివునిప్రేమ

సంపాదింపవలెనని పార్వతి ప్రనవ మంజరులను, భావిభర్త పదపద్మములపై గుమ్మరిస్తూ ఉంటే, శ్రవోవతంసమగు సంపెంగి మొగ్గ ఒకింత జారుతూ ఉండగా, పూజచేయు పార్వతి చిత్రం-ఇంకా సుభద్రార్జునుల చిత్రం; సత్యాకృష్ణుల ప్రణయ కలహచిత్రం; ఇటువంటి ప్రేమోన్మాదములైన చిత్రాలనెన్నో చిత్రించాను.

దానితోసత్యం నాప్రక్కన నిలబడి నాకురులను దువ్వుచున్నట్లు, నాతో పరిహాసం ఆడుచున్నట్లు, మాట్లాడుచున్నట్లు,నవ్వు చున్నట్లు... ఎన్నో విధాలకనబడేవాడు.

నాకు వెఱ్ఱెత్తిపోయేది.

నాశరీరంలో ప్రతిరక్తనాళం తీవ్రంగా స్రవించేది-ఆ ఆనంద దృశ్యాలను అరమోడ్పు కన్నులతో చూస్తూ భావిస్తూ, ప్రపంచకాన్ని మరచిపోయేదానిని... అలా కొంతకాలం...

* * *

అది శరత్కాలం -

ఆరోజు పౌర్ణమి-

ఆరోజున జరిగిన సంగతి - జ్ఞాపక శక్తినిస్తే వచ్చెజన్మలో కూడా మరువలేను ఆ ఒక్కప్రణయ దృశ్యమే నన్ను నేటివరకూ సజీవురాలుగా జేసింది. లేకపోతే ఈ పాటికి భూమిలో బూడిదై పోయే దాననే...

ఆ రోజున శారద చంద్రికలు మా పెరట్లో కొబ్బరి ఆకుల మీద మిలమిలా మెరుస్తుంటే - పచ్చగడ్డిపైన గోధుమత్రాచులు పరువులెడుతున్నట్లుంది. మల్లెపూల అంచులమీద - మాలతీ హృదయంమీద-అలముకొన్న స్వచ్ఛచంద్రికలు-నా హృదయపు ప్రతి అంచుమీదా ప్రణయ సందేశాన్ని రచించుకున్నాయి.

మాపై మేడమీదకు వెళ్ళి నిలబడి నాలుగు మూలలా కలయ జూచాను... అబ్బా! పిండి ఆరబోసినట్లు వెన్నెల ఎంత దట్టంగా ఎంత ముదురుగాఉంది. మామేడ నిండా తెల్లసిల్కు దుప్పటి పరచినట్లు... కనుల పండువగా ఉంది.

పది నిముషాలు ఆమేడమీదే వెన్నెలనుచూస్తూ, మబ్బుల పరుగులను పరికిస్తూ, ఆనందాన్ని అనుభవిస్తూ ఉన్నాను, పడకకుర్చీ మేడమీదనున్న స్తంభం దగ్గరకు ఈడ్చుకొని ఆకాశాన్ని చూస్తూ కూర్చున్నాను.

మరోపది నిముషాలు గడిచాయి. నా భావప్రంచంలో సత్యం పాటలు పాడుకుంటూ వస్తూ ఉన్నట్లుంది -

మనసంతా సత్యంమీద లగ్నం అయిపోయింది. సత్యం మా యింట్లోనే ఉండి చదువుకుంటున్నాడు - ఇప్పుడు సత్యం వస్తే ఎంతో బాగుండు ననుకున్నాను.

ఈ వెన్నెలలో మబ్బుల అందాలు చూస్తూ, పూవుల పరిమళం అనుభవిస్తూ, మా సత్యంతో మనసిచ్చి మాటాడుతూ ఉంటే ఎంత బాగుంటుంది. ఈ చల్లగాలికి కదిలే నా ముంగురులను చూస్తూ ఉంటే మా సత్యం ఎంత ఆనంద పడతాడు.

అని ఎన్నో ఎన్నో విధాల ఆలోజిస్తూ ఉన్నాను.

అంతలో నాకు తెలియకుండా మా సత్యం ఎప్పుడు వచ్చాడో ఏమో నాకుర్చీ వెనకాలే నిలబడి, నా రెండు కన్నులను పద్మాల వంటి అతని ఎఱ్ఱని చేతులతో మూశాడు.

అత డెవరు? అని ఖంగారెందుకు పడతాను.

మాసత్యం తప్ప నన్ను ముట్టుకొని, నా కన్నులు మూసే మగవాడీ ప్రపంచకంలో మరొక డున్నాడా?

ఎఱ్ఱని మా సత్యం రెండు చేతులూ నా చేతులతోపట్టుకొని - అబ్బా! ఎంతసేపటికి వచ్చావు సత్యం! అని నా కన్నులకు అద్దుకొన్నాను- అతడు నాచేతులను పట్టుకొని కుర్చీలోనుంచి లేవదీశాడు. ఇరువురం ఆ ప్రకృతి రమణీయకాన్ని చూస్తూ, పరవశుల మయ్యాం.

నిజానికి నిర్మల మనసుతో చూస్తే, ప్రకృతికంటే ఆనందాన్నిచ్చే దేముంది?

మేమిద్దరం ఎంత ఆనందంగా మాట్లాడుకున్నావెూ-వర్ణించలేను - పోనీ జ్ఞాపకమున్నంత మట్టుకు కొన్నిమాటలన్నా వ్రాద్దామంటే -ఎందుకో నాకలం వెనుకంజవేస్తూ ఉన్నది. నా భావాలు తడబడుతున్నాయి. నా మనసుకు శక్తిచాలటం లేదు.

* * *

అలా మేమిద్దరం ఆమేడమీద ఉన్నాకాలం చెబుతే మా ఆనందాన్ని కొంతవరకైనా మీరు ఊహించవచ్చు.

చెప్పనా?

రాత్రి 1 గంట అయింది.

ప్రపంచం అంతా నిశ్శబ్దంలో మునిగిపోయింది.

క్రింద మానాన్నా అమ్మా మొదలైన వాళ్ళంతా మేమిద్దరం చదువుకుంటున్నా మనుకొని, గురక నిద్రలో మునిగి పోయారు.

మొట్టమొదట మా యిద్దరకూ అపరమితమైన స్వాతంత్ర్యం ఇచ్చింది మా తల్లిదండ్రులే... మా నైతిక జీవితం గంగపాలైన తరువాత, మమ్ములను వేరుచేయటానికి ప్రయత్నించిందీవారే-చూడండి ఏం ధర్మంగా ఉందో!

కాలం గడచిపోయింది.

మైమరచిన ఆనందంలో మేము మునిగిపోయాము-

ఆ వెన్నెలలో నేను వెండిపళ్ళెంలో ఉన్న మల్లెపూలను దండరగుల్చాను... మా సత్యానికి నా భావం అర్థంకాలేదు,

రాత్రి 2 గంటలయింది.

మా ప్రేమకవి జయనాదాల్లాగయ్యాయి.

సత్యంవంక జాలిగా -ప్రేమగా-చూచాను.

సత్యం నావంక చూచాడు.

ఏం నళినీ! అలా అర్థనిమీలితలోచనాలతో అతిజాలిగా చూస్తున్నావని ప్రశ్నించాడు...

ఆ ప్రశ్నకు జవాబుగా నవ్వుతూ అతని మెడలో నా పూల మాలవేశాను. అతడానందంతో స్వీకరించి ఆ మాలనే నామెళ్లో వేశాడు. ఆనాటి మా యిరువురి భావాలు భాషకందవు-

నళినీ! ఇందుకా ఈ ప్రయత్నమంతా నేటినుంచి మన ఇద్దరి వివాహం అయినట్లేకదా! అని నన్నడిగితే-ఎంతో గర్వంగా-ఇంకా సంశయమా - అన్నాను.

మేమిద్దరం ఆనాడే మా వివాహం అయిపోయిందనుకున్నాము. అటువంటి గాంధర్వ వివాహాలెన్నో ఉన్నాయని సంతోషించాము- శకుంతలా దుష్యంతుల వివాహానికి మా వివాహం ఏ విధంగానూ తీసిపోదనుకున్నాము-

అలా కర్మసాక్షి యెదుట - భగవత్సాక్షిగా మావివాహం అయిపోయింది. లోకానికి తెలీదు...

కాని...లోకం నాబాల్యదశలో నాకు చేసిన వివాహం నాకుతెలీదు. నా మంగళసూత్రం నాకు జ్ఞాపకం లేకుండానే తెంపివేసిన సంగతీ నాకు తెలీదు...కాని పసుపుకుంకుమకు, పూలసరాలకు దూరమైనసంగతి నాకు కాలం గడుస్తున్నకొలదీ తెలుస్తూ వచ్చింది.

నా మంగళసూత్రం పుటుక్కున తెంపినందుకు నాకీషత్తుకూడా విచారంలేదు. కారణం అవన్నీ నాకసలు జ్ఞాపకమే లేదు. చెబుతే వినటమేగాని - ఆ బొమ్మలపెళ్ళి నాకెలా తెలుస్తుంది...?

పసుపుకుంకుమకు నేటివరకు నన్ను దూరంచేశారు.నాబోటి వాళ్ళంతా కాలేజీకి పూలుపెట్టుకు వస్తుంటే.. నాకు ప్రాప్తిలేకపోయినందుకు...నాలో నేనెన్నికన్నీళ్ళు కార్చానో ఈ గ్రుడ్డిలోకానికి ఎలా తెలుస్తుంది?

నేనూ అందరి స్త్రీలలాగా పుట్టాను. నాకూ అందచందాల యందు ఆన ఉంటుంది.... నాకూ వారిలాగ పసుపు కుంకుమలయందు, పూలనోములయందు, కోరికలుంటాయి... అందరితోటి సమభాగినియై బ్రతుకవలెనని నాకూ ఉంటుంది...

తోటి కన్నెపిల్లలంతా, తమభర్తల మన్ననల పొందుతూ ఉంటే, నాకుమాత్రం ఆ ఆనందం అనుభవించుదామని ఉండదూ? భర్తలుకలిగి - కాలం మరలిన భార్యలే తమ

కామతృష్ణను చంపుకోలేక పరపురుషులను కాంక్షిస్తారే... అటువంటపుడు పరపురుషుని కరస్పర్శనైనా ఎరుగని నేను సత్యాన్ని భర్తగా కోరటంతప్పా... భ్రూణహత్య లెన్నైనా చేయవచ్చునుగాని, తన ఇష్టమువచ్చిన భర్తను చేసుకొని, జీవితాన్ని మంగళప్రదం చేసుకోగూడదు కాబోలు...

ఏమిటో ఈ వెట్టిఛాందసుల శాస్త్రాలకు అర్థంలేదు. ఆయా కాలాల ననుసరించి ఆయా సంఘ నిబంధనలు, సూత్రాలు, వ్యాఖ్యలు, ఏర్పడ్డాయన్నాసంగతి తెలిసీ ఈ మూర్ఖలోకం న్యాయ పరిపాలనలో ఉండదే...

అయినా మా వంటి భగ్నజీవులెంతమందో నాశనమౌతున్నా, కనిపెంచిన తల్లితండ్రులైనా న్యాయమార్గా లవలంబికులు కారే... మా కన్నీరుకూడా వారి రాతి హృదయాన్ని కరిగింపదే...

వాళ్ళుమాత్రం ఏంచేస్తారులెండి... తోలుబొమ్మ ఎలా తిప్పితే అలా తిరిగినట్లు, సంఘం ఎలాతిప్పుతే అలా తిరుగుతారు... వీళ్ళకొక నీతా –జాతా... మానాభిమానాలా? ఏమీలేవుగా...

సరే వీళ్ళసంగతి తరువాత చెబుతాను, కాని ఆనాటిముచ్చట్లు కొంచం చెప్పనియ్యండి.

* * *

మాసత్యం వేసినపూలదండ తాకిననామెడ, మరచిపోయిన పూర్వజన్మ సౌభాగ్యాన్ని తలచుకొన్నట్లయింది... అప్పటి నాముఖ కాంతిని చూచి మాసత్యం ముగ్ధుడైపోయాడు.

నళినీ! ఆ మల్లెపూలదండనే తలలో ఎందుకు పెట్టుకోకూడదూ! అని అనకుండా ఉండలేకపోయాడు. నామాటకు జవదాటలేని అతనికోరికనెరవేర్చలేకుండా ఉండలేపోయాను...

సత్యం! అలాగే నాతలలో నీవేపెట్టు–అంటుంటే సత్యంపెట్టటం–వాడిపోయిన నావలపు తీవ మరల పుష్పవికసితమైనట్లుండటం–సంభవించాయి...

నాఉత్సాహాన్ని, ఉద్రేకాన్ని, చెప్పలేను–

సత్యం ఇప్పుడే వస్తానుండు అనిలేచి, లేడిలా నాలుగుగంతులలో మేడక్రిందభాగం హాలులోకివెళ్లాను. తగ్గించిఉన్న అరికెనలైటు పెద్దదిగా జేశాను...

నిలువుటద్దములో గర్వంగా, నవ్వుతూ, నాముఖాన్ని చూచుకున్నాను... అబ్బా! ఎంత అందంగా ఉన్నాను. నాప్రేమదేవత చిరునవ్వు ముత్యాల జిల్లులాగ, నావేణీభరంలో మల్లెపూలమాల, క్రొందళుకుల వెదజల్లుతూఉంది.

నా భర్త చనిపోయిన తరువాత తలలో పూలుపెట్టుకుంటం అదే మొదటిసారి. నా సౌభాగ్యలక్ష్మికి నాయందు అనుగ్రహం కలగటానికి అదే తొలినాడు.. అదే తుదినాడు... నాజీవితం యొక్క పరిపూర్ణానందానికి అదేతొలినాడు... అదే తుదినాడు...

పూలమాలాలంకృతములచే పునీతములైన నా అవినీలాలకల సౌందర్యమును, ఎన్నిసార్లు నిలుటద్దంలో చూచుకున్నానో చెప్పలేను. ఎన్నిసార్లో తెలిగన్నుల వలపువెన్నెల కాయించాను. క్రీగంట నవ్వుకున్నాను... ముఖానికి పౌదరద్దుకున్నాను...

ఎన్నోచేశాను...

కాని ఏదో లోపించినట్లు నాముఖం కళావిహీనమైనది. ఏమిటా అని ఆలోచించాను... అట ఇటూ పరికించాను. అద్దంక్రింద టేబిలు మీద ఆ వస్తువు కనబడింది-

ఏమిటది.

ముత్తయిదువులకు ముంగొండ బంగారము.

అదే "కుంకుమభరిణి'

అదే భారతదేవీ ఫాలభాగమునకు అలంకార భూషణము.

నా హృదయం జల్లుమంది...

అమ్మో! అంతపనేనా!

నా మనసు నాలుగు నిమషాల వరకు నా స్వాధీనంలేదు. నా ఆత్మకు నేను మళ్ళీ ధైర్యం తెచ్చుకున్నాను...

నేను చేసేదానిలో ఏవిధమైన తప్పూ లేదనుకున్నాను... అక్కడనుంచి నెమ్మదిగా మేడమెట్ల దగ్గరకు వెళ్ళి నామూతిదగ్గర రెండు అరచేతులూ దొప్పగాచేసి,నామాట ఇతరులకు వినబడకుండా, నెమ్మదిగా, సత్యం, సత్యం, అనిపిలిచాను.

నాకోసం ఎదురుత్రోవలు చూస్తూఉన్న సత్యం నామాట వినీ వినడంతోనే పిల్లడుగులు వేసుకుంటూ వచ్చి నా చేయిపట్టుకొని-ఏం నళినీ! అని ఎంతో ఆప్యాయంగా అడిగాడు.. ఆక్షణంలో అతని ముఖంలో ఉన్న భావశాబల్యం నాకిప్పటికీ కన్నులకు కట్టినట్లుంది... ఎలా మరచిపోతాను... అటువంటి మధురదృశ్యా లెవ్వరూ మరచిపోలేరు-

ఇలారా సత్యం అని హాలులోకి తీసుకువెళ్ళి ఆమంగళ ప్రదమైన 'కుంకుమభరిణిని' చూపించాను. అతడు గ్రహించి... నళినీ! ఈ కొరతకూడా తీర్చివేద్దాం... అని అతని చేతులతో నానొసట తిలకము పెట్టాడు. నన్ను పుణ్యాంగనను జేశాడు... నాప్రతి రక్తాణువు అర్ధాంగి జీవితంలో ఐక్యమైపోయింది...

ఆనాటి నాముఖం ఏనాటికీ మరచిపోలేను -

ఆ నొసటి కుంకుమ-ఆ తలమీద పూలు -

పాడుపడిన దేవాలయంలో-విగ్రహాన్ని పునఃప్రతిష్ఠితం చేసి నట్లుంది.

మేమిద్దరం మాముఖాలను అద్దంలో చూచుకున్నాము.

చంద్రుడు- చంద్రికలులాగ ప్రకాశించాము.

మేమిద్దరం మేడమీదకు వెళ్ళాము.

వెన్నెలలో చేయి చేయి కీలించి తిరిగాము. మా జీవితాల గురించి మేమెన్నోవిధాల ఆలోజించుకున్నాము.

ప్రపంచకం తల్లక్రిందైనా ఇద్దరం వివాహం చేసుకుందామనుకున్నాము.

కాబోయే భార్యాభర్తలంకదా అని ఒకరినొకరం చూచుకొని నవ్వుకున్నాము.

కాని మామనసులలో మా అమ్మానాన్నావాళ్లు ఒప్పుకుంటారో లేదో అనే భయం లేకపోలేదు.

అలా ఎంతసేపు మాట్లాడుకుంటాము,

ఎవరన్నాలేస్తే అట్టే బాగోదు కదు మరి.

అందుచేత ఎవరిగదిలోకి వాళ్ళుపోయి పండుకున్నాము. ఆరోజున నాతలుపులువేసి నాతలలో పూలతోనే పండుకున్నాను. ఆపూల సువాసన లెంతబాగున్నాయి. నాజీవితాన్ని నందనోద్యానవనంలోకి మోసుకుపోయాయి-

చూశారా! అంత చక్కనిరోజు నెలా మరచిపోతాను.

ఆ రాత్రంతా తీయని కలలు.

మధ్యమధ్య సత్యం-సత్యం-అని కలువరింతలు. అటువంటి జీవితాన్నే గనక నాకు ప్రసాదిస్తే స్వర్గసుఖం కూడా అభిలషించను.

అలా ఆనందాన్ని కూరుస్తే భగవంతునిలో గొప్పేముంది. కొందరు కన్నీళ్ళు కారుస్తేనే కాని, ఆయన సింహాసనం బూజుకడగబడదు. ఏమిటో సృష్టి విచిత్రం ఈదృష్టి కందదు.

4

తెల్లవారెను -కోడికూసెను,

ఎల్లపనులకు -వేళ అయెను,

మే లు కో!

కృ ష్ణా!

మే లు కో!

కృష్ణుడు మేలుకోవాలా?

ఎంతబాగుంది -?

కృష్ణుడసలు నిదురపోతేకదా మేలుకుంటానికి, ఒక్కసత్యాన్ని తలుచుకుంటుంటేనే రాత్రంతా నిదరపట్టటం లేదే-పదహారువేల గోపికలను తలుచుకుంటున్న కృష్ణుడు నిదుర పోగలడా?

కోడికూసిందా? అవును, దానికిపనేముంది. ముసలివాళ్ళకు నిద్రపట్టనట్లే దానికీనిద్దర పట్టదు.

పనులలోకి వెళ్ళాలంట, ఎందుకు వెళ్ళరు! ఇంక చేసేదేముంది? సూర్యునితో లేవటం, సూర్యునితో అస్తమించటం, పగలు పగలల్లా చేసే పనేముంది. అబద్ధాలాడటం-డబ్బుగడించటం - మావంటి అనాధులను నాశనం చేయటం.

* * *

గడియారంవంక చూచాను.

అయిదు గంటలయింది.

రాత్రి ఒంటరిగా ఎన్నికన్నీళ్ళుకార్చినా కారుచీకటిలో కలసి పోయేవి. కన్నీరు కార్చినకొలదీ హృదయం తేలికయ్యేది. హృదయ భారం తగ్గిపోతూ ఉంటే కొంతశాంతి ననుభవించేదానిని.

కాని రాత్రిబ్రతుకు తెల్లవారిపోయింది. ప్రభాతవాయువులు వీస్తూన్నాయి. పగలు పగలంతా ఏమీ ఎరుగనట్లు, బాధననుభవింపని చూపులతో, బ్రతుకు బరువులు వహించాలి కపట జీవయాత్ర నిర్వహించాలి. హృదయ వరిదగ్ధభావనలు ఏడ్వనైనా వీలులేని దుర్భర జీవితం ఇలా ఎంతకాలం గడపాలో తెలియటంలేదు.

కాలవిషసర్పం ఎంతమందినో కాటేసి ప్రాణాలు తీస్తుంది... నా జోలికి మాత్రంరాదు. నేనంటే ఎంతభయమో?

అమాయకుల శిరసులపైన పిడుగుల వర్షం కురుస్తుంది. నాతల మీద ఒక్క పిడుగుకూడా పడదు? అవసరం వచ్చినప్పుడు అటువంటివి జరగవుకదూ!

* * *

తెల్లవారింది.

యధాప్రకారం మందులూ మాకులూ... కాఫీత్యాదులు-డాక్టర్లు ఇంజక్షను... జాలితో నిట్టూర్పులు... స్నేహితులు ఓదార్పులు అమ్మగారి కన్నీళ్ళు-ఇవి నా ప్రాణగండాలు-

అయినా అమ్మతో నేను నా హృదయం స్పష్టంగా చెప్పాను. అమ్మా! సంఘంతో మనకు పనిలేదు. మనం కష్టపడుతూ ఉంటే సంఘం ఓదారుస్తుందా? మనకు తిండిలేకపోతే సంఘం తిండిపెడుతుందా? అటువంటి తుచ్ఛసంఘాన్ని లెక్కచేసి మన ఆనందాన్ని, సౌందర్యాన్ని, నిష్ప్రయోజనం చేసుకుంటుం ఎందుకు? అని ఎన్నోవిధాల చెప్పేను. ప్రయోజనమేముంది -

నళినీ! మళ్ళీ నీకు పెళ్ళిచేస్తే సంఘం మనలను వెలివేయదా? మన పరువు -పోదా? పరువు మర్యాదలు లేక బ్రతుకగలమా?

అంటూ ఉపన్యాసం ప్రారంభించేది దానితో నానోరుకట్టుపడేది.

సంఘాన్ని ఎదురించటవంటే నాకు పంచదారనీళ్ళు త్రాగునట్లుండేది. కాని నాకు మా అమ్మా నాన్నాలను ఎదురించటం అంటే పంచప్రాణాలు కడంటినట్లుంటాయి. తలప్రాణం తోకకువస్తుంది - ఏంచేస్తాను.

మా సత్యంతో ఎన్నో ప్రమాణాలుచేశాను. ప్రపంచకానికి లెక్కచేయకూడదన్నాను. కాని మా అమ్మముందు గట్టిగా మాట్లాడలేను. ఆమె ముఖం చిన్నబుచ్చుకుంటే నేనుచూడలేను. ఆమె కన్నీరెలా చూడగలను?

సత్యాన్ని విడిచి నేను బ్రతకలేనని - సత్యం అంటే నాకుపంచప్రాణాలనీ మా అమ్మకు తెలుసు.చెప్పకూడదుగాని, మేమిద్దరము మాతోటలోకి చేతులుచేతులూ కీలించి వెళ్ళటం, మేడమీద నవ్వుకుంటూ పాడుకుంటం. చక్కని టిఫినులు ఇద్దరంకలసి తినటం, డ్రామా లకు సినీమాలకు కలసి ఇద్దరం వెళ్ళటం, ఇంకా ఇంకా ఎన్నోవిధాల ఆనందంగా ఉండటం, ఆమె చెవులారా విన్నది, కన్నారా కాంచింది, నా ఆనందాన్ని చూచి తానుకూడా లోలోన ఆనందించింది. మేమిద్దరం ఎక్కడన్నా కూర్చుంటే మాదగ్గరకువచ్చి కూర్చుని, మామాటల్లో తానూ పాల్గొనేది - నళినీ! మీ సత్యాన్ని ఏంగోలచేస్తున్నావే అనేది; దానితో మాయిద్దరకూ మరింత ఉత్సాహం అయ్యేది-

పిల్లల ఆనందంకంటే తల్లులకు కావలసిందేముంది? తల్లి ఆనందంకంటే పిల్లలకు కావలసిం దేముంది? ఇలా సత్యం నేనూ వివాహం లోకానికి తెలిసేటట్లు చేసుకోలేక పోయాంకాని - భార్యా భర్తలలాగ జీవించామని మీకు చెప్పటానికి నాకేమీ సంశయంలేదు, సిగ్గూలేదు. ఎందుకు? ఏం తప్పుపనిచేశానని సిగ్గుపడాలి?

పతుల మాటున పిల్లలను కన్నానా?

భ్రూణహత్యలు చేశానా?

ఈకపట నటకులకంటే నేనెన్నో రెట్లు నిర్మల జీవినని నాకు తెలుసును. పతిని అడ్డుగాన నిలబెట్టి వారుచేసే మహాకృత్యాలన్నీ లోకానికి కనబడవు. లోకంవారికి అగ్ర తాంబూలం ఇస్తుంది, గౌరవిస్తుంది, పూజిస్తుంది -

మావంటి అభాగ్యజీవులను చూస్తే కళ్ళెఱ్ఱజేస్తుంది, పళ్ళుపటపటా కొరుకుతుంది- మా కుత్తులకను ముండ్లచేతులతో నులిపివేస్తుంది-

ఇంతకూ ఇదిలోకం తప్పుకాదు

లోకానికి లొంగిన బానిసల తప్పు.

ఈనాలుగు గోడలమధ్య నేను ఖయిదీని-నాభావాలకు నేను బానిసను,నాసత్యానికి నేను దాసురాలను-నేనీ నాలుగు గోడలమధ్య నున్న ఖయిదులోనే ప్రాణం విడవాలి, కోరికలు తీరని మనసుతో కూలిపోవాలి, ఆశలు తీరని హృదయంతో ఆవేదన పడుతున్నాను.

ప్రపంచకానికి ఒకపక్క నాశనం, రెండవపక్క ఉత్తేజం - నేను నాశనం అయిపోతున్న పక్కను నిలబడ్డాను-ఆ రెండవకొనకు ఎన్నడూజేరను.

నాచుట్టూ కన్నీటి సముద్రాలున్నాయి, వాటిమధ్య ఎండిపోయి బీటలువారిన భూమిలాగ, నాజీవితం మొరకువారిపోయింది.

నాహృదయంలో ఎన్నో భూకంపాలు బద్ధలైపోతూ ఉన్నాయి.

అయితే ఎవరికేం?

* * *

కాలం మారిపోతూ ఉంది.

మానవ హృదయం మారిపోతూఉంది. నేనూ సత్యం కాలేజీ కోర్సు కలసి చదువుకున్నాం స్నేహితులం బంధువులం... అతడు మా యింట్లోనేవుండి చదివాడు.. మా తొలిచూపులతో ప్రారంభించిన స్నేహం - జీవితాలు తుదిముట్టేవరకు విడువని దవటానికి కారణం యీ యిరువుర అవ్యాజప్రేమ-అధిక స్వాతంత్ర్యమే - విడువని కలియకయే - ఒంటి బాటే -

ఇరువురి భావాలు కలసినవారి చిరపరిచయంలో ఉండే మహత్తర స్నేహం - ప్రేమ - బిగి- గట్టిదనం-మనసులేని భార్యా మంగళ సూత్రపు ముడిలోకూడా ఉండదు.

రోజులు గడుస్తున్నకొలదీ అతడ్ని నేను నన్నతడూ, విడిచిఉండలేపోయాను. అతడు నా పక్కన కూర్చొని భోజనం చేయకపోతే, ఆరోజు నేనూ అర్ధఆకలితో లేచేదానిని-

ఈ నా హృదయ పరిణామం అంతా మా అమ్మా నాన్నాలకు తెలుసు. కన్నులుండగా గాంచలేదంటామా? కాంచింది గ్రహించలేదను కుంటామా? వారలాగ చూచీ చూడనట్లు ఊరుకుంటే, మావీధి లోనున్న ఇరుగు పొరుగు వారంతా వచ్చి -అలా సత్యంతో మీ అమ్మాయిని సరదాగా అధిక స్వాతంత్ర్యం ఇచ్చి మాట్లాడిస్తున్నారే... అంత ఇష్టమైతే వారిద్దరికీ వివాహం చేసి సంఘసంస్కర్తలు కారాదూ. అయినా యౌవనంలో ఉండే స్త్రీ పురుషులకు అధిక స్వాతంత్ర్యం హానికరంకాదూ - అంటూ మా అమ్మా నాన్నలను నాలుగు జాడించి వెళ్లేవారు... వారిద్దరూ మారుమాటాడలేక - కనుల నీరు క్రుక్కుకొనేవారు. వారు మాత్రం ఏం చేస్తారు పాపం!

అటు సంఘం -

ఇటు కన్నకడుపు శోకం -

స్వర్గ నరకాలమధ్య అల్లల్లాడే ప్రాణులులాగ వారు కార్యాకార్యములను తెలుసుకోలేక! అల్లాడిపోయారు.

నలుగురుముందు తలలెత్తుకొని తిరుగులేపోయారు. జీవచ్ఛవాల లాగ కూలిపోయారు. ఇరుగు పొరుగువారినేమీ అనలేక ఆ కోపం నామీదా, మాసత్యంమీదా చూపించేవారు. మేము మా దురదృష్టదేవతవంక చూస్తూ కన్నీరునించేవాళ్ళం -రేకులు రేకులూ విడిపోయి రాలిపోతున్న మా ప్రేమపుష్పాలవంక దీనంగా చూచేవాళ్ళం - మావంక మేమే జాలిగా చూచుకొనేవాళ్ళం...

పోనీ అలాగైనా మమ్మల్నివిడిచితే బాగుండేది... మానాన్న సత్యాన్ని పెండ్లి చేసుకోమని, కావాలంటే, పెండ్లికి డబ్బు సాయంచేస్తానని రోజూ చంపేవాడు...

పెళ్ళి ఎవరిని చేసుకోమన్నాడనుకున్నారు...

అతని ముఖం తెలీని యెవరో 'అబలను'

అతడేం సమాధానం చెప్పలేక - అలాగే -అలాగే-అంటూ మేడమెట్లెక్కి నావద్దకు వచ్చేసేవాడు... నే నతని వాడిపోయినముఖం చూచె కనిపెట్టేదానిని - నెమ్మదిగా అతని కుర్చీ దగ్గరకువెళ్ళి నిలబడి, పైటచెంగు అంచులు రెండు చేతులతో నలుపుతూ, ఏం! సత్యం! ఇవాళకూడా నిన్ను పెళ్ళిచేసుకోమని ఉపన్యాసం ప్రారంభించారా - అని అడిగేదానిని... కారే కన్నీరైనా తుడుచుకోకుండా -

అతడు నావాడిపోయిన ముఖం వంకన్నా చూడలేక, వంచిన తల ఎత్తకుండా, నళినీ! అడగటమే కాదు... ఇంక ముందు ముందు మీ యింటికి కూడా రానీయరు. మనం ఇద్దరం ఇలా ఈ గదిలో ఉన్నా సత్యంతో చెప్పి అతని మనస్సును ఓదార్చాను... అలా ఎన్నోసార్లు చెప్పాను...

ఎన్నాళ్ళని సత్యాన్ని మభ్యపుచ్చగలను?

* * *

కాలం గడచిపోయింది.

రోజులు, నెలలు, సంవత్సరాలుకూడా గడచిపోయాయి. మా సత్యం ఇప్పుడు మా యింటికి రావటమే అరుదు. వచ్చినా మా అమ్మా మానాన్నా వాళ్ళు ముఖాలు చాటేసేవారు. పలుకరించినా పలికేవారు కారు దగ్గరకు వస్తే అక్కడ నుంచి లేచివెళ్ళి పోయేవారు, ఎంతచక్కటి మర్యాదా జరిగిందో చూడండి.

అలా మర్యాదాలుచేసినా సహించి పాపం నన్ను చూడందే ఉండలేక మాసత్యం నాకోసం వస్తూ ఉండేవాడు, ఇద్దరం కాసేపు మా భగ్నజీవితాల గురించి మాట్లాడు కొనేవాళ్ళం, మాకీ జీవితంలో ముక్తి ఉండదేమో అనుకొని నిరాశచెందేవాళ్ళం.

పోనీ అలాగైనా ఎన్నాళ్ళుగడిచింది?

కొన్నాళ్లే...

తరువాత ఒకరోజున సత్యం మాయింటికివస్తే మానాన్న ముఖం చిట్లించుకొని, అతికోపంతో ముఖమాటంలేకుండా, సత్యాన్ని మాయింటికి రావద్దని, ప్రజలన్యధా తలుస్తున్నారని నలుగురిలో వాళ్ళు తలలెత్తుకోలేపోతున్నారని, స్పష్టంగా చెప్పేశాడు... సత్యం ఇంకేమీ మాట్లాడలేకపోయాడు,ఏమిమాట్లాడతాడు?

ఆఖరుసారి నన్ను చూచిపోవాలని మేడమీదకు వచ్చాడు.నేను 'ఫాబెర్డు మహాశయుడు వ్రాసిన మదామ్‌బవేరి అనే చక్కని నవల చదువుచూ ఉన్నాను. అటువంటి చక్కని పుస్తకాలుంటే స్నేహితులెందుకు? అని అనుకుంటున్నాను. తన్మయంలో మునిగిపోయాను.

అంతలో నాప్రక్కన దీనంగా, కత్తిపెట్టు పెట్టినా రక్తపుచుక్క లేని ముఖంతో, నిలబడిన మాసత్యాన్ని చూచాను. ఏదోపరాభవం జరిగిందనుకున్నాను. నెమ్మదిగా అతనివద్దనుంచి సంగతులన్నీ తెలుసుకున్నాను.

సత్యం! నేననుకున్నంతపనీ జరిగింది. రాబోయే ఈ వినాశనాన్ని తలుచుకుంటం లోనే నా హృదయం క్రుంగిపోతూ ఉంది. సత్యం నా మరణానికన్నా మా తల్లిదండ్రులు అంగీకరించారు. కాని సంఘాన్ని ఈషన్మాత్రంకూడా ఎదురించలేక పోయారు...

ఇదేమిటమ్మా! ఇలా నన్ను అన్యాయంచేయటం బాగుందా! అంటే... అమ్మా! అంతా నీకర్మ నీ ముఖానికి పసుపు నుదుటికి కుంకుమ, తలలో పూవులు, మెడలో మంగళసూత్రం ఈజన్మానికి ప్రాప్తిలేదమ్మా! నీ నొసట తిలకంపెట్టిన కర్మదేవతే; వెంటనే చెరిపేసింది. ఆనందానికి మంగళహారతి ఇచ్చివేసింది... ఇంతకూ – కలకలలాడుతూ అల్లుడు మాయింట్లో తిరిగే ప్రాప్తి మేము మాత్రం నోచుకున్నామా! అంటూ శోకాలు ప్రారంభించేది.

కర్మ–కర్మ–ప్రతీది దానిమీదకు యేసివేయటమే; చిన్నకదా పిల్లల పెండ్లిండ్లుమాని శారదా బిల్లుకుజడిసి రజస్వలా (నంతర) వివాహాలు చేస్తున్నారంటే అందరి కర్మా ఒక్క శారదాచట్టం మార్చివేసిందనుకుంటాను. శారదాబిల్లు వస్తుందంటే రెండు మూడేండ్ల పిల్లలందరకు పెండ్లిండ్లు చేసిన శుద్ధఛాందసుల పిల్లల కర్మలంతా ఒక్కసారిగా మారిపోయా యనుకుంటాను–ఏమిటో ఈవెట్టి? ఏమిటో ఈ మూర్ఖం.

'అష్టవర్షా భవేత్ కన్య' అనే సూత్రం ఏర్పరచి ఎనిమిదేండ్లు దాటితే కన్యకాదని, కన్యాత్వందాటిపోకుండానే వివాహం చేయకపోతే, కన్యాదాతకు తత్ఫలితం ముట్టదని, ఈ వెట్టి మొట్టికబుర్లన్నీ చెప్పి అమాయకులగు మా తల్లిదండ్రులను మోసంచేసి, నాకు ఎనిమిది సంవత్సరాలు రాకముందే పెండ్లిచేశారు. ఊహతెలీని కాలంలోచేసిన ఆ బొమ్మలపెళ్ళిని ఊహిద్దామన్నా ఊహకందటంలేదు – అలా ఎనిమిదేండ్లలో ఎందుకు చేశారంటే – అది శాస్త్రసంబంధమనీ; 'కర్మ' అని – వైదికాచారం అంతా వెళ్లబుస్తారు.

నిజానికి మహమ్మదీయుల కాలంలో, పెండ్లికాని పిల్లలను మహమ్మదీయులు ఎత్తుకుపోతున్నారనీ, వారిబారినుండి తప్పించుకుంటానికి చిన్నతనంలోనే పెళ్ళిచేశారనీ, అందుకనే అటువంటి సూత్రాలు ఏర్పడ్డాయి పాపం! వీళ్ళకేం తెలుస్తుంది? తెలిసేటట్లు చెబుతేమట్టుకు వింటారా? వింటే వారి గొప్పతనం ఏముంది?

సత్యం! ఇంతకు వారినీ వీరినీ అనవలసిన పనేముంది? ఆనందం అనుభవించటానికీ, స్వాతంత్రం పొందటానికి, మనలో శక్తివుంటే, వాళ్లతో పనేముంది? వాళ్ళననవలసిన అవసరమేముంది?

అనినేనంటుంటే అతని కన్నులలో అద్వితీయమైన వెలుగు వెలిగింది. ఉత్సాహంలో అతనిముఖం ఎఱ్ఱబారింది... నళినీ! అయితే ఏంచెయ్యమంటావు మనం ఎక్కడికన్నా... అంటూ సంశయించాడు. ఆసంశయాన్ని నేను పోగొట్టేను... అవును సత్యం! ఎక్కడికన్నా వెళ్ళి పోదాం. జీవితాంతంవరకూ మొక్కవోని ఆనందాన్ని అనుభవిద్దాం స్వేచ్ఛావాయువులు పీల్చుకుందాం. స్వతంత్రాకాశంమీద రెండు పక్షుల్లాగ, ఔక్కా ఔక్కా, ముక్కూ ముక్కూ కీలించి,ప్రణయ గీతాలు పాడుకుంటూ ఎగిరిపోదాం.

నా హెచ్చరిక విని అతడు ముగ్ధుడైపోయాడు.

ఆనందం ఆశ్చర్యం – భయం – త్రిమూర్తుల్లాగ అతని హృదయంలో ప్రత్యక్ష మయ్యాయి... నళినీ! అంతపనేనా? అమ్మా! నాన్నా! చూస్తే కొంపములిగిపోదూ! వాళ్లింక బ్రతకగలరా... అంటూ తడబడే గొంతుకతో చెప్పాడు...

స్త్రీ సాహసిస్తే చేయలేని కార్యంలేదని మాసత్యానికి తెలియనందుకు నాలోనాకు నవ్వువచ్చింది. అతని వీపుమీద దట్టి – సత్యం! ఎంత వెఱ్ఱివాడవోయ్! అమ్మా నాన్నా మన ఆనందాన్ని చూస్తున్నారు కాబట్టి, వారి ఆనందాన్ని మనం చూస్తామా! ప్రపంచం మనలను గడ్డిపోచక్రింద చూస్తే, ప్రపంచాన్ని మనం గడ్డిపోచక్రింద చూడొద్దూ!

చూడు సత్యం! ఆ పిచ్చుకలు ఎంత ఆనందంగా ఒకయింటినుంచి మరొకయింటికి వెళుతూ స్వేచ్ఛాజీవనం అనుభవిస్తున్నాయో... కొలనులో బాతులు–చెట్లమీదపక్షులు–ఇళ్ళల్లో పిచ్చుకలు –అనుభవించి నంత స్వాతంత్ర్యం కూడా, వాటికంటే ఉత్తమ జన్ములమగు మనం అనుభవించలేక పోతున్నామంటే అది మన అశక్తిని తెలుపుతుంది.

నిజానికి మన సుఖదఃఖాలకు కారణభూతు లెవరు? మనమే కదూ. సంఘం తయారుచేసిన సంకెళ్ళను, మనచేతులతో మనము మన కాళ్లకు తగిలించుకుంటున్నాము. మనంతట మనమే బానిసలం అవుతున్నాము. తెలిసిందా సత్యం... అంటూ గుక్క తిప్పుకోకుండా ఉపన్యాసం ప్రారంభించాను.

అతని కన్నులలో ఒకవిధమైన వెలుగు కనబడింది... అయితే ఏమంటావు నళినీ అంటూ అనలేక అనలేక అన్నాడు. ఏమంటం ఏముంది – రేపురాత్రి రెండోఆటకు సినామాకని

బయలుదేరి, ట్రయినెక్కి ఏ కలకత్తాఅయినా వెళ్లిపోదాం. నామెళ్లో 5 వేల రూపాయల నగలున్నాయి. అవి పెట్టి ఏవర్తకమో, ఏదో మనకు నచ్చినపని చేసుకోవచ్చు. మళ్ళీ ఈఊరు జన్మలోచూడవద్దు. నళిని చచ్చిపోయిందని కన్నీటి తిలోదకం కన్నతల్లిదండ్రులు ఇచ్చేస్తారు. వారి హృదయాలు మన హృదయాలు శాంతిగా ఉంటాయి. అప్పుడు మన ఆనందానికి మనము కారణభూతులౌతున్నాము. మన ఆనందవనంలో మనమే విహరిస్తాము. మన ఆనందవాహినులో మనమే స్నానంచేస్తాము... అంటూ అతనికి ఉత్సాహాన్ని కలుగజేశాను. అతనిచేతికి ఊతగా చేయినిచ్చాను. అతడు ఒప్పుకున్నాడు... ఆమర్నాడురాత్రే మాప్రయాణం. ఇంట్లోనుంచి వెళ్ళిపోవటం. ఆనందం అనుభవించటం.... తృప్తితీరని నేత్రాలతో చూచుకున్నాము. మాసత్యం ప్రయాణ సన్నాహంలో వెళ్ళిపోయాడు...

అబ్బా! ఆడది అనుకోవాలేకాని అది ఆచరించని కార్యమే ముంటుంది. స్త్రీ సాహసించాలే కాని చేయలేని కార్యమేముంటుంది.

నేను మామేడ 'బాల్కనీ' మీద నిలబడి ఒక్కసారి ఈస్వార్థసంఘాన్ని చూచాను. విరగబడి నవ్వాను పాపం! ఈ వెర్రి సంఘం నాపాదాలను బంధించిందిగాని, నా వేడిరక్తాన్ని ఉప్పొంగించ కుండా చల్లార్చలేపోయింది. నన్ను అస్వతంత్ర బంధాలచే బంధించిది కాని, నామనస్సు యొక్క స్వతంత్ర విహారాన్ని అరికట్టలేపోయింది. నాతలమీద నిప్పులవర్షం కురిపించిందిగాని – నా భావాలలోని చల్లదనాన్ని వేడిచేయలేకపోయింది.

రేపు మాసత్యానితో వెళ్ళిపోతున్నాను. స్వేచ్ఛాకాశంమీద విహంగదంపతుల్లాగ విహరిస్తాము. అప్పుడు మమ్మల్ని వీరేమిచేస్తారు.

అనిఅనుకుంటూ, ఆనందబాష్పాలు నాకనుకొలకులలో దిద్దుకుంటూ, ఇంట్లోకి బయలుదేరాను, విన్నారా నా ఉద్దేశాలు.

5

ఆనందంతో మేడమెట్లు దిగబోతున్నాను. వళ్లు పటపటా కొరుకుతూ నళినీ! అంటూ సింహగర్జనచేసే మానాన్నపిలుపు వినబడింది. నాకాళ్ళను కాలసర్పంచే కట్టినట్లయింది.

వెనక్కు తిరిగాను, నళినీ ఇలారా అంటూ గదిలోనుండి పిలిచాడు మారు మాటాడలేక పోయాను. నెమ్మదిగా లోపలకు వెళ్ళాను– చింత నిప్పులాగ మెరిసిపోయే ఆయన కన్నులను చూచిన నేను, ఆయన మాటలు వినలేదని ఎలా అనుకుంటాను.

నళినీ! విన్నాను, అన్నీ విన్నాను అర్థం అయింది చదువుకున్నందుకు ప్రపంచజ్ఞానం చక్కగా గ్రహించాను. కులధర్మాలు, మతసాంప్రదాయాలు, మంచిచెడ్డలు, మానావమానాలు, మీపనులకు అడ్డురావు. అతీతమైనవి మీ భావాలు. అనుభవసహితములైనవి మీ ఆచరణలు ఓహోహో ఏమి నీతి ఏమి ఖ్యాతి నీవంటి ఆదర్శప్రాయమైన స్త్రీ రత్నాన్ని పొందినందుకు మాజన్మలు తరించాయి.

అంటూఉంటే నాగుండె బద్దలై పోయింది. భయంచే ప్రతి అవయవం వణికిపోయింది. నోటమాటరాలేదు. అలాగే శిలావిగ్రహంలాగ నిలబడిపోయాను.

నళినీ! యౌవ్వనం-కనులుమూసి కనులు తెరిచేలోగా ఒకసారి మెరిసి మాయమైపోయే మెరుపు, ఆశలు-బలవంతంగా బంధించే పాశాలు, కామతృష్ట-భయంకరమైన కాలసర్పం. అనురాగం - విరిగిపడే సముద్రతరంగం జీవితంతుచ్ఛమైన నీటిబుగ్గ-ఇటువంటి సామాన్యవిషయాలు నీకు తెలియవా నళినీ! తెలిసేనా ఈ సాహసకృత్యాలకు పాలుబడింది-?

నళినీ! బానిసలమగు మనలను భరించలేకే భరతమాత కన్నీరు కారుస్తూ ఉంది. దానికి తోడు మనవంటి పావులనుకూడా భరించమనటం న్యాయమా!

ఏదీ! 'ప్రేమ-ప్రేమ' అని పెద్దపెద్ద ఉపన్యాసా లిచ్చావు. ప్రేమతత్వం నిజంగా తెలుసునేమో నా ముఖం చూచిచెప్పు... సత్యాన్ని ప్రేమిస్తున్నావంటే కనబడని సత్యం మనస్సుని ప్రేమిస్తున్నావా? కనబడే సత్యం శరీరాన్ని ప్రేమిస్తున్నావా! ఆలోచించు... శరీరాన్ని ప్రేమించేది కామమో... ప్రేమో-యోచించు.

నళినీ! ఇంత ప్రపంచకంలో ఒకే పురుషునిపై నీచూపులను నిలిపావంటే - అది కామ సమ్మిశ్రితమైన ప్రేమ అవతుందేగాని - నిర్మల ప్రేమకాదుసుమా.

కులమతభేదాలు లేకుండా ప్రపంచకంలోని ప్రాణికోటినంతనూ ఒకే విధంగా ప్రేమిస్తేనే - ఆ ప్రేమనిర్మలత్వం పొందుతుంది. లేకపోతే కాముకత్వం పొందుతుంది. మన దృష్టి ఎంత విశాలమైతే మన ప్రేమ అంత విశాలమౌతుంది. మన దృష్టి ఎంత సంకుచితమైతే మన ప్రేమ అంత సంకుచిత మౌతుంది...

అంటూ ఇంకేవేవో చెప్పబోతున్నాడు-నాకు నామీద, నాయౌవన సౌందర్యం మీద, చెప్పలేనంత అసహ్యం కలిగింది. మా నాన్నమీద తవుకోలేనంత కోపంకలిగింది... కోపం కలిగింది-కోపం కలిగిన మనస్సు కొన్ని మాటలైనా వెలికక్కకుండా ఉంటుందా -

తోకతొక్కిన త్రాచులాలేచాను.

నాన్నాగారూ! పెండ్లి చేసుకొన్న భర్తను భార్య ప్రేమించటం కూడా తప్పేనా? భార్యాభర్తలను అనురాగంతో బంధించే సూత్రం కామసూత్రమేకాని, ప్రేమసూత్రం కాదా? ఏమిటండీ అన్యాయం -

తలనెరిసిన తాతకూడా అవ్వతో ఆనందంగా ఉంటానికి అభిలషిస్తాడే - నడిప్రాయంలోఉన్న స్త్రీ తన యౌవ్వనసౌందర్యాన్ని వివాహంచే పవిత్రం చేసుకుంటం ఘోరం అయిపోయిందా? అన్నెం పున్నెం ఎరుగని ఆరేండ్లపిల్లకు; పప్పూబెల్లాలూ పెట్టి, బొమ్మలు చేతికిచ్చి, పెండ్లిండ్లు చేయటం, వారి భర్తలు పోయాక వారిని విధవలనుచేయటం న్యాయమై

పోయిందా? ధర్మసంస్థాపనార్థం యుగయుగాలకుపుట్టే మహానుభావులందరూ ఈసంఘ శాసనకర్తలేకదూ.

ఎందుకువచ్చిన మాటలండీ నాన్నగారు, మన కడుపునిండుతే ఎదటివాని కడుపుమంట చల్లార్చటానికి ప్రయత్నం చేస్తామా? మనం మాత్రం ఆనందంగా ఉంటే ఎదటివారెలాఉంటే మనకెందుకు?

అంటూ ధోరణి ప్రారంభించాను. ఆయన దానితో ప్రళయ కాల రుద్రుడయి పోయాడు.

'నళినీ! లోకంలో ఉన్న మనం లోకాన్ని అనుసరించి ప్రవర్తించాలికాని, లోకాతీతంగా ప్రవర్తించరాదు. నీమాత్రం జ్ఞానం మాకు లేక కాదు. ఆచరణకు అనుగుణంగా లేని ఆలోచనలెందుకు?

ఇంతకూ నళినీ! జీవితం నియమబద్ధం, నియమశూన్యమైన జీవితాన్ని పండితులు మన్నించరు. పండితులకు ప్రపంచకానికి, లెక్కచేయటం మానవధర్మం. అటువంటి మానవధర్మాన్ని అనుసరించి ఇంట్లో ఉంటావా సరే... లేకపోతే నీయిష్టంవచ్చినట్లు నీవు వెళ్ళిపోవచ్చును. నా కభ్యంతరం ఏమీలేదు. నా ఇనప పెట్టిలో 20 వేల రూపాయిల బంగారం ఉంది. అది తీసుకో, ఇంకాడబ్బుంది అవీ తీసుకో –మిగిలిన ఆస్తిఅంతా వ్రాసేస్తాను. ఆ విషయం నీవు ఆలోజించక...

కానీ నళినీ! ఈ జీవితంలో నీతల్లిదండ్రులను మరల నీవుచూడలేవు. నీవేకాదు. ఈప్రపంచంలో బ్రతికిఉన్న ఏప్రాణీచూడలేదు... తెలిసందా నళినీ! అవమానంతో బ్రతికేదానింటే, కాస్తప్రాణము పంచభూతాలలో కలిపేసుకుంటం మంచిది–

అంటుంటే ఆయన ముఖం చూడలేపోయాను. నాగురించి నా తల్లిదండ్రులగురించి నేనే ఎందుకు నాశనంకాగూడదూ? ప్రేమతత్వం తెలియని లోకం గురించి బాధపడే దానికంటే, ఈలోకాన్నే విడిచి వెళ్ళిపోతే మంచిదికాదూ? బ్రతికి యావజ్జీవితాన్నీ భగ్నంచేసుకొనే దానికంటే – ఈతుచ్ఛశరీరాన్ని మట్టిలో కలిపివేస్తే మంచిదికాదూ?

అని ఆలోచించాను. ఒక నిశ్చయానికి వచ్చాను. నాన్నగారూ!మీ యిష్టం వచ్చినట్లు చేస్తాను. అనిచెప్పేసి అక్కడ ఒక్కక్షణమైన ఉండలేకుండా, నా గదిలోకి వెళ్ళిపోయాను. నా గదిలో ఎన్నికన్నీళ్ళు కార్చానో; బరువెక్కిన నాతలగడకు మాత్రం తెలుసును.

పాపం! నన్ను తీసుకొని వెళ్లిపోదాంకదా అని ఆతృతతో, ఆనందంతో; మా సత్యం రాత్రివచ్చాడు... మానాన్న మమ్ములను చూస్తూనే ఉన్నారన్న సంగతి నేనెలా మరచిపోతాను.

ప్రయాణ సన్నాహంలోలేని నా వాలకం చూచి ఆశ్చర్యపోయాడు. ఎఱ్ఱవారిన కనులు, పొంగిన రెప్పలు. చూచి నిర్ఘాంతపోయాడు. హృదయ పరివర్తనం ముఖంలో కొంచమైనా

తెలియకపోదుకదూ. అందుచేత నాలో ఏదో... గ్రహించి మాత్రం ఏం చేస్తాడు. విచారిస్తాడు. కన్నీరు కారుస్తాడు... ఇంతేగా -

జరిగినవన్నీ చెప్పి సత్యం హృదయం నొప్పించకూడదను కున్నాను: కొంతవరకైనా నొప్పించక తప్పదు.

అతనితో మరొకచోటికి ప్రయాణం చేయలేను సరేకదా? ఈ జీవితంలో అతనితో కలసే ఉండలేనని, దానికి నన్ను అన్యథా తలచవద్దని, కన్నీటితో ప్రార్థించాను. అడిగిన ప్రశ్నలకు సమయానుకూల మైన జవాబులు చెప్పాను అతనికి మాత్రం తృప్తిలేదు. దానికి నేనేం చేస్తాను.

ప్రయాణాన్ని మార్పించటమే కాకుండా, అతని జీవితాన్ని కూడా మార్పించటానికి నేను వెనుదీయలేదు. నా భగ్నజీవితంలో అతని ప్రేమసౌధాన్ని నిర్మిద్దామను కున్నాను.

అక్కడ నుంచీ అతడ్ని వేరే పెండ్లిచేసుకోమని బలవంతం చేశాను... సత్యం వీలులేదంటే వీలులేదన్నాడు. నన్ను నిర్మలంగా ప్రేమిస్తే - ఆ ప్రేమకు సాక్ష్యంగా మరొకరిని పెండ్లి చేసుకోమన్నాను. అలా చేసుకుంటే అతనిని జీవితకాలం ప్రేమిస్తానని, అతని ఇంటికి వెళతానని, అలా కానినాడు ఆరోజే విషంత్రాగి ప్రాణాలు విడిచేస్తానని, నొక్కి చెప్పాను. దానితో ఏం చెయ్యాలో తెలీని విషపరిస్థితులలో పడిపోయాడు. జాలిగా ప్రార్థించాడు. తన నటువంటి పాపపు కృత్యానికి పాలుచేయొద్దన్నాడు...ఏడ్చాడు... మొత్తుకున్నాడు తాను కూడా బ్రహ్మచారి జీవితాన్ని గడపడానికి అనుజ్ఞ ఇమ్మన్నాడు... ఎన్నో ఎన్నో చెప్పాడు - అన్నిటికీ అన్నీ చెప్పి అతడ్ని ఒప్పించాను.

కొన్నాళ్ళు గడిచాయి.

మాసత్యం పెళ్ళిఅయిపోయింది.

ఆ పెళ్లికి నేనూ వెళ్లాను. అతడు నాముఖంచూచాడు. నే నెలా అక్కడ నిలువ కలిగానా అని ఆశ్చర్యపోయాడు. నా కన్నుల అనుకోకుండా నీరునిండాయి, ఆదృశ్యాన్ని చూచిన అతని కన్నులూ తడివారాయి అతడు వంగి తన భార్యామెళ్లో మంగళసూత్రం కట్టలేపోయాడు, అతని చేతులు వణికిపోయాయి. నా వంకచూచాడు...

'ఊఁ కట్టేయి. ఇటువంటి సమయంలోనే ధైర్యం ఉండాలి... నీవునామాట విన్నావు. నిజానికి నీకంటే నాకు ప్రియుడులేడు' అనే భావాలు నాకన్నులలో చూపించాను.

అతనికి ఎక్కడలేని ధైర్యం వచ్చింది - భార్యామెళ్ళో మంగళసూత్రం కట్టాడు. సముద్రంలో మునిగిపోయే వానికి చేయూతనిచ్చి నట్లు, క్రుంగిపోయే అతని హృదయానికి ధైర్యం కలిగించాడు.

మా సత్యం ఇప్పుడొక ఇంటివాడు

సంసారం చేసుకుంటున్న గృహస్థు –

నేనో ఏకాకిని... 'భగ్నజీవి'ని –

అతడు మాత్రం నా గురించి సంసారం జేస్తున్నాడన్నా మాటే కాని 'భగ్నజీవి' కాదని ఎలా అంటాము.

మొత్తానికి నేటివరకు అంతా బ్రతికే ఉన్నాము. మాకష్టాలలో మేము క్రుంగిపోతూనే ఉన్నాము.

ఇలా ఎంతకాలమో!

మీరే చూస్తారుకదూ!

6

రెండు సంవత్సరాలు గడిచాయి.

రోజుకురోజూ క్షీణించుకుపోతున్నాను.

ఎందుకో ఎవరికి తెలుస్తుంది?

డాక్టర్లుమాత్రం విడువకుండా మందులిస్తున్నారు.

జబ్బు లేకపోయినా గొప్పవారికి మందుల లోటేమిటి కాలం. గడుస్తున్నకొలదీ నా హృదయ మందిరంలో, మృత్యుదేవత నివాసం ఏర్పరచుకుంటూ ఉంది...

సత్యాన్ని మా యింటికి రానివ్వలేదు...

మేమిద్దరం మళ్ళీ కలుసుకోకూడదనుకున్నాము.

అలాగే కలుసుకోలేదు.

కష్టాలలోనే మాజీవితాలను ముగించుదా మనుకున్నాము. మా జీవితాలను విషాదాంతం చేయాలనుకున్నాము.

* * *

ఆరోజు మా తెలుగువారికి తొలిపండుగ. నా జీవితానికితుది పండుగ.

మా సత్యానికి ఆడపిల్ల పుట్టంది... నాయందుండే ప్రేమచే అతడు ఆబిడ్డకు నాపేరే పెట్టాడని విన్నాను. వాళ్ళను ఒక్కసారి చూడాలని పూర్తిగా వాంఛకలిగింది. మానాన్నగారి ఆజ్ఞ తీసుకున్నాను. పిల్లకు బొమ్మలు కొన్నాను. వస్తువులు చేయించాను. ఎంతకాలానికో అద్దంలో మళ్ళీ చూచుకున్నాను. పాలిపోయిన బుగ్గలు, లోతుకు పోయినకళ్ళు, చిక్కిపోయిన శరీరం, చూచుకుంటూ ఉంటే నాలో నాకు నవ్వువచ్చింది. ఎంత ఆనందంగా ఉండేదానిని ఎలామారిపోయాను. సంతోషం సగంబలం అన్నమాట ఊరికనేపోతుందా? అబ్బా! ఎంత చిక్కిపోయాను.

నిజానికి నాకంటే మాసత్యానిదే ఎక్కువత్యాగం. అతనికి ఇష్టంలేక పోయినా, నాగురించి పెండ్లిచేసుకున్నాడు. నా గురించే పెండ్లాముతో కాపురం చేశాడు. తుదకు పిల్లనికూడా కన్నాడు. అటువంటి సత్యం నిర్మలప్రేమ ఎన్ని జన్మాలకైనా మరిచిపోగలనా?

ఈ ఆలోచనలలో రాత్రి అయింది.

మానాన్నాగారితో నా ప్రయాణం చెప్పాను.

వంటెద్దు బండివచ్చి ఇంటిముందు నిలబడింది. ఆనందంతో కాన్కలన్నీ తీసుకువెళ్ళాను...

* * *

ఆనందం వెనకాలే విషాదం తొంగి చూస్తుందన్నా సంగతి నాటితో రుజువు అయింది...

బండి కొంతదూరంలో ఆపాను.

మాసత్యం ఏమిచేస్తుంటాడో చూద్దామని, అతనికి నారాకచేత అత్యాశ్చర్యం కలిగిద్దామని, కిటికీలో నుంచి తొంగిచూచాను.

ఆహా! ఏమిటా ప్రణయదృశ్యం. నాకనులు నేను నమ్మలేపోయాను. ఇప్పటికీ మరచిపోవాలన్నా మరచిపోలేపోతున్నాను. ఆదృశ్యమే ఈ నాజీవితాన్ని పూర్తిగా భగ్నంచేసింది. నాశనం చేసింది...

ఏమిటా దృశ్యం?

సత్యంతన పాపాయినెత్తుకొని ముద్దాడుతూ ఉన్నాడు. సత్యం భార్య సత్యానికి తమలపాకులు మడచి అందిస్తూ ఉంది. అతడు వేసుకుంటూ ఉన్నాడు. తల్లిదండ్రులమధ్య పాపాయినవ్వుతూ ఉంది. వాళ్ళు బ్రహ్మానందం అనుభవిస్తున్నారు.

అబ్బా! ఏమిటా ఆనందం, చెప్పటానికి వీలులేదు. కాలము గడుస్తున్నకొలదీ సత్యం తన భార్యను ప్రేమించగలుగుతున్నాడు. ఇక ముందు అతని జీవితానికి ఏమీ భయంలేదు. అతని ఆనందానికి లోటులేదు. వారిమధ్యను వెళ్ళివారి ఆనందానికి అంతరాయం కలిగించకూడదనుకున్నాను -

నాకళ్ళు తిరిగిపోయాయి.

నాతలమీద బండపడిపోయింది.

అక్కడ ఒక్క క్షణం కూడా నిలువకుండా వెళ్ళి బండిలోకూర్చుని పోనీయవోయ్! బండి, పోనీయ్, అంటూ అతి ఆతృతతో అన్నాను. బండివాడు ఆశ్చర్యపోయాడు.

ఇంటికి వెళ్ళిపోయాను.

సామానైనా దింపమనకుండా, గబగబా మేడెక్కిపోయాను. మా అమ్మా నాన్నా నావిచిత్ర ప్రవర్తనకు ఆశ్చర్యపోయారు.

నన్నెన్నో ప్రశ్నలు వేశారు. జవాబియ్యలేదు. సత్యం ఏదో పరాభవం చేశాడను కున్నారు. నిజానికి సత్యం హృదయం వాళ్ళకెలా అర్ధం అవుతుంది. అతడు భార్యతో అలా నటిస్తున్నాడో, నిజంగా ప్రేమతో ఉన్నాడో నాకుమాత్రం ఎలా అర్థం అవుతుంది. ఎవరిహృదయము ఎవరు అర్ధంచేసుకోగలరు?

* * *

ఆనాడే నేను మంచం పట్టాను.

నేటికి రెండు నెలలయింది.

మంచంమీద నుంచి లేవలేదు. లేవబోను, ఎలాలేస్తాను. నాకు ఆత్మహత్య చేసుకుంటం ఎంతమాత్రం ఇష్టంలేదు. అది మూర్ఖులు చేయవలసినపని. మేటర్‌లింక్ అన్నట్లు బ్రతికి ఉండి కష్టాలను భరించటం కష్టంగాని, చనిపోవటంచాలతేలిక -

చచ్చేవరకు బ్రతికి కష్టాలు భరించి, కృసించి, కృసించి ప్రాణాలువిడిచేద్దా మనుకున్నాను. నాముఖలక్షణాలనుబట్టి మా అమ్మా నాన్నా వాళ్ళు నా ఉద్దేశం కొంతవరకు గ్రహించక పోలేదు.

గ్రహించిమాత్రం ఏంచేస్తారు? చచ్చినవాళ్ళను ఎవరాపుతారు?

కాలం గడుస్తున్నకొలది నా హృదయం బరువెక్కిపోతూ ఉంది. నా హృదయంలో మృత్యుదేవత నివాసం ఏర్పరచుకొంది... నాప్రతి అవయవం నానుంచి వేరైపోతున్నట్లు, అపరమితమైన బాధపెడుతూ ఉన్నాయి.

నా నాడి కొట్టుకుంటం తగ్గిపోతూ ఉంది. నాకు ఊపిరి బాగా ఆడటంలేదు. నా గొంతుకు ఎవరోనులువుతున్నట్లు, ఉక్కిరి బిక్కిరి అయి పోతున్నాను.

ఇలా ఎంతకాలమో బ్రతకలేను. బ్రతకలేనని విచారించటం లేదు. నామరణశయ్య నేనే పరచుకొన్నపుడు, నాశవాన్ని చూచి నేనే కన్నీరు కార్చటం ఎందుకూ?

కాని ఇలా ఎంతకాలం బ్రతుకుతానో చెప్పలేను... బ్రతికే వరకు నా కథ ఇలావ్రాస్తాను. ఇది మహాత్ముని ఆత్మకథ కాదు. దేశోద్ధారకుని జీవితచరిత్రకాదు. మతోద్ధారకుని మనః ప్రవర్తన కాదు. కులోద్ధారకుని గుణశీలనకాదు. పాఠకుని మనసు కరిగించే మహాభాష్యంకాదు. ప్రపంచక ప్రఖ్యాతిపొందిన భగవద్గీతకు వ్యాఖ్యగాదు తుదకు చక్కని నవలాకాదు - తీయని బాధాకాదు -

ఇంకేమిటంటారో?

నా 'భగ్నజీవితం'

పిశాచాలు నృత్యంచేసే శ్మశాన భూమి

నాకాటిలో కాలిపోయే శవపు వాసన.

నా నాశనంలో పోగుబడిన బూడిదకుప్ప

ఆత్మవంచకుల హృదయాల్లో బయలుదేరిన అగ్నిజ్వాల.

అభాగినుల కన్నులజారే కన్నీటి కాలువ -

కపట నటకుల తలపైన సుత్తిదెబ్బ.

నావంటి 'భగ్నజీవుల'ను అర్ధరాత్రి సమయంలో ఓదార్చే ఓదార్పుమాటలు - అంతే...

కాని ఒక్క ప్రశ్న -

నా కథంతా చదివారు.

నా హృదయం కొంతవరకయినా గ్రహించారు.

నా భగ్నజీవితం తలుచుకొని సహృదయులై రెండు కన్నీళ్ళు కారిస్తే కార్చవచ్చును. లేకపోతే లేదు. దానికి నాకేమీ విచారం లేదు -

కాని

ఇలా నా జీవితం భగ్నం అయిపోవటానికి కారణం ఎవరు?

నా నాశనానికి కారణం.

నేనా?

నాకర్మా?

ఈ లోకమా?

దయచేసి చెప్పండి... మరోప్రపంచంలో ఉన్న నా ఆత్మైనా వింటుంది...

ఏమంటారు...

అబ్బా! నా హృదయాన్ని ఎవరో నొక్కివేస్తున్నారు... నా ఊపిరి గొంతుకలోనే కొట్టుకుంటూ ఉంది. ఉచ్ఛ్వాశ నిశ్వాసలు ఆగిపోతూ ఉన్నాయి... నా...కలంకూడా ఆగిపోతూ ఉంది...

అయ్యో! భగవంతుడా ఇంక నేను చచ్చిపోతున్నాను కాబోలు.

నా సత్యాన్ని - నా జీవితాన్ని-నా ప్రాణప్రియుని -నా భర్తను...చూడలేను కాబోలు...

ఈ పుస్తకం చదువుతున్న సత్యం ఎన్ని కన్నీళ్ళు కారుస్తాడో... పాపం... నా హృదయాన్ని తెలుసుకొన్న మా అమ్మా నాన్నావాళ్ళు ఏంబాధ పడతారో...పాపం...

ఎవరెలాగున్నా... నా గుండెలో నుంచి నాబాధ వేరైపోతూ ఉంది...

నాశరీరంలోనుంచి నాప్రాణం వేరైపోతూఉంది.

అదేమిటి?

వాళ్ళెవరు?

ఏదో నీలినీడల కదులుతున్నట్లుందే...

ఓహో... తెలిసింది...

ఇంక మహాప్రపంచకంలోకి వెళ్ళిపోతున్నా...

ఇంక ఆ నల్లముసుగు వేసుకున్నవారు నా స్నేహితులౌతారు కాబోలు...

అబ్బా! ఎంత భయమేస్తుంది...

రామ! - రామ!!

సత్యం... సత్యం...

శలవా... సత్యం...

స...త్యం...

శ...ల...వా

స...త్యం-

భ గ్న జీ వి-

నీ న ళి ని -

అనుబంధం:

డైరెక్టర్ జంపన

(30, మార్చి 1950 తెలుగు సినిమా పత్రిక - 'లక్ష్మమ్మ' దర్శకుడు 'జంపన' గారితో పాఠకుల ఇంటర్వ్యూ)

ప్ర: కాలేజీ లెక్చరరుగా, నవలా రచయితగా, యిప్పుడు దర్శకులుగా జీవిత సుఖాన్ని రుచి చూచారు. వీటిలో మీకు ఏ జీవితము, ఎందుకు ఉత్తమంగాను, ఆదర్శవంతంగాను ఉన్నదో తెలియజేస్తారా?

- ఘంటసాల జయనరసింహారావు, మచిలీపట్నం.

జ: లెక్చరర్ జీవితం ఉత్తమంగా ఉంది; కారణం - శాంతి ప్రశాంతుల కది ఆలవాలం. నవలా రచనలో జీవితం ఆదర్శప్రాయంగా ఉంది; కారణం - ప్రజాభ్యుదయానికది మార్గపరిచింది. దర్శకునిగా జీవితం ఉత్తమాదర్శంగా ఉంటుందని నమ్మకం; కారణం - చదువు వచ్చినవారికి, ఉంటుందని నమ్మకం; కారణం - చదువు వచ్చినవారికి, రానివారికి కూడా ఒకే కాలంలో మన భావాలు అందించగలం. ప్రజలకు విజ్ఞాన వినోద వికాసాలను కలిగించగలం.

ప్ర: వందలాదిగా నవలలను వ్రాశారు. నాట్యమండలి పెట్టి నాటకాలాడించారు. బుఱ్ఱకథలు వ్రాసి దళాలను తర్ఫీదు చేసి మద్రాసునుంచి కలకత్తా వరకు పంపించారు. గీతాలు వ్రాశారు. గేయాలు వ్రాశారు. కథలు వ్రాశారు. కొన్నాళ్లు లెక్చరరూగా పనిచేశారు. ఉరూరా ప్రజాభ్యుదయమైన ఉపన్యాసలిచ్చారు. ఇన్ని చేసి ప్రజాకవులు అనిపించుకొన్న మీరు పౌరాణిక చిత్రం తీయుటకు కారణమేమటండీ?

- సౌజన్యకుమార్, విజయవాడ.

జ: పౌరాణిక చిత్రాలంటే నాకసహ్యం; అందులో 'వాలి సుగ్రీవ' వంటి ఇతివృత్తం అసలు గిట్టదు. ఏం చేస్తాం? కాలం కర్మం కలిసిరాలేదు. సినిమా రంగంలో ప్రవేశించడానికి అదే మార్గం అయింది. నిర్మాతల అభిరుచికి అనుగుణంగా ఆ అజ్ఞాతవాసం అనుభవించవలసి వచ్చింది. అక్కడికే సాధ్యమైనంతవరకూ శాంతిభావాలే ఈ పౌరాణిక చిత్రంలో ఇమిడ్చారు. అయినా కొంత కాలం వ్యవది ఇవ్వండి. పరిస్థితులు అనుకూలం కాగానే చక్కని సాంఘిక చిత్రాలు తీసి మీ అభిమాణం పొందగలను; అభ్యుదయానికి పాటు పడగలరు.

ప్ర: జంపనగారూ! తామేయుద్దేశ్యముతో సినిమారంగంలో ప్రవేశించారో శలవిస్తారా?

– కె.సి.డి. రాజు ఉరవకొండ.

జ: ఏనాటికైనా చక్కని సాంఘీక రాజకీయ చిత్రాలు తీసి, ప్రజాసేవచేసుకొని జీవితాన్ని ధన్యత్వం చేసుకోవాలనే ఆశతో, చేసుకోగలననే దీక్షతో ఈ సినిమా రంగంలో ప్రవేశించాను. ఆశీర్వదించండి; ఆశావల్లరి పుష్పిస్తుంది.

ప్ర: "వాలిసుగ్రీవ"లో అయిదుగురు సంగీత దర్శకులను నియమించడంలో మీ అభిప్రాయం సెలవిస్తారా?

– "నలశ్రీ" కావలి.

జ: ఆంధ్రులో అన్ని రకాలవారి అభిరుచులకు అనుకూలంగా సంగీతాన్ని అందిండ్దామనే ఆశతో అయిదుగురు సంగీత దర్శకులను పెట్టాం; అన్య కారణం అంతకు మించిలేదు.

ప్ర: వాలిసుగ్రీవ" కథని మార్చటంలో మీ అభిప్రాయ మేమిటండీ?

– మీ మాధవరావు, గుంటూరు.

జ: వీలున్నంత వరకూ ప్రజల కుద్బోధకరమైన భావాలనందించడానికే కథ మార్చాను.

ప్ర: ఇప్పుడు మీరే చిత్రం తీయపోతున్నారు. దానిలోని ప్రధాన నటీనటులెవరు?

– జి.యల్.నరసింహరావు, గుంటూరు.

జ: ఇప్పుడు తీసే చిత్రం సునీతి; నటవర్గం యస్. వరలక్ష్మి – నారాయణరావు – శివరావు – రేలంగి– బాలసరస్వతి.

ప్ర: మీరు తీయబోయే వరలక్ష్మి పిక్చర్సువారి 'సునీతి' పౌరాణికమా? సాంఘికమా?

– కె. వరంశణధరావు, వైజాగపట్నం.

జ: రెండూ కాదు; జానపద చిత్రం.

ప్ర: మీరు రచించిన "చైర్మెన్ – యక్సుచైర్మెన్" కథను మీరు డైరెక్టుచేసి చిత్రంతీస్తే సంఘసేవ చేసిన వారై డబ్బు కూడా బాగా నడిపిస్తారని నేను తలుస్తాను. మీ వుద్దేశం తెలియజేస్తారా?

– బోయన రామమూర్తి నరసన్న పేట.

జ: ఇహపరాలు రెండూ సాధించవచ్చు, కాని చిత్రం తీయాలంటే లక్షలు లక్షలే కావాలి. అక్కడే ఉంది కీలకం. మన యిష్టప్రకారం అయితే చెప్పాల కుమ్మేయం...

ప్ర: పెట్టుబడిదారు లెవరైనావస్తే సాంఘిక చిత్రాన్ని డైరెక్టు చేయుటకు సమ్మతిస్తారా?

– బి. నరసింహారెడ్డి, బెంగుళూరు.

జ: ఓ – అంతకంటేనా? తప్పక తీస్తా, కథలు సిద్ధం కర్మకాండలో దిగడమే తరువాయి.

ప్ర: ఒకడు పుట్టుకతోనే కవియగునా? లేక నేర్చుకొనిన పిమ్మట కవియగునా? ఈ రెంటిలో మీరు ఏ తెగకి చెందినవారు? A poet is boun but not made అన్నది మీలో ఎంతమంది నిజము?

– యస్. ఎలీష, కమలాపురం.

జ: అటూ ఇటూ ఉన్నారు; కాళిదాసాది మహా కవులు పుట్టుకతోటే కవులయ్యారు; భవభూత్యాదులు విద్యాభ్యాసకులై కవులయ్యారు; ఇక మన విషయం అంటారా కాస్త అదీ ఇదీ కలపండి.

ప్ర: మీరు యిక ముందు ఎటువంటి చిత్రాలు తీయ సంకల్పించారో శెలవిస్తారా?

– ఎస్. పంచనాథం, మద్రాసు.

జ: ఇకముందు సాంఘిక రాజకీయ చిత్రాలు తీయాలనే సంకల్పం.

ప్ర: తమరు కళాశాల అధ్యాపకత్వము వదిలి సినిమా దర్శకత్వము ఆంగీకరించినారే, అందువలన కారణం సినిమారంగము అన్ని రంగములకంటె ఉత్కృష్టమనియా? లేక ధనాశయా?

– పి. బొజ్జయ్య. బంగనపేట.

జ: అన్ని రంగాలకంటే సినిమా రంగమే ఉత్కృష్టమని నా దృఢ విశ్వాసం. అందుచేతే నా అధ్యాపకత్వానికి స్వస్తి చెప్పి దీనిలో జేరాను. అంతేగాని కేవల ధనాశేనన్నీ ఉద్యమానికి ఉద్యుక్తిని చేయలేదు.

ప్ర: వాలిసుగ్రీసులో నారదుడు బ్రహ్మదగ్గరకు వచ్చి మత విద్వేషాలవల్ల మహాత్ముని బలి అని మళ్ళీ యెందరో మహాత్ములు బలి అవుతున్నారని అంటాడు. అలా అనిపించుటలో మీ ఉద్దేశ్యము ఏమి?

– దుర్గంసాయన్న, సికింద్రాబాద్.

జ: 'మహాత్ముడు' అనే పదానికి ప్రాముఖ్యతనిచ్చే నిమిత్తం రెండు సార్లు చెప్పించాం.

ప్ర: సినిమా కథలు వ్రాయడం సులభమా? లేక నవలలె వ్రాయడం సులభమా?

- మానే కోటేశ్వరావు. ఒంగోలు.

జ: నవలలు వ్రాయడమే సులభం.

ప్ర: డైరెక్షన్ చేయటం కష్టమా?లేక కథ వ్రాయుల కష్టమా?

- యల్లమాలి ప్రభుదాసు, వరహాపురం.

జ: డైరెక్షన్ చేయడమే కష్టం.

ప్ర: డైరెక్టరు గారూ! మీరు జాతీయ కవులుకదా, ప్రసాద్ గారిలా సాంఘిక చిత్రాలు తీయక పౌరాణిక చిత్రాలు తీయుటకు కారణం చెబుతారా?

- తోట కోటేశ్వరరావు, వసంతవాడ.

జ: ఆయనలా అదృష్టం నాకు లేకపోవడమే కారణం.

ప్ర: చంద్రశేఖర్ రావుగారూ! వాలిసుగ్రీవ ప్రజలకు ఏ గుణపాఠము నేర్పవలెనని తీశారండీ?

- తోట కోటేశ్వరావు, వసంతవాడ.

జ: అన్నదమ్ముల మధ్య అంతః కలహాలు రారాదని పతి సంరక్షణ నిమిత్తం పాటుపడటమే సతి ధర్మమని ఆత్మ గౌరవార్థం స్త్రీ తన ప్రాణాలనైనా బలిచేయడానికి వెనుకేయ రాదని - వాలి సుగ్రీవుల పాత్రల చేత, తారా మండోదరుల పాత్రలచేత నీతిని ప్రబోధించడమే మా ప్రధాన ఆశయం.

ప్ర: పౌరాణిక చిత్రాల్లో సాంఘిక, రాజకీయములు యిముడ్చుటవలన యితి వృత్తము దెబ్బతినదా?

చలమశెట్టి పాండురంగరావు, చిలకపూడి.

జ: ఎన్నటికీ దెబ్బతినదు. పౌరాణిక ఇతి వృత్తాలను కవి కాలానుగుణంగా మార్చవచ్చు; మార్చారు పూర్వులు. ఉదాహరణకు రామాయణ ఇతి వృత్వాన్ని మార్చాడూ కళిదాసు తన శాకుంతలంలో - అలా ఎందరో మార్చారు.... కాలానుసరణంగా కథ మార్చడం, కూర్చడం, కద్దు.

తెలుగు సాహితీ వనంలో 'జంపన' అల్లిన రచనా తోరణం

1. ఆకలి
2. బొమ్మరిల్లు
3. త్యాగమూర్తి
4. ఆంధ్రజ్వాల
5. జ్వాల
6. పేదరాలు
7. స్టేషన్ మాష్టర్
8. మంగళసూత్రం
9. భర్త బ్రతికుండగానే!
10. భార్య బ్రతికుండగానే!
11. సతి
12. పతి
13. ఆశ
14. దురాశ
15. నిరాశ
16. పెళ్లి
17. దేశాభిమాని
18. దేశద్రోహి
19. నేనూ - మా మరదలు
20. బ్రతకడం ఎలా?
21. దేవుడున్నాడా?
22. దేవుడు లంచగొండా?
23. దేవునికి పూజార్లెందుకు?
24. శాస్త్రాలెందుకు?
25. ఆచారాలెందుకు?
26. కులమతాలెందుకు?
27. స్త్రీ సంఘంలో బానిసా?
28. స్త్రీ పిల్లల్ని కనే యంత్రమా?
29. స్త్రీ చదువుకోరాదా?
30. పేదసాదలు
31. కార్మికుల కష్టాలు
32. కర్షకుల కష్టాలు
33. ఎదురీత
34. గుమాస్తా
35. నేటి బి.ఏ.లు
36. కోటి విద్యలు కూటికొరకే
37. తల్లిలేనిపిల్ల
38. ఎవరికివారే యమునాతీరే!
39. కోటీశ్వరుడు
40. భూలోకస్వర్గం
41. శాస్త్రమా? శనిగ్రహమా?
42. నాదేశం
43. దేవదాసి
44. సేవకురాలు -1 బా"
45. సేవకురాలు -2 బా"
46. సంసార సుఖం
47. బానిస
48. కన్నతల్లి
49. దేవాలయం
50. క్షామం
51. వచ్చాడే మా బావ
52. పూజ
53. మొక్కుబడి
54. నెలజీతం
55. పెండ్లికాని పిల్ల
56. బానిసత్వం
57. స్వతంత్రం
58. ముందడుగు
59. అబల
60. స్టూడెంట్
61. చరణదాసి
62. జీవితాశ
63. చిత్రశాల
64. నిర్దోషి
65. ప్రెసిడెంట్
66. వైస్ ప్రెసిడెంటు
67. హారతి
68. పతిత
69. ఆహుతి
70. కన్నీరు
71. త్రబ్బిబ్బు
72. అనురాగాలు
73. కులమతాలు
74. బలిపీఠము
75. కూలి
76. మమత
77. మేనత్త
78. మేనకోడలు
79. మరువలేను
80. ఎవరిపెళ్లాం!
81. మగడెవరు!
82. వలపు పిలుపు(తరువాయికథ)
83. ఆలుమగలు (దీన్ని చదవాలి)
84. గృహిణి
85. పతివ్రత
86. ప్రేమారాధన 1.బా॥
87. ప్రేమారాధన 2. బా॥
88. బావే నా మొగుడు
89. ఆత్మార్పణ
90. భగ్నజీవి
91. స్నేహితుడెవరు?
92. జన్మభూమి
93. ప్రాణభయం
94. కర్మ
95. కాలమహిమ
96. ధర్మపత్ని
97. ప్రజారాజ్యం
98. ఫిలిమ్ డైరెక్టర్
99. సుబాస్ చంద్రబోస్‌జీవితచరిత్ర
100. శ్రీ వేంకటేశ్వర మహాత్మ్యము

మీ విజ్ఞాన వికాసాలకు 'నవచేతన పబ్లిషింగ్ హౌస్' ప్రచురణలు – చదవండీ.. చదివించండీ...